நடிகர் திலகம்

சிவாஜி

ஒரு வரலாற்றின் வரலாறு

ஆசிரியர் : **K.சந்திரசேகரன்**

உதவி : R. பம்மல் சுவாமிநாதன்
V. சீனிவாசன்

நக்கீரன்
வெளியீடு

நடிகர் திலகம்
சிவாஜி
(ஒரு வரலாற்றின் வரலாறு)

கே.சந்திரசேகரன்

பதிப்பு 2024

பக்கங்கள் 440
நூன் அளவு (14 X 21.5) டெம்மி
விலை : ரூ. 425 /-

வெளியீடு
நக்கீரன்
105 ஜானி ஜான்கான் சாலை
இராயப்பேட்டை
சென்னை 14
செல்: 044- 26881700

அட்டை வடிவமைப்பு
ஆர்.சி.மதிராஜ்

அச்சுக்கோர்ப்பு மற்றும்
வடிவமைப்பு
விவிபி கிராபிக்ஸ்
சென்னை - 600 005

கட்டமைப்பு
சாருபிரபா பிரிண்டர்ஸ் லிட்.,
சென்னை 14

அச்சாக்கம்
என் பிரிண்டர்ஸ்
சென்னை 14

Nadigar Thilagam Sivaji

K. Chandrasekaran

Edition 2024

Pages 440
Book Size (14X21.5) Demy
Price : Rs. 425 /-

Published by
Nakkheeran
105, Jani Jahan khan Road,
Royapettah, Chennai-600014.
Ph 044- 26881700

Wrapper Designed by
R.C. Mathiraj
Typeset & Layout
VVB Graphics

Binding by
Saaruprabha Printers Ltd.,
Chennai 14

Printed at
N Printers
Chennai 14

சிவாஜி எனும் இமயம்

நடிகர்திலகம் சிவாஜியின் நடிப்புத்திறன் குறித்து அறிஞர் அண்ணா பேசும் போது, "ஹாலிவுட் நடிகர் மார்லன் பிராண்டோவைப் போல் தம்பி கணேசன் நடிக்கிறார் என சொல்வார்கள். இல்லையில்லை, அதிலே ஒரு சின்னதிருத்தம் நமது தம்பி கணேசனைப் போல் மார்லன் பிராண்டோ நடிக்கிறார் என்பதுதான் சரியாக இருக்கும்" என்று சொல்வாராம். எவ்வளவு உறுதியான உண்மை இது. உலக நடிகர்களில் ஒப்பாரும் மிக்காரும் இல்லாத நடிகர் ஒருவர் உண்டென்றால் அது அண்ணன் சிவாஜி மட்டும்தான். கப்பலோட்டிய தமிழன் சிதம்பரனாராகட்டும் கட்டபொம்மனாகட்டும் மகாகவி பாரதியாகட்டும் அப்பராகட்டும் மராட்டிய மன்னன் சிவாஜியாகட்டும் தஞ்சையை ஆண்ட ராஜ ராஜ சோழனாகட்டும் அத்தனை பேரின் உருவத்தையும் நம் கண் முன் காட்சிப்படுத்தி அனைவரது நெஞ்சங்களிலும் நிரந்தர சிம்மாசனம் போட்டு இன்று வரை அமர்ந்திருப்பவர் அண்ணன் சிவாஜி மட்டும் தான்.

அதற்கு மிகச் சரியான உதாரணம் தான் 48 ஆண்டுகளுக்குப் பிறகு டிஜிட்டல் தொழில் நுட்பத்துடன் மீண்டும் ரிலீஸ் செய்யப்பட்ட கர்ணன். 1964 ஜனவரியில் ரிலீஸான கர்ணன் அப்போது அதன் பிரம்மாண்ட தயாரிப்புக்காக சிலாகித்து பேசப்பட்டாலும் வசூல் சொல்லிக் கொள்ளும்படி இல்லை. ஆனால் 2012 மார்ச்சில் அதே கர்ணன் ரீ-ரிலீஸ் செய்யப்பட்ட போது வசூலை வாரிக்குவித்து இப்போதைய சினிமா உலகினரையே ஆச்சர்யப்பட வைத்தது. இன்றைய இளம் தலைமுறையினர் சிவாஜி எனும் நடிப்பு இமயத்தைக் காண கூட்டம் கூட்டமாக தியேட்டர்களுக்கு படையெடுத்தனர்.

நானும் ஒரு தீவிர சிவாஜி ரசிகன் என்ற வகையில் அவர் ஏற்று நடித்த எத்தனையோ கதாபாத்திரங்களை திரையில் பார்த்து கைதட்டி ரசித்து சிலாகித்த எனக்கு அவரை நேரில் சந்திக்கும் வாய்ப்பும் கிடைத்தது. நக்கீரன் பத்திரிகையை ஆரம்பிக்க எண்ணிய போது முதல் இதழிலேயே அண்ணன் சிவாஜி எழுதும் தொடர் இடம் பெற வேண்டும் என முயற்சித்து அதில் வெற்றியும் பெற்றோம். இன்று வரை நக்கீரனின் வெற்றிப் பாதையில் அண்ணன் சிவாஜிக்கு பெரும்

பங்கு உண்டு. “வாடா மீசைக்காரா” என வாஞ்சையுடன் அழைக்கும் அண்ணன் சிவாஜிக்கும் எனக்குமான அன்புப் பிணைப்பு குறித்து இந்த புத்தகத்தின் உள்ளே விரிவாகவே சொல்லியுள்ளேன். ‘நடிகர்திலகம் சிவாஜி– ஒரு வரலாற்றின் வரலாறு’ எனும் இந்த நூல் சிவாஜியைப் பற்றிய அரிய தகவல் களஞ்சியம், அற்புத ஆவணம். அந்தளவுக்கு நடிகர்திலகத்தைப் பற்றி அரசியல் தலைவர்கள், ஆன்மீகவாதிகள், கவிஞர் பெருமக்கள், பத்திரிகையாளர்கள், அவருடன் நடித்த மற்றும் நடிக்காத நடிகர்–நடிகைகளின் கருத்துக்கள், எண்ணங்கள் என ஒன்றுவிடாமல் பதிவு செய்து மிகச்சிறப்பாக உழைத்துள்ளார் அன்புச் சகோதார் சந்திரசேகரன். அரிய புகைப்படங்களையும் தேடித்தேடி சேகரித்துள்ளார் சந்திரசேகரன். அவருக்கு எனது மனப்பூர்வ பாராட்டுக்கள்.

ரத்தம் சிவப்பு என்பது எப்படி உண்மையோ அதைப் போல அண்ணன் சிவாஜியின் நடிப்பும் உண்மை. மாபெரும் கலைஞனாகிய நடிகர்திலகத்துக்கு பெருமைமிகு மரியாதை செலுத்தும்விதமாக நக்கீரன் இந்நூலை வெளியிடுகிறது. தமிழ் கூறும் நல்லுலகம் இந்நூலுக்கும் பேராதரவு தர அன்புடன் வேண்டுகிறேன்.

என்றென்றும் உங்கள்

நக்கீரன்கோபால்

நடிகர்திலகமும் வாழப்பாடியாரும்

நடிகர்திலகம் சிவாஜி - கடந்த அரை நூற்றாண்டிற்கும் மேலாக தமிழ் மக்கள் இதயத்தில் இடம்பிடித்து, நாவில் உச்சரிக்கபட்ட பெயர்.

மறைந்து சில ஆண்டுகள் ஆகியும் மறக்கப்படாத பெயர். இன்னும் பல நூறாண்டுகள் ஆனாலும் தமிழ் பேசும் மக்களால் பேசப்படும் ஒரு பெயர்.

ஆம், உலகெங்கிலும் வாழ்கின்ற கோடிக்கணக்கான தமிழ் நெஞ்சங்களால் நேசிக்கப்படக்கூடிய அளவிற்கு, கலைப் பணியை ஆற்றியவர் நடிகர்திலகம் சிவாஜி. என்னுடைய தந்தையார் வாழப்பாடியார் அவர்களுக்கும், நடிகர்திலகத்திற்கும் மிக

இராம. சுகந்தன், பிரமிளா செல்வி திருமண வரவேற்பில் - நடிகர் திலகம், கமலாம்மாள் உடன் வாழப்பாடியார், கிள்ளிவளவன், இராம.கர்ணன் (3-10-1996- சென்னை)

நெருக்கமான தொடர்பு உண்டு. ஒருவர் மீது ஒருவர் மிகுந்த அன்பும், பாசமும் கொண்டிருந்ததை, பல்வேறு காலக்கட்டங்களில் நான் நேரில் காணும் வாய்ப்பைப் பெற்றிருக்கிறேன்.

என் தந்தையாருடைய பிறந்தநாள் மலர் வெளியீட்டிற்காக செய்தி கேட்டு கடிதம் எழுதிய போது, உடனே வாழ்த்துச்செய்தி அனுப்பினார் நடிகர்திலகம். என் தந்தை வாழப்பாடியாரை, தம்பி ராமு என்று பாசத்துடன் அழைப்பார் நடிகர்திலகம்.

எங்கள் வீட்டு நிகழ்ச்சி எதுவாயினும் நடிகர் திலகம் தவறாது கலந்து கொள்வார்.

எந்தவித எதிர்ப்பார்ப்புமின்றி, தமிழகத்தில் காங்கிரஸ் பேரியக்கத்தின் வளர்ச்சிக்காக, தன்னுடைய உழைப்பையும், தன்னுடைய லட்சோபலட்சம் ரசிகர்களுடைய உழைப்பையும் அளித்தவர் நடிகர் திலகம் சிவாஜி.

வாழப்பாடியார் அவர்கள் தமிழ்நாடு காங்கிரஸ் கட்சித் தலைவராகப் பொறுப்பேற்றிருந்தபோது, காங்கிரஸ் கட்சியிலிருந்து விலகியிருந்த நடிகர்திலகம் அவர்களை மீண்டும் கட்சியில் இணைத்து, அவருக்கு உரிய அங்கீகாரத்தை, மரியாதையைப் பெற்றுத் தரவேண்டும் என்று விரும்பினார். ஆனால் அது நடைபெறாமல் போய்விட்டாலும், இன்றளவும், காங்கிரஸ் கட்சியிலிருக்கும் நடிகர்திலகத்தின் ரசிகர்கள், என்னிடமும் அன்போடு பழகிக் கொண்டிருப்பது, மிகவும் பெருமை அளிக்கக்கூடிய ஒன்றாகும்.

ஒரு வருடத்திற்கும் மேலாகப் பணியாற்றி, கடினமாக உழைத்து, நடிகர்திலகத்தைப் பற்றிய தகவல்களைத் திரட்டி, முழுமையான தகவல் தொகுப்பு நூலாக வெளிக்கொண்டு வந்திருக்கிறார்.

நடிகர் திலகத்தின் எல்லாவிதமான பரிமாணங்களையும் வெளிப்படுத்தும் விதத்தில் அமைந்திருக்கும் இந்தத் தொகுப்பு நூல், உலகெங்கிலும் உள்ள தமிழர்கள், நடிகர்திலகத்தைப் பற்றி முழுமையாக அறிந்து கொள்ளும் விதத்தில் அமையும் என்று நம்புகிறேன்.

- **இராம. சுகந்தன்**
நிர்வாக அறங்காவலர், ராஜிவ்காந்தி-வாழப்பாடி ராமமூர்த்தி நல அறக்கட்டளை

நடிகர் திலகத்திற்கு ஒரு புகழ்மகுடம்

நடிகர் திலகம் சிவாஜி – கடந்த 50 ஆண்டுகளுக்கும் மேலாக, உலகெங்கும் வாழும் தமிழர்களின் இதயங்களில், உணர்வுகளில் உலாவந்த பெயர்.

சிலர் உயிரோடு இருக்கும்போது, பெயர், புகழுடன் திகழ்வார்கள். ஆனால் மறைந்தபிறகு அவர் புகழும் மறைந்து விடும்.

மிகச் சிலரே, வாழும் போதும், மறைந்தபிறகும் புகழுடன் பேசப்படுவார்கள். அத்தகைய மிகச்சிலரில் ஒரு மகத்தான மாமனிதராக, காலம் நமக்குத் தந்த கொடையாக, நம்மில் வாழ்ந்து மறைந்தவர்தான் நடிகர்திலகம் சிவாஜி.

மிக உயர்ந்த புகழை எட்டி மறைந்துள்ள நடிகர்திலகம் சிவாஜி அவர்களுடைய சிறப்புக்களைத் தொகுத்து ஒரு நூலாக வெளியிடவேண்டும் என்ற ஏராளமான ரசிகர்கள் மற்றும் நண்பர்களின் வேண்டுகோளை ஏற்று நான் இந்நூலை உருவாக்கும் பணியில் ஈடுபட்டேன்.

சிலர்கூட என்னிடம் கேட்டார்கள், நடிகர் திலகத்தைப் பற்றி புத்தகம் எழுதித்தான் மக்கள் அறிந்து கொள்ள வேண்டுமா? என்று.

தான் சார்ந்த நடிப்புத் துறைமூலமாக, நடிகர்திலகம் சிவாஜி ஆற்றிய சேவையே மக்களிடம் வெகுவாகப் பேசப்படுகிறது.

அதையும் தாண்டி, இந்த சமூகத்திற்கு, நாட்டிற்கு, நடிகர்திலகம் ஆற்றிய சேவைகளையும் மக்கள் அறிந்துகொள்ள வேண்டும். அப்போதுதான் வருங்காலத் தலைமுறையினரும், அதனைப் பின்பற்றித் தொண்டாற்ற இயலும். இதில் நம்மால் ஏதாவது ஒரு சிறு துளியளவிற்காவது பங்கினை செலுத்த வேண்டும் என்று சிந்தித்ததன் விளைவே இந்நூல் உருவெடுக்கக் காரணமாய் அமைந்துள்ளது.

நூலில் வெளியாகியுள்ள ஒவ்வொரு தகவலும், ஏதாவது ஒரு ஆதாரத்தை அடிப்படையாகக் கொண்டே வெளியிடப்பட்டுள்ளது.

பல்வேறு நூல்களில், பல்வேறு காலக்கட்டங்களில், வெளியான செய்திகளை, பேச்சுக்குறிப்புக்களை, தொலைக்காட்சி மற்றும் வானொலி பேட்டிகளை ஆதாரமாகக் கொண்டே இந்நூல் தொகுக்கப்பட்டுள்ளது.

செய்தி / பேட்டி / பேச்சுக்குறிப்புகள் வெளியான காலக்கட்டம் வேறாக இருப்பினும், அவை எந்த நூலிலிருந்து எடுக்கப்பட்டதோ அதன் காலமே இந்நூலில் குறிப்பிடப்பட்டுள்ளது.

நடிகர்திலகம் சிவாஜி கணேசன் அவர்களைப் பற்றிய எந்தக் குறிப்பு, விபரம் வேண்டுமானாலும், இந்நூலைப் புரட்டினால் தெரியும் என்ற அளவிற்கு, ஒரு தகவல் பெட்டகமாக இந்நூலை உருவாக்க, என்னோடு, நண்பர்கள் திரு.**பம்மல் சுவாமிநாதன்** அவர்களும், திரு.**வி.சீனிவாசன்** அவர்களும் மிகக் கடுமையாக உழைத்து தகவல்களைத் திரட்டியிருக்கிறார்கள். அதுபோல, தமிழகம் முழுவதும் உள்ள நடிகர்திலகம் சிவாஜி சமூகநலப் பேரவையின் நிர்வாகிகள் மற்றும் நடிகர்திலகத்தின் அன்பு இதயங்கள், புகைப்படங்கள் மற்றும் தகவல்களைத் தந்து உதவியுள்ளார்கள்.

கடலைக் கமண்டலத்திற்குள் அடைக்கமுடியாது என்பார்கள், அதுபோலத்தான் நடிகர் திலகத்தைப் பற்றி ஒரு குறிப்பிட்ட பக்கங்கள் கொண்ட புத்தகத்திற்குள் கூறிவிடமுடியாது.

அள்ள அள்ளக் குறையாது அமுதசுரபி என்பது போல், நடிகர்திலகத்தைப் பற்றி தகவல்களைத் திரட்டத் திரட்ட, தகவல்சுரங்கமாக வந்துகொண்டே இருந்தது. நடிகர் திலகம் திறந்து வைத்த / அமைத்த சிலைகள், கலந்து கொண்ட நிகழ்ச்சிகள், வழங்கிய நன்கொடைகள் என்று எந்தத் தலைப்பில் தகவலை, புகைப்படங்களை தொகுக்க ஆரம்பித்தபோதும், ஒவ்வொறு தலைப்பிலும் ஒரு தனி நூல் வெளியிடும் அளவிற்கு தகவல் வந்து கொண்டே இருந்தது. எனினும் கடந்த ஓராண்டிற்கும் மேலாகத் திரட்டியவற்றிலிருந்து, முக்கியமானவற்றை, எங்களால் இயன்றவரையில் தொகுத்து இந்நூலில் தந்திருக்கிறோம். நடிகர்திலகத்துடன் நெருக்கமாகப் பழகியவர்கள் சிலரது புகைப்படங்கள் கிடைக்காததால், பிரசுரிக்க இயலவில்லை. எங்களது முயற்சியில் கிடைத்தவற்றை மட்டும் பிரசுரித்திருக்கிறோம். விடுபட்ட, அத்தகைய அரிய புகைப்படங்கள் மற்றும் தகவல்கள் கிடைக்கும்போது, அதனையும் இணைத்து இனி வரும் காலங்களில், அடுத்தடுத்த பதிப்புகளில் வெளியிட முயற்சி செய்கிறோம்.

ரசிகர்களுக்கும், தமிழுணர்வுப் பற்றாளர்களுக்கும், சிறிதளவாயினும் பயனுள்ளதாக இருக்கும் என்று நம்பிக்கையில் இந்நூலை சமர்ப்பிக்கிறேன்.

அன்புடன்

K.சந்திரசேகரன்
தொகுப்பாசிரியர்
ராஜிவ் பவன்
எண்.6, இரண்டாவது பிரதான சாலை
ராஜா அண்ணாமலைபுரம்
சென்னை - 600 028.

Email :sivajiperavai@gmail.com

கடவுளராக ...

சிவன்

திருவிளையாடல் (1965)

மஹாவிஷ்ணு

மூன்று தெய்வங்கள் (1971)

நாரதர்

சரஸ்வதி சபதம் (1966)

கண்ணன்

படிக்காத மேதை (1960)

மகான்களாக ...

புத்தர்

அன்பைத் தேடி (1974)

அப்பர்

திருவருட்செல்வர் (1967)

சேக்கிழார்

திருவருட் செல்வர் (1967)

திருக்குறிப்பு தொண்டர்

திருவருட் செல்வர் (1967)

மகான்களாக ...

பெரியாழ்வார்

திருமால் பெருமை (1968)

திருமங்கையாழ்வார்

திருமால் பெருமை (1968)

விவேகானந்தர்

ஆண்டவன் கட்டளை (1964)

நந்தனார்

ராஜபார்ட் ரங்கதுரை (1973)

புராண இதிகாச நாயகர்களாக...

வீரபாகு

கந்தன் கருணை (1967)

காத்தவராயன்

காத்தவராயன் (1958)

கர்ணன்

கர்ணன் (1964)

அர்ஜுனன்

ராஜபார்ட் ரங்கதுரை (1973)

புராண இதிகாச நாயகர்களாக...

வித்யாபதி

சரஸ்வதி சபதம் (1966)

காளிதாஸ்

மஹாகவி காளிதாஸ் (1966)

ஹரிச்சந்திரன்

ஹரிச்சந்திரா (1968)

அம்பிகாபதி

அம்பிகாபதி (1957)

இந்திய வரலாற்று நாயகர்களாக...

சாம்ராட் அசோகன்

அன்னையின் ஆணை (1958)

ராஜராஜ சோழன்

ராஜராஜ சோழன் (1973)

தான்சேன்

தவப்புதல்வன் (1972)

கட்டபொம்மன்

வீரபாண்டிய கட்டபொம்மன் (1959)

இந்திய வரலாற்று நாயகர்களாக...

வ.உ.சி.

கப்பலோட்டிய தமிழன் (1961)

மகாகவி பாரதியார்

கை கொடுத்த தெய்வம் (1964)

தெனாலி ராமன்

தெனாலிராமன் (1956)

சத்ரபதி சிவாஜி

பக்த துக்காராம் (1973)

இந்திய வரலாற்று நாயகர்களாக...

திருப்பூர் குமரன்

ராஜபார்ட் ரங்கதுரை (1973)

வாஞ்சிநாதன்

சினிமா பைத்தியம் (1975)

பகத்சிங்

ராஜபார்ட் ரங்கதுரை (1973)

மனோகரன்

மனோகரா (1954)

நினைவலைகள்...

அன்னை இல்லத்தின் அருந்தவப்புதல்வர்

நினைவலைகள்...

ஆளுயுர மாலைக்குள் நடிகர் திலகம், கமலாம்மாள்

நினைவலைகள்...

தனது சிலைக்காக நடிகர் திலகம் அளித்த போஸ் (Pose)

நினைவலைகள்...

உத்தம புத்திரன் (1958)

பாசமலர் (1961)

புதிய பறவை (1964)

சிவந்த மண் (1969) திரைக்காவியத்தில் வித்தியாசமான ஷேக் (Sheikh) தோற்றம்

நினைவலைகள்...

திருவிளையாடல் (1965)

நினைவலைகள்...

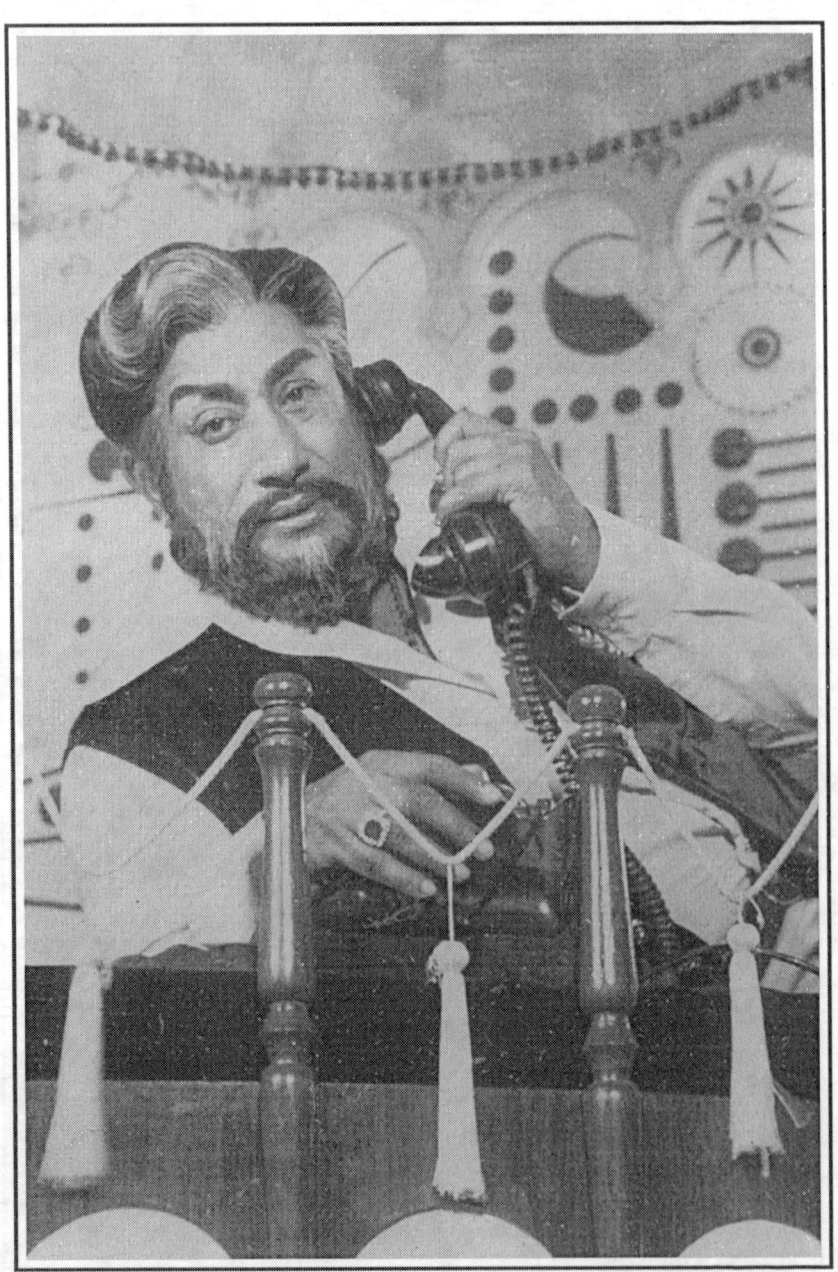

திரிசூலம் (1979)

நினைவலைகள்...

அவன்தான் மனிதன் (1975)

நினைவலைகள்...

தங்கப்பதக்கம் (1974)

கவிஞர்கள் பார்வையில் காவிய நாயகன்

அகரமென வாழ்க!

சிவாஜி கணேசனை சிறு பருவம் முதல் நான் அறிவேன். அவர் தமிழ் நாட்டின் காரிக். காரிக்கினால் ஷேக்ஸ்பியர் நாடகங்கள் மேடையேற்றப்பட்டுப் புகழ் பெற்றன. சிவாஜியால் திருவிளையாடலும், சிவனருட்செல்வரும் திரையில் காட்சி அளிக்கிறார்கள். சிவாஜி ஒரு தனி உலகம். உலகில் எத்தனை குணப்பான்மை உண்டோ அத்தனையும் அவர் நடிப்பில் விளங்கும்.

வீரன் என்றால் வீரன்!
வெய்யன் என்றால் வெய்யன்!
சூரன் என்றால் சூரன்!
சோகன் என்றால் சோகன்!

அப்பர் என்றால் அப்பர்!
அரசர் என்றால் அரசர்!
இப்பர் என்றால் இப்பர்!
ஏழை என்றால் ஏழை!

புதியதென்றால் புதியர்!
புலவர் என்றால் புலவர்!
முதியர் என்றால் முதியர்!
முத்தர் என்றால் முத்தர்!

எந்த வேடம் போட்டும்
இயற்கை வழிகாட்டி

K. சந்திரசேகரன்

சிவாஜி - ஒரு வரலாற்றின் வரலாறு

எந்தம் நடிக வேளர்
இன்பக் கலை யீவார்!

காதலையும் சுரப்பார்
கைப்பணமும் சுரப்பார்
ஈதலுக்கு மன்னன்
இன்னிய கணேசன்

நாடகக் கலையின்
நவரச வடிவம்
ஆடலரங்கின் அரசன்
அகரமென வாழ்க!

-கவியோகி **சுத்தானந்த பாரதியார்.**
(சினிமா ஸ்டார் சிறப்பு மலர், பத்மஸ்ரீ சிவாஜி கணேசன் சாதனைகள் 1952-1967)

அள்ளித்தந்த கொடைவள்ளல்

பள்ளியில் மாணவர்கள்
பகலுண வுண்ணும் வண்ணம்
அள்ளி ஓர் இலக்கம் ஈந்த
அண்ணல் கணேசர் இந்நாள்
புள்ளினம் பாடும் சோலை
மதுரையின் போடி தன்னில்
உள்ளதோர் தொழிற் பயிற்சி
பள்ளிக்கும் ஈந்து வந்தார்.
இன்றீந்த வெண் பொற்காசோ
இரண்டரை இலக்கமாகும்!
நன்றிந்த உலகு மெச்சும்
நடிப்பின் நற்றிறத்தால் பெற்ற
குன்றொத்த பெருஞ்செல்வத்தை
குவித்தீந்த கணேசனார் போல்

26 K. சந்திரசேகரன்

என்றெந்த நடிகர் ஈந்தார்?
இப்புகழ் யாவர் பெற்றார்?

-பாவேந்தர் **பாரதிதாசன்.**
(28.04.1959 தேதியிட்ட தமது கவிதை ஏடாம் "குயில்" இதழில் பாவேந்தர் அவர்கள் நடிகர் திலகத்தின் ஈடு இணையற்ற கொடைத்தன்மையை மனமாரப் பாராட்டி எழுதிய கவிதை வரிகள்.)

திலகச் செம்மல்

சித்தமிசை தெய்வ பக்தி
திகழும் சீலன்
சிவாஜி கணேசன் நடிகர்
திலகச் செம்மல்,
நித்தியமாய்ப் புகழ் நிலைக்க
நலம் குன்றாமல்
நீடுழி வாழ்ந் திருக்க
நிமலன் காக்கும்!

-நாமக்கல் கவிஞர்
வே. இராமலிங்கம் பிள்ளை.
(சினிமா ஸ்டார் சிறப்பு மலர், 1969)

சிங்கத் தமிழன் சிவாஜி கணேசன்

சிங்கத் தமிழனடா; சிவாஜி கணேசனடா;
எங்கும் புகழ் மணக்கும் எங்கள் தங்கமடா!
வங்கக் கடலோரம் சிலையாக வந்தாரடா;
வாழும் நாளெல்லாம் கலையாக வாழ்ந்தாரடா!
பொங்கு தமிழர் கண்டெடுத்த புதையலடா;
புத்தர் வழி வந்த காந்தி மகான் பக்தரடா!
பெருந்தலைவர் காமராசர்;
விரும்பி நின்ற வீரமிகுத் தளபதியடா!
பெரியார்க்குப் பிரியமுள்ள பேரனடா;
வறியோர்க்கு வாரி இறைத்த வள்ளலடா!

K. சந்திரசேகரன்

சிவாஜி - ஒரு வரலாற்றின் வரலாறு

21-07-06 அன்று சென்னை, கடற்கரை காமராஜர் சாலையில் நடிகர் திலகத்தின் சிலையைத் திறந்து வைக்கிறார் தமிழக முதல்வர் டாக்டர் கலைஞர்

பேரறிஞர் அண்ணாவின் தம்பியடா
பெருங்குடும்பம் கலைக்குடும்ப
அருங்கலைஞர் ஆருயிர் நண்பனடா;
அவர் உயிருக்கும் மேலான தோழனடா!
அலைகடல் பெருகி எதிர்த்த போதும்
மலை பல உருண்டு தடுத்த போதும்
கலையுலக வேந்தனுக்குக் கட்டாயம்
சிலை வைத்தே தீருவோ மென்ற
நிலை குலையா நெஞ்சத்தைப் பெற்றோமடா;
தலை வணங்காத் தமிழனுக்கு
தமிழ்க் குலம் போற்றுகின்ற
தன்மானக் கடமைதனைச் செய்தோமடா!
சிங்கத் தமிழனடா; சிவாஜி கணேசனடா;
எங்கும் புகழ் மணக்கும் எங்கள் தங்கமடா!

–கலைஞர் மு. கருணாநிதி

(தமிழக முதல்வர் டாக்டர் கலைஞர் அவர்கள் எழுதி, நடிகர் திலகம்
சிவாஜி கணேசன் சிலை திறப்பு விழாவில் கலைமாமணி டாக்டர்
சீர்காழி சிவசிதம்பரம் பாடிய பாடல்)

சிவாஜி - ஒரு வரலாற்றின் வரலாறு

பாரதக் கலைஞன்!

சூரியன் உள்ள மட்டும்
சுதந்திரம் வாழும் மட்டும்
பாரினில் நாக ரீகப்
பண் கலை வாழுமட்டும்
வாரிதி அலைகள் பாடும்
வானிசை உள்ள மட்டும்
பாரதக் கலைஞனே! உன்
பெரும் புகழ் நீடுவாழ்க!

-கவிஞர் எஸ்.டி.சுந்தரம்
(சினிமா ஸ்டார் சிறப்பு மலர், 1969)

கலைசேர் சிவாஜி

கலைசேர் சிவாஜி
கணேசன் ஓராறு
தலைசேர் முருகனருள்
சார்ந்து - மலை சேருங்
கங்கை நதிபோலே
களிப்புடன் பல்லாண்டு
மங்களமாய் வாழி மகிழ்ந்து

-திருமுருக. கிருபானந்தவாரியார்
(சினிமா ஸ்டார், 1968)

எழுத்தில்லை புகழ்வதற்கு

சிம்மக்குரலோன்
சிவாஜி கணேசனென்பார்,
குரலில் மட்டும் சிங்கமல்ல
செயல்களிலும் அப்படியே
என்பது போல் நடித்து விட்டார்
எழுத்தில்லை புகழ்வதற்கு!

-பட்டுக்கோட்டை கல்யாணசுந்தரம்
(கலைத்தோட்டம், 15.6.1959)

K. சந்திரசேகரன்

சிவாஜி - ஒரு வரலாற்றின் வரலாறு

மேடையில் பேசும் கவியரசரை உற்று நோக்கும் நடிகர் திலகம்

இமயமலை, பெருங்கடல்

சிவாஜியைப் பற்றி
சில வரிகள்...
எதை எழுதுவது;
எதை விடுவது?
இமயமலையின் எந்த
மூலையைப் புகழ்ந்தால்
நியாயமாக இருக்கும்?
கடலிலே எந்தப் பகுதி
அழகான பகுதி?
சிவாஜி ஒரு இமயமலை
ஒரு பெருங்கடல்
அவரது கண்களின்
கூர்மையைச் சொல்வேனா?
அல்லது
அவரது கம்பீரத் தோற்றத்தைச்
சொல்வேனா?

K. சந்திரசேகரன்

ஒன்பது பாவத்தைத்
தொண்ணூறு வகையாக
நடித்துக் காட்டிய
அந்த உன்னத நடிப்பைச் சொல்வேனா?
அவரைப் போல் இதுவரை
ஒருவர் பிறந்ததில்லை
இனி பிறப்பார் என்பதற்கும்
உறுதி இல்லை!
இது உண்மை.
இது உலகறிந்ததே!

-கவியரசு கண்ணதாசன்.
(பிலிம் நியூஸ் ஆனந்தனின் செவாலியே விருது விழா மலர்,
22.4.1995)

ஒற்றை நடிகன் ஐம்பது கோடியிலே...

நவரசம் ஓடிடும் நாடியிலே! – ஒரு
நளினம் இருந்திடும் "பாடி" யிலே!
நடிப்பில் அவனுக்கு ஜோடியில்லே!– ஒற்றை
நடிகன் ஐம்பது கோடியிலே!
ஆடும் கூத்தன் அருளாலே – நம்
அருமைத் தம்பி வாழியவே!
நடன சபேசன் அருளாலே – நம்
நடிகர் திலகம் வாழியவே!

-கவிஞர் கொத்தமங்கலம் சுப்பு
(சினிமா ஸ்டார் சிறப்பு மலர், 1969)

தொழுவதற்காகப் பிறந்தவன்

ஆதவன் ஒளிச்சிறப்பை – சிறு
அகல் புகல்வது போல்;
பல-
நூதனக் கலைவனப்பை – விழி

நோயுளான் நுவல்வது போல்;
குல-
மாதரார் பிள்ளைப் பேற்றை-
ஒரு மலடி தான் மொழிவது போல்;
ஒரு-
மேதையாம் சிவாஜி
மேன்மை - ஒரு
பேதையான்
பேசப் போமோ?
சுதந்திரப் போர் வீரர்-
சின்னையா மன்றாயர்;
அரிவையர்க்கோர் அணியாம்-
அன்னை ராஜாமணி அம்மையார்;
இருவரும்
இருந்த நோன்பின் பயனாய்...
மண்மிசை தோன்றினான்-ஒரு
மாபெரும் நடிகன்;
முன்னும் இல்லை
பின்னும் இல்லை-அந்த
உயரிய நடிகனை
உவமிக்க ஒருவன்!
அவனை-
அவனிக்கு அளித்ததால்...
விழுப்புரம்-புகழ்
விழாப்புரம் ஆனது;
வெண்திரை வரலாற்றில்-
அந்த அழகிய ஊர்...
தமிழர்க்கு-ஒரு
திருத்தலமாகிப் போனது!
தண்ணீர் மேகம்
தாழப் பறக்கும்-
கொடைக்கானல்
குறிஞ்சி போல்;
பன்னிரு ஆண்டுக்கொருமுறை-

K. சந்திரசேகரன்

பூப்பவனல்ல அவன்;
திருக்குடந்தைத்
திருக்குளத்தில்-
நன்னீராடி-
நாட்டோர் நற்கதி பெற-
ஆறிரு ஆண்டுக்கொரு முறை-
அலரும் மகாமகம் அல்ல அவன்;
ஒரு நூறு ஆண்டுக்கு-
ஒரு முறை-
வாராது வரும்
மாமணியாய்; தெய்வம்-
தாராது தரும்
தனிக் கொடையாய்...
நம்மிடை வந்து-
நாளும் உலவிய நாமகள் மகன்!
அவனிலும் மேலாய்-
ஆருளர்...
தமிழுக்குத்
தன் உச்சரிப்பால்
தகத்தகாயமாய்-ஒரு
தகவு சேர்க்க?
அவனிலும் மேலாய்
ஆருளர்...
வல்லினம் மெல்லினம்
வாய்த்த மொழியை-
நறவத்தில் தோய்த்து-
நம் செவிகளில் வார்க்க?
சிவாஜி போல்-ஒரு
சிம்மக்குரல்-
வாய்த்தார்-இவ்
வைய மிசை உண்டோ?
கசடதபற கூட -அவன்
கர்ச்சிக்கையில்...
அடடா!
அவ்வோசை
பனங் கற்கண்டோ? வெல்லப்

பாகு தரும் கரும்புத்துண்டோ?
என எவர் கிறங்காதார்?
வாய் வழி–அவன்
வழங்கும் வசனங்களைக்–
கேட்டுக்
கேட்டு...
பித்தராய் - உன்
மத்தராய் எவர் பிறங்காதார்?
பள்ளியில் –அதிகம்
பயிலாது போனான்;
பின்னாளில்–அந்தப்
பெருமகன்–
கால்முளைத்த –ஒரு
கல்லூரி ஆனான்!
அகில உலகத்தில்
அதிக மொழிகள்–
அறிந்தவை
அவனது விழிகள்!
கேமிரா லென்சில்–
கசியும் ஈரம்...
அவன்
அவலக் காட்சியில் நடிக்கையில்;
அண்ணன் தங்கை பாசத்தில்–
அவன் அலறித் துடிக்கையில்!
கச்சா ஃபிலிம்– எனக்
கூறப்படும்...
படச்சுருள்–
பெருமை பெற்றது–அவனது
பாவங்களைப்
பதிவு செய்வதில்;
தமிழ் சினிமா
தலை கனத்து நின்றது–அவன்
தயவால்
தான் உய்வதில்!
ஆம்!
அனேக ஆண்டுகளாக...
குடல்

34 K. சந்திரசேகரன்

கழுவப் பெறாமல் – ஒரு வகை
மலச் சிக்கலில்
மாட்டிக் கொண்டு முழித்தது...
தமிழ் சினிமா; அவன் தான்–
தந்தான் அதற்கு இனிமா!
கட்டபொம்மனை;
கப்பலோட்டிய தமிழனை;
கர்ணனை; முண்டாசுக்
கவிஞனை;
சோழனை;
சேக்கிழாரை;
பரதனை;
பசும் பொன் தேவரை;
என–
எத்துணையோ பேர்களை...
உயிர் கொடுத்து
உலவச் செய்தவன்;
கல்லறையிலிருந்து – எழுப்பிக்
காட்டிய பெருமகன்;
எவராலும்
எழுப்ப முடியாத படி–
உறங்கிப் போனதால்–
உலகு அழுதது; தன்னை–
ஒழுங்காய் உச்சரிக்க–
ஒருவரும் இல்லையே என–
ஒண்டமிழ் அழுதது!
ஆயினும்–
அவன்..
நாமும்–
நாடும்–
அழுவதற்காகப் பிறந்தவனல்ல;
தொழுவதற்காகப் பிறந்தவன்!

–காவியக் கவிஞர் வரகவி **வாலி**

(குமுதம் ஜங்ஷன், 27.5.2003)

| சிவாஜி - ஒரு வரலாற்றின் வரலாறு |

நடிகர் திலகத்துடன் வைரமுத்து (அன்புள்ள அப்பா படப்பிடிப்பில்)

செந்தமிழ் தழைக்க வந்த
செவாலியே

ஆயிரம் பிறைகள் கண்ட
அரும்கலைத் திலகம் வாழ்க!
ஜெகத்தையே வியக்க வைக்கும்
சிவாஜியே வாழ்க! வாழ்க!

அறுபது ஆண்டு தமிழர் நெஞ்சை
ஆள்பவன் வாழ்க! வாழ்க!
தரணிவாழ் தமிழர்க்கெல்லாம்
தன்னையே தந்தாய் வாழ்க!

செந்தமிழ் தழைக்க வந்த
செவாலியே வாழ்க! வாழ்க!
பராசக்தி வடிவில் வந்த
பசும்பொன்னே வாழ்க! வாழ்க!

K. சந்திரசேகரன்

சிவாஜி – ஒரு வரலாற்றின் வரலாறு

கலைமகள் மகனாய் உன்னை ஈன்றுதந்த
தாயவள் வாழ்க! வாழ்க!
சிங்கப்பூர் நாடு வந்த
சிங்கமே வாழ்க! வாழ்க!

– கவிப்பேரரசு **வைரமுத்து**

(1998ஆம் ஆண்டு, சிங்கப்பூரில் சிவாஜி அவர்களுக்கு நடந்த பாராட்டு விழாவில், விழா நாயகன் சிவாஜியை வாழ்த்தி, கவிப்பேரரசு வைரமுத்து அவர்கள் மேடையிலேயே 5 நிமிடங்களில் ஒரு கவிதை எழுதி வாழ்த்திப் பாடினார். அந்தக் கவிதை தான் மேலே தரப்பட்டுள்ளது. கர்ணன் திரைப்படத்தில் இடம் பெறும் ஆயிரம் கரங்கள் நீட்டி பாடலின் மெட்டில் இக்கவிதை புனையப்பட்டுள்ளது).

மரணத்திற்கு மேலேயும் வாழ்பவன்

கலைத்தாயின் திலகம்
அழிந்து விட்டது
ஓ! வெள்ளித் திரை
இப்போது

சவக்கோடியாய்த் தெரிகிறதே!
பகலிலும் பிரகாசித்த
நட்சத்திரம்
உதிர்ந்து போனதா?

வெள்ளித் திரையில்
ஆயிரம் வர்ண ஓவியங்களை
வரைந்த தூரிகை
எரிந்து போனதா?

நடிப்புக் கலையின்
நன்னூல்
கிழிந்து போய் விட்டதா?
இறந்துபோனவர்களை எல்லாம்

உயிர்கொடுத்து எழுப்பியவன்
இறந்து போய்விட்டானே?
அவனை யார்
எழுப்புவார்கள்?

K. சந்திரசேகரன்

அவன் கை தட்டி
அழைத்ததால் அல்லவா
உலகம்
நம்மைத் திரும்பிப் பார்த்தது?

அவன் மகுடத்தின் வைரங்கள்
அவனுடைய வியர்வைத் துளிகள்
அவன் கண்ணனாக இருந்தான்
நாம் கோபியர்களாக
இருந்தோம்.

அவன் நாவே
புல்லாங்குழலாய் இருந்தது.
அவன் நாவின்
ஸ்பரிசம் பட்டபின்தான்
தமிழ்ச் சொற்கள்
பூப்படைந்தன.

நாவினால் மட்டுமல்ல
மற்ற அங்கங்களாலும்
பேச முடியும் என்பதைக்
காட்டிய அதிசயம் அவன்.
திருமாலுக்குக் கூடப்
பத்து அவதாரம் தான்
ஆனால் அவனோ நமக்காக
எத்தனை அவதாரம் எடுத்தான்?
அதுவும் ஒரே பிறவியில்

"பாத்திரம்" அறிந்து
பிச்சை போட்ட
வள்ளல் அவன்

K. சந்திரசேகரன்

திரை அவனால்
பணக்கார வீட்டுப்
பந்தி இலை ஆனது.

அவன்
பரிமாறப் பரிமாறப்
பசி அதிகரித்தது.
ஓ! திரைக்கே
திரை விழுந்து விட்டதே!

அவன்
நடிக்கத் தெரியாத நடிகன்
எதையும்
தத்ரூபமாகச் செய்பவன்

இதோ
மரணத்தையும்
தத்ரூபமாகச் செய்து விட்டான்.

மரணம் ஒரு திரைதான்
ஆனால் அதனால்
அவனை மறைக்க முடியாது.
அவன்
திரைக்கு மேலே வாழ்ந்தவன்
மரணத்திற்கு மேலேயும்
வாழ்வான்.

－கவிக்கோ **அப்துல் ரகுமான்**
(குமுதம், 9.8.2001)

சிவாஜி - ஒரு வரலாற்றின் வரலாறு

K. சந்திரசேகரன்

சிவாஜி - ஒரு வரலாற்றின் வரலாறு

பத்திரிகையாளர்கள் பார்வையில்...

நடிப்புலகின் இமயம்

நடிப்புலகின் இமயமாகத் திகழும் நடிகர் திலகம் டாக்டர் சிவாஜி கணேசன் அவர்கள் தினத்தந்தி குடும்பத்தில் ஒருவராக வாழ்ந்து காட்டிக் கொண்டிருப்பவர். தினத்தந்தியின் வெள்ளி விழா, பொன் விழா மற்றும் எங்கள் குடும்ப விழாக்கள் அனைத்திலும் கலந்து கொண்டு, தினத்தந்தியையும், என்னையும் நெஞ்சார வாழ்த்தியவர். அவரை சந்திக்கும் போதெல்லாம் பாசமழையில் நனைந்திருக்கிறேன். திரைப்படங்களில் கர்ஜனை புரியும் சிம்மக்குரல், நண்பர்களிடம் பேசும் போது குழலோசையாக மாறி விடும் விந்தையைக் கண்டு வியந்திருக்கிறேன். புகழின் சிகரத்தில் இருந்தபோதும் அவரிடம் காணப்பட்ட எளிமை, எந்த நேரத்திலும் கடைபிடித்த அடக்கம், எல்லோரிடமும் காட்டிய அன்பு, பிரச்சனைகளை மனித நேயத்துடன் அணுகிய உயரிய பண்பாடு ஆகியவற்றை நேரில் கண்ட நான், அன்றே நினைத்தேன்: நடிகர் திலகத்தின் புகழும், பெருமையும், தமிழ்நாட்டுடனோ, இந்திய எல்லையுடனோ நின்று விடாது, அது பார் முழுவதும் பரவும். உலகமே வியந்து பாராட்டும் புகழை அவர் அடைந்தே தீருவார், அந்தக்காலம் அதிக தூரத்தில்

K. சந்திரசேகரன்

இல்லை என்று, என் கணிப்பு வீண் போகவில்லை, நடிகர் திலகத்தின் புகழ் இன்று உலகம் முழுவதும் பரவியிருக்கிறது. "நடிகர்களுக்கெல்லாம் நடிகர்", "சாதனைகளின் சிகரம்" என உலகமே அவரைப் போற்றிப் புகழ்கிறது. அதற்கு ஓர் எடுத்துக்காட்டு தான் பிரான்ஸ் தேசமே வழங்கியுள்ள செவாலியே விருது. செவாலியே விருது பெறும் நடிகர் திலகம், இன்னும் இது போல் சர்வதேச விருதுகள் பலவற்றைப் பெற வேண்டும் என்று வாழ்த்துகிறேன்.

- டாக்டர் பா.சிவந்தி ஆதித்தன்

தினத்தந்தி அதிபர்

(செவாலியே விருது விழா மலர் 22.4.1995)

நேர்மையானவர் சிவாஜி

சிவாஜி ஒரு Straight Forward Person. அவர் தொழிலில் வெற்றி பெற்றதற்குக் காரணம், அவருடைய Versatality, Variety, Sincerity and Punctuality தான். அது மட்டுமல்லாமல், அவரது Straight Forwardness ஆகிய நேர்மையான குணமும் அவரது வெற்றிக்கு ஒரு முக்கிய காரணமாகும். அவர் நடித்த பல படங்களிலிருந்து Clippings ஆக சில குறிப்பிட்ட காட்சிகளை இங்குள்ள திரையில் காட்டிய பொழுது, இந்த அரங்கத்தின் Balcony யிலிருந்து அதிக அளவிலான இளைஞர்கள் அவரது நடிப்பைப் பார்த்து பிரமித்து கைதட்டி ஆரவாரம் செய்தனர். இந்த இளைஞர்களில் பலருக்கு அவருடைய பல படங்களைப் பார்த்திருப்பதற்கோ, அல்லது அவரை நேரில் சந்தித்துப் பேசுவதற்கோ வாய்ப்புகள் அமைந்திருக்காது. இருந்த போதிலும், இன்றைய இளைய தலைமுறையினரிடையேயும் அவரது நடிப்பின் தாக்கம் எவ்வளவு தூரம் பாதித்துள்ளது என்பதை நினைக்கும் பொழுது தான் அவரது பெருமை புரிகிறது.

-N. ராம்

(இந்து நாளிதழ் ஆசிரியர்)

(1.10.2007 அன்று சென்னை மியூசிக் அகாடமி அரங்கில் நடைபெற்ற நடிகர் திலகம் பிறந்தநாள் விழாவில் பேசியது.)

தமிழர்களின் சொத்து

நம் தமிழ் மக்களைத் தவிர வேறு யாருமே, சிவாஜி கணேசனை எங்கள் இனத்தவர் என்று உரிமை கொண்டாட முடியாது. தன் இனத்தவர் என்று சலுகைகளை வழங்குவதற்கும், சிவாஜி கணேசனுக்கு நம் தமிழர்களைத் தவிர வேறு யாரும் கிடையாது. எனவே தமிழன் சிவாஜி, முழுக்க முழுக்க நம் தமிழர்களுக்கே உரியவர்.

இன்று கலையுலகில் நம் தமிழகத்தின், தமிழனின் பெருமையைக் காத்து நிற்பவர். அவர் தமிழர்களின் சொத்து. சிவாஜி கணேசனை நடிப்பில் மிஞ்ச ஒருவரால் மட்டுமே முடியும். அவர் தான் ராஜாமணி ஈன்றெடுத்த வி.சி. கணேசன்.

பாரதத்திற்குப் பல பெருமைகள் இருந்தாலும், பாரில் சிறந்த நடிகர் சிவாஜி கணேசன் பாரதத்தில் இருப்பது தனிச்சிறப்பாகும்.

- தமிழ்வாணன்

பத்திரிகையாளர், எழுத்தாளர், பதிப்பாளர்

(கல்கண்டு, 5.11.1970- செவாலியே சிவாஜி என்ற புத்தகம், வெளியீடு : பிரான்ஸ் தமிழ்ச்சங்கம், 1995 மற்றும் விழுப்புரம் சிவாஜி கணேசன் கலை மன்றத்திற்கு வருகை தந்த போது பதிவு செய்தது, 15-07-1961)

அரசியல் காழ்ப்புணர்ச்சி சிறிதும் இல்லாதவர்

நடிகர் திலகத்துடன் K.P. கந்தசாமி

என்னை எப்பொழுதும் அன்புடன் மாப்ளே என்று உரிமையுடன் அழைப்பார் சிவாஜி. அரசியல் காழ்ப்புணர்ச்சி என்பது இவரிடம் சிறிதும் கிடையாது. அனைத்து அரசியல் கட்சிகளில் உள்ளவர்களுடன் நட்புடனும், தோழமை உணர்வுடனும் பழகும் தன்மை உடையவர்.

சமீபத்தில் நடந்து முடிந்த நாடாளுமன்றத் தேர்தலில், நானும் அவரும் நேர் எதிரான கூட்டணிகளில் இருந்தோம். இன்றும் அதே நிலை தான் தொடர்கிறது. இருப்பினும், நான் சார்ந்துள்ள திராவிட முன்னேற்றக் கழகத்தின் சார்பாக, அதன் கொள்கை பரப்பும் நாளிதழான "தினகரன்" வெளியிடும் விழா இன்று நடைபெறுகிறது. முதல் பிரதியை தலைவர் டாக்டர் கலைஞர் வெளியிடுகிறார், நீங்களும் விழாவில் கலந்து கொண்டு சிறப்பிக்க வேண்டுமென நடிகர் திலகத்திடம் கேட்டபொழுது, மறுப்பேதும் இல்லாமல் தயக்கமின்றி ஒப்புதல் அளித்ததோடு மட்டுமல்லாமல், விழாவிற்கு வந்து சிறப்பித்த பண்புக்கு, அவருக்கு நன்றி.

-K.P. கந்தசாமி

(தினகரன் நாளிதழ் ஆசிரியர்)

(**1977ம்** ஆண்டு சென்னை **R.R.** சபாவில் நடைப்பெற்ற தினகரன் நாளிதழ் வெளியீட்டு விழாவில்)

அவர் ஒரு கலைக்கூடம்

நான் உலகத்தின் பல பகுதிகளுக்கும் போய் வந்திருக்கிறேன். பல மொழிப் படங்களையும் பார்த்திருக்கிறேன். அவற்றில் உலகப் புகழ் பெற்ற நடிகர்கள் பலரின் உன்னத நடிப்பையும் நன்கு ரசித்திருக்கிறேன். ஆனால், அவர்கள் யாருமே அருகில் வர முடியாத நடிப்பின் சிகரமாக விளங்குபவர், தமிழ்த் திரை உலகுக்கு, தமிழ் நாட்டுக்குக் கிடைத்திருக்கிறார். அவர் தான் சிவாஜி கணேசன். அவர் ஒரு கலைக்கூடம். எந்தப்படத்தில் அவர் தோன்றினாலும், அதில் அவருடைய முத்திரை இருக்கும். பாத்திரத்திற்கு ஏற்ப நடிப்பவர்கள் இருக்கிறார்கள். படத்துக்காக நடிப்பவர்களும் உண்டு. ஆனால் சில பாத்திரங்களை நினைக்கும் போது, அவரையல்லாமல் வேறு யாரையும் அதில் நம்மால் எண்ணிக் கூடப் பார்க்க முடியாது. கட்டபொம்மனாக கனல் கக்கும் வசனங்களைப் பொழிய, வேறு யாரை நாம் கற்பனை செய்து பார்க்க முடியும்? கப்பலோட்டிய தமிழன் வ.உ.சி. யாக, சிவாஜியைத் தவிர வேறு யாரை எண்ணிப் பார்க்க இயலும்? தன்னுயிர் ஈந்து தர்மத்தைக் காக்கும் கர்ணனாக, வேறு யாரை நாம் நினைக்க முடியும்? 30 ஆண்டுகளுக்கு முன், சென்னை பாரகன் தியேட்டரில், பராசக்தி படத்தில் அவரைப் பார்த்தது நினைவிருக்கிறது. தஞ்சையின் கலை மணம் கமழ, சண்முகசுந்தரமாக, தில்லானா மோகானாம்பாள் படத்தில் கண்டதும் ஞாபகம் இருக்கிறது. இன்று "மிருதங்க சக்கரவர்த்தி" யாகப் பார்க்கும் போதும் அதே பிரமிப்பு தொடர்கிறது. 30 ஆண்டுகளாக, முன்னணியில் இருந்து, முத்திரை பதித்த ஓர் அபூர்வ நடிகர் சிவாஜி, இப்படி ஒரு நடிகரை, இதுவரை இந்தியத் திரையுலகம் கண்டதில்லை. இத்தகைய நடிப்பின் சிகரத்துக்கு, இதுவரை தேசிய நடிகர் விருது அளிக்கப்படாதது, அந்த விருதின் பெருமைக்கு ஒரு குறை. அவருடைய நிறைவில் குறை ஏதும் இல்லை. ஆனந்த விகடனில், ஒரு பட விமர்சனத்தில், நான் சிவாஜியை நடிப்பில் அவர் ஓர் எவரெஸ்ட் என்று குறிப்பிட்டது என் நினைவிற்கு வருகிறது. உலகத்தில் உயர்ந்த, உன்னத சிகரம் ஒரே ஒரு எவரெஸ்ட் தான். திரை உலகில் நடிப்பிலும் ஒரே ஒரு சிவாஜி தான். அவர் நடிப்பின் இமயம்!

–பயணக் கட்டுரைத் திலகம் **மணியன்**
(இதயம் பேசுகிறது, அக்டோபர் 2-8,1983)

நடிப்புக் கலைக்கு சிவாஜி ஆற்றிய பணி

சிவாஜி கணேசனுக்கு, தமிழ்நாட்டின் தலைசிறந்த நடிகருக்கு, பாராளுமன்ற உறுப்பினர் பதவி கிடைத்திருக்கிறது. மகிழ்ச்சிக்குரிய செய்தி. கலை, கலாச்சாரத்துறையின் பிரதிநிதியாக அவர் மத்திய மேல் சபை (ராஜ்ய சபை) உறுப்பினராக நியமிக்கப்பட்டிருப்பதில் வியப்பு ஒன்றுமில்லை. நடிப்புக் கலைக்கு,

44 K. சந்திரசேகரன்

சிவாஜியைக் காட்டிலும் யார் அதிகமாகப் பணியாற்றியிருக்க முடியும்? தமிழகக் கலை உலகைச் சேர்ந்த ஒருவருக்கு இந்தக் கௌரவம் வழங்கப்பட்டிருப்பது இதுவே முதல் தடவை என்பது குறிப்பிடத்தக்கது. இந்திரா காங்கிரஸின் முக்கியப் புள்ளிகளில் ஒருவராக அவர் அரசியலில் காட்டி வந்திருக்கும் தீவிர ஈடுபாடு, இந்த நியமனத்தைப் பெற்றுத் தரத் துணை செய்திருக்கக் கூடும் என்றாலும், அரசியலைக் காட்டிலும் கலைத் தொண்டுதான் அவருக்கு இந்தக் கௌரவம் கிடைப்பதற்கான முக்கியத் தகுதி என்று தயங்காமல் சொல்லமுடியும். மக்களைப் பொறுத்த வரையில், நடிகர் சிவாஜிக்குத் தான் முதல் இடம். அரசியல் இரண்டாம் பட்சம். "பதவியில் இருக்கும் காலத்தில், இந்தியாவுக்கும் தமிழ்நாட்டுக்கும் என்னால் இயன்ற தொண்டினை ஆற்றுவேன் என்று உறுதி அளிக்கிறேன்" என்று அவர் கூறியிருக்கிறார். கட்சி உறுப்பினர் என்ற அளவில் மட்டுமல்லாமல், கலை உறுப்பினர் என்ற முறையிலும் அவர் செம்மையாகப் பணியாற்றுவார் என்று நம்புவோம்.

-குமுதம் **எஸ்.ஏ.பி. அண்ணாமலை**
(குமுதம் தலையங்கம், 4.3.1982)

இறப்பிலும் கம்பீரம்

வாசகர் கேள்வி:

இறந்தபிறகும் கம்பீரமாகத் தோன்ற முடியுமா?

லேனா தமிழ்வாணன் பதில்:

ஓ; அண்மையில் நம்மைவிட்டுப்பிரிந்த அந்தக் கலையுலக மாமேதை, சிம்மக்குரலோன் சிவாஜியின் தோற்றப் பொலிவைப் பற்றித்தான் கேட்கிறீர்கள். கண்ணாடிப் பேழையில், அவரது அசைவற்ற உடல் கிடத்தப்பட்டது போலத் தெரியவில்லை. கம்பீரமாகவும், அமைதியாகவும் உறங்குவது போலவே அவர் காட்சியளித்தார். வாழும் போது வெளிப்படுத்திய அதே கம்பீரத்தை, மறைந்த பிறகும் வெளிப்படுத்திய அந்தப் பாங்கு, அவரைப் போன்ற அபூர்வமான மனிதர்கள் சிலருக்கு மட்டுமே வாய்க்கும்.

இந்த நேரத்தில், அம்மாமனிதருடன் எனக்கேற்பட்ட சிலிர்ப்பான அனுபவம் ஒன்றையும் உங்களுடன் பகிர்ந்து கொள்ள விரும்புகிறேன்.

நடிகர் திலகம் கலந்து கொண்ட கடைசி பொது நிகழ்ச்சி அதுதான் என நினைக்கிறேன். 31.12.2000 ஞாயிறன்று காலை, சென்னை அண்ணா சாலையில் அமைந்துள்ள ஆனந்த் திரையரங்கில், பாரீஸ் ஜமாலுக்கு ஒரு பாராட்டு விழா.

விழாவின் சிறப்பு விருந்தினராக, மேடையில் நடுநாயகமாய் சிவாஜி வீற்றிருந்தார். மேடையின் இடது கைப்புறம் கடைசி வரிசையில் நான் அமர்ந்தேன். என்னைப் பேச அழைக்கிறார்கள். பேச முற்படுவதற்கு முன், நான் சிவாஜி அமர்ந்துள்ள இடத்திற்குச் சென்று வணக்கம் சொல்கிறேன். என்ன லேனா? இவ்வளவு நேரம் மேடையில் தான் அமர்ந்திருக்கிறீர்களா? இங்கே Video எடுப்பதற்காக Powerful Lights போட்டு இருப்பதால், மேடையின் இடப்பக்கம் உங்களைப் போல் அமர்ந்திருக்கும் பலரை என்னால் சரியாக அடையாளம் கண்டு கொள்ள முடியவில்லை. I am very Sorry என்று ஒருமுறையல்ல, பலமுறை கூறி என்னை நெகிழ வைத்தார். மிகமிக எளியவனாகிய என்னிடம் அவர் அப்படிப்பட்ட ஒரு தன்னிலை விளக்கத்தை அளிக்கத் தேவையில்லை.

மிக உன்னதமான நடிப்பை வெளிப்படுத்துவதில் மட்டுமல்லாமல், மிக உயர்ந்த குணங்களைக் கொண்ட மாமனிதராகவும் அவர் விளங்கினார்.

-லேனா தமிழ்வாணன்
(கல்கண்டு இதழ்ஆசிரியர்)
(2001 ஆம் ஆண்டு ஆகஸ்ட் மாதம் கல்கண்டு வார இதழில் வெளியான வாசகரின் கேள்விக்கு லேனா தமிழ்வாணன் அளித்த பதில்)

ஒரு சகாப்தத்தின் முடிவு

திரைவானம் இருண்டது. திரைப்பட வரலாற்றில் ஒரு சகாப்தம் முடிந்து விட்டது. வானளாவிய தன் கலைத்திறனால், தமிழ்த் திரையுலகில் ஒரு இமாலய சாதனையைப் புரிந்த, பிறவி நடிகர், பத்மபூஷன் சிவாஜி கணேசன் மறைந்து விட்டார். சிம்மக்குரல், ராஜநடை, கதை பேசும் அவர் கண்கள், பேசாமல் ஆயிரம் உணர்வுகளை வெளிப்படுத்திய அவரது முகபாவங்கள், நடித்த கதாபாத்திரங்கள் அனைத்திலும், தன் தனி முத்திரையைப் பதித்து, நடிப்புக்கு இலக்கணமாய்த் திகழ்ந்தார் அந்தக் காவிய நாயகன். நடிகர் திலகம் என்ற பட்டம் அவரைத் தேடி வந்தது. உலக அரங்கில் விருதுகள் பல வென்றார். இந்தியத் திரையுலகுக்கு ஒரு பெருமையை ஏற்படுத்தித் தந்த தமிழ்க்கலைஞன் அவர். ஆதித்தனார் முத்தமிழ்ப் பேரவை, அவருக்கு விழா எடுத்து, "ஆதித்தனார் முத்தமிழ் விருது" என்ற சிறப்பு விருதைத் தந்து அவரைப் பெருமைப்படுத்தி மகிழ்ந்தது. அரசியலில், தன் சொந்த வாழ்க்கையில், நடிக்கத் தெரிந்திராதவர் அவர். பரிசுத்தமானது அவரது இதயம். தமிழர் தந்தை ஆதித்தனார் மீதும், அவரது குடும்பத்தினர் மீதும்

அளவற்ற பாசம் கொண்டிருந்தவர். ஆதித்தனார் தோற்றுவித்த பத்திரிகைகளின் விழாக்களிலும், குடும்ப நிகழ்ச்சிகளிலும் தன் துணைவியாருடன் கலந்து கொண்டு உளமார வாழ்த்திப் பாராட்டி மகிழ்வார். அந்த உயர்ந்த மனிதருக்கு, ஆதித்தனாரின் பத்திரிகை நிறுவனங்களின் சார்பிலும், குடும்பத்தின் சார்பிலும் அஞ்சலி செலுத்துகிறேன். அவர் ஆன்மாவை வணங்கி, என் ஆழ்ந்த இரங்கலை அவர் தம் குடும்பத்துக்குத் தெரிவிக்கிறேன்.

-பா. இராமச்சந்திர ஆதித்தன்
(நிர்வாக ஆசிரியர், மாலை முரசு - மாலை முரசு 22.7.2001)

நடிப்பு மண்டலத்தின் சூரியன்

பிரிட்டிஷ் நடிகர் லாரன்ஸ் ஓலீவியரை "நடிகர்களுக்கெல்லாம் நடிகர்" என்று சொல்வதுண்டு. நடிப்புக் கலையைக் கரைத்துக் குடித்த நிலையில், மற்ற எந்த நடிகர் அல்லது நடிகையின் ரியாக்ஷனும் தேவைப்படாமல், தன்னந்தனியே நின்று, உணர்ச்சியூட்டும் முகபாவங்களாலும், வசன உச்சரிப்பாலும், பார்ப்பவர்களை மெய்சிலிர்க்க வைக்கும் ஓர் அசாதாரணமான திறமை உள்ளவர் அவர். அவருக்கு இணையாக இங்கே சிவாஜியைத் தான் சொல்ல முடியும். நடிப்பு மண்டலத்தில் சிவாஜி ஒரு சூரியன். மற்றவர்கள் இந்த சூரியனுக்கு அருகிலோ, தொலைவிலோ சுற்றி வரும் கிரகங்கள், சற்று தேவைக்கு அதிகமாக உணர்ச்சிகளைக் காட்டி நடிப்பவர் என்று சிவாஜியைப் பற்றி குறைபடும் விமர்சகர்கள் உண்டு. மைக்கேலேஞ்சலோ உருவாக்கிய டேவிட், மோஸஸ் போன்ற சிற்பங்களில் கூடத்தான் கம்பீரம் சற்று மிகையாக இருக்கிறது. இதைக் குறை என்று சொல்லலாமா? நடிப்புத்துறையில் சிவாஜி காலடி எடுத்து வைத்து ஐம்பது ஆண்டுகளாகின்றன. ஐம்பது ஆண்டுகள் கோலோச்சி, கலைத்துறையில் ஒரு புதிய சகாப்தமாக விளங்கி சாதனைகள் பல படைத்ததற்கு, ஜூனியர் விகடன் வாசகர்கள் சார்பில் வாழ்த்துக்களைத் தெரிவிக்கிறோம்.

பத்திரிகையாளர் **மதன்**
(ஜூனியர் விகடன்-3.10.1984)

நடிப்பு சாம்ராஜ்யம்

மனம் என்ன நினைக்கிறது என்பதை முகத்திலே அப்படியே சித்தரிக்கக் கூடிய நடிப்புக் கலையில், சிவாஜியை மிஞ்சி உலகத்தில் எந்த நடிகரும் இல்லை. சிவாஜியின்

முக அமைப்பு, அவர் செய்கிற பாவங்களை எல்லாம் அப்படியே நம்மைக் கவரும் விதத்தில் சித்தரிக்கும். மேல்நாட்டு நடிகர்களுக்கு, இயற்கையாக பெரும்பாலானவர்களுக்கு கண்கள் கூர்மையாக கிடையாது. அதாவது பூனை விழிகள் அமைந்திருக்கும். அதுவே அவர்கள் சித்தரிக்கும் பாவங்களை எடுத்துக் காட்டத் தவறி விடும். ஒரு நடிகர் மற்ற பாவங்களை எல்லாம் ஓரளவு சமாளித்து விடலாம். சோகம் நிறைந்த அழுகைக் காட்சியில், முகத்தை கேமராவுக்கு அருகே வைத்துக் கொண்டு, கைகளால் வாயைப் பொத்தாமலோ, முகத்தை மூடாமலோ, அழுது காட்டச் சொன்னால், அநேகமாக அத்தனை நடிகர்களும் அதில் தோற்றுப் போவார்கள். உதடு ஒரு பக்கம் இழுப்பது மாதிரியோ, கண்கள் ஒரு தினுசாக சொருகுவது மாதிரியோ, அவர்கள் முகத்தை அந்த அழுகை இன்னும் கோரமாக்கிவிடும். அதனாலேயே பெரும்பாலான நடிகர்கள் அழும்போது முகத்தைப் பொத்திக் கொள்வார்கள். எவ்வளவு க்ளோசப் காட்சியிலும் முகத்திலே குறை தெரியாமல், நமது மனதை உருக்கும் விதம் அழுது காட்டக்கூடிய திறமை, சிவாஜிக்கு மட்டுமே உண்டு. எல்லோரும் ஒரு உணர்ச்சியை முகத்தில் சித்தரிக்கவே சிரமம் மேற்கொள்ளும் பொழுது, சிவாஜி ஒரே சமயத்தில் இரண்டுவித உணர்வுகளையோ, மூன்று வித உணர்வுகளையோ சுலபமாக சித்தரித்துக் காட்டுவார். ஆக, அழுகை, வெறுமை, புன்னகை என்று மூன்று உணர்ச்சிகளை, பல்வேறு உணர்ச்சிகளை அவர் சித்தரிக்கும்போது, நாமெல்லாம் நெகிழ்ந்து போவோம். சிவாஜியைப் பொறுத்தவரை, முகம் மட்டுமல்ல, அவரது உடல் அங்கங்கள் கூட பேசி நடிக்கும். "சிவாஜி கண்ட இந்து சாம்ராஜ்யம்" என்ற அண்ணாவின் நாடகம் மூலம், சிவாஜியாகப் புகழில் உயர்ந்த இந்த சிவாஜி கண்ட நடிப்பு சாம்ராஜ்யத்தை வெல்வதற்கு இன்னொருவர் வரமுடியாது என்பது தமிழனின் பெருமைகளில் ஒன்றாக நிலைக்கும்.

-தினகரன் **சின்ராசு**
(தினகரன், வசந்தம் ஞாயிறு மலர், 9.1.2000)

சிவாஜியின் ராசியால் நக்கீரன் வளர்ச்சி

ஒரு பத்திரிகையிலிருந்து வெளியே வந்து புதிதாக பத்திரிகை தொடங்கும் முயற்சியில், நான் உள்பட ஒரு டீமே ஈடுபட்டிருந்தோம். என்ன பெயர் வைப்பது என்ற ஆலோசனை நடந்தது. நக்கீரன் என்ற தலைப்பு தேர்வு செய்யப்பட்டு, அந்தப் பெயரில் ஏற்கனவே பத்திரிகை நடத்திய க.சுப்பு அவர்களிடமிருந்து டைட்டிலை இலவசமாக வாங்கினோம்.

K. சந்திரசேகரன்

நக்கீரன் என்று சொன்னதுமே தமிழக மக்களின் நினைவுக்கு வருவது, திருவிளையாடல் திரைப்படம் தான். அதையடுத்து, அந்த நக்கீரனுடன் வாதம் செய்யும் பரமசிவன் சிவாஜி அவர்கள் தான் நினைவுக்கு வருவார். ஆக, நக்கீரன் என்றதுமே சிவாஜியின் பிம்பம் தமிழக மக்களின் மனதில் தோன்றும் என்பதால் எனக்குத் தனிப்பட்ட மகிழ்ச்சி.

காரணம், என் சிறுவயதில் இரண்டு நடிகர்களுக்குத்தான் அதிகளவில் ரசிகர்கள் இருப்பார்கள். ஒருவர் எம்.ஜி.ஆர், இன்னொருவர், சிவாஜி. நான் சிவாஜி ரசிகன். புதிய பத்திரிகை தொடங்குவதில் ஈடுபட்டிருந்த நண்பர்களில் பெரும்பாலோரும் சிவாஜி ரசிகர்கள்தான். அதனால், நக்கீரன் என்ற டைட்டில் கிடைத்ததில் எல்லோருக்கும் மகிழ்ச்சி. நக்கீரன் இதழுக்கு, திருவிளையாடல் படத்தின் காட்சிகளை வைத்தே விளம்பரப்படம் தயாரித்து திரையரங்குகளில் வெளியிடத் திட்டமிட்டோம்.

அப்போது நக்கீரனின் ஆசிரியராக இருந்த துரை, திருவிளையாடல் படத்தில் சிவாஜி சிவனாகவும், ஏ.பி. நாகராஜன் நக்கீரராகவும் வாதம்புரியும் காட்சிகளைத் தேடிப்பிடித்து வாங்கி வந்தார். (இப்போது போல வி.சி.டி., டி.வி.டி வசதிகள் அப்போது கிடையாது). அந்தக் காட்சிகளை வைத்து நக்கீரன் இதழுக்கான விளம்பரப் படத்தைத் தயாரித்தோம். அந்தப் படத்தை, எம்.எம். பிரிவியூ தியேட்டரில் எங்கள் டீமில் இருந்த அனைவரும் ஆர்வத்துடன் பார்த்தோம். திருவிளையாடல் காட்சிகளுடன் நக்கீரனுக்கான விளம்பரம் கச்சிதமாகப் பொருந்தியிருந்தது. துரைக்கு கை கொடுத்தேன்.

பிரிவியூ தியேட்டரிலிருந்து வெளியே வரும்போது, சிவாஜி சாரை நம்ம பத்திரிகையில் தொடர் எழுதச் சொன்னால் என்ன? என்று வாசலிலேயே டிஸ்கஷன் ஆரம்பமானது. அப்போதுதான் சிவாஜி அவர்கள் தமிழக முன்னேற்ற முன்னணி என்ற அரசியல் கட்சியைத் தொடங்கி தலைவராகியிருந்தார். அவர், தொடர் எழுத ஒப்புக் கொள்வாரா என்று எங்களில் சிலருக்குத் தயக்கம். இன்னும் சிலருக்கோ, கஷ்டப்பட்டு பத்திரிகை ஆரம்பிச்சிட்டு, அதில் எடுத்த எடுப்பில் சிவாஜி சார் தொடர் போடுறது நல்லதில்லை என்றனர். நானோ, சிவாஜி சாரின் தொடர் வரவேண்டும் என்பதில் விடாப்பிடியாகி விட்டேன். 10 இஷ்யூதான் கொண்டு வர முடிந்ததுன்னாலும் பரவாயில்லை. அதில் சிவாஜி சார் தொடர் இருந்தாகணும் என உறுதியாகச் சொன்னேன்.

திராவிட இயக்கத்தின் மூத்த படைப்பாளிகளில் ஒருவரான குருவிக்கரம்பை வேலு அவர்களின் மகன் சித்தார்த்தன் மூலம் அவரது நண்பர் ஒருவரைப் பிடித்தோம். சித்தார்த்தனின் நண்பர் எங்களை சிவாஜியைப் பார்க்க அழைத்துச் சென்றார். தியாகராயநகர் உஸ்மான் ரோட்டில் தான் தமிழக முன்னேற்ற முன்னணி கட்சி அலுவலகம். அங்கே தான் சிவாஜி சார் இருந்தார். என்னுடைய மீசையைப் பார்த்துவிட்டு, வாடா என்றார். அருகில் சென்றேன். பேர் என்ன என்றார், சொன்னேன். எந்த ஊரு எனக் கேட்க, அருப்புக்கோட்டை என்றேன்.

K. சந்திரசேகரன்

49

ஏன் பத்திரிகை ஆரம்பிக்கிறே. காசு நிறைய வச்சிருக்கியா? என அவருக்கே உரிய கம்பீரமும் கிண்டலும் கலந்த தொனியில் கேட்டார். 4000 ரூபாய் முதலீட்டில்தாங்க ஆரம்பிக்கிறேன் என மறைக்காமல் நிலைமையைச் சொன்னேன். தைரியம்தான்டா என்றவரிடம் தொடர் பற்றித் தெரிவித்ததும், சொல்றேன் போ என்று சொல்லிவிட்டு, என் மீசையைத் தன் கையால் தடவிக் கொடுத்து வழியனுப்பி வைத்தார். தொடருக்கு சம்மதிப்பாரா என்று எனக்கு யோசனை. சிவாஜி சாரின் ராசி சென்ட்டிமென்ட் பற்றி வீணாகக் கவலைப்பட்ட நண்பர்களுக்கு வேறுவிதமான யோசனை.

நான் அவர்களிடம் தெளிவாகச் சொல்லிவிட்டேன். நான் சிவாஜி ரசிகன். சிவாஜி சார் என் பத்திரிகையில் எழுதுறாருன்னா, அது எங்க அருப்புக்கோட்டையில் எனக்கு நல்ல பெயரை வாங்கித் தரும். ஒரு இஷ்யூ எழுதி, பத்திரிகை நின்று போனாலும் பரவாயில்லை. அவரோட தொடர் இருக்கணும் என்றேன். நான் எதிர்பார்த்தது போலவே, தொடர் எழுத சிவாஜி சார் சம்மதித்ததுடன், முதல் இதழுக்கான கட்டுரையையும் எழுதி அனுப்பி விட்டார்.

தொடருக்கு என்ன டைட்டில் வைப்பது என்று யோசித்தோம். சிவாஜி சாரை போய்ப் பார்த்தபோது அவரே டைட்டில் சொன்னார். "நீங்கள் அத்தனை பேரும் உத்தமர்தானா?" -இதுதான் அவர் வைத்த டைட்டில், என்மகன் படத்தில் அவர் பாடும் ஒரு பாடலின் முதல் வரி. அன்றைய அரசியல் நிலைமைக்கு ஏற்றது போலவே அமைந்திருந்த டைட்டில், எல்லோரையும் சட்டெனக் கவர்ந்தது.

அதன்பிறகு ஃபோட்டோவுக்கு போஸ் கொடுத்தார் சிவாஜி. சிவகாசி சஃபையர் பிரஸ்ஸில் போஸ்டர்கள் மிக அழகாக அச்சிடப்பட்டு, தமிழகத்தின் எல்லா ஊர்களிலும் பளிச்சென ஒட்டப்பட்டன. சென்னையில், ஆட்டோக்கள் முழுவதும் மறைக்கும் வகையில் போஸ்டர்களை ஒட்டி, அதையே பிரச்சார வாகனமாக எல்லா இடங்களுக்கும் தினமும் கொண்டு சென்றோம். மக்களிடம் நல்ல வரவேற்பு கிடைத்தது.

நான் என்ன விரும்பினேனோ அது போலவே, சிவாஜி சாரின் தொடருடன் நக்கீரன் முதல் இதழ் அச்சானது. அதை எடுத்துக்கொண்டு சிவாஜியிடம் போய்க் கொடுத்தேன். அவர் சந்தோஷமாக வாங்கிப் பார்த்தார். நான் முதலில் நம்பலை. நிறைய பேர் தொடர் கேட்பாங்க. அப்புறம் ராசியில்லைன்னு போயிடுவாங்க. நீ பத்திரிகையைக் கொண்டு வந்துட்டே, நல்லா இருக்கு என்றவர், மறுபடியும் என் மீசையைத் தடவிக் கொடுத்து வழியனுப்பினார்.

அதன்பிறகு ஒரு முறை அவர் அப்பல்லோவில் அட்மிட்டாகியிருந்த போது போய்ப்பார்த்தேன். அருகில் கூப்பிட்டு, மீசையைத் தடவிக் கொடுத்தவர், பத்திரிகை எப்படி ஓடுது? என்றார். நாமதாண்ணே நம்பர் 1. பட்டி தொட்டியெல்லாம் நம்ம பத்திரிகை

50 K. சந்திரசேகரன்

நடிகர் திலகத்திற்கு பிறந்த நாள் வாழ்த்து கூறும் நக்கீரன் கோபால்

விற்குது என்றேன். அதே மருத்துவமனையில், பத்திரிகையாளர் ஒருவர் சிகிச்சை பெற்று வந்தார். அவரைப் பார்க்க நான் போனேன். அப்போது பத்திரிகையாளர் எம்.பி. மணியும் அங்கு வந்தார். சிவாஜி சாரை பார்த்துவிட்டுத்தான் அவர் வந்திருந்தார்.

அவரிடம் சிவாஜி, மீசைக்காரன் வந்திருந்தான், அவன் பத்திரிகைதான் நம்பர் 1ன்னு சொல்றானே? எனக் கேட்டிருக்கார். ஆமாங்க நல்ல பேரு புகழோட இருக்காங்க. ஒரு தரப்பு ஆளுங்க தான் பத்திரிகை நடத்தமுடியும்கிறதை அவங்க தகர்த்துட்டாங்க என்று எம்.பி.மணி பதில் சொல்லியிருக்கிறார். அதைக் கேட்டு சந்தோஷப்பட்ட சிவாஜி சார், அரசியலிலே என்னை ராசியில்லாதவன் என்று சில பேர் சொல்லுவாங்க. நான் அரசியல் கட்சி தொடங்கினப்ப அவன்தான் என்னை நம்பி முதலில் தொடர் எழுத வச்சான். இப்ப அவன் பத்திரிகை நம்பர் 1ன்னா இருக்குன்னு சொல்றீங்க. அப்ப நான் ராசியானவன்தானே என்று சிவாஜி சொல்லியிருக்கிறார். இதை எம்.பி. மணி என்னிடம் சொன்னார். கலைக்காக தன்னை அர்ப்பணித்துக் கொண்ட சிவாஜி சார், தன் தொழிலில் கடுமையான உழைப்பாளி. உழைப்பவருக்கு வெற்றி நிச்சயம் என்கிறபோது அவர் எப்படி ராசியில்லாதவராக இருக்க முடியும்?

அந்த மகா கலைஞனின் அரசியல் பார்வைகளைப் பதிவு செய்து தொடங்கிய நக்கீரன், இன்று வரை ராசிகரமாகவே வெற்றி நடை போட்டுக் கொண்டிருப்பதில் எனக்குத் தனிப் பெருமை உண்டு. நக்கீரன் வெற்றிப்படிக்கட்டுகளில் ஏறும் போதெல்லாம், அவரது ராசியான குரல் எங்களை வாழ்த்தத் தவறியதேயில்லை.

K. சந்திரசேகரன்

வீரப்பன் விவகாரத்தின்போது அவரது ஆசியையும் பெற்றுத்தான் மீட்பு முயற்சிகளில் இறங்கினேன். கர்நாடக வனத்துறையினர் 9 பேரை 1997 ல் வீரப்பன் கடத்திய போது, இரு மாநில அரசுகளின் தூதுவராக மீட்பு முயற்சியை மேற்கொண்டேன். காட்டில் வீரப்பனுடன் பேச்சுவார்த்தை நடத்திக் கொண்டிருந்த போது, பேப்பரில் சிவாஜி பற்றிய ஒரு செய்தி, அவரது பழைய படத்துடன் வெளியாகியிருந்தது. அதைப் பார்த்ததும் வீரப்பன் சந்தோஷமாக, அட சிவாஜி! எப்படி இருக்காரு? இப்ப வயசாயிருக்கும்ல? என்று ஆர்வத்துடன் விசாரித்தான். அவர் படங்களை பார்ப்பீங்களா ? என்று நான் கேட்க, பார்ப்பீங்களாவது... சிவாஜி படம்னா எனக்கு உசுரு என்றான்.

அடுத்த பயணத்துக்கு முன்பாக சிவாஜியிடம் ஆசி வாங்கச் சென்ற போது, இதோ வர்றான்யா வீரன் என்று வரவேற்றார். அண்ணே... உங்க படம்னா வீரப்பனுக்கு உசுராம்ணே என்றபடி, காட்டில் எடுக்கப்பட்ட புகைப்படங்களை அவரிடம் காட்டினேன். காட்டையே ஆளுறானே என வீரப்பனை வியந்தவர், அந்தப் படங்களை ரசித்துப் பார்த்தார். அதை நாங்கள் படம் பிடித்துக் கொண்டோம். அடுத்த முறை காட்டுக்குச் சென்ற போது, வீரப்பனின் புகைப்படங்களை சிவாஜி ரசிக்கின்ற படங்களை வீரப்பனிடமே காட்டியதும், அவனுக்குச் சந்தோஷம் தாங்கவில்லை. காட்டை ஆளுற வீரன்னு உங்களைச் சொன்னாரு. சரணடைய வந்தால் பார்க்கணும்னு சொன்னாரு என்ற தகவலையும் சொன்னதும், அவன் மகிழ்ச்சியின் உச்சத்துக்குப் போனான்.

மீட்புப் பேச்சு வார்த்தையின் இறுதியில், சரணடைவது பற்றிப் பேசிய வீரப்பன், நான் சரணடையுற போது சிவாஜி வருவாருல்ல என்று கேட்டான். கலைஞரிடம் சொல்லி, நீங்க சரணடையும் மேடையில் ரஜினியையும், சிவாஜியையும் இருக்கச் செய்யலாம் என்றதும், சரணடையும் முடிவை உறுதிப்படுத்தினான். மிகப் பெரிய கொலைகாரனை சரணடைய வைப்பதில், சிவாஜி என்கிற இமயமும் கண்ணுக்குத் தெரியாத பணியை ஆற்றியிருக்கிறது. ஆனால், அந்த சரணடையும் முயற்சி சில தீய சக்திகளால் முடியாமல் போனதை நாடறியும்.

கன்னட நடிகர் ராஜ்குமாரை வீரப்பன் கடத்திய போது, கர்நாடகத்தின் நிலைமை காட்டுத்தீயாக இருந்தது. கடந்த ஆண்டு ராஜ்குமார் இயற்கை மரணம் அடைந்ததற்கே, அந்த மாநிலத்தில் 1500 கோடி ரூபாய் மதிப்பிலான பொருட்கள் சேதப்படுத்தப்பட்டன. 6 பேர் கொல்லப்பட்டனர், ஆட்டோ, கார், டூவீலர், பஸ் என 500க்கும் அதிகமான வாகனங்கள் தீவைக்கப்பட்டன. பெங்களூர் மாநகரத்தில் எந்த நடமாட்டமும் இல்லாத படி 4 நாட்கள் பந்த் நடந்தது. இயற்கை மரணத்துக்கே இந்த நிலைமை என்றால், வீரப்பனின் பிடியில் ராஜ்குமாருக்கு ஏதாவது நிகழ்ந்திருந்தால் நினைத்துப் பார்க்க முடியாத வேதனையை அங்குள்ள 25 லட்சம் தமிழர்கள் அனுபவித்திருப்பார்கள்.

சிவாஜி - ஒரு வரலாற்றின் வரலாறு

ஒரு லட்சம் தமிழர்களின் உயிராவது பறிக்கப்பட்டிருக்கும். தமிழர்கள், இந்திய நாட்டுக்குள்ளேயே அகதிகளாக வேண்டிய நிலைமை ஏற்பட்டிருக்கும். இரண்டு மாநில அரசுகளும் காவு வாங்கப்பட்டிருக்கும். நக்கீரனின் எதிர்காலம் கேள்விக்குறியாகியிருக்கும். இந்த காரணங்களால்தான், ராஜ்குமார் கடத்தப்பட்ட போது மீட்பு முயற்சியில் இறங்க நான் முதலில் தயங்கினேன். மூத்த பத்திரிக்கையாளர் சின்னக்குத்தூசி அய்யாவின் அறையில் போய் ஒளிந்து கொண்டேன். அப்போது, நான்தான் மீட்பு முயற்சியை மேற்கொள்ளவேண்டும் என்று என்னை முதலில் தொடர்பு கொண்டவர் முதல்வர் கலைஞர். அடுத்ததாக ரஜினி, மூன்றாவதாக சிவாஜி.

டேய்... எங்கடா இருக்கே? கடத்தப்பட்டிருக்கிறவன் யார் தெரியுமா? என் பிரண்டுடா... அவன் பொண்டாட்டி கதறுவதை என்னால் பார்க்க முடியலை.. நீ உடனே போறே, அவனைக் கூட்டிக்கிட்டு வர்றே.. என்கிட்ட கொண்டு வந்து காட்டுறே, என உரிமையோடு உத்தரவிட்டார். தயக்கத்திலிருந்த நான், அந்த மீட்பு முயற்சியில் இறங்கியதற்கு தூண்டு கோலாக இருந்தவர்களில் நடிகர் திலகமும் முக்கியமானவர். ராஜ்குமார் மீட்பு முயற்சி வெற்றிகரமாக நிறைவடைந்ததில் சிவாஜியின் பங்கு ஆழ்கடல் போல அமைதியானது.

சிவாஜி இந்த நாட்டுக்கு என்ன செய்துவிட்டார்?.. என்று அவரது சிலை திறப்புவிழாவின் போது சிலர் கேள்வி எழுப்பினார்கள். லட்சக்கணக்கான கர்நாடகத் தமிழர்களின் உயிரும் வாழ்வும் பாதிக்கப்படாதவாறு இரு முறை மேற்கொள்ளப்பட்ட மீட்பு முயற்சிகளிலும் அவரது பங்கு மகத்தானது. அதையெல்லாம் வெளிக்காட்டிக் கொள்ளாமல் கடற்கரையோரம் அமைதியாக நின்று கொண்டிருக்கிறது அந்த இமயம்.

அவர் வாழ்ந்த கடைசி நாள்வரை, அந்த மகா கலைஞனின் மனதில், நக்கீரன் ஒரு வீரனாகவே இடம் பதிந்திருந்தான்.

-நக்கீரன் **கோபால்**
(சிவாஜி - ஒரு வரலாற்றின் வரலாறு நூலிற்காக)

நடிப்பில் தங்கச்சுரங்கம்

பிரம்மா நினைத்தால் கூட இன்னொரு கலைஞனை உருவாக்க முடியாது. ஏனென்றால் ஒரு சிவாஜியை உருவாக்க, பிரம்மா தன் திறமை, சக்தி முழுவதையும் செலவழித்து விட்டதுதான். ஆகவே சிவாஜி கணேசனுக்கு நிகர் சிவாஜியே. சிவாஜி கணேசன் போன்ற அற்புதக் கலைஞர்கள் உருவாக்கப்படுவதில்லை. அவர் ஒரு பிறவிக் கலைஞன். ஏழைக்குடும்பத்தில் பிறந்து, ஏழு வயதிலேயே ஆண்டவன் கட்டளையை நிறைவேற்ற, அரிதாரம் பூசித் தன் திறமையைக் காட்டத் தொடங்கிவிட்டார்.

K. சந்திரசேகரன்

முதல் படத்திலேயே முத்திரையைப் பதித்தவர் அவர். பராசக்தியில் அவரது நடிப்பு, புகழின் உச்சிக்கே கொண்டு சென்று விட்டது. அவரது வார்த்தைகளிலேயே சொல்வதானால், முதல் படத்திலேயே நிலவை எட்டிப் பிடித்து விட்டார். அவரது வசன உச்சரிப்பால் தமிழ் ஏற்றம் பெற்றது. பராசக்தி கோர்ட் வசனமும், மனோகராவில் தர்பார் காட்சியில் அவர் உணர்ச்சி கொப்பளிக்கப் பேசிய வசனமும், புதிய நடிகர்களுக்கெல்லாம் அரிச்சுவடி, நடிப்பின் எல்லைகளைத் தொட்டாலும், நிறைகுடமாகவே விளங்கினார். நடிப்பு என்ற தன் ஆத்மப்பணியில் இருந்து அவர் ஒரு போதும் விலகியதில்லை. அவர் ஒரு நடிப்புப் புதையல். சிவாஜி நடித்த பாத்திரங்கள், லட்சக்கணக்கான வார்த்தைகளை வடித்து இருக்கின்றன. கலை பற்றி ஆயிரக்கணக்கான இலக்கணங்களைப் படைத்திருக்கின்றன. நடிப்பின் இமயம் தொட்ட சிகரங்களை சிலர் எட்டிப்பிடிக்க முயல்கிறார்கள். கைக்கு எட்டுமா வானம்? சிவாஜியின் நடிப்புப் பாணியை விரும்பாத சிலர் கூட, அவருடைய பாணியின் பாதிப்புக்கு ஆளாவதைத் தடுக்க முடிவதில்லை. எந்த ஒரு நடிகரும், தங்கள் உணர்வில் இருந்து சிவாஜியை நீக்க முடியாது. கவியரசர் கண்ணதாசன் "ராமன் எத்தனை ராமனடி" என்று சொன்னது போல "சிவாஜி எத்தனை சிவாஜி" என்று கூறத் தோன்றுகிறது. அவர் நடிக்காத பாத்திரங்களே இல்லை. இப்போதுள்ள நவீன தொழில் நுட்பம், சிவாஜி புகழேணியில் பிரகாசித்த போது இருந்திருந்தால், மகாபாரதத்தில் வரும் கதாபாத்திரங்கள் அனைத்திலும் அவர் ஒருவரே நடித்திருக்க முடியும். ஆனால் அத்தனை கதாபாத்திரங்களிலும் அவர் ஒருவர் தான் நடித்திருக்கிறார் என்று கூற முடியாத அளவுக்கு, ஒவ்வொரு பாத்திரத்திலும் வித்தியாசமாக நடித்து, நவரசத்தையும் பிழிந்து அசத்தியிருப்பார். கலையுலகின் முடிசூடா மன்னனாக அவர் விளங்கினார். கடந்த 50 ஆண்டுகளில், தமிழக மக்களின் சாயங்கால சந்தோஷமாக இருந்து வந்துள்ளார். அவர் சிரிப்பில் சிரித்தனர், அழுத போது கூடவே அழுதனர் தமிழ் மக்கள். அவருடைய குரல் அற்புத சக்தி வாய்ந்தது. சிம்மக்குரலாக சீறும், சங்கத் தமிழாகத் தாலாட்டும், கோபத்தில் கொப்பளிக்கும், பாசத்தில் நனையும் குரல் அவருடையது. அவருடைய கலைத்திறமையால் இமயமாக உயர்ந்து நின்றார். இந்தக் கலைப் பொக்கிஷம், எத்தனையோ இயக்குநர்கள், வசனகர்த்தாக்களைப் பார்த்து விட்டது. இயக்குநர்கள் கனவை தன் நடிப்பாற்றலால் நிறைவேற்றுபவர். என்ன வேடம் போட்டாலும் அவருக்குப் பொருந்தும் என்பதால், மேக்கப் கலைஞர்களுக்கும் மகிழ்ச்சிதான். சிவாஜி, தேசத்தின் சொத்து. ஆனால் பிராந்திய உணர்வால் பின்னுக்குத் தள்ளப்பட்டவர். இந்திப் படங்களில் நடிப்பவர்கள் தான் உயர்ந்தவர்கள் என்ற தோற்றத்தை வட நாட்டவர் ஏற்படுத்தியிருந்ததால், அவருக்கு, சர்வதேச விருதுகள் வந்த போதும், நமது நாட்டில் தேசிய அளவில் கிடைக்க வேண்டிய அங்கீகாரம் கிடைக்கவில்லை. தேசியக் கட்சிகளை அவர் ஆதரித்தபோதும், திராவிடக் கட்சிகள் செல்வாக்கு காரணமாக அவர் ஓரம் கட்டப்பட்டார். தமிழகத்திற்கும், தாய்மொழி

54 K. சந்திரசேகரன்

தமிழுக்கும் சிவாஜி கணேசன், உலகம் முழுவதும் பெருமை சேர்த்தபோதும், அவை அவரைக் கைவிட்டு விட்டன. ஹாலிவுட் நட்சத்திரங்களை மிஞ்சும் சிவாஜி கணேசன், கோலிவுட்டோடு முடங்கிப் போனது துரதிர்ஷ்டவசமானது. சிவாஜி கணேசன், நடிப்பில் ஒரு தங்கச்சுரங்கம். டைரக்டர்கள் தங்கள் தேவைக்கு ஏற்ப அதை வெட்டி எடுத்து, எப்படி விரும்புகிறார்களோ அப்படி வடிவமைத்துக் கொள்ளலாம். அவர் ஓவராக நடிப்பதாக சிலர் கூறுவதுண்டு. கரை காணா நடிப்புக் கடலான அவரோ, டைரக்டர் "கட்" சொல்லும் வரை நடித்துக் கொண்டு இருப்பார். ஒரு சில டைரக்டர்களுக்குத்தான் கட் சொல்ல மனம் வரும். ஏனெனில், மற்றவர்களைப் போல் சிவாஜியின் நடிப்பில் அவர்களும் ஒன்றிப் போய் விடுவதால்தான், வாழ்க எங்கள் நடிகர் திலகம் புகழ்!

பத்திரிகையாளர் **ஜவஹர்**.
(மாலைச்சுடர் 23.7.2001)

தெய்வமகன்!

பள்ளிக்கூட நாட்களில், வருடாந்திர விடுமுறைக்காக, மதுரையிலிருந்த பாட்டி வீட்டுக்குச் சென்றிருந்த சமயம்! பக்கத்தில் உள்ள தியேட்டரில், மகாகவி காளிதாஸ் படமாம்! இன்றிரவு போகலாம் என்றனர் உறவினர்கள். அது என்ன படம் என்றோ, ஹீரோ யார் என்றோ யோசிக்கத் தெரியாத பிள்ளைப் பிராயம் அது. இரவுக்காட்சிக்காக அரங்கினுள் நுழைந்தோம். முதல் பாதியில் உலகமறியா அப்பாவியாக, பிறகு மகா கவிஞனாக வலம் வந்த அந்தக் கம்பீரக் காளிதாஸர், மனதிற்குள் அழுத்தமாக ஒட்டிக் கொண்டார்.

படங்களைப் பார்க்க அரிதாகவே அனுமதிக்கும் குடும்பம் எங்களுடையது. சரஸ்வதி சபதத்தில், சுருண்ட கேசத்துடன் வந்த புலவரைப் பார்த்து, தலைமுடியை சுருட்டி விட்டுக் கொள்ள முயற்சித்தது! திருவருட்செல்வர் பார்த்துவிட்டு, நெற்றியில் குங்குமத்தால் அவர் போலவே திலகமிட்டுக் கொண்டது! தில்லானா மோகனாம்பாளில், நலந்தானா? பாடலில் அவர் கண்ணடித்தது போலவே கண் சிமிட்டப் பார்த்தது. ராஜபார்ட் ரங்கதுரையின் கிளைமாக்ஸ் காட்சியில் அவர் சுடப்பட்டு இறப்பதாக வரும் காட்சி கண்டு, இரவில் தூக்கமின்றி துக்கப்பட்டது! கௌரவம் படம் பார்த்ததும், நாமும் வக்கீலாக வேண்டும் என்று கனவு கண்டது...!

இப்படி எத்தனையோ கற்பனைகள் அந்த இளம் பருவத்தில்! ஆனால், அவரை நேரில் சந்தித்துப் பேசும் வாய்ப்பை, வாழ்க்கை உருவாக்கித்தரும் என்று கனவிலும் நினைத்ததில்லை...!

அது 1993ம் வருடம்...! "விழித்துக் கொண்ட விதைகள்" என்ற தலைப்பில் வாரம் தோறும் தினமணி சுடரில் என் கவிதைகள் வெளி வந்து கொண்டிருந்தன. அந்த வரிசையில் எழுதிய ஒரு கவிதையின் தலைப்பு "செல்லுலாய்ட் சோழன்". இளம் வயதிலிருந்து தன் ஒவ்வொரு அசைவாலும் என்னைக் கவர்ந்து கொண்டிருந்த கதாநாயகனாகிய நடிகர் திலகத்தை, பாட்டுடைத்தலைவனாகக் கொண்ட உரைப்பா அது!

அக்கவிதை வெளியான ஓரிரு தினங்களில் ஒரு தொலைபேசி அழைப்பு. பேசியவர், நடிகர் திலகத்தின் மூத்த குமாரர் ராம்குமார், கவிதையைப் பாராட்டினார். அன்னை இல்லத்திற்கு அழைத்தார். தினமணி ஆசிரியர் குழுவுடன் ஒரு நாள் காலையில் அன்றைய போக் ரோடு சென்றோம்.

இவர் தான் எங்கள் தினமணியில் வெளியான அந்தக் கவிதையை எழுதிய சிவா... நடிகர் திலகத்திடம் இப்படியோர் அறிமுகத்தை அலுவலக நண்பர்கள் செய்ய, தீட்சண்யமான பார்வையால் ஊடுருவிப் பார்த்தது அந்தச் சிங்கம். சில நிமிடங்கள் மௌனத்தில் கரைந்தன. இங்க வாங்க என்று என்னைத் தன் அருகில் அழைத்தார். என் கன்னங்களைத் தடவி, நான் நிறைய கவிஞர்களைப் பார்த்துட்டேன். அவங்கல்ல பல பேர் என்னை மாதிரி, அதாவது பைத்தியக்காரன் மாதிரி இருப்பாங்க. நீங்க அழகா இருக்கீங்க என்று குழந்தை போல் சொன்னார்.

அவரா பைத்தியம் போலிருக்கிறார்..? அவரது நடிப்பினால் பித்தேறிய ரசிகர்கள் கூட்டம் எல்லாத் தலைமுறைகளிலும் இன்றளவும் உண்டே! இனி எத்தனை நூற்றாண்டுகள் கடந்தாலும் அந்தக்கூட்டம் கலையாதே! நான் பிரமித்து நின்றேன். அருகிலிருந்த ஆசனத்தில் அமரச் சொன்னார் சிம்மக் குரலோன். பிறகு மடை திறந்த வெள்ளமாய்ப் பேசினார்.

"நான் நிஜமாகவே "செல்லுலாய்ட் சோழன் தான்", என் வாழ்க்கையில் என்னைப் புகழ்ந்து பாடப்பட்ட எத்தனையோ கவிதைகள் நிறையவே பார்த்துவிட்டேன், ஆனால் உங்களுடைய கவிதையைப் படித்ததும் ஏனோ உங்களை நேரில் பார்க்க வேண்டும் என்று தோன்றியது. ஏதோ புகழ வேண்டும் என்பதற்காக எழுதாமல்...ஏதோ...எதுவோ... ரொம்பவும் ஆத்மார்த்தமாக அந்தக் கவிதையின் வரிகள் இருந்தன! இப்படியொரு ரசிகரா என்று நினைத்துதான் நேரில் வரச் சொன்னேன்..."

அவர் பேசிக் கொண்டே போனார். எனக்கு சந்தோஷம் பிடிபடவில்லை. அரைமணி நேரம் கழித்து ஒரு பணி நிமித்தமாக வீட்டைவிட்டுக் கிளம்பினார். காரின் கதவு வரை சென்றவர், மீண்டும் ஒரு முறை என்னை அருகில் அழைத்தார். உங்க பேரு என்ன

56 K. சந்திரசேகரன்

சொன்னீங்க? என்றார். சொன்னேன். இனி மறக்க மாட்டேன் என்று தட்டிக் கொடுத்துவிட்டுப் புறப்பட்டுச் சென்றார்.

நடிகர் திலகத்துடன் R.சிவக்குமார், உடன் S.P.முத்துராமன்

எதையோ சாதித்து விட்டதைப் போன்ற பெரும் நிறைவு மனதில் ததும்பியது. திரையில் மட்டுமே பார்த்து ரசித்த ஒரு கலைப் பொக்கிஷம், நேரில் உரையாடி என்னுடன் தன் உணர்வுகளைப் பகிர்ந்து கொண்டதால் ஏற்பட்ட மகிழ்ச்சி, இன்னொரு படைப்பாளியினால் மட்டுமே விளங்கிக் கொள்ள முடியும் இனிய அனுபவமாகும்!

பிறகு தஞ்சையில் நடந்த தினமணி நாளிதழின் வைர விழா நிகழ்ச்சியில், நடிகர் திலகம் தலைமை வகித்ததும், அதில் அவரை வரவேற்று நான் கவிதை பாடியதை ஸ்டைலாக ரசித்ததும், என் உரையை, பாலாறு, தேனாறு என்று வாயார மேடையில் அவர் புகழ்ந்ததும், தனது சூரக்கோட்டை பண்ணை வீட்டில் வைத்துத் தன்னுடைய கடந்த கால அரசியல் அனுபவங்களை இரண்டு மணி நேரத்திற்கும் மேல் உணர்ச்சிகரமாய் அவர் பகிர்ந்து கொண்டதும், வெளிநாட்டு அமைச்சர் ஒருவருடன் அவரது சென்னை அன்னை இல்லத்திற்கு விருந்தினராகப் போனபோது, தோளை அணைத்து உபசரித்ததும்... எழுதிக் கொண்டே போனால் பக்கங்கள் போதாது!

என்னையும், அவரையும் முதன் முதலில் சந்திக்க வைத்த செல்லுலாய்ட் சோழன் என்ற புதுக்கவிதை, பல வருடங்கள், சென்னை, சாந்தி திரையரங்கின் உட்புறச் சுவரில்

வரையப்பட்டிருந்தது. அதை விடப் பெரிய அங்கீகாரம் ஒரு ரசிகனுக்குத் தேவையில்லையே!

பின்னாட்களில், காலம் அவரது உயிரைக் கவர்ந்து கொண்டதாக இந்த உலகம் சொல்லியது. நான் இன்று வரை அதை நம்பியதில்லை. ஒரு முறை சிதம்பரம் நடராஜர் ஆலயத்தில் அவர் சுவாமி தரிசனம் செய்த பிறகு வெளியில் வந்தார். நானும் அன்று அங்கிருந்தேன். ரசிகர்கள் பலர் ஒன்று திரண்டு, தெய்வமகன் சிவாஜி வாழ்க! என்று ஆலய வாயிலில் உற்சாகமாகக் கோஷமிட்டனர்.சிரித்தபடியே விடை பெற்றார் நடிகர் திலகம். ஆமாம்... தெய்வ மகனுக்கு ஏது முடிவு..?

–ஆர். சிவகுமார்

(ஆசிரியர், சினிமா எக்ஸ்பிரஸ் & தமிழன் எக்ஸ்பிரஸ்,
சிவாஜி - ஒரு வரலாற்றின் வரலாறு நூலிற்காக)

நடிகர் திலகம் பட்டம் கொடுத்தவர் வாயில் சர்க்கரை

சிவாஜி கணேசனுக்கு நடிகர் திலகம் என்று பட்டம் கொடுத்தது யார்? அவர் வாயில் போடுங்கள் சர்க்கரை. தமிழ்நாட்டு " மார்லன் பிராண்டோ" என்று அழைத்தது யார்? அவர் வாயில் போடுங்கள் கற்கண்டை. ஆம்! அன்னையின் ஆணை படத்தைப் பார்க்கும் போது, தமிழ்ப்படத்தைப் பார்க்கிறோமா அல்லது ஆங்கிலப்படத்தைப் பார்க்கிறோமா என்ற சந்தேகம் பல கட்டங்களில் தோன்றுகிறது. சிவாஜி கணேசன் அவ்வளவு சிறப்பாக நடித்துள்ளார். தந்தையாக ஒரு சில காட்சிகளில் வந்து இறந்து போய், மீண்டும் மகன் கணேஷாகக் காட்சியளிக்கிறார் சிவாஜி. பலப்பல விதமான முகபாவங்கள், விதவிதமான புருவநெரிப்புகள்! வகை வகையான அங்க அசைவுகள்! எவ்வளவு சீக்கிரத்தில் அவரது முகபாவங்கள் மாறுகின்றன. கல்லூரி மாணவனாக ஆரம்பித்து, கடைசியில் வில்லனைப் பழிவாங்கிக் கோர்ட்டில் வந்து நிற்கும் வரை, உன்னதமான, உயர்தரமான நடிப்பைப் பார்க்கிறோம். சாம்ராட் அசோகன் ஓரங்க நாடகத்தில் அவர் பேசும் வசனங்கள் மயிற்கூச்செரியச் செய்கிறது. அவரது நடிப்பை, மேனாட்டு நடிகர்களோடு கண்டிப்பாக ஒப்பிடலாம். அவருக்கு ஒப்பனை சிறப்பாக செய்யப்பட்டுள்ளது. படத்தில் அவரது ஸ்டைல் ஆங்கில நடிகர்களுக்கு ஒப்பாக இருக்கிறது. குறிப்பாக "இங்கே மலர்களை யாரும் பறிக்கக்கூடாது" என்று பலகை தொங்கும் இடத்தில், சிவாஜி, வேட்டைக்குச் செல்லும் ஆங்கில அதிகாரிகளைப் போல்

உடையணிந்து, கைத்தடியை வீசிக் கொண்டு எவ்வளவு அனாயாசமாக நடந்து போகிறார்! டுமில் டுமில் என்று துப்பாக்கிக் குண்டுகள் வெடிப்பதையும், சிவாஜியின் நடிப்பையும் பார்க்கும் போது, ஆங்கிலப்படம் பார்க்கிறோம் என்ற எண்ணமே மேலோங்குகிறது. சிவாஜியின் சிறந்த படங்களில் இதுவும் ஒன்று!

-நாரண துரைக்கண்ணன்.
(பிரசண்ட விகடன், 15.8.1958)

அர்ப்பணிப்பு உணர்வு

நடிகர் திலகம் சிவாஜி கணேசன் தமிழக ஜனதாதளத் தலைவராக இருந்த போது, மண்டல் கமிஷன் என்றால் என்ன? அது ஏன்? எதற்கு? எப்படி? என்று மக்களுக்கு விளக்குவதற்காக, அவர் பேசுகிற மாதிரி, கட்சியின் சார்பில் ஆடியோ கேசட் தயாரிக்கப்பட்டது. அவர் பேசிப் பதிவு செய்ய வேண்டிய 40 நிமிட வசனத்தை நான் எழுதினேன். அந்த ஒலிப்பதிவு என்னால் மறக்க முடியாதது. சிவாஜியின் தொழில் ஒழுங்கை நேரில் காணும் வாய்ப்பாக அது அமைந்தது. முதலில், மொத்தப்பேச்சையும் என்னைப் படித்துக் காட்டச் சொன்னார் சிவாஜி. நான் வேண்டுமென்றே ஏற்ற இறக்கங்கள் இல்லாமல் dry ஆகப் படித்தேன். உடனே என்னை நிறுத்தி, நான் எப்படிப் பேசணும்னு நீங்க நினைக்கிறீங்களோ அப்படிப் படிங்க என்றார். நான் படித்து முடித்த பிறகு, அவர் படித்துக் காண்பித்தார். ஆங்காங்கே நிறுத்தி, இந்த இடத்துல நீங்க இப்படிப் படிச்சீங்க, நான் இப்படி மாத்தறேன், பரவாயில்லையா? என்று கேட்டார். சில சொற்களை மாற்றினார். ஆனால் ஒவ்வொன்றையும் என் அனுமதி கேட்டே செய்தார். சிவாஜியின் ஆயிரக்கணக்கான நாடக நிகழ்ச்சிகள், நூற்றுக்கும் மேற்பட்ட சினிமா அனுபவங்களுடன் ஒப்பிடும் போது, இந்த ஒலிப்பதிவு மிகச் சாதாரணமான வேலை. ஆனாலும், அவர் எப்பொழுதும் காட்டும் அதே தொழில் அக்கறை, உழைப்பு, ஒழுங்கு இதிலும் இருந்தது. சிவாஜி அடைந்த இடத்தை அவர் ஒன்றும் சும்மா சுலபத்தில் அடைந்துவிடவில்லை. கிடைத்த ஒவ்வொரு வாய்ப்பையும் முதல் வாய்ப்பு போலவே, மிகுந்த அர்ப்பணிப்புடன் அணுகியதுதான் அவரது சிறப்பு. அவருக்கு உரை எழுதிக் கொடுத்தது, எனக்குக் காலத்துக்கும் இனிமையான அனுபவம்.

-பத்திரிகையாளர் **ஞாநி**
(ஆனந்த விகடன், 26.6.2005)

சிவாஜி - ஒரு வரலாற்றின் வரலாறு

தவப்புதல்வனை இழந்துவிட்டோம்

தவப்புதல்வனை இழந்துவிட்ட துயரத்தில் கலைத்தாய் கதறிக் கொண்டிருக்கிறாள். நடிப்புக்கு இலக்கணம் வகுத்துத் தந்த மாமேதையை, மரணம் தழுவிக் கொண்டு விட்டது. பராசக்தியில் பதிந்த இவரது பாதம், நடிப்புத்துறையின் அத்தனை பரிமாணங்களிலும் வியாபித்து, எல்லைகளையும், மொழிகளையும் கடந்து சோபித்து, விஸ்வரூபம் எடுத்தபோது, கலைத்தாயின் மார்பில் தவழும் மணியாரம், பூரிப்பில் விம்மியது. கட்டபொம்மனோ, கப்பலோட்டிய தமிழனோ... அந்த வீரத்தையும், தியாகத்தையும், பாமரத் தமிழன் மனதிலும் பதிய வைத்தது, இந்தப் பல்கலைக் கழகம் தான். செல்லுலாயிடை ஊடுருவி, வெள்ளித் திரையில் விழுந்த வெளிச்சத்துக்கு, புதிய அர்த்தம் கிடைத்தது இவரால் தான். சமகால சரித்திரமாக விளங்கிய இந்தக் கலை இமயத்துக்கு, கோடிக் கணக்கான இதயங்களுடன் சேர்ந்து விகடன் கண்ணீர் அஞ்சலி செலுத்துகிறான்.

-ஆனந்த விகடன் S. **பாலசுப்பிரமணியன்**
(ஆனந்த விகடன் தலையங்கம்-29-07-2001)

DIRECTORS DELIGHT

"பசியோடு இருப்பவனுக்கு மீனை உணவாகக் கொடு", என்பது அமெரிக்கப் பொன்மொழி. "பசியோடு இருப்பவனுக்கு மீன் பிடிக்கக் கற்றுக் கொடு", என்பது சீனப் பழமொழி. நடிகர் திலகம் அவர்கள் சீனப் பொன்மொழியில் ஆழ்ந்த நம்பிக்கை கொண்டவர். தன்னிடம் உதவி கேட்டு வந்தவர்களுக்கு, சில பல ஆயிரங்கள் பணமாகக் கொடுத்து, அன்றைய தேவையை மட்டும் பூர்த்தி செய்வதில் நிறைவு அடையாதவர். மாறாகத் தன்னை நாடி வந்தவர்களிடம் புதைந்துள்ள ஆற்றலை, திறமையை வெளிக் கொணர்ந்து, அவர்களை, நடிகர்களாக, கதாசிரியர்களாக, இயக்குநர்களாக, பாடலாசிரியர்களாக திரையுலகில் அறிமுகப்படுத்தி, அவர்கள், யாருடைய உதவியும் இன்றி தம் சொந்தக்கால்களில் நின்று வெற்றி பெற வைத்தவர்.

சிவாஜி அவர்கள் Directors Delight என்றால் அது மிகையன்று. வயது, அனுபவம் இவற்றில் மிக இளையவராயினும், அவர்கள் இயக்குநர் என்ற அந்தஸ்தில் இருந்தால், அவர்களிடம் பணிவாக, பொறுமையாகப் பணியாற்றுவது சிவாஜியின் சிறப்பு. தன்னுடைய நடிப்பு மட்டுமே பிரதானமாக வெளிப்பட வேண்டும் என நினைக்காமல், இயக்குநரின் எதிர்பார்ப்பிற்கு ஏற்ப, காட்சி திரையில் வெளிப்பட வேண்டும் என

K. சந்திரசேகரன்

நினைப்பவர் சிவாஜி. He is not only Directors Delight but also Make-up Men's Delight. ஒப்பனைக் கலைஞர்களுக்குக் கிடைத்த ஒப்பற்ற பொக்கிஷம், சிவாஜியின் அழகான முகம், எந்த வேடத்திற்கும் ஏற்ப அமைந்தது இறைவன் அவருக்கு அளித்த வரம்.

பத்திரிகையாளர் **சுதாங்கன்.**

(1.10.2000 ஆம் நாள் சென்னை காமராஜர் அரங்கில் ரியல் எண்டர்டெய்ன்மெண்ட் கம்பெனி சார்பில் நடைபெற்ற நடிகர் திலகம் பிறந்த நாள் விழாவில்)

எம்.ஜி.ஆருடன் நெருக்கமான நட்பு

உலகத் திரை அரங்கில் உயர்ந்து நிற்கும் அற்புதமான பல கலைஞர்களின் கம்பீரம், நளினம், குணச்சித்திர நடிப்பின் ஆழம், நகைச்சுவை, சோக ரசம், உணர்ச்சிக் கொந்தளிப்பு... இவை அத்தனையும் மொத்தமாகக் கொண்டது நடிகர் திலகம் சிவாஜியின் நடிப்பு.

அடிப்படையிலேயே வெவ்வேறு குணாதியசங்களைக் கொண்ட - முற்றிலும் மாறுபட்ட கேரக்டர்களில் சிவாஜி நடித்தார் என்பதை விட, அந்தக் கதாப்பாத்திரமாகவே மாறிவிடுகிறார். இது எப்படி அவரால் முடிகிறது?

சிவாஜியே இதற்கு விடை கூறுகிறார். "கதாசிரியர் அவரது கற்பனையில் ஒரு கதாப்பாத்திரத்திற்கு உயிர் தருகிறார். அதற்கு முழுமையான ஜீவன் அளிப்பது நமது பொறுப்பு. பொதுவாக - என்னைச் சந்திப்பவர்கள், நான் சந்திப்பவர்கள், பேசிப் பழகுபவர்கள்... இவர்களுடைய கேரக்டர், தனிப்பட்ட குணாதிசயங்கள், நடை, உடை, பாவனை... ஆகியவற்றை மனதில் ஆழமாகப் பதித்துக்கொள்வேன். அதாவது.... அவர்களது இன்ஸ்பிரேஷன் என்னுள் அழுத்தமாக நிற்கும். உதாரணமாக, ரங்கோன் ராதா படத்தில் என் கேரக்டர்-சார்லஸ் போயரின் இன்ஸ்பிரேஷன் என்று சொல்லலாம். கௌரவம் படத்தில் என் கேரக்டர் - நடை, உடை, பாவனை அனைத்தும் டி.வி.எஸ். கிருஷ்ணா (கிச்சு) அவர்களது இன்ஸ்பிரேஷன் என்று சொல்லலாம்.வியட்நாம் வீடு படத்தில் என் கேரக்டர் இந்தியா சிமெண்ட்ஸ் நாராயணசாமி அவர்களது இன்ஸ்பிரேஷன். திருவருட்செல்வர் படத்தில் அப்பராகத் தோன்றியிருப்பது காஞ்சிப் பெரியவர் அவர்களது இன்ஸ்பிரேஷன்" இவ்வாறு சிவாஜியே கூறியுள்ளார்.

45 ஆண்டுகால திரைப்பட வாழ்க்கையில் - பராசக்தி முதலாக கடைசியாக நடித்த ஒன்ஸ்மோர் மற்றும் என் ஆசை ராசாவே வரை 300க்கும் மேற்பட்ட படங்களில், முற்றிலும் மாறுபட்ட கதாபாத்திரங்களில் தோன்றி நடித்து, சாதனை எனும் சிகரத்தின் மீது வெற்றிக் கொடி நாட்டியவர் சிவாஜி கணேசன்.

சிவாஜி - ஒரு வரலாற்றின் வரலாறு

நடிகர் திலகம், இளைய திலகத்துடன் ராமமூர்த்தி

சிவாஜிக்கு, சாஸ்திர முறைப்படி பரதநாட்டியம், கதகளி, கர்நாடக இசை ஆகியவை தெரியும். அந்தக் காலத்திலேயே, ஒரு பெண்ணின் பரதநாட்டிய நிகழ்ச்சி நடக்கிறது என்றால்-அந்த நடனத்தை, அபிநய பாவங்களை உற்று கவனித்துக் கொள்ளுவார் சிவாஜி. இந்த அனுபவம்தான் காவேரி படத்தில் அவரால், பார்ப்போர் வியக்கும் வண்ணம் தனியாகவே பரதநாட்டியம் ஆடி ரசிகர்களை மகிழ்விக்க முடிந்தது.

சிவாஜி நடித்த பல்வேறு பாய்ஸ் கம்பெனி நாடகங்களில் - ராமசுப்பையர் நாடகக் கம்பெனியும் கம்பெனியும் ஒன்று. இவரது நாடகக் குழுவின் பல நாடகங்களில் சிவாஜி நடித்துள்ளார். அப்போது, நாமக்கல்லில் சாமண்ணா ஐயர் நாடகக்குழு நடத்திய, டம்பாச்சாரி என்ற நாடகத்தில், சாமண்ணா வெவ்வேறு ஒன்பது வேடங்களில் நடித்ததை, சிவாஜி பார்த்து வெகுவாக ரசித்திருக்கிறார். அப்போது சக நடிகர்களிடம், இது போல ஒன்பது வேடங்களைக் கொண்ட நாடகத்தில் நடிக்க சந்தர்ப்பம் கிடைத்தால் ஒரு கை பார்க்கலாமே என்று தனது ஆசையை வெளிப்படுத்தியிருக்கிறார். பிறகு அவரது ஆசை ஆரவார வெற்றியுடன் அரங்கேறியது.

ஏ.பி. நாகராஜனின் நவராத்திரி திரைப்படத்தில் ஒன்பது வேடங்களில் அவர் நடித்தார். சிவாஜியின் 100வது படம் இது. இதில் ஒவ்வொரு மாறுபட்ட நடிப்பிற்கும் 9 ஆஸ்கார் விருதுகள் வழங்கினாலும் தகும் என்று பலரும் வியந்து பாராட்டினர்.

K. சந்திரசேகரன்

எம்.ஜி.ஆரும், சிவாஜியும் அரசியலிலும், சினிமாவிலும் பலமான போட்டியாளர்களாகவே விளங்கி வந்தார்கள். எனினும் மோதல்களுக்கு இணையாகவே அவர்களுக்குள், நட்பும், நேசமும், நெருக்கமும் இருந்தது.

சிவாஜி ரசிகர் மன்றத் தலைவராக இருந்த சின்ன அண்ணாமலை, சிவாஜியிடம் வருவதற்கு சில ஆண்டுகளுக்கு முன்பு, எம்.ஜி.ஆரைச் சந்தித்து, மாராட்டிய மாவீரன் சிவாஜியின் வரலாற்றைப் படமாக்கப் போகிறேன். நீங்கள் சிவாஜியாக நடிக்க வேண்டும்! என்று கேட்டுக் கொண்டார். ஆனால், சிவாஜி வேடத்தில் நடிக்க எம்.ஜி.ஆர் மறுத்து விட்டார். இதே போல் டி.ஆர். ராமண்ணாவும் தான் தயாரிக்கவிருக்கும் சிவாஜியின் வரலாற்றுப்படத்தில் நடிக்குமாறு எம்.ஜி.ஆரிடம் கேட்டுக் கொண்டார். சிவாஜிங்கிற பட்டமே தம்பி சிவாஜிக்கு இருக்கிறது. இச்சூழ்நிலையில் நான் சிவாஜியாக நடிக்கக் கூடாது என்று அப்போதும் மறுத்து விட்டார்.

இதே போல டி.ஆர். ராமண்ணா, காத்தவராயன் கதையை (ஏற்கெனவே பி.யூ.சின்னப்பா நடித்து வெற்றி கண்ட படம்) படமாக்கத் தீர்மானித்து, காத்தவராயனாக நடிக்க, எம்.ஜி.ஆரை அணுகினார். காத்தவராயன், மாய, மந்திர, தந்திரக் கதையாதலால் அதில் நடிக்க எம்.ஜி.ஆருக்கு விருப்பமில்லை, மறுத்து விட்டார்.

சுவாரசியமான கதை, பி.யூ.சின்னப்பா நடித்து வெற்றி கண்ட படம் காத்தவராயன். யோசித்து விட்டுச் சொல்லுங்கள் என்று ராமண்ணா கூறிய போது, தம்பி சிவாஜியை நடிக்க வையுங்கள். அவர் மிகவும் பொருத்தமானவராக இருப்பார்! என்று எம்.ஜி.ஆர் உறுதியாகக் கூறிவிட்டார். பிறகு சிவாஜியை காத்தவராயனில் நடிக்க வைத்து படம் வெளிவந்து, பெரிய வரவேற்பைப் பெற்றது. (1958)

இதே போல், சிவாஜி கணேசனுக்கு வந்த வாய்ப்பை, அவர் அதே பெருந்தன்மையுடன் எம்.ஜி.ஆருக்கு விட்டுக் கொடுத்த நிகழ்ச்சியும் உண்டு.

பட்சிராஜா ஸ்டியோ அதிபர் எஸ்.எம். ஸ்ரீராமுலு நாயுடு, நாமக்கல் கவிஞர் ராமலிங்கம் பிள்ளை எழுதிய மலைக்கள்ளன் கதையைப் படமாக்கத் திட்டமிட்டு, கதாநாயகனாக நடிக்க சிவாஜியை அணுகினார். மலைக்கள்ளனாக நடிக்கும்படி சிவாஜியிடம் கேட்டுக்கொண்டார். கதையைக் கேட்ட சிவாஜி, அட்வென்சரஸ் ஸ்டோரி. ஆக்ஷனுக்கு அதிக வாய்ப்பு இருக்கு. அதனால் அண்ணன் எம்.ஜி.ஆருக்கு ஏற்ற சப்ஜெக்ட். இந்தப்படத்திலே அவர் தான் நடிக்கணும். அவரைப் போய் பாருங்க.

சிவாஜி - ஒரு வரலாற்றின் வரலாறு

அண்ணனை வச்சு எடுங்க! அதுதான் சிறந்தது என்று மலைக்கள்ளனில் நடிக்க சிவாஜி மறுத்துவிட்டார்.

அதற்குப்பிறகு பட்சிராஜா அதிபர் ஸ்ரீராமுலு நாயுடு, எம்.ஜி.ஆரைச் சந்தித்து மலைக் கள்ளனில் நடிக்கச் செய்தார். (1954) மலைக்கள்ளனும் மகத்தான வெற்றியைப் பெற்றது. இந்த நட்பும், நெருக்கமும் இருவரிடமும் கடைசி வரை இருந்தது.

வி. ராமமூர்த்தி,
(முன்னாள் ஆசிரியர், சினிமா எக்ஸ்பிரஸ்,
சிவாஜி - ஒரு வரலாற்றின் வரலாறு நூலிற்காக)

துரோகம் செய்தவர்களையும் கூட கோபித்துக் கொள்ளாதவர்

நடிப்பு உலகின் சரித்திரம், சகாப்தம், அதிசயம் என்னும் அடைமொழிகளையெல்லாம் கடந்து, நடிப்பு என்று உச்சரிக்கப்பட்டதும் நினைவுக்கு வருவது, நடிகர் திலகம் சிவாஜி அவர்களின் பெயர் மட்டுமே! யாருக்குக் கிடைக்கும் இந்த கௌரவம்? உன்னதமான நடிகர் என்ற முறையில், அவரைப் பற்றிய மாறுபட்ட அபிப்பிராயம் கொண்டவர்கள் யாரும் இல்லை. ஆனால் மனிதர் என்ற முறையில், நாள்தோறும் அவரோடு பழகும் வாய்ப்புப் பெற்றவர்கள் கூட அவரைப் பற்றிச் சரியாக அறிந்திருக்கிறார்களா? என்றால், இல்லை என்பது தான் வேதனையான பதில். தூரத்தில் இருந்து வரும் ரசிகர்கள், இவர் அன்பை மட்டும் நேசித்து, இதயப் பூர்வமாக அணுகுவதால், இவரை எளிதில் உணர்ந்துகொள்கிறார்கள். ஆனால் இவரைச் சுற்றி இருப்பவர்கள் அத்துணை தெளிவோடு இருக்கிறார்களா? இல்லை. என்ன காரணம்? மாபெரும் கலை மேதையோடு எப்படிப் பேசுவது? என்று மரியாதை காரணமாக, தங்கள் அபிப்பிராயங்களைச் சொல்லாமல் பழகுபவர்கள் பல பேர். உலகம் தெரியாத அப்பாவியான இவரை வளைத்துப் போட்டு, லாபம் சம்பாதிப்பது எப்படி என்று நினைத்து, போலி மரியாதை காட்டுபவர்கள் சில பேர். அரசியல் ஆதாயத்துக்காக இவருடன் இணைந்திருந்து, எதிர்பாராத நேரத்தில், மார்பிலும் நெஞ்சிலும் குத்தும் துரோகிகள் பல பேர். இவரிடம் உதவி கேட்க வேண்டும் என்று நினைத்து, அதை வெளியில் சொல்லாமல், தங்களுக்கு இவர் எதுவும் செய்யவில்லை என்று புலம்பித் தவிப்பவர்கள் சில பேர். இவரிடம் பெற்ற உதவிகளை, வெளியில்

K. சந்திரசேகரன்

சொல்லாமல், இவருக்கு உதவியாக இருப்பது போல் நடிக்கும் போலி மனிதர்கள் பல பேர், இப்படிப்பட்ட இருட்டு மனம் கொண்டவர்கள், இந்த நடிப்புச்சூரியனைச் சுற்றி நிறைய இருக்கிறார்கள். தமக்குத் துரோகம் செய்பவர்களைக் கூட கோபித்துக் கொள்ளாத இயல்பு இவருக்கு உண்டு. இவருடைய பொதுவாழ்வின் தொடக்க நாளில் இருந்து இன்றுவரை, இவரால் உயர்வு பெற்ற பல பேர் இவருக்குத் துரோகம் செய்திருக்கிறார்கள். அப்படிப்பட்ட மனிதர்களைப் பற்றியும், அவர்கள் இழைத்த தீமைகளைப் பற்றியும், அவ்வப்போது தமது நெருங்கிய நண்பர்களுடன் இவர் பேசுவது உண்டு. அப்போது கூட இவர் குரலில் வேதனையும், வருத்தமும்தானிருக்கும். எந்தச் சந்தர்ப்பத்திலும் கோபம் இருந்ததில்லை. இது எப்படிச் சாத்தியம்? மகிழ்ச்சி பொங்கும் பாராட்டுக்கள், நெஞ்சைப் பிளக்கும் துரோகங்கள் என்று எத்தகைய செய்திகளையும், இவர் வெகு இயல்பாக ஏற்றுக் கொள்ளும் மனப்பக்குவத்தை பெற்றிருந்ததனால்தான்.

–புரபொசர் **ராமு**

(வாசுகி, நவம்பர் & டிசம்பர் 1994)

சிவாஜி வாங்கிக் கொடுத்த 'புல்லட்'

பள்ளியில் படித்த காலத்தில், சிவாஜி என்று எனக்கு சொல்ல வராது. "ஜிவாசி" என்று தான் சொல்வேன். அதற்காக வாத்தியாரிடம் அடிபட்டிருக்கிறேன். அப்படிப்பட்டவனுக்கு, சிவாஜியுடன் பழக சந்தர்ப்பம் கிடைத்தால் எப்படி இருக்கும்? நடிகர் திலகம் சிவாஜியுடன் பழக மட்டுமல்ல, அவர் குடும்பத்தில் ஒருவனாகக் கருதப்பட்டிருக்கிறேன். என் மீது ரொம்பப் பிரியம் கொண்டவர் சிவாஜி. அவர் தம்பி வி.சி. சண்முகம், அண்ணன் வி.சி. தங்கவேலு மட்டுமின்றி, குடும்பத்தில் உள்ள அனைவரும் என்னிடம் பிரியம் கொண்டவர்கள். சிவாஜியின் அன்னை இல்லத்தில் எனக்குப் பெயரே "மலை ஓசை அணி". சிவாஜியை நான் முதன் முதலில் சந்தித்தது, ஏவிஎம் ஸ்டுடியோவில் ஞான ஒளி படத்தின் படப்பிடிப்பின் போது. எனக்கும் ஏவி எம்மிற்கும் இடையேயான பந்தத்திற்குப் பிள்ளையார் சுழி போடப்பட்டதும் அன்று தான். சிவாஜியை எனக்கு அறிமுகப்படுத்தியவர் பத்திரிக்கை நண்பர் ராமமூர்த்தி, அப்போது அவர் சுதேசமித்திரன் நாளிதழில் சினிமா நிருபராக இருந்தார். இப்போது அவர் சினிமா எக்ஸ்பிரஸ் பத்திரிகையின் ஆசிரியர். சிவாஜியுடனான முதல் சந்திப்பு அற்புதமானது. அன்று துவங்கிய அவர் பாசம், இறுதி வரை தொடர்ந்தது. இடையே சிலர் புகுந்து குழப்பியும், என் மீது கடைசி வரை மிகுந்த நம்பிக்கையும் அன்பும்

K. சந்திரசேகரன்

வைத்திருந்தார் சிவாஜி. பின்னாளில், அலை ஓசை பத்திரிகையில் நான் எழுதிய கட்டுரைத் தொடர்களையெல்லாம் சிவாஜி ஒன்று விடாது படித்திருக்கிறார். உன் எழுத்தில் என்னவோ இருக்குது. எனக்கு ரொம்பப் புடிச்சிருக்கு. சில கட்டிங்ஸ் கூட எடுத்து வச்சிருக்கேன் என்று என்னிடமே ஒரு முறை சிவாஜி சொல்ல, பெருமை, பூரிப்பில் என் காலர் உயர்ந்ததுண்டு. ஒரு முறை, அவரை பேட்டி காண நான் நேரம் வாங்கி இருந்தேன். அன்று அவருக்கு சூட்டிங். அவர் வீட்டில் நாங்கள் சந்தித்து, ஸ்டுடியோவுக்குக் காரில் போகும் போதே பேட்டி எடுப்பதாகத்திட்டம். அன்று நான் ரொம்பவே தாமதமாக்கி விட்டேன். காலை 9 மணிக்கு சூட்டிங் என்றால் 8.55 க்கே மேக்கப்புடன் சூட்டிங் ஸ்பாட்டில் இருந்து விடும் பழக்கம் உள்ள சிவாஜிக்கு, அன்று என்னால் மிகவும் தாமதமாகி விட்டது. என்னிடம் வாகனம் எதுவுமில்லை, அதனால் தான் தாமதம் என்பதையறிந்த சிவாஜி, தன் தம்பி சண்முகத்திடம் சொல்லி, எனக்கு புல்லட் மோட்டார் சைக்கிள் ஒன்று வாங்கிக் கொடுத்தார். எனது தகுதிக்கு மிகவும் மேம்பட்டவர்களாளெல்லாம் நான் நேசிக்கப்பட்டிருக்கிறேன். எனக்கு அது மிகப் பெரிய வரப் பிரசாதம்.

–அலை ஓசை **எம்.பி. மணி**

(வழி நெடுக... என்ற புத்தகம், வெளியீடு: நிவேதிதா புத்தகப்பூங்கா,2004)

நடிப்புத் துறையில் யாரும் நெருங்கமுடியாது

உலகத்திலேயே சிறந்த நடிகர் சிவாஜி கணேசன். இப்படி நடிப்புக் கலை பற்றி உணர்ந்த யாவருமே கூறுவார்கள். படவுலகில் ஈடுபட்ட நாளிலிருந்து இன்று வரை, நடிப்புத்துறையில் யாரும் அருகே நெருங்க முடியாத அளவுக்கு உயர்ந்திருக்கும் சிவாஜி கணேசன், பேசும் படம் வாசக நேயர்களால் நடிகர் திலகம் என்று பட்டம் சூட்டப்பட்டார். இன்று அவரது பெயரே அதுவாகி விட்டது. ஏறக்குறைய எல்லா விதமான பாத்திரங்களையும் ஏற்று அவர் அற்புதமாக நடித்திருக்கிறார். சமூகப் படங்களிலிருந்து, புராணப் படங்களுக்கு வந்திருக்கும் சிவாஜி, அந்தப் பாத்திரங்களிலும் தனித்து நிற்கிறார். சமீபமாக அவர் ஸ்டண்டு காட்சிகளில் நடிக்க விசேஷப் பயிற்சி பெற்று, அவற்றிலும் சோபித்து வருகிறார். சிவாஜி கணேசன் படவுலகில் நுழைந்திராவிடில், நாம் இந்த அளவுக்குத் தலை நிமிர்ந்து நடப்போமா என்பதே சந்தேகம் தான். பராசக்தி படத்தில் வசனத்தின் மூலம் புகழ்பெற்ற சிவாஜி, மனோகரா மூலம் அதில் தனிப்புகழ்

பெற்றார். பிறகு பல படங்களில், பலவித பாத்திரங்களில், மிகச்சிறப்பாக நடித்து, ஈடு இணையற்றவராகப் பாராட்டு பெற்றார். இந்த வயதில் இப்படிப் புகழ் பெற்றவர் அவர் ஒருவர் தான். படத்துக்குப் படம் நூதன உத்திகளைக் கையாண்டு நடித்து வரும் சிவாஜி கணேசன், நமது காலத்தில் இருப்பது நமக்குப் பெருமை தருவதாகும். தமிழர்களுக்கும், கலையுலகிற்கும் பெருமை தேடித் தந்திருக்கும் இந்த மா கலைஞர் நீண்ட ஆண்டுகள் இப்பணியைத் தொடர வேண்டுமென்று வாழ்த்து கூறுகிறோம்.

-பேசும் படம் **டி.வி. ராம்நாத்.**
(பேசும் படம் வெள்ளிவிழா மலர், ஆகஸ்ட் 1967)

நினைவில் ஜுவாலையாய்

அந்த மாமனிதன், மண்ணில் தோன்றி எழுபத்து ஐந்து ஆண்டுகள் ஆகிவிட்டன!. ஆண்டவனுக்கு நன்றி! அந்த மாபெரும் நடிக மன்னன் திரையில் அறிமுகமாகி ஐம்பது ஆண்டுகள் ஆகிவிட்டன! - ஆண்டவனுக்கு நன்றி! அந்த மகிழ்ச்சியான பொழுதை, அவர் முன்னிலையில் கொண்டாடி மகிழ்ந்து - ஆண்டவனுக்கு மீண்டும் நன்றி கூற, அவன் வழி வைக்கவில்லை. ஆனால் இறைவா! பாத்திரங்களாலும், இன்முகப் புகைப்படங்களாலும், ஈடு இணையற்ற சிம்மக்குரலாலும், இன்னும் அந்த நடிகர் திலகம் நம்மிடையே வாழ்ந்து கொண்டிருப்பதாகவே உணர்கிறோம். உற்சாகத்துடன் அவரது பவள விழாவினைக் கொண்டாடுகிறோம். பல திரையுலக மேதைகளின் படைப்புகளுக்கு முதல் திலகமிட்டு, முத்தமிட்டு ஆசீர்வதித்த அந்தக் கலைச்சக்ரவர்த்திதான், பத்திரிகையுலகில் அடி பதித்த எனக்கும் மானசீக ஆசி வழங்கி, அழைத்து வந்தார். பேசும் படம் இதழின் ஆசிரியக்குழுவில் சேர விண்ணப்பித்த என்னிடம், ஆசிரியர் திரு.டி.வி. ராம்நாத் கேட்ட முதல் கேள்வி, உனக்குப் பிடித்த நடிகர் யார்? எனக்கேட்டு என் பதிலை ஒரு கட்டுரை வடிவில் எழுதச் சொன்னார். எழுதினேன், பதினாறு பக்கங்களில். தேர்வு முடிவைப் பின்னர் தெரிவிப்பதாகச் சொல்ல, வீட்டிற்கு மாலையில் திரும்பிய எனக்குச் சேதி வந்தது - நீ தேர்ந்தெடுக்கப்பட்டிருக்கிறாய் என்று. பேசும் படத்தின் ஆசிரியக்குழுவில் இணைந்த எனக்குப் பிடித்த அந்த நடிகரைப் பலமுறை சந்திக்கிற... , அவர் பற்றி எத்தனையோ கட்டுரைகள், பேட்டிகள், விமர்சனங்கள் எழுதுகிற பேறு கிடைத்தது என்றாலும், நான் எழுதிய அந்தப் பதினாறு பக்க முதல் கட்டுரை, பேசும் படம் மலரில் “தராசுத் தட்டில் நடிகர் திலகம்” என்ற சிறப்பாய்வுக் கட்டுரையாக வெளிவந்த போது ஏற்பட்ட மகிழ்ச்சிக்கு எதுவுமே ஈடாகாது.

K. சந்திரசேகரன்

சிவாஜி - ஒரு வரலாற்றின் வரலாறு

அந்தப் பெருமகனைப் பற்றி, பெருமையோடு மட்டுமே நினைத்துப் பார்க்கும் இந்தப் பத்திரிகையாளன், அவரைப்பற்றிய சில கண்டன விமர்சனங்களும் எழுதியிருக்கிறேன். அவரைச் சுற்றி இருந்தவர்கள், அந்நாளில் என்னிடம் ஆவேசம் காட்டினாலும், அடுத்த முறை சந்திக்கும் போதெல்லாம், அகமுக வரவேற்று, கட்டுரை பற்றி அலசி, சிலவற்றை ஏற்பார், சிலவற்றை எதிர்ப்பார். என்பால் அன்பு பாராட்டிய அந்தப் பண்பாளர், என் ஆத்மா உள்ள வரை, நினைவில் உணர்வு ஜுவாலையாய் நிலைத்து நிற்பார் - நிச்சயம்.

-பத்திரிகையாளர் **எம்.ஜி. வல்லபன்**
(நியூ பிலிமாலயா, அக்டோபர் 2002, நடிகர் திலகத்தின் பவள விழா சிறப்பிதழ்)

கலைத்தாயின் மணிமகுடம்

எங்கள் ஊர்ப் பெருநிலக்கிழார் குஞ்சுப்பிள்ளை அவர்களின் பிள்ளைகளை மாப்பிள்ளைகள் ஆக்கிக் கொண்டவர் நடிகர் திலகம் சிவாஜி கணேசன். அதனால் அவர் எங்க ஊர் சம்பந்தி! நாகைக்கு சம்பந்தியாக, உயர்திரு. நாராயணசாமிக்கு தன் மகள் சாந்தியை மணமுடித்துத் திருமண வரவேற்புக்கு வந்திருந்தார். காவல் துறை அதிகாரி ஒருவர் வீட்டில்தான் நடிகர் திலகம் வந்து தங்கினார். அந்த வீட்டிலிருந்து, ஒரு மாமன்னன் வீதி உலா வருவதைப் போல் மேளதாளத்துடன், சிவாஜி, காடம்பாடி (காடவர்கோன்பாடி) மாளிகைக்கு அழைத்துக் கொண்டு வரப்பட்டார். மாலை சூட்டி, எதிர்கொண்டு வரவேற்று, நாராயணசாமியும் அவருடைய சித்தப்பாக்களும் அழைத்துச் செல்கின்றனர் சிவாஜியை! திருமண வரவேற்பா! நடிகர் திலகத்துக்கு வரவேற்பா? இரண்டும் தான்! நாகையே மக்கள் வெள்ளத்தில் சிக்கி, திக்கு முக்காடியது, திணறியது! அலங்கரித்து, புதுமணப் பெண்ணாக வந்த சாந்தி, மாப்பிள்ளை கோலத்தில் இருந்த நாராயணசாமி, இருவரும் நடிகர் திலகம் கால்களில் விழுந்து வணங்குகின்றனர். ஆனந்தக் கண்ணீர் மல்க, அருமை மகள் சாந்தியையும், நாராயணசாமியையும் ஆரத் தழுவிக் கொள்கின்றார் சிவாஜி. பாசம் சங்கமித்த பரவச நிலை! தந்தையின் உணர்வுகளை நான் அன்று அவர் வடிவில் தரிசித்தேன். இது நடப்பு! அவை யாவும் பசுமையாக என் நினைவில் பதிந்துள்ளன. மறக்கக் கூடியதா அந்தக் காட்சி...? இதோ நடிப்பு - ஆனந்தா! என் கண்களையே உன்னிடம் ஒப்படைக்கிறேன். அதில் ஆனந்தக் கண்ணீரைத்தான் பார்க்கணும். பாசமலர் அண்ணன் நடிகர் திலகம் சிவாஜி, தங்கை சாவித்திரியை ஜெமினி கணேசனிடம் ஒப்படைக்கும் காட்சியைப்

68 K. சந்திரசேகரன்

படத்தில் கண்டிருப்பீர்கள். பின்னர் வாஹினி ஸ்டுடியோவில், அரங்கு ஒன்றில், நவமணி நாளிதழின் துணை ஆசிரியராக, பத்திரிகையாளராக நுழைகின்றேன். இவர் தான் நாகை தருமன் என்று, மதிஒளி சண்முகம் என்னை நடிகர் திலகத்திடம் அறிமுகம் செய்து வைத்தார். அமர்ந்த சிவாஜி எழுந்து நிற்கிறார். கைகூப்பி வணக்கம் தெரிவிக்கிறார். கை குலுக்குகிறார். நீண்ட காலம் பழகிய நேசத்தோடு தோள் மீது கை போட்டு, அருகில் இருந்த நாற்காலியில் அமர வைத்து, அதன் பின்பு தான் அவர் உட்காருகின்றார். என்றும் பணியுமாம் பெருமை, பணிவோடு இருப்பதும், இனிய வார்த்தைகளைச் சொல்வதும் தான் பெருமைக்குரியவர்ளுக்குப் பேரழகு! இவைகளை நடிகர் திலகத்திடம் கண்டேன். நடிப்பில் மட்டுமல்ல, நடத்தையிலும், நற்பண்புகளிலும் அவர் இமயம் தான். "துணை" படத்தில் அவர் நடிக்க, துரை இயக்க, கதாசிரியனாக நான் பணியாற்றிய இப்படம் சென்னை சத்யம் திரையரங்கில் திரையிடப்பட்டது. ஸ்கிரீன் சங்கர் அவர்களிடம் படத்தைப் பார்த்துவிட்டு எப்படி இருக்கிறது என்று வந்து கூறும்படி தெரிவித்துள்ளார். படம் நன்றாக இருக்கிறது என்று பாராட்டிய அவரிடத்தில், இதை அப்படியே நம்ப நாகை தருமனிடத்தில் சொல்லுங்கள். உங்களுக்கு அவர் சக பத்திரிகையாளர், கதாசிரியர், எனக்கு நல்ல எழுத்தாளர், நல்ல மனிதர், எங்க சம்பந்தி ஊர்க்காரர், என்மீது மிகவும் பாசம் கொண்டவர் என்று நடிகர் திலகம் சிவாஜி கூறியுள்ளார். ஸ்கிரீன் சங்கர் வீடு தேடி வந்து என்னிடம் இதைத் தெரிவித்த போது, என் கண்களில் கண்ணீர் மல்கியது. ஏன்... இப்போதும் தான். என் சுவாசமே இப்படிப் பட்டவர்களின் பாராட்டு, நேசத்தால் தான் தொடர்கின்றது. திரு. எம்.ஜி.ஆர் தன் தம்பியை "சிவாஜி யின்னா... சிவாஜி தான்" என்று கூறியதை அடிக்கடி நினைத்துக் கொள்வேன். கலையாக, நிலையாக மக்கள் நெஞ்சில் நிறைந்து விட்ட இவர், கலைத்தாய் சிகரத்தில் ஒளி வீசும் மணிமகுடம்!

-பத்திரிகையாளர் **நாகை தருமன்**
(பிலிம் நியூஸ் ஆனந்தனின் செவாலியே விருது விழா மலர், 22.4.1995)

நடிக மன்னன்

உணர்ச்சிகளைக் கொட்டி, வசனத்தை அழகாக உச்சரித்து, அருமையான குரலில் அழகாக நடித்து, ரசிகர்களை பாத்திரத்தோடு ஒன்றி, சிரிக்கவும், அழவும் வைக்கும் திறமை படைத்தவர் சிவாஜி கணேசன். அவரோடு பழகுகிறவர்களுக்கு, அவருடைய

பணிவு நிறைந்த குணம் நன்றாகத் தெரியும். யாரிடமும், சகஜமாகவும் அன்பாகவும் பழகும் சுபாவமுடையவர். நான் தமிழன், தமிழ் மக்களுக்காக என் வருமானம் முழுவதையும் செலவிடத் தயார் என்று கூறி, புயலிலும், வெள்ளத்திலும் அவதிப்பட்ட மக்களுக்கு அள்ளித் தந்த முதல் நடிகர் சிவாஜி கணேசன் தான். இவர் தமிழ்நாட்டுக்கு மட்டுமல்லாமல், இந்தியாவெங்கும் வெள்ளத்தால் அவதிப்பட்டவர்களுக்கு உதவியுள்ளார். பொதுவாக, நடிகர்களில் அதிக தான தர்மம் செய்யும் நடிகர் சிவாஜி கணேசன் தான். சிவாஜி கணேசன், தன்னுடன் பல ஆண்டுகள் மற்ற துறைகளில் பணிபுரியும் டெக்னீஷியன்களுக்கு மிகவும் உதவுகிறார். ஒவ்வொருவருக்கும் படக்கம்பெனி ஆரம்பிக்க உதவி செய்து, அவர்களை சிறந்த தயாரிப்பாளர்களாகச் செய்து வாழ வைக்கிறார். இம்மாதிரி இவர் உதவி செய்து படம் எடுத்த படத்தயாரிப்பாளர்கள் பல பேர், பெரும் படாதிபதிகளாக விளங்குகிறார்கள். சிவாஜி கணேசனின் இந்த தயாள குணத்துக்காக, அவரிடம் பலர் பயபக்தியுடனும், அன்புடனும் பழகுகிறார்கள். படத் தயாரிப்பாளர்களுக்கு இவரால் தொல்லையே கிடையாது. உதவி தான் அதிகம். இதனால் இவரை நடிக்கச் செய்து படமெடுக்க, எல்லோரும் போட்டி போட்டுக்கொண்டு வருகின்றனர். சிவாஜி கணேசனுக்கு, கதர் மீது மிகவும் பற்றுதல் உண்டு. ஆகவே, தான் கதர் உடுத்துவதோடு, தன்னுடன் நெருங்கிப் பழகுபவர்களையும் கதர் உடுத்தச் சொல்வார். இவருக்கு எல்லா அரசியல் கட்சித் தலைவர்களுடனும் தொடர்புண்டு. ஆனால் காமராஜரிடம் விசேஷ அபிமானம் உண்டு. எல்லோருடனும் சமமாகப் பழகுவார். கருத்து வேறுபாடு உள்ளவர்களையும், முக மலர்ச்சியுடன் வரவேற்று உபசரிக்கும் பண்பு சிவாஜியிடம் இருக்கிறது. சிவாஜி, எந்தக் காரியத்திலும் அன்னையின் ஆணையை மீறுவதில்லை. அவர் சொல்படியே நடப்பவர். சிறு வயது முதல் விடாப்பிடியாக உழைத்து முன்னுக்கு வந்தவர் சிவாஜி கணேசன். உழைப்பும், செய்யும் தொழிலில் ஊக்கமும், உற்சாகமும் கொண்டு, உண்மையாக எவனொருவன் பாடுபடுகின்றானோ, அவனுக்கு வெற்றி நிச்சயம் என்பதை சிவாஜி நிரூபித்து விட்டார். கடவுள் பக்தி நிரம்பிய சிவாஜி கணேசன், ரசிகர்களிடத்திலும் பக்தி உடையவர். ரசிகர்கள் ஒரு நடிகனிடம் திறமை இருக்கும் வரைதான் புகழ்கிறார்கள். ஆகவே, நடிகனுடைய புகழ் அவனுடைய புதுமையான நடிப்பில் இருக்கிறது என்பதை உணர்ந்து, சிறந்த நடிப்பின் மூலம் ரசிகர்களை திருப்திப்படுத்தி, நிலையான புகழைப் பெற்று, தமிழ்த்திரையுலகில் இன்று நடிக மன்னனாக விளங்குகிறார் சிவாஜி கணேசன்.

-மதிஒளி **சண்முகம்**

(மதிஒளி, 1.11.1962, நடிகர் திலகம் சிவாஜி கணேசன் பத்தாண்டு நிறைவு மலர் 1952-1962)

K. சந்திரசேகரன்

> சிவாஜி - ஒரு வரலாற்றின் வரலாறு

இலக்கியவாதிகள் பார்வையில் இமயம்

திரைப்படங்களல்ல – திரைக்காவியங்கள்

அன்பர் சிவாஜி கணேசன் எப்போதுமே என்னைத் தாத்தா என்று எழுத்திலும் பேச்சிலும் குறிப்பிடுவதுண்டு. சிவாஜி கணேசனின் நடிப்பு மற்றவர்களின் நடிப்பைவிடச் சிறந்து விளங்கக் காரணம், அவர் சிலப்பதிகாரத்தின் அரங்கேற்றுக் காதையைப் பலமுறை படித்துப் பயன்படுத்திக் கொண்டது தான் என்று கூறலாம்.

நான் நடிகர் திலகம் சிவாஜி அவர்கள் நடிப்பைப் பார்த்து பிரமித்து இருக்கிறேன். அவர் நடித்த வீரபாண்டிய கட்டபொம்மன், கப்பலோட்டிய தமிழன் திரைப்படங்கள் திரைக்காவியங்களாகும். அத்தகைய திரைப்படங்களை நான் தனியாகத் திரையரங்கிற்குச் சென்று பார்த்துக் களித்த போதெல்லாம், "இவ்வளவு அற்புதமான திரைப்படத்தை குடும்பத்திலுள்ள அனைவரையும் அழைத்து வந்து கண்டுகளிக்கத் தவறி விட்டேனே! நான் மட்டும் தனியாகப் பார்க்கிறேனே" என்கிற குற்ற உணர்ச்சி என் மனதில் எழும்.

K. சந்திரசேகரன்

அப்படி எண்ணுமளவிற்கு, அவரது திரைப்படங்களில், அழகான தமிழ் உச்சரிப்பு, குடும்பப்பாசத்தையும், தேசபக்தியையும் படம் பார்ப்பவர்களின் மனதில் ஆழமாகப் பதியும் வண்ணம் அவரது உயர்ந்த நடிப்புத்திறன் அமைந்திருக்கும். ஆனால், இன்று வெளியாகும் திரைப்படங்களைப் பார்க்கும் பொழுது, சிவாஜி படங்களைப் பார்க்கும் பொழுது ஏற்படும் உணர்ச்சிக்கு நேர் எதிரான கசப்பான உணர்வே தோன்றுகிறது. இப்பொழுது வெளியாகும் திரைப்படங்களைப் பார்க்கும் பொழுது "நல்லவேளை! இவ்வளவு ஆபாசமான, தரம் தாழ்ந்த படங்களை, குடும்பத்தினர் அனைவருடனும் பார்க்காமல், தனியாக வந்து பார்த்தது நல்லது. இதுபோன்ற படங்களை நானும் இனிமேல் பார்க்க மாட்டேன்" என உறுதியாக என் எண்ணத்தை மாற்றிக் கொள்ளும் அளவில்தான் இன்று வரும் திரைப்படங்கள் அமைந்துள்ளன. தான் நடிக்கும் படங்களின் தரத்தைப் பலமடங்கு உயர்த்திக்காட்டும் சிவாஜியின் நடிப்புத்திறன் போற்றத்தகுந்தது.

-முத்தமிழ்க்காவலர் **கி.ஆ.பெ. விசுவநாதம்**

(சென்னை, மயிலை R.R. சபாவில் 1977ஆம் ஆண்டு நடைபெற்ற விழாவில் பேசியது மற்றும் பொம்மை மாத இதழில் எழுதியது.)

கலைப் பொக்கிஷம்

இன்றைய திரைவானில், தனது ஒப்பற்ற கலைத்திறனால், பிறந்த பொன்னாட்டிற்குப் பெருமை தேடித்தந்தவர், கலைஞர் செல்வம் சிவாஜி கணேசன் என்பது போற்றுதற்குரியது. கலையுலகம், அவர்தம் சிறந்த சேவையினையும், சாதனைகளையும் எதிர்காலத்திலும் பயன்படுத்திக் கொள்வது மிக்க நலம் பயக்கும். சிவாஜி கணேசன் அவர்கள் இருபதாம் நூற்றாண்டின் ஈடு இணையற்ற, பெருமைக்குரிய கலைப் பொக்கிஷம். மேலை நாடுகளில், தமிழகக் கலைத்திறனையும், பண்பாட்டினையும் வடித்துக் காட்டிய, தமிழார்வம் கொண்ட, முழுமைக் கலைஞர் எனப் பாராட்டப்பட்டவர். தமிழுக்கும், தமிழ் மக்களுக்கும், அவர் திரைப்படங்கள் மூலம் புரிந்து வரும் சாதனைகள், முக்கியத்துவம் வாய்ந்த வரலாற்றுச் சிறப்பு மிக்கவை. கலையில் மட்டுமல்லாது, பொதுத் தொண்டிலும் தன்னை ஈடுபடுத்திக் கொண்ட நல்ல உள்ளமும், சீரிய பண்பும் பெற்றவர். சொல்வன்மையும், தமிழார்வமும் கொண்ட அவர், தம் நடிப்பின் மூலம் தமிழ் அன்னைக்குச் செய்து வரும் தொண்டு மகத்தானது. தமிழிலே அவருக்குள்ள பற்று, அவர் நடித்த நல்ல தமிழ்ப்படங்கள் மூலம் மிளிர்கின்றன. அவர்தம் திரையுலகச் சாதனைகள், மிக மிக மகத்தானவை. இன்றைய தமிழ் மக்களின் இதயங்களில் மாறாத இடத்தைப் பெற்ற சிறப்பு மிக்கவை. இயல், இசை, நாடகம் என்னும் எத்துறையிலும் நல்ல பயிற்சியும், சிறப்பும் உள்ள கலைஞர் செல்வம்

72 K. சந்திரசேகரன்

சிவாஜி - ஒரு வரலாற்றின் வரலாறு

கணேசன் அவர்கள், தமிழகம் பெருமை கொள்ளத்தக்க தலைசிறந்த நடிகர். அவர் தம் நடிப்புத்திறனால், கலை உலகமும், நாடகத்துறையும், திரைப்படத்துறையும் பெரும்பயன் எய்துகிறது. அவரை ஈன்ற தமிழகம் வாழ்க ! அவர் தம் கலைத்திறன் வெல்க! நிலவுக!

-பேராசிரியர் **டாக்டர் மு. வரதராசனார்**
(முன்னாள் துணைவேந்தர், மதுரைப் பல்கலைக்கழகம்)
(சினிமா ஸ்டார் சிறப்பு மலர், பத்மஸ்ரீ சிவாஜி கணேசன் சாதனைகள் 1952-1967)

நடிக்கப்பிறந்தவர்

பிறவிக் கலைத்தன்மை என்பது, ஓவியர், நடிகர், எழுத்தாளர் முதலிய பல்வகைக் கலைத்துறையில் உள்ளவர்களுக்கும் பொருந்தும். பல ஆண்டுகளுக்கு முன்பு நாடக மேடைகளிலும், இப்போது திரைகளிலும் தோன்றி, தோன்றும் இடங்களிலெல்லாம் உயிர்த்துடிப்பை வெளிப்படுத்தி வருபவர் திரு. சிவாஜி கணேசன். நடிப்புக் கலைத்துறையில் பல்வேறு பாத்திரங்களாக மாறி, பல்வேறு உணர்ச்சிகளை, பல்வேறு முறைகளாலும் வெளிப்படுத்தும் சிவாஜி அவர்கள், நடிக்கவே பிறந்தவர் என்பது என் எண்ணம். இந்தக் கலைஞரின் உள்ளமாகிய நாடக அரங்கத்தில், வற்றாத ஊற்றாகிய கற்பனைச் சுரங்கம் எங்கோ இருக்கிறது. அந்த ஊற்றிலிருந்து புதிய புதிய கற்பனைகள் தோன்றி, அவரை அரங்கிலே ஆட்டுவிக்கின்றன. அவர் ஆடுகிறார். ரசிகர்கள் ஆட்டுவிக்கப்படுகிறார்கள். அவர் பேச்சிலே தான் வல்லவர் என்று முன்பு பலர் கூறினார்கள். சிம்மக் குரல் என்று குரலை மட்டும் தனித்துக் கூறிப் பலர் பாராட்டினார்கள். ஆனால் அந்தக்குரல், கற்பனை உள்ளத்தில் ஒருவகை வெளியீடு தான் என்பதை இப்போது காணுகிறார்கள். குரலில் உணர்ச்சிகளைக் கொட்டத் தெரிந்தவருக்கு, விழிகளால், உதடுகளால், கரங்களால், கால்களால், அங்கத்தின் ஒவ்வொரு அணுவாலும் கொட்டவா தெரியாது. ஒவ்வொரு சலனத்திலும் நடிப்பை வெளிப்படுத்த முடிகிறதே அவரால்! ஒரு முழுநீளப் படத்தில் ஒரு வார்த்தை கூடப் பேசாமல் அவரை நடிக்கச் செய்ய முடியும். அவரது கலைத்துறையின் வெற்றி ரகசியங்கள் என்று நான் கருதும் சிலவற்றை இங்கு குறிப்பிடுகிறேன். கலைத்திறமையின் வித்து, பிறவியிலேயே கிடைத்து விடுகிறது என்றாலும், அதை உணர்ந்து, வளர்த்துக் கொள்ளும் ஆர்வம் உலகில் பலரிடம் இருப்பதில்லை. தாங்கள் பிறவி மேதைகள் என்ற கர்வத்தால், தங்களையும் வளர்த்துக் கொள்ளாமல், ரசிகர்களையும் வளர்த்துக் கொள்ளாமல் அவர்கள் ஒதுங்கி விடுகிறார்கள். அவர்களை மக்களும் ஒதுக்கிவிடுகிறார்கள். ஆனால் திரு. சிவாஜியோ அத்தகையவரல்லர். தமக்குக் கடவுளால் கொடுக்கப்பட்டுள்ள பெருஞ்சக்தியை

K. சந்திரசேகரன்

வளர்த்துக் கொள்வதில் எப்போதும் ஆர்வம் கொண்டிருக்கிறார். படப்பிடிப்புகளின் போதும், ஓய்வு நேரங்களிலும் நான் அவர் போக்கை, ஓர் ரசிகன் என்ற முறையில் கவனித்து வந்திருக்கிறேன். மற்றவர்களுடைய பேச்சுக்கள், செயல்கள், முகபாவங்கள் இவற்றை அவர் கூர்ந்து நோக்கத் தவறுவதில்லை. மனிதர்கள் எந்தச் சமயத்தில், எப்படியெல்லாம் உணர்ச்சிகளை வெளியிடுகிறார்கள் என்பதை அவர் இன்னும் அதிகமாகத் தெரிந்து கொள்ள விரும்புகிறார். நானும் என் கற்பனை வளர்ச்சிக்கு, என் கதாபாத்திரங்களை மனிதர்களிடம் காணத் துடிப்பது போல், அவருடைய இந்தக் கூர்ந்த விழிகளின் கருத்தை என்னால் ஓரளவு புரிந்து கொள்ள முடிந்தது. மனிதர்களது உணர்ச்சிகளின் ஆழத்திற்கு நொடிப் பொழுதில் சென்று, அவருக்கு வேண்டியவற்றைத் தேடிப் பிடிக்கும் ஆற்றல் அவரிடம் இயற்கையாகவே இருக்கிறது. அதை அவர் உபயோகப்படுத்தித் தம் கற்பனையை வளர்த்துக் கொள்கிறார். அடுத்ததாற் போல், அவரது ஞாபக சக்தியைக் குறிப்பிட வேண்டும். பல ஆண்டுகளுக்கு முன்பு நாடக அரங்குகளில் பாடிய பாடல்கள், பேசிய வசனங்கள் இவற்றை அவர் மிக எளிதாக, ஓய்வு நேரங்களில் சொல்லி மகிழ்கிறார். சமீபத்தில் அவர் நடிக்கும் படங்களில் கேள்வியுற்ற பாடல்களும், வசனங்களும் கூட அவர் நினைவிலிருந்து விலகுவதில்லை. இன்றைய வளர்ச்சியின் அடித்தளம், அவரது நாடக மேடைப் பயிற்சி தான். மேடைகளில் பயிற்சி பெற்றவர்கள்தாம் பெரும்பாலும் இன்று திரையுலகிலும் பிரகாசிக்கிறார்கள் என்றாலும், மேடைக்கும் திரைக்கும் உள்ள சில அடிப்படை மாறுதல்களை நன்கு உணர்ந்து கொண்டு, அவற்றுக்கேற்பத் தம்மை மாற்றிக் கொண்டிருப்பவர் சிவாஜி. மேடையில் நடிப்பை எவ்வளவுக்கு முடியுமோ அவ்வளவுக்கு வெளிக்காட்டவேண்டும். திரையில் உணர்ச்சிகளை நடிப்பில் பிரதிபலிக்க வேண்டும். Action in Stage and Reaction in Screen என்ற இலக்கணம் அவருக்கு அத்துப்படியாகிவிட்டது. ஒளி, ஒலி, காலம், இடம் இவற்றை அவர் மிகமிக எளிதாகச் சமாளித்து விடுகிறார். கற்பனைக் கலைஞர்கள், எந்தத் துறைக்கும் நவீன வசதிகளுக்கேற்பத் தங்களை மாற்றிக்கொண்டு வளரமுடியும் என்பதற்கு, நாடகக் கலைஞராக இருந்த சிவாஜி, திரையில் வளர்வது ஓர் உதாரணம். இன்னும் பலவற்றைக் குறிப்பிடலாம் என்றாலும், மிக முக்கியமான ஒன்றை இங்குச் சொல்வது மிக அவசியம் என்று நினைக்கிறேன். கலையுலகில் உள்ள ஒரு பலவீனம், (எழுத்துக் கலையையும் சேர்த்துத்தான் சொல்கிறேன்) கலைத்திறன் வளர்வதோடு, தனிச் செருக்கும் சேர்ந்துவிடும். தன்னம்பிக்கைதான் கலை வளர்ச்சிக்குத் தேவையான முதல் சொத்து. ஆனால் அதுவே செருக்காகிப் பெருகி விடுவதால் பல இன்னல்கள் விளைகின்றன. அந்தச் செருக்கு சிறிதும் இல்லாத கலைஞர்களில் திரு. சிவாஜியும் ஒருவர். எந்தக் கலையுமே முழுத் தன்மை பெறும் அளவிற்கு வளர்ந்து விடவில்லை என்பது உயர்ந்த கலைஞனின் கருத்து. இதை அவரும் உணர்ந்திருக்கிறார். அதனால் தான் இன்னும் உயர்ந்த கலைச்சிகரங்களுக்குத் தாவிச் செல்ல வேண்டும் என்ற துடிப்பு அவரிடம் மிகுந்திருக்கிறது. இவற்றையெல்லாம் ரசிகன் என்ற முறையிலும், எழுத்தாளன் என்ற

முறையிலும் என்னால் காண முடிகின்றது. யாரிடமும் நெருங்கிப் பழகாமல், அதே சமயம் முற்றிலும் விலகிச் செல்லாமல், பழகும் சுபாவம் உள்ளவன் நான். எனது கதாபாத்திரம் ஒன்றை ரசிக உள்ளத்தோடு நோக்குவது போல் அவரை நோக்கி இங்கு சொல்லியிருக்கிறேன். மலையின் அழகைக் காண வேண்டுமானால், நெருங்கிச் செல்லாது, சற்று விலகி நின்று கவனித்து மகிழ வேண்டும். அதே போல் கலைத்துறையில் உயர்ந்திருப்பவர்களிடம், சற்று எட்டி நின்று அவர்களது கலைச் செல்வத்தை அனுபவிக்க வேண்டும். ரசிகன் என்ற முறையில் நான் கடைபிடிக்கும் இந்தப் பழக்கத்தை மற்ற ரசிகர்களும் கடைப்பிடித்தால், அவரது திறமையின் முழுப் பயனையும் இந்த நாடு அனுபவிக்க முடியும். எல்லாக் கலைஞர்களிடமும் அப்படிப் பழகுவது தான் நல்லது. இந்தப் பிறவிக்கலைஞரிடம் இயற்கையான கலைத்திறனுடன் வளரும் ஆர்வம், வாழ்க்கையை அறியும் துடிப்பு, ஞாபக சக்தி, காலத்திற்கேற்ப மாற்றிக்கொள்ளும் தன்மை, செருக்கின்மை, இவ்வளவும் இருக்கின்றன. பிறவிக் கலைஞர் சிவாஜி, ஆரோக்கியத்துடன் நீடூழி வாழ்ந்து, நம் நாட்டின் கலைச் செல்வத்திற்கு மேலும் மேலும் புகழ் தேடித்தர வேண்டும்.

-எழுத்தாளர் **அகிலன்**.
(நடிகன் குரல், நடிகர் திலகம் சிவாஜி கணேசன் உலக வெற்றி உலா மலர்,
ஆகஸ்ட் 1962)

கலைஞர்கள் வரிசையில் இவர் முதல்வர்

நடிகர் திலகம் சிவாஜி கணேசன் அவர்களை, நம் நாடு மட்டுமல்ல, அமெரிக்காவும் பாராட்டுகிறது. இது வரையில், எந்தவொரு தமிழ் நடிகருக்கும் இவ்வளவு பெரும் புகழ் கிடைத்ததே கிடையாது. பத்து ஆண்டுகளுக்கு முன், இவர் மண்ணுக்குள் மறைந்திருக்கும் வேரைப் போல் இருந்தார். இன்றோ, விதையை விட்டு வெடித்து வெளிவந்து, வளர்ந்து மலர்ந்திருக்கும் ஒரு வேங்கை மரம் போன்று காட்சி தருகிறார். திறமையின் கனத்தையும், விளம்பரத்தின் வீக்கத்தையும், சரி சமமாகப் பெற்றிருக்கும் இவர், நடிகர்களின் நாயகமாக விளங்குகிறார். சிந்துப் பாடல்களுக்கு அண்ணாமலை ரெட்டியார் அவர்களால் புதிய பெருமை ஏற்பட்டது போல், மங்கிக் கிடந்த தமிழ்ச் சொற்களுக்கு, மறைமலையடிகளால் உயர்வும், வளர்ச்சியும் ஏற்பட்டது போல், இவரால் நடிப்புக் கலைக்கே நல்லதொரு புதுமை பிறந்திருக்கிறது. வங்கக் கவிஞர் தாகூரின் தந்தை, விவேகானந்தரைப் பார்த்து, "நீ உலகு புகழ் உத்தமனாக விளங்குவாய்" என்று பாராட்டினார். அவர் வாக்கு பலித்தது. சொற்பொழிவுச் சிங்கம் சோம சுந்தர நாயகர், பூண்டி அரங்கநாத முதலியாரை ஆசீர்வதித்தார். முதலியார் மூத்த புகழோடு விளங்கினார். அது போலவே பெரியார் இராமசாமி அவர்கள் இவரைப்

> சிவாஜி - ஒரு வரலாற்றின் வரலாறு

பாராட்டி, இவருக்கு சிவாஜி என்று பட்டம் சூட்டினார். அன்று முதல் இவரது புகழ் எங்கும் எட்ட ஆரம்பித்தது. தமிழ்ப்பெரியாரின் தாய்ப்பால் வாக்கும் பலித்து விட்டது. கலைஞர்கள் வரிசையில் இவர் முதல்வராகவும், கலைப்புத்தகத்தில் இவர் புதிய அத்தியாயமாகவும் விளங்குகிறார். இவரால் நம் நாடு புதிய முன்னேற்றம் பெற்று வருகிறது. நடிப்பை இவர் வளர்க்கிறார். நாடு இவரை வளர்க்கிறது. வாழ்க சிவாஜி கணேசன்!

-கவிஞர் **சுரதா**
(நடிகன் குரல், நடிகர் திலகம் சிவாஜி கணேசன் உலக வெற்றி உலா மலர், ஆகஸ்ட் 1962)

உலகம் போற்றும் கலைஞன்

எல்லா மரங்களும் புஷ்பிப்பதில்லை. அப்படியே பிஞ்சுகளானாலும், எல்லாப் பிஞ்சுகளும் முற்றிக் காயாகி விடுவதில்லை, காய்கள் எல்லாம் கனியாகி விடுவதில்லை, கனிகள் எல்லாம் சுவையுடையனவாக இருப்பதில்லை, சுவைக்கும் கனிகள் எல்லாம், எல்லோருக்கும் பிடித்திருப்பதில்லை. இவற்றைப்போன்றது தான் கலைஞர்களின் வாழ்க்கையும். நடிப்புலகில் ஈடுபடுவோர் அனைவரும் நட்சத்திரங்களாக ஜொலித்து விடுவதுமில்லை. அப்படியே ஜொலித்தாலும், எல்லோருக்கும் விருப்பமுடைய நட்சத்திரமாக ஆகி விடுவதில்லை, நண்பர் சிவாஜி கணேசன் அவர்கள் இந்த முறைகளுக்கு அப்பாற்பட்டவர். ஒப்பற்ற கலைஞர்! நடிப்புலகில் படிப்படியாய் முன்னேறி, இமயமலை உச்சியைத் தொட்டு விட்டது போன்று புகழ் பெற்றுத் திகழ்பவர். இந்தப் புகழ் அவருக்கு சாதாரணமாகக் கிடைத்ததல்ல. அயராத உழைப்பாலும், சலிப்பில்லாத விடாமுயற்சியாலும், எல்லோருடைய அன்பிற்கும் உரியவராக நடந்து கொள்கின்ற குணத்தினாலும், நடிப்புலகில் விண்மீனாக ஆவது என்ற குறிக்கோளைக் கொண்டு செயல்பட்டதாலுமே, அவர் இன்று உலகம் போற்றும் நடிகராகத் திகழ்கிறார். வெறும் நடிகர் மட்டுமல்ல, கலை உலகத்தின் எல்லா நுணுக்கங்களையும் புரிந்து கொண்டிருக்கும் மேதை அவர். உலக அரங்கில் சிவாஜி கணேசனைப் போன்ற ஒரு கலைஞர் இன்று வரை தோன்றவில்லை! இனியும் தோன்ற முடியுமா என்பதும் சந்தேகமே! கலை, இலக்கியம், சமுதாயம், அரசியல் ஆகிய எல்லாத்துறைகளிலுமே ஞானம் பெற்றுத் திகழ்பவர் நமது சிவாஜி. இன்று நண்பர் சிவாஜி பெற்றிருக்கிற புகழ், இந்தியாவில் இதற்கு முன்பு யாரும் அடைந்திருக்காத ஒன்று ஆகும்! ஒரு தமிழ் மகனுக்கு அத்தகைய புகழ் கிடைத்திருப்பதற்காக, தமிழர்கள் அனைவரும் பெருமைப்படவேண்டும். சங்க காலங்களிலே வாழ்ந்த கலைஞர்களுடைய வரலாறுகளை நாம் படிக்கின்றோம். அவற்றில் கூட, தமிழக

K. சந்திரசேகரன்

எல்லை கடந்து, புகழ் பெற்று வாழ்ந்த கலைஞர்களைக் காண்பது அரிதாக இருக்கிறது. உலகம் புகழும் கலைஞன், தமிழ் மண்ணில் நமது சிவாஜிக்கு முன்பு பிறந்திருக்கவில்லை என்று கூறுவது புகழ்ச்சிக்குரிய வார்த்தையல்ல. அப்பட்டமான உண்மையாகும். மனிதன் தோன்றுவதும், புகழுடன் வாழ்வதும், இயற்கை என்றாலும், அந்தப் புகழை இடையறாது, மேலும் மேலும், நாளுக்கு நாள், அதிகமாக உயர்த்திக்கொண்டு செல்வதற்கு, வெறும் உழைப்பு மட்டும் போதாது. மிக ஜாக்கிரதையான, கவனிப்புடன் கூடிய உழைப்பு வேண்டும். தொழிலுக்காக, இடையறாது, தன்னால் எவ்வளவு முடியுமோ, அதற்கும் மேலாக உழைத்துக் கொண்டிருப்பவர் சிவாஜி. அந்த உழைப்பு தான் அவரை உலகம் போற்றும் கலைஞராக உயர்த்தியிருக்கிறது. கலைஞன் சோம்பேறியல்ல, கலைஞன் தூங்குமூஞ்சியல்ல, கலைஞன் உழைக்க அஞ்சுபவனுமல்ல, என்ற நிலையை உருவாக்கித் தந்திருப்பவர் சிவாஜி. கலைக்காக இருபத்துநான்கு மணி நேரமும் அயராது உழைக்க முடியும் என்பதனைச் செயலிலே காட்டிக் கொண்டிருப்பவர். தன்னுடைய கலைத் தொண்டுக்கிடையே உலகச் செய்திகள், அரசியல் நடப்புகள், நல்ல நூல்கள் பலவற்றை விடாது படித்து அறிந்து கொண்டிருப்பவர். நண்பர்களிடத்து சுவைபடப் பேசும் சுபாவம் கொண்டவர். அவர் முயன்றால் கலையுலகில் அடைந்திருக்கும் சிறப்பினும் அதிகமாக அரசியலுலகிலும் பெற முடியும். சிவாஜியால் கலையுலகம் புகழடைகிறது. தமிழ் நிலம் பெருமையுறுகிறது. இந்தியாவின் புகழ், கலைத்துறையில் மேலும் மேலும் ஓங்குகிறது. இத்தகைய கலைஞர் வாழ்கின்ற காலத்தில் வாழ்ந்தவர்கள் என்று சொல்லிக் கொள்வதிலேயே நமக்கெல்லாம் பெருமை இருக்கிறது. இத்தகைய புகழுக்குரிய மைந்தனைப் பெற்ற பெற்றோர்கட்கு எனது கை கூப்பு.

-கவிஞர் **கா.மு. ஷெரீப்**
(நடிகன் குரல், நடிகர் திலகம் சிவாஜி கணேசன் உலக வெற்றி உலா மலர், ஆகஸ்ட் 1962)

கலைவேந்தர்

தரமான சினிமா நடிகர்களில் சிறந்து நிற்பவர் திரு. சிவாஜி கணேசன் அவர்கள். கணேசமூர்த்தியென்ற இயற்பெயர் கொண்ட அவர், சிவாஜியாக நடித்துப் புகழ் பெற்று சிவாஜி கணேசன் ஆனார். சிவாஜியென்றாலே போதும். அவரைத் தான் நினைப்பார்கள். அவர் பண்பாளர்; கலைவேந்தர்; வள்ளல். அவர் நீடூழி வாழ்க!

-**கி. வா. ஜகந்நாதன்**
(நடிகன் என்ற புத்தகம், 31.12.82, ஆசிரியர். ந. வேலுச்சாமி)

> சிவாஜி - ஒரு வரலாற்றின் வரலாறு

வளரும் நடிப்பு

சிவாஜியின் நடிப்பு படத்துக்குப்படம் வளருவது போல இம்மன்றமும் வளரட்டும்.

- **சாண்டில்யன்**

(6.9.1962 அன்று விழுப்புரம் சிவாஜி கணேசன் கலை மன்றத்திற்கு வருகை புரிந்த போது பதிவேட்டில் பதிவு செய்தது.)

காங்கிரசைக் காத்த கலைக்குரிசில்

நடிகர் திலகம் சிவாஜி கணேசன் உண்மையான தேசியவாதி. பெருந்தலைவர் காமராஜரின் உண்மையான தொண்டர். காங்கிரஸ் பேரியக்கத்தின் வளர்ச்சிக்காக தன்னை அர்ப்பணித்தவர். தன்னுடைய உழைப்பு, செல்வம், நேரம் ஆகியவற்றின் பெரும்பகுதியை, தேசிய இயக்கத்தின் வளர்ச்சிக்காக செலவிட்டார். அப்படி அவர் செலவிட்டது, எந்த ஒரு சுயநல நோக்கத்திற்காகவோ அல்லது உயர்ந்த பதவிகள், பட்டங்கள் தன்னை நாடி வரும் என்ற எண்ணத்திற்காகவோ அல்ல. முழுக்க முழுக்க பொதுநல நோக்குடனேயே அவர் செயல்பட்டார்.

1967ஆம் ஆண்டு தமிழகத்தில் நடைபெற்ற பொதுத் தேர்தலில், காங்கிரஸ் பேரியக்கம் படுதோல்வி அடைந்தது. பெருந்தலைவர் காமராஜர் விருதுநகர் தொகுதியில் தோற்கடிக்கப்பட்டார். தோல்வியால் துவண்டு கிடந்த காங்கிரஸ் கட்சிக்கு புத்துணர்ச்சி ஊட்டியவர் சிவாஜி. தமிழகத்தின் மூலை முடுக்கெல்லாம் தெருமுனைக்கூட்டங்கள் நடத்தி, சைக்கிள் பேரணிகளில் ஆயிரக்கணக்கில் தனது ரசிகர்களை பங்கு பெறச் செய்து, இயக்கத்தின் கொள்கைகளை மக்களிடையே பரப்பினார்.

தன்னலம் கருதாமல், சிவாஜியும் அவரது ரசிகர்களும் காங்கிரஸ் கட்சிக்காக அரும்பாடுபட்டதை, நன்றியுள்ள காங்கிரஸ்காரன் எவனும் மறக்க மாட்டான்; மறக்கவும் கூடாது.

-சிறுகதை மன்னன் **ஜெயகாந்தன்**

(சென்னை பசும்பொன் முத்துராமலிங்கத் தேவர் திருமண மண்டபத்தில் நடைபெற்ற சிவாஜி தரிசனம் புத்தக வெளியீட்டு விழாவில் கலந்து கொண்டு பேசியது-செப்டம்பர் 2006)

K. சந்திரசேகரன்

நடிப்பிலக்கண நூல்

தொல்காப்பியத்தில் மெய்ப்பாட்டியல் என்று ஒரு பகுதி, நடிப்பு பற்றிய இலக்கணமாக வருகிறது. அதில் வரும் ஒவ்வொரு முத்திரைகளுக்கும், இந்த உணர்ச்சியை, சிவாஜி இந்தப்படத்தில் இப்படிச் செய்தாரே என்று என்னுடைய மாணவர்களுக்குக் கூறிய போது, அவர்கள் எளிதில் புரிந்து கொண்டனர். நடிப்புக் கலைக்கு இலக்கண நூல் யாராவது எழுதினால், அதில் சிவாஜியின் ஒவ்வொரு உணர்ச்சி வெளிப்பாட்டையும், அவரது படத்திலிருந்து எடுத்துப்போட்டு, அதன் கீழ் இந்த முகபாவம் இந்த உணர்ச்சியைக் குறிக்கிறது என்று ஒரு குறிப்பு எழுதி வைத்து விட்டால் போதும், அதுவே ஒரு தலைசிறந்த நடிப்பிலக்கண நூலாகி விடும்.

-பேராசிரியர் **டாக்டர் மா. நன்னன்**
(குங்குமம், 6.2.1987)

நடிப்புப் பல்கலைக் கழகம்

செவாலியே விருது பெற்ற நடிப்பின் இமயம் நமது சிவாஜி கணேசன். உலகியற் கண்ணோடும், உணர்வோடும், ஒருவர் மற்றொருவராக மாறிக்காட்டும் நடிப்புத்திறன் எளிதானதன்று. பிறந்த நாள் தொட்டே, பெருந்திறமை பூண்டவராக மிளிர்ந்த நடிகர் திலகம் சிவாஜி அவர்கள், நூற்றுக்கும் மேற்பட்ட தோற்றங்களில் தோன்றி நம்மை மகிழ்வித்ததை நன்றியோடு போற்றுகின்றோம். நடிப்புப் பல்கலைக்கழக வேந்தராகவும், ஒரு மாமணியாய் உலகிற்கோங்கிய திருமணியாய்த் திகழும் சிவாஜி அவர்களின் நடிப்புத்திறனை வியந்த ஒரு நண்பர்,

ஊன் நடிக்கும்,
உயிர் நடிக்கும்
உயிர்க்குயிரும் தான் நடிக்கும்
தனிப்பேராற்றல்

என்று புகழ்ந்ததை இன்றும் நினைவு கூர்கின்றேன். எவரும் எட்டாத இமயமாக விளங்கும் நடிப்பிமயம் சிவாஜி கணேசனின் புகழ் என்றென்றும் வாழ்க!

-டாக்டர் ஔவை நடராசன்
-தஞ்சை தமிழ்ப்பல்கலைக்கழக முன்னாள் துணைவேந்தர்
(உலகின் ஈடில்லா நடிகர் சிவாஜி கணேசன் என்ற புத்தகம், ஆசிரியர்: இரா மகாதேவன், வெளியீடு: மணிமேகலைப் பிரசுரம், 2002)

கலையுலக வேந்தர்

சிவாஜி யார் ? சொல்லுங்கள் பார்க்கலாம் ! என்று இளையவர் முதல் முதியவர் வரை எவரைக் கேட்டாலும், வரலாறேறிய மராட்டிய வீரன் என்று சொல்லாமல், பளிச் என்று நடிகர் திலகம் என்று சொல்லுமளவிற்கு பெரும் புகழ் பெற்றவர் நம் சிவாஜி கணேசன் அவர்கள். வெள்ளித்திரை வாயிலாக நடிப்புக்கலையின் நலத்தை அள்ளி அள்ளித் தந்து, மக்களின் உள்ளங்களையெல்லாம் உவகையூற்றாக மாற்றுகின்ற சிவாஜி கணேசன் அவர்கள், தமது தொழிலின் மூலம் தேடிச் சேர்க்கும் பணத்தின் ஒரு பகுதியை, நாட்டிற்கு வழங்கும் நல்ல மனம் கொண்டவர். எத்தனையோ பேர் அமெரிக்கா செல்கிறார்கள்! வெளிநாடு செல்கிறார்கள் ! அத்தனை பேரையும் எண்ணி நாம் இத்தனை மகிழ்ச்சியோடா வரவேற்கிறோம்? இக்காலத்தில் வெளிநாடு செல்வது என்பது பெரிய வியக்கத்தக்க ஒன்று அல்ல! பணம் இருந்தால் போதும், வெளிநாடு போய் வந்து விடலாம்! ஆனால் பணம் இருந்ததால் வெளிநாடு சென்று வந்த பெருமையோடு, மனநிறைவோடு மட்டுமே இருக்க முடியும். ஆனால் கற்றதுணர விரித்துரைக்கும் சிவாஜி போன்ற கலைஞர் சென்றால், அவரும் பயன்பெறுகிறார், அதனால் நாடும் பயன்பெறுகிறது. காரணம், கலைஞர்கள் தாங்கள் உணர்ந்ததை உலகிற்கு உணர்த்தும் திறமை பெற்றவர்கள். யான் பெற்ற இன்பம் பெருக இவ்வையகம் என்ற பெருநோக்கிலே, கலைஞர்களுடைய இதயங்கள் இயங்குகின்ற காரணத்தினால் தான், வெள்ளத்தின் பெருக்கைப் போல கலைப் பெருக்கை நாட்டிலே நாம் காண முடிகிறது. அன்புக்கரம் நீட்டிய அமெரிக்க அரசாங்கத்தின் அழைப்பினை ஏற்று, அத்தகைய கலைஞர் ஒருவர் அமெரிக்கா மற்றும் உலக நாடுகளுக்கும் சென்று, வெற்றியுடன் திரும்புகிறார் என்றால், நம் உள்ளங்களில் மகிழ்ச்சி வெள்ளம் துள்ளாது இருக்குமா என்ன? அமெரிக்காவிலிருந்து தேடற்கரிய நடிப்புத் திறமையினைத் திரட்டி வந்திருப்பார் சிவாஜி என்பதை விட, தேடற்கரிய நடிப்பு நுணுக்கங்களை அள்ளி வந்திருப்பார் சிவாஜி என்பதை விட, அங்கு, பிறந்த பொன்னாட்டின் பெருமையுணர்த்திப் பெறற்கரும் கலையை அள்ளித் தந்ததே அதிகமாக இருக்கும் என்று நான் உறுதியாகச் சொல்லுவேன். அந்த அளவிற்கு வெள்ளித் திரையில் நடிப்பின் இலக்கணம் நாளும் எழுதிக் கொடுத்துப் புகழெனும் கோபுரத்திலிருக்கும் சிவாஜி - தன்னை மிஞ்சுவார் தானேயாகித் திரையெனும் வானிலே திகழ்கின்ற சிவாஜி - கலையைத் தொழிலாய்க் கொண்டிருந்தாலும், கலையில் குறையாக் காதல் கொண்ட சிவாஜி - குறையாத திறமை கொண்ட நடிப்பினால் நிறைபுகழ் பெற்றும், நிறையா மனத்துடன் நித்தம் உழைத்திடும் சிவாஜி - இது புதிதென வியந்திடும் போது, அதனினும் புதிதென அரும் பெரும் புதுமைகளைத் திரையினில் புகுத்தி நம் நெஞ்சினில் பூரிப்பென்றும் பொங்கிடச் செய்திடும் சிவாஜி - நெஞ்சினை உருக்கும் வித்தை கற்றவர், கலையுலக வேந்தர்! இத்தகைய கலைஞர் வெளிநாடு சென்று வெற்றியோடு திரும்புகிறார் என்றால் அவர் வரவு ஏற்காதவர் இங்கு யாருமே இருக்க மாட்டார்கள்.எல்லோருமே இவருக்கு நல்வரவு

K. சந்திரசேகரன்

சிவாஜி - ஒரு வரலாற்றின் வரலாறு

கூறுகிறோம். வருக! கலைக்குரிசிலே வருக! என்று கல்லெனும் நெஞ்சங்கூட கரைந்திட வல்ல நும் நடிப்புத்திறமை நாளும் வளர்க! மனத்தினை வருத்தும் கவலைகள் யாவும் மாற்றி இன்பம் வழங்கிடும் நும் நடிப்புக் கலையின் நயம் வளர்ந்தோங்குக! வாழிய நும் திறம் வாழிய வாழி ! வாழிய வையகம் போற்றிட வாழி !

-திருமதி. **சௌந்தரா கைலாசம்**
(நடிகன் குரல், நடிகர் திலகம் சிவாஜி கணேசன் உலக வெற்றி உலா மலர், ஆகஸ்ட் 1962)

பெரியார் ரசித்த நாடகம்

வீரம் மிக்க வசனம் பேசும் நடிகர் திலகத்திற்கு, வீரம் மிக்க பாவலர் ஒருவரைப் பாத்திரப் படைப்பாக்கிக் காட்டலாம் எனப் புறநானூற்றைப் புரட்டினேன். புலியெனப் பாய்ந்து வந்தார் கோவூர் கிழார். அந்தச் சங்க இலக்கிய நாடகம் தான் நான் எழுதிய களம் கண்ட கவிஞன். நடிகர் திலகத்திற்கு எவரும் எழுதலாம். எழுத்துக்கு மேலேயும் அவர் கழுத்தை நீட்டுவார். அவரால் மட்டுமே அப்படி முடியும். களம் கண்ட கவிஞனில் சிவாஜி அவர்கள் கோவூர் கிழாராகவே வாழ்ந்து காட்டினார். ஆயிரம் யானைகளைக் கொன்றவன் மேல்தான் பரணி பாடவேண்டும். ஆனால் கோவூர் கிழார், கிள்ளி வளவன் மேல் உள்ள பாசத்தினால் பரணி பாடி விடுகிறார்.

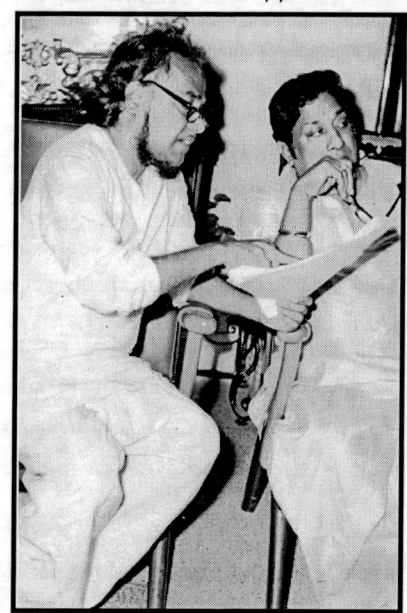

நடிகர் திலகத்துடன் தஞ்சைவாணன்

ஆயிரம் யானைகளைக் கொல்லாமல் நான் எப்படி பரணிக்குப் பாட்டுடைத் தலைவனாக இருக்க முடியும்? என்று நினைத்த அரசன் கிள்ளி வளவன் போர்க் களத்தில் இறங்குகிறான். இந்தப் போரின் காரணமாக கோவூர் கிழார் தனது குடும்பத்தில் உள்ள ஒவ்வொருவரையும் இழக்கிறார். எல்லோரையும் இழந்து தனி ஆளாக நிற்கும் போது, கோவூர் கிழாராக நடிக்கும் சிவாஜி, "இறைவா" என்று கத்துவார். இந்த நாடகம் ஒரு முறை கரூரில் நடந்தது. நாடகத்தைப் பார்க்க வேண்டும் என்று தந்தை பெரியார் சொல்லி அனுப்பி இருந்தார்.

K. சந்திரசேகரன்

சிவாஜியும் நானும் தந்தை பெரியாரின் அன்புச் சீடர்கள். "நாடக வசனத்தில் இறைவா என்று இருக்கிறதே... என்ன செய்வது?" என்று சிவாஜியிடம் ஓடோடிச் சென்று கேட்டேன். "கவலைப்படாதே, நான் பார்த்துக் கொள்கிறேன்" என்று சிவாஜி கூலாகச் சொல்லிவிட்டார். நாடகம் பார்க்கப் பெரியாரும் வந்து விட்டார். கிளைமாக்ஸ் காட்சி வந்த போது எனக்குள் ஒரு பதைபதைப்பு. சிவாஜி இறுதி வசனம் பேசும் அந்தக் காட்சி நெருங்கியது. கோவூர் கிழாராக நடிக்கும் சிவாஜி, தனது எழுத்தாணியைக் கையில் ஓங்கிக் குத்திக் கொண்டு, இறைவா என்பதற்குப் பதிலாக "தமிழே" என்று முழங்கினார். ஒரே ஆரவாரம். பெரியாரும் ரசித்துக் கைத்தட்டினார். ஏறக்குறைய நாற்பதாண்டுகளுக்கு முன்பு, இந்தியாவில் எந்த அவார்டும் உருவாகாத நேரத்தில் நாங்கள் சிவாஜி பெயரில் அவார்டு ஒன்று வழங்க முடிவு செய்தோம். சிவாஜி உருவத்தில் விருது இருக்க வேண்டும் என்று ஆர்ட் டைரக்டர் கங்காவிடம் கூறினோம். தலை சிவாஜி கணேசனாகவும், உடல் பெண்மையாகவும் காட்டினால் நன்றாக இருக்கும். அப்போது தான் நளினம் இருக்கும் என்று வரைந்து காட்டினார் ஆர்ட் டைரக்டர் கங்கா. (பிற்காலத்தில், ஃபிலிம்பேர் அவார்டுக்கு முன்னோடி இந்த ஓவியம் தான்). "அண்ணா, உங்கள் உருவம் பொறித்த விருதை நாங்கள் வழங்க அனுமதி தரணும்" என்ற போதெல்லாம், "போங்கய்யா, நான் போன பிறகு அதைப் பார்த்துக் கொள்ளலாம்" என்று மறுத்து விட்டார் சிவாஜி.

-கவிஞர் **தஞ்சைவாணன்**

(குமுதம், 9.8.2001 & தஞ்சைவாணன் எழுதிய களம் கண்ட கவிஞன் நாடக வசன நூல், சென்னை திருவல்லிக்கேணி பத்மா எண்டர்பிரைசஸ் வெளியீடு)

நான் சிவாஜி ரசிகன்

அது.... 1983ம் வருடம். மிருதங்கச் சக்கரவர்த்தி படத்தில் சிவாஜி நடித்துக் கொண்டிருந்தார். அவர் மிருதங்கம் வாசிக்கும் இண்டோர் காட்சிப் படப்பிடிப்பு நடந்த போது தினமும் என்னை ஷூட்டிங்கிற்கு வரச்சொல்லுவார்.

நான் மிருதங்கம் கற்றவன்.அவர் மிருதங்கம் வாசிக்கிறபோது என்னையே பார்த்துக் கொண்டு வாசிப்பார். சரியாக இருக்கிறதா? என்பதற்காக என்னை வரச்சொல்லுவார். இந்தப்படத்தில் மூன்று அருமையான பாடல்களையும் எழுதியிருந்தேன்.

படப்பிடிப்பு முடிந்த பிறகு ஒருநாள்.. "தம்பியாபிள்ள... மிருதங்க சக்கரவர்த்தி டப்பிங் நடக்குது... வர்றியா?" என்று கேட்டார், போனேன்.

மிருதங்க வித்வானாகவே வாழ்ந்து காட்டியிருந்த காட்சிகளைப் பார்த்து சிலிர்த்துக் கொண்டிருந்தேன். உணவு இடைவேளையின்போது என் கைகளைப் பிடித்துக்கொண்டே சிவாஜி உருகிய குரலில் பேசினார். "தம்பியாபிள்ள... என் சினிமா வாழ்க்கையில எல்லாவிதமான கேரக்டரும் பண்ணிட்டேன். நான் சாகறதுக்குள்ள அய்யா பெரியாரா நடிச்சிரணும். அந்த வாய்ப்பு எனக்கு அமையுமா?" சிவாஜி ஒரு குழந்தையைப் போல ஏக்கத்தோடு கேட்க... "கண்டிப்பா நடக்கும்ணே" என சொல்லி விட்டு வந்தேன்.

சிவாஜியின் ஏக்கம் என்னை என்னவோ செய்ய, உடனடியாக பாரதிராஜாவை சந்தித்தேன்.

"தம்பி, பெரியார் வேடத்தில் நடிக்க சிவாஜி ஆசைப்படுகிறார். நீங்க இயக்குநா நல்லாருக்கும்" என்றேன். ஆனால் பாரதிராஜா பிடி கொடுக்கவில்லை. அப்போது எம்.ஜி.ஆர். முதல்வர். நான் அரசவைக் கவிஞராக இருந்தேன். எம்.ஜி.ஆரிடம் சொல்லியிருந்தால் பெரியார் படத்தை எடுக்க ஏற்பாடு செய்திருப்பார்.

-புலவர் **புலமைப்பித்தன்.**
(நக்கீரன், 30.1.2008)

இறவாப் புகழ்

மராட்டிய மாவீரன் சத்ரபதி சிவாஜி அவர்களின் பிறந்த நாளை முன்னிட்டு மும்பைத் தொலைக்காட்சி சார்பில் ஒரு குறும்படம் தயாரித்து, அப்படத்தை சத்ரபதி சிவாஜி பிறந்த நாளன்று ஒளிபரப்பும் பொறுப்பு என்னிடம் ஒப்படைக்கப்பட்டது. சிவாஜி என்றதும் என் நினைவில் வந்தவர் நம் நடிகர் திலகம் சிவாஜிதான். நான் உடனே மும்பையிலிருந்து புறப்பட்டு சென்னை வந்து அன்னை இல்லத்தில் நடிகர் திலகத்தை சந்தித்து என்னுடைய வேண்டுகோளை முன் வைத்தேன். மிகவும் மகிழ்ச்சியுடன் என்னுடைய வேண்டுகோளை ஏற்றார். என்னைப் பார்த்து "நாராயணஸ்வாமி! நீங்க சொல்கிற மாதிரி இந்த படத்தை 15mm பிலிம் Size ல் எடுத்தால் சிறப்பா வராது. 35mm பிலிம் Size ல் தான் எடுக்கணும். செலவைப்பத்தியெல்லாம் கவலைப்படாதீங்க. நானே என்னுடைய சொந்த செலவில் 35mm இல் எடுத்துத் தரேன். ஒரு Noble Cause க்காக இது கூட செய்யலேன்னா எப்படி? என்று சொல்லி என்னை இன்ப அதிர்ச்சிக்கு உள்ளாக்கினார். அவர் சொன்னபடியே மிகப்பிரமாதமாக அந்தப்படத்தை அவரது சொந்த செலவிலேயே தயாரித்துக் கொடுத்தார். சொன்னபடியே குறிப்பிட்ட நாளான சத்ரபதி சிவாஜி பிறந்த நாளன்று, நடிகர் திலகம் சிவாஜி நடித்த குறும்படம், மராட்டிய

சத்ரபதி சிவாஜி தொலைக்காட்சி படப்பிடிப்பில் நடிகர் திலகத்துடன் நாராயணஸ்வாமி–உடன் எஸ்.ஏ. கண்ணன்.

மாநிலத் தொலைக்காட்சியில் சிறப்பு நிகழ்ச்சியாக ஒளிபரப்பானது. மராட்டிய மாநிலம் முழுவதிலும் இக்குறும்படத்திற்கு மிகப்பெரிய பாராட்டு கிடைத்தது. பாராட்டுகளுக்கெல்லாம் மூலக்காரணம் நம்முடைய நடிகர் திலகம் சிவாஜி தான். இந்த நிகழ்ச்சியிலிருந்து, எனக்கு நடிகர் திலகம் சிவாஜி அவர்களுடன் மட்டுமல்ல, அவரது குடும்பத்தினர் அனைவருடனும் மிக நெருக்கமான நட்பு ஏற்பட்டது.

மிக உயர்ந்த கலைஞர் நடிகர் திலகம் சிவாஜி அவர்களின் வாழ்க்கை வரலாறு, புத்தகமாக வெளிவரவேண்டும் என்பது என்னுடைய நீண்டநாள் விருப்பம். என்னுடைய விருப்பத்தை நான் சிவாஜி அவர்களிடம் தெரிவித்தேன். அதற்கு அவர், “நாராயணஸ்வாமி! நீ கேள்வி கேள், நான் அதற்கு பதில் சொல்வதைப்போல இந்த புத்தகம் அமையட்டும். நீ நான் சொல்ற பதில்களை எல்லாம் tape ல் Record பண்ணிக்கோ. பின்னர் முறையா கேள்வி பதிலைத் தொகுத்து நூலாக வெளியிடு” என்றார். அவரது விருப்பப்படியே அவரது சுயசரிதை நூல் கேள்வி-பதில் பாணியில் அமைந்துள்ளது.

அவர் இன்றைக்கும் நம்மிடையே வாழ்ந்து கொண்டிருக்கிறார். இன்று கூட இந்த அரங்கில் எங்கோ ஒரு மூலையில் கம்பீரமாக அமர்ந்து கொண்டு இந்த விழாவில்

நடப்பவற்றையெல்லாம் பார்த்துக் கொண்டும், நாம் அனைவரும் பேசிக்கொண்டு இருப்பதை உன்னிப்பாகக் கேட்டுக் கொண்டும் இருக்கிறார். சிவாஜி போன்ற மாமனிதர்களுக்கு என்றுமே மறைவு என்பதே கிடையாது.

-சிவாஜி சுயசரிதை நூலைத் தொகுத்த "எதிரொலி" **டி.எஸ். நாராயணசாமி**
(01.10.2002 ஆம் நாள் சென்னை மியூசிக் அகாடமியில் நடைபெற்ற சிவாஜி சுயசரிதை நூல் வெளியீட்டு விழாவில் பேசியது)

திரை வரலாற்றின் தனிமுத்திரை

சிவாஜி கணேசன் அவர்கள் சிறந்த நடிகர் என்பது, தேன் இனிக்கும் என்று தெருவெல்லாம் விளம்பரம் செய்வது போல. சிவாஜி கணேசன் அவர்கள் உயர்ந்த கலைஞர் என்பது, செம்பருத்திப்பூ சிவப்பாக இருக்கும் என்று ஊர் ஊராக உரையாற்றுவது போல. சிதம்பரம் பிள்ளை செக்கிழுத்தார்; சிறை அடைந்தார்; காலமெல்லாம் சுதந்திரத்திற்காகக் கண்ணீர் உகுத்தார். அந்த செக்கிழுத்த செம்மலைச் சிவாஜி கணேசன் அவர்கள் திரைப்படத்திலே கொண்டு வந்து தீட்டிக் காட்டிய பிறகல்லவா சிதம்பரனார் நமது சிவந்த நெஞ்சங்களிலே சிறை வைக்கப்பட்டார்? முறுக்கி விட்ட மீசை - முண்டாசுக் கட்டு - கனல் பறக்கிற கண்கள் - கவிதை கனிகிற நெஞ்சம் - இவற்றோடு தோன்றிய பாரதியை, நடிகர் திலகம் வேடம் தாங்கி வெளிக்கொண்டு வந்த பிறகு தானே அவனது பாட்டு நடைக்கு சாதாரண நாட்டு மாந்தரின் அங்கீகாரம் கிடைத்தது? வெள்ளைக் கொடி மரத்தைக் கிள்ளி வீசுவதற்காக, ஆதிக்கக்கொடி மரத்தின் ஆணிவேரையே அசைத்துப் பார்ப்பதற்காக, பாஞ்சாலங்குறிச்சிக் கோட்டையில் கனலாய் எரிந்து, புனலாய் புறப்பட்ட கட்டபொம்மனை, கலைக்குரிசில் கணேசன் நமது கண்களில் கட்டிப் போட்ட பிறகு தானே பாஞ்சாலங்குறிச்சிக் கோட்டை, பல நாடும் பார்த்து மகிழும் கோட்டையாயிற்று? தமிழ்த்திரை வரலாற்றில் தனி முத்திரை பொறித்திருக்கிற நடிகர் திலகத்தைக் குறித்த நெஞ்சத்து நினைவுகள் என்றென்றும் பசுமையானவை.

-வார்த்தைச் சித்தர் **வலம்புரிஜான்**
(தாய், 1984)

என்றும் வாழும் திரைக்காவியம்

50 களில் தொடங்கி 80 தொடக்கம் வரை, தமிழ்த்திரையுலகில் நடிகர் திலகம் சிவாஜியும் மக்கள் திலகம் எம்.ஜி.ஆரும் முடிசூடா மன்னர்களாகத் திகழ்ந்தனர். படம்

பார்க்கும் ரசிகர்களிடையே சிவாஜி அணி, எம்.ஜி.ஆர் அணி என இரண்டு மிகப்பெரிய அணிகள் இருந்தன. கதாநாயகர்களுக்கு இடையே எப்படி போட்டி நிலவியதோ, அது போன்றே படம் பார்க்கும் ரசிகர்களிடமும் கடுமையான போட்டி இருந்தது.

என்னைப் போன்ற பலர் இருவரது திரைப்படங்களையும் மிகவும் ரசித்துப் பார்த்தோம்.

நடிகர் திலகம் சிவாஜி படங்களில், அவர் தேசபக்தியையும் தெய்வ பக்தியையும் முன் நிறுத்தி நடித்த கப்பலோட்டிய தமிழன், வீரபாண்டிய கட்டபொம்மன், திருவிளையாடல், திருவருட்செல்வர், திருமால் பெருமை, கந்தன் கருணை போன்ற திரைப்படங்களை நான் பலமுறை பார்த்து ரசித்திருக்கிறேன். குடும்பப் பாசம், அண்ணன்- தங்கை, அண்ணன்- தம்பி உறவுகளை மேம்படுத்தி வெளியான அவரது படங்களில் பாசமலர் திரைப்படம் என்னைப் பெரிதும் கவர்ந்த திரைப்படமாகும்.

அவர் எப்பொழுதும் மென்மையான கதாபாத்திரங்களில் நடிப்பதையே நான் விரும்புகிறேன். கனிவான அவரது முகமும் கருணை பொழியும் கண்களையும் உடைய அவரை, வில்லனாகவோ, ரௌடி போன்ற எதிர்மறைக் கதாபாத்திரங்களில் நடிப்பதிலோ எனக்குத் துளியும் விருப்பமில்லை. இது என்னுடைய தனிப்பட்ட கருத்து.

–எழுத்தாளர் **பாலகுமாரன்**

(பொதிகை தொலைக்காட்சியில் 2004 ஆம் ஆண்டு ஒளிபரப்பான பிரபலங்கள் ரசித்த காட்சிகள் நிகழ்ச்சியிலிருந்து.)

உண்மையாய் அழுதனர்

நடிகர் திலகம் சிவாஜி கணேசன் அவர்களை, இரண்டு முறை கல்யாணங்களில் சந்தித்திருக்கிறேன். ஒரு முறை ஆடம்பரமான பெரிய கல்யாணத்தில், நாற்காலியில் ஒரு ஓரத்தில் மௌனமாக உட்கார்ந்திருந்தார். சந்தித்துப் பேச முடியவில்லை. மற்றதில் சுமார் ஒரு மணி நேரம் பேச முடிந்தது. நான் பார்த்து ரசித்த சிவாஜி படங்களை மனதில் வேகமாக வரவழைத்துக் கொண்டு பேச்சைத் தொடர தடுமாறினேன். எனக்குப் பிடித்த படம் அன்னையின் ஆணை என்றபோது சற்று வினோதமாக என்னைப் பார்த்தார். சிவாஜி அவர்களுடன் பேசிய போது அவருக்குள் இருக்கும் மனிதரைக் கண்டுபிடிக்க எனக்கு அவகாசம் போதவில்லை. நடிப்பு என்பது அவருடன் ஒன்றிப் போனதால் அவர் நடிக்கிறாரா? யதார்த்தமாகப் பேசுகிறாரா? என்று கண்டுபிடிப்பது கஷ்டமாக இருந்தது. அவர் இறந்ததும், ஆளாளுக்குத் தொலைக்காட்சிகளில் மாற்றி மாற்றி மனோகராவும், தில்லானா மோகனாம்பாளும், படிக்காத மேதையும், ராஜ ராஜ சோழனும் போட்டுக் கொண்டிருக்க, சிவாஜி, சபாஷ் மீனா, ஊட்டி வரை உறவு போன்ற படங்களில் செய்த,

தேர்ந்த காமெடி நடிப்பை நாம் புறந்தள்ளி விட்டோமோ என்று தோன்றியது. அவருடைய இறுதிக்காலத்தில் தேவர் மகன், முதல் மரியாதை போன்ற படங்களில் அவருடைய இயல்பான நடிப்பைக் காண முடிந்தது. இருந்தும் அவரது மிகையான (larger than life) பாத்திரப் படைப்புதான் பலருக்கு ஞாபகம் இருக்கிறது. சிவாஜியை மார்லன் பிராண்டோ, ரெக்ஸ் ஹாரிசன், அல்பசினோ, ராபர்ட் டிநீரோ போன்ற நடிகர்களுக்கு ஈடாகச் சொல்லலாம். அவருடைய இறுதி அஞ்சலி ஊர்வலத்தில் அழுதவர்களின் கண்ணீரில் உண்மை இருந்தது.

–எழுத்தாளர் **சுஜாதா**
(ஆனந்த விகடன், 5.8.2001)

நிலையான நடிப்புக்கலை

புதிய தலைமுறை ரசிகர்களைப் பற்றி, கடைசி ஆண்டுகளில் தனிமையை அதிகம் அனுபவித்த சிவாஜி அறிந்திருப்பாரோ என்னவோ? ஆனால் முதல் மரியாதையை 1952ல் பெற்ற சிவாஜி அவருக்கு உரிய கடைசி மரியாதைகளையும் பெறத் தான் செய்தார். கன் சல்யூட் போன்றது ஒரு புறம் இருக்கட்டும். அவரது கடைசி ஊர்வலத்தில் கணிசமான எண்ணிக்கையில் இளைஞர்கள் தென்பட்டார்கள். சின்னத் திரையிலும், பெரிய திரையிலும் அனேகமாகக் காணப்படும் ரோபோ நடிப்புகளுக்கு இடையே, அந்த நாள் சிவாஜியின் அபரிமிதமான ஆற்றலை அவர்கள் தங்கள் பின் மனதிலாவது அங்கீகாரம் செய்து வைத்திருந்தார்கள் போலும். என்ன தான் இருந்தாலும், இன்றைய ஜீன்ஸ் வகையறாக்களுக்கிடையே இந்த மனிதர் பதிவாகித் தான் இருந்தார். நாதஸ்வர மேதை போலவே இருந்தாரே, கட்டபொம்மனாக கர்ஜித்தாரே, வ.உ.சி. யாக அடக்கி வாசித்தாரே, புதிய பறவையில் தவித்தாரே. இந்த ஆள் விஷயம் உள்ளவன் என்று உலகம் அறிந்திருந்தது. (கடைசியில் தாதா சாகேப் பால்கே விருது அளிக்கும் வரை அறியாத தில்லி மட்டும் விதிவிலக்கு) சினிமா என்ற வெகுஜன சாதனம் கிடைத்ததால் தான் மேடையில் ஜொலித்த வி.சி. கணேசனின் நடிப்பு, ஐம்பது பிரிண்டு எடுக்கப்பட்டு ஆயிரம் திரையரங்குகளில் பிரதிபலித்தது. திறமையும், வெற்றிகளும் கைகோர்த்துக் கொண்டதால் தான், தமிழ் சினிமாவில் தொடர்ந்து வாய்ப்புகள் பெற்றதோடு, புதிய வாய்ப்புகளைத் தாமாகவே உருவாக்கிக் கொள்ளவும் முடிந்தது. மற்றவரை அணைத்துக் கொள்ளும் அவரது பாசச்சுழல் பல படங்களில் வெளிப்பட்டது. அதை வெளிக்காட்ட அவர் பயன்படுத்திய நடிப்புக் கலையின்

அங்கங்கள், பிற்காலத்தவர் அங்கொன்றும் இங்கொன்றுமாகத் தங்கள் திறமைகேற்ப எடுத்துக் கொள்ளும் அம்சங்களாகப் பரிணமித்து விட்டன. ஒரு நல்ல பேச்சாளனுக்கு இருக்க வேண்டிய செழுமையான சொற்செல்வத்தைப் போல், முகமும், உடலும்,குரலும் பங்கேற்ற ஒரு நடிப்புச் செல்வம் இந்தக் கலைஞனிடம் வெளிப்பட்டுக் கொண்டிருந்தது. நாடக மேடையிலிருந்து ஆங்கிலப் படங்கள் வரை, பல தளங்களிலிருந்து எடுத்தாண்டதுண்டு. ஆனால் எதையும் உள்முகப்படுத்தி பிறகு வெளியிடும் தரிசனம் இருந்ததால், எல்லாம் சொந்த சரக்காக மிளிர்ந்தது. நடிப்பு எல்லோருக்கும் இயல்பான ஒன்று தான். பிடிக்காதவரைப் பார்த்து விட்டால், பார்க்காதது போல் நழுவும் நடிப்பில் எத்தனையோ பேர் சூரர்கள். சாதாரணமானவர்களாக இருந்தாலும், மகா பெரியவர்களைப் போல் நடமாடும் நடிப்பில் பலர் கில்லாடிகள், வாயைத் திறந்தால் அறியாமை வெளிப்படும் என்று மேதாவிகள் போல் மௌனம் சாதிப்பவர்கள் நடிப்பின் சிகரங்கள். இப்படி ஆயிரமாயிரம் உண்மை நடிகர்கள் வாழும் தமிழ் நாட்டில், கடந்த ஐம்பது ஆண்டில், பாலையா, எம்.ஆர்.ராதா, ரங்காராவ், எஸ்.வி. சுப்பையா, சந்திரபாபு, சாவித்திரி... என்று பல பொய் நடிகர்கள் இருந்திருக்கிறார்கள். ஆனால் கார்லைல் பாணியில் நாயகர்களை வழிபடும் தமிழ்நாட்டில், நாயக நடிகராகவும், நடிப்பின் நாயகராகவும் திகழ்ந்த ஒரே ஒருவர் விழுப்புரம் சின்னையா கணேசன். எமோஷன்,ஃபீலிங்-நடிக்கும் போது நடிக்கிற மாதிரி இருக்காது. நிஜங்கற மாதிரி இருக்கும். நடிப்பு நிஜம் மாதிரி இருந்தவரின் நிஜம் எப்படி இருந்திருக்கும்? அவரைப் பொறுத்த வரை அப்படி இரண்டு இருக்கவே இல்லையோ என்னவோ? அதனால் தான் ஒரே குரலில் தமிழ் மக்களால் அவரை வாழ்த்த முடிந்தது. சிவாஜி கணேசன் என்று யாரும் இருக்கவில்லை. நடிப்பு தான் இருந்தது. இனியும் அது இருக்கிறது.

- வாமனன்

(சினிமா எக்ஸ்பிரஸ், 15-31 அக்டோபர் 2001)

ஞான ஒளிக்கு உண்மையான அஞ்சலி!

கலைத்தாயின் தலைமகன் கண்மூடிய சேதி கேட்டு, கலைத்துறை மட்டுமல்ல, தமிழகம் மட்டுமல்ல, உணர்வுடையோர் உலகம் முழுவதும் கதறியது. தங்கள் நெஞ்சங்களில் நீங்காத இடம் பிடித்துவிட்ட அந்த அபிமான நடிகரின் இறுதி ஊர்வலத்தில் பங்கு கொள்ள, மக்கள் வெள்ளம் கரைபுரண்டது. அஞ்சலிக்காக அந்த அமரரின் உடல் கிடத்தப்பட்டிருந்தபோது, ஒரு முறை அந்தத் திருமுகத்தைத் தரிசித்து விட, கூட்டம் மணிக்கணக்கில் காத்து நின்றது. இந்தக் கூட்டத்தை வரவழைத்தது

பதவியோ, பகட்டோ இல்லை. லாபமோ, பலனோ இல்லை. சத்தியமாக அரசியல் செல்வாக்கோ, ஆடம்பரமோ இல்லை. உள்ளார்ந்த மரியாதையும், உணர்வுப்பூர்வமான நெருக்கமும் மட்டுமே சிவாஜிக்காக அவரின் ரசிகர்கள் உகுத்த கண்ணீருக்கான காரணங்கள். தெரிந்தோ தெரியாமலோ பல்வேறு சரித்திர நாயகர்களை நாம் அடையாளம் கண்டு கொண்டது சிவாஜி மூலமாகத்தான். வீரபாண்டிய கட்டபொம்மனையும், சத்ரபதி சிவாஜியையும் மட்டுமா தெரிந்து கொண்டோம்!

துஷ்ட சதுஷ்டர்களில் ஒருவனாக, மகாபாரதம் படித்தவுடன் தென்படக்கூடிய கர்ணன், இன்று நம் நெஞ்சங்களில் கோயில் கொண்டதற்கு, தேர்ச்சக்கரத்தில் சாய்ந்து கிடந்த நடிகர் திலகத்தின் கன்னத்தசைகளின் துடிப்பு தானே காரணம்! கப்பலோட்டிய தமிழனையும் பற்பல சுதந்திரப் போராட்ட நாயகர்களையும் நமக்குக் கற்றுத் தந்த ஆசான் சிவாஜி கணேசன் தான். இவ்வளவு ஏன்? கைலையங்கிரிச் சிவபெருமானையே, இந்தக் கலைக் கோமான் மூலம் தானே நம்மால் புரிந்து கொள்ள முடிந்தது. அப்பர் பெருமானை அவரில் தான் அறிந்து கொண்டோம்!. இன்றைய அபிமான ஹீரோ என்ற நிலையை சிவாஜி கணேசன் தாண்டி பல ஆண்டுகள் கழிந்து விட்டன. இருந்த போதிலும் அந்தச் சிம்மக்குரல் இனி ஒலிக்காது என்றவுடன், ஒவ்வொரு மனதுக்குள்ளும் எழுந்த ஓலம்... அப்பப்பா! சாதி, இன, மொழி, மத பேதங்களையும், கட்சி, கொள்கைப் பிரிவினைகளையும், செல்வாக்கு, அந்தஸ்து, சட்ட திட்டங்களையும் கடந்து, நடிகர் திலகத்தின் மரணம் என்ற ஒரே துயரம் தான் எல்லோர் மீதும் குடை கவிழ்த்தது. சாரி சாரியாகத் தெருவில் நின்றவர்களில் பலர் சிவாஜியை நேரடியாகத் தெரிந்தவர்களில்லை. அவரோடு பழகியவர்களில்லை. ஆனாலும் கூந்தல் கலைந்து, கண்கள் கலங்கிட, உள்ளம் பேதலித்து உருகினார்களே! ஏன்? அந்த உத்தமபுத்திரனுக்கு அஞ்சலி செலுத்தத் தங்கள் முறை வரும் வரை கால் கடுக்கக் காத்து நின்றவர்களில், எத்தனை எத்தனை பெண்கள் தெரியுமா? வயது வித்தியாசம் பாராமல் முதியவர் முதல் இளையவர் வரை எல்லோரும் அழுதார்களே, ஏன்? ஒரு கணவன், ஒரு தந்தை, ஒரு சகோதரன், ஒரு நண்பன், ஒரு ஊழியன் நம் அன்றாட வாழ்வில் இந்த உறவுகள் எப்படி எப்படி இருக்க வேண்டுமென்ற நம் உணர்வுகளின் வெளிப்பாட்டை, அந்தத் தவப்புதல்வனிடம் தானே கண்டோம்! அவருடைய நடிப்பை மிகை நடிப்பு என்று சொன்னவர்கள் உண்டு. ஆனால் உண்மையைச் சொல்லுங்க, பாசமலர் ராஜசேகரனாகத் தனக்கு ஒரு சகோதரன் வேண்டும் என்று ஏங்காத பெண் உண்டா? பாசமிக்க பழனியாகத் தனக்கு ஓர் அண்ணன் வேண்டும் என்று எண்ணாத தம்பி உண்டா? குரலில் கண்டிப்பும், கண்ணிடுக்கில் சிரிப்புமாக சிவாஜியைப் போலத் தன் அப்பாவும் இருக்க வேண்டும் என்று ஆசைப்படாத பிள்ளை மனம் உண்டா? இது

தான், இந்த நெருக்கம் தான், வாழ்க்கையின் சராசரி யதார்த்த உறவுகளைக் கூட இப்படித்தான் இருக்க வேண்டும் என்று நெகிழ வைத்த அந்த அமரதீபத்தின் அணையா ஜோதியாக விளங்கியது, விளங்கும். அவருக்குப்பின் வந்த நடிகர்கள் யாரும் அவர் சாயலோ தாக்காமோ இல்லாமல் நடிக்க முடியாது என்று சொல்வதுண்டு. நடிப்புக்கு மட்டும் தானா? யாரேனும் பாட்டுப் பாடினாலோ, நாதஸ்வரம் வாசித்தாலோ, மிருதங்கம் வாசித்தாலோ, ஏன் காதலித்தாலோ கூட அந்தச் சாயல் இல்லாமல் முடியுமா? நமக்கே தெரியாமல் நம் மனங்களுக்குள் புகுந்து கொண்டு விட்ட ஆத்மார்த்த அணுக்கம் தான் நடிகர் திலகத்தின் வெற்றி. இந்த வேளையில் இன்னொன்றையும் எண்ணிப் பார்க்க வேண்டும். சிவாஜியை மக்கள் மறந்து விட்டார்கள் என்று நினைத்த நேரத்தில், சிம்மக்குரலோன் ஏற்படுத்தியிருக்கிற சிலிர்ப்பு- திரைமுகமாக மட்டும் அவரைப் பார்க்காமல் தங்களின் வாழ்க்கை வழிகாட்டியாகவும், குடும்ப உறுப்பினராகவும் மக்கள் பார்த்திருக்கிறார்கள் என்கிற வியப்பு அது. அன்னை இல்லம் என்கிற அவர் வீட்டில், கூட்டுக்குடும்பம் என்று குறிப்பிடுவதுண்டு. அவரின் கூட்டுக்குடும்பம் அன்னை இல்லத்துக்குள் மட்டுமில்லை. தமிழும், கலையும் எங்கெல்லாம் உண்டோ, அங்கெல்லாம் அந்தக்குடும்பப் பாசம் கோட்டை கட்டும். அவருக்கு அஞ்சலி செலுத்த, பற்பல வகைகளைப் பலரும் நாடுகிறார்கள். அவரின் வாழ்வாக விளங்கிய திரைத்துறைக்கு, இந்தத் தருணத்தில் ஒரு வேண்டுகோள். ஒரு திரை நாயகன் நினைத்தால் எத்தனையோ பேர்களின் வாழ்க்கைகளை நிர்ணயிக்கலாம், திசை திருப்பலாம். அத்தகைய சமுதாயப் பிரக்ஞையை, பொறுப்புணர்வை என்றும் கைக் கொள்வது தான் அந்த ஞான ஒளிக்கு நல்லதோர் அஞ்சலியாக அமைய முடியும்.

–டாக்டர் **சுதா சேஷய்யன்**
(தினமணி, 26.7.2001)

திரையில் மட்டுமே நடித்தவர்

நான் நடிகர் திலகம் சிவாஜி அவர்களின் ரசிகன். அவரோட கோடிக்கணக்கான ரசிகர்களில் நானும் ஒருவன் என்பதில் எனக்கு மிகுந்த பெருமை உண்டு. சிவாஜி மேடையில் நடித்தார். நாமெல்லாம் வாழ்க்கையில் நடிக்கிறோம். செத்தது மாதிரி நடித்தது இறப்பு மாதிரி இருந்தது. அவருடைய நிஜ இறப்பு நடிப்பு மாதிரி இருந்தது. தூரத்தில் இருந்து பக்தி செலுத்துவதை விசேஷ தர்மம் என்று கூறுவர். நான் விசேஷ தர்மத்தில் அவர் மீது பக்தி செலுத்தியவன்.

–தென்கச்சி சுவாமிநாதன்
(நடிகர் திலகத்தின் முதலாம் ஆண்டு நினைவு
நவரச கவிதாஞ்சலி நிகழ்ச்சி; 21.7.2002; சென்னை)

நடிப்பின் அகராதி

தமிழ் அகராதியிலிருந்து நடிப்பு என்ற சொல்லையே நீக்கி விட வேண்டும். அதற்கு பதிலாக அங்கே சிவாஜி என்று வெளியிட வேண்டும்.

-பேராசிரியர் **பெரியார்தாசன்**
(பொம்மை, 1995)

சர்வதேச அங்கீகாரம்

அப்பா சிவாஜியின் நடிப்பை உலகமே வியந்து பாராட்டுகிறது. எகிப்தில் நடைபெற்ற ஆசிய - ஆப்பிரிக்கப் படவிழாவில் மிகச்சிறந்த நடிகராகப் போற்றப்பட்டார். அமெரிக்க அரசாங்கம் அவரை இந்தியாவின் கலையுலகத் தூதுவராக அழைத்து கௌரவித்தது, பிரான்சு நாட்டை ஆண்ட சக்ரவர்த்தி மாவீரன் நெப்போலியனால் உருவாக்கப்பட்ட செவாலியே விருது இன்று அவரைத் தேடி வந்துள்ளது. இவ்வாறு அயல்நாடுகள் போற்றிப் பாராட்டும் மாபெரும் நடிகனை, இன்னமும் இந்திய அரசு உரிய முறையில், உரிய நேரத்தில் அங்கீகரித்து கௌரவிக்காமல் இருப்பதுதான் கொடுமையான வேதனை.

திரைப்படங்கள் மூலம் தமிழை வளர்த்தவர் சிவாஜி அப்பா. தேசபக்தியை வளர்த்த பெருமையும் அவரையே சாரும். மாபெரும் கலைஞனுக்கு நடைபெறும் பாராட்டு விழாவில் தமிழ் உணர்வுடையவள் என்னும் முறையில் கலந்து கொள்வதில் பெருமையடைகிறேன்.

-கவிஞர் **கனிமொழி**
(1994 ஆம் ஆண்டு சென்னை ராணிமெய்யம்மை திருமண மண்டபத்தில் சிவாஜிக்கு செவாலியே விருது கிடைத்ததற்கு நடைபெற்ற பாராட்டு விழாவில்.)

> சிவாஜி - ஒரு வரலாற்றின் வரலாறு

பல்துறை விற்பன்னர்கள் பார்வையில்

நடிப்புப் பல்கலைக்கழகத்தை கௌரவித்த அண்ணாமலைப் பல்கலைக் கழகம்

பட்டங்களை சிலர் தேடிச் செல்வார்கள். சிலர் பட்டங்களை விலைக்கு வாங்குவார்கள். ஆனால் சிவாஜி கணேசன் பட்டத்தை நாடிச் செல்லவில்லை. பட்டம் அவரை நாடிச் சென்றது. கலையுலகில் அவருடைய நடிப்புக்கு இணையாக வேறு எவரும் இல்லை என்பதால், அவருக்குப் பட்டம் கொடுப்பது என்று பல்கலைக்கழக சிண்டிகேட் முடிவு செய்தது. அதற்கு இணங்க அவருக்கு பட்டம் கொடுக்கப்பட்டது. அவருக்கு டாக்டர் பட்டம் கொடுத்ததால் தமிழ் வளர்த்த பல்கலைக் கழகமான அண்ணாமலைப் பல்கலைக்கழகம் பெருமை அடைகிறது. அவரிடம் எதையும் எதிர்பார்த்து இந்தப்பட்டத்தை நாங்கள் கொடுக்க வில்லை. இது அவருடைய திறமைக்கு

K. சந்திரசேகரன்

அளிக்கப்பட்டதாகும். சிவாஜி கணேசன் சினிமாவில் பேசிய வசனம், பொதுக்கூட்டங்களில் பேசிய பேச்சு ஆகியவற்றைத் தொகுத்துக் கொடுத்தால், அதை ஆங்கிலத்தில் மொழி பெயர்த்து உலகம் பூராவும் பரப்ப அண்ணாமலைப் பல்கலைக் கழகம் ஏற்பாடு செய்யும்.

-எம்.ஏ.எம். ராமசாமி
அண்ணாமலை பல்கலைக்கழக இணைவேந்தர்
(தினத்தந்தி, 29.1.1987)

கலைமகளின் அருட்கொடை

நந்திதேவனைப் போல் தவில் சக்கரவர்த்தியாக விளங்கும் வலையப்பட்டி சுப்பிரமண்யம் பொறுப்பேற்று நடத்தும் இசைவிழா என்பது முதல் சிறப்பு. தவில் சக்கரவர்த்தி வலையப்பட்டியின் நாதாலயா அமைப்பால் சிறப்பிக்கப்படுபவர், கலையுலகச் சக்ரவர்த்தி நடிகர் திலகம் சிவாஜி கணேசன் என்பது இன்றைய இசைவிழாவின் கூடுதல் சிறப்பு. திரு. சிவாஜி அவர்களின் பல திரைப்படங்களைப் பார்த்து நான் பிரமித்து நின்றிருக்கிறேன். அத்தகைய படங்களில் என்னால் மறக்க முடியாத திரைப்படம் திருவருட்செல்வர். அப்படத்தில் அவர் நாவுக்கரசர் அப்பர் பெருமானாகவே அவர் வாழ்ந்திருப்பார். எப்பொழுது இவர் அப்பராக இருப்பதிலிருந்து சிவாஜியாக மாறப்போகிறார் என்று பிரமித்துப்போயிருக்கிறேன். அவர் நடித்த மற்றொரு சிறந்த படம் மிருதங்கச்சக்கரவர்த்தி. ஒரு மிருதங்க வித்வானை மையமாகக் கொண்ட கதைதான் படத்தின் கரு. இத்திரைப்படத்தின் பிரத்யேகக் காட்சிக்கு, கர்நாடக இசை உலகின் முன்னணிக் கலைஞர்கள் பலரும் சிறப்பு விருந்தினராக அழைக்கப்பட்டிருந்தனர். அந்த வகையில் எனக்கும் அத்திரைக் காவியத்தைக் காணும் பாக்யம் கிடைத்தது. திரையில் அவர் தேர்ந்த மிருதங்க வித்வானாகவே வாழ்ந்தார் என்றால் அது வெறும் புகழ்ச்சியல்ல. மிருதங்க வித்வான் திரு. உமையாள்புரம் சிவராமன் அவர்கள் வாசிப்பிற்கு ஏற்ற முறையில், சிவாஜியின் விரல் அசைவுகள் துல்லியமாக இருந்தன. உண்மையிலேயே சிவாஜிதான் மிருதங்கம் வாசிக்கிறாரோ என்று என்னைப் போலவே படம் பார்த்த அனைவரும் ஆச்சர்யப்பட்டோம். இப்படி, தான் நடிக்கும் ஒவ்வொரு படத்திலும் அந்தக் கதாபாத்திரமாகவே மாறிவிடும் அவரது ஆற்றல் கலைவாணி சரஸ்வதி தேவி அவருக்கு அளித்த வரமாகும்.

-கர்நாடக சங்கீத வித்வான் **செம்மங்குடி சீனிவாச அய்யர்**
(24.12.1997 அன்று சென்னை ராஜேஸ்வரி திருமண மண்டபத்தில் தவில் கலைஞர் வலையப்பட்டி சுப்பிரமண்யம் தலைமையிலான நாதாலயா மியூசிக் டிரஸ்ட் நடத்திய இசைவிழாவில் பேசியது)

சிவாஜி - ஒரு வரலாற்றின் வரலாறு

சிவாஜி ஆண்ட சினிமா சாம்ராஜ்யம்

இன்று இந்தக்கூட்டத்தில் பேசுவோர் யாராக இருந்தாலும், அவர்கள் சிவாஜி பெயரை உச்சரிக்கும் பொழுதெல்லாம் இந்த அரங்கம் அதிரும் அளவிற்கு பலத்த கைதட்டல் எழுந்தது. அந்த ஆரவாரக் கைத்தட்டல் அடங்க வெகுநேரமானதை நினைக்கும் பொழுது, சிவாஜி அவர்கள் பெற்ற விருதுகளிலேயே, அவர் ரசிகர்களிடம் இன்றும் தனக்கென மரியாதைக்குரிய இடத்தைப் பிடித்திருப்பதுதான் மிக உயர்ந்த விருதாக நான் உணர்கிறேன். உங்கள் எல்லோருக்கும் தெரிந்த வரலாறு, என்னுடைய தாத்தா ஆற்காடு நவாப் ஒரு காலத்தில் இந்த சென்னை மாநகரத்தை ஆண்ட மன்னர். அப்படிப்பட்ட பாரம்பரியம் கொண்ட அரச பரம்பரையில் வந்த எனக்கு, சிவாஜியைப் போல் நான் கலந்து கொண்ட கூட்டங்களில் இத்தகைய கைத்தட்டல் இல்லை. கலையாலும், ஒப்பற்ற நடிப்பாற்றலாலும் மக்களது உள்ளங்களில் வாழும் நடிப்புலகச் சக்கரவர்த்தி சிவாஜி கணேசனின் புகழ் ஓங்குக.

-ஆற்காடு இளவரசர் **அப்துல் அலி**
(1994ஆம் ஆண்டு ராணி மெய்யம்மை திருமண மண்டபத்தில் செவாலியே விருது பெற்றமைக்கு நடந்த பாராட்டு விழாவில்)

ஊக்கப்படுத்திய உயர்கொடை

நடிகர் திலகம் சிவாஜி கணேசன் அவர்கள் 1950களில், என்னை ஊக்கப்படுத்தும் வகையில் எனக்கு அளித்த நன்கொடையை, நான் இன்றளவும் மகிழ்ச்சியுடன் நினைவு கூர்ந்து வருகின்றேன்.

-இந்திய டென்னிஸ் வீரர் **ராமநாதன் கிருஷ்ணன்**
(ஸ்போர்ட் ஸ்டார், 28.1.2006)

தமிழால் உயர்ந்தவர்; தமிழை உயர்த்தியவர்

நாம் பேசுகின்ற மொழியால் உயர்ந்தவர் பலர். ஆனால் நடிகர் திலகம் சிவாஜி போன்ற ஒருசிலர் தான் தன்னையும் உயர்த்திக் கொண்டு, தாம் பேசும் மொழியையும் உயர்த்தியவர்கள். தமிழ் மொழியில் உள்ள சொற்களை அவற்றின் பொருள் உணர்ந்து, தக்க ஏற்ற இறக்கங்களுடன் பேசி அவற்றுக்கு மேலும் பெருமை சேர்த்தவர் சிவாஜி. அவர் எத்தனையோ கதாபாத்திரங்களை ஏற்று நடித்திருந்தாலும் பாவ

94 K. சந்திரசேகரன்

மன்னிப்பு திரைப்படத்தில் தன்னுடைய உணர்வுகளை மென்மையாக வெளிப்படுத்தும் கண்ணியமான முஸ்லீம் இளைஞர் ரஹீமாக அவர் நடித்தது என்னை மிகவும் கவர்ந்தது. அவரது நடிப்பிற்காகவும், வசன உச்சரிப்பிற்காகவும் நான் அப்படத்தை பலமுறை பார்த்துக் களித்தேன்.

–சங்கீத, நடன விமர்சகர் **சுப்புடு**

(1974ஆம் ஆண்டு ஜுன் மாதம் வெளியான தினமணிகதிர் இருவார இதழிலிருந்து)

நடிகர் திலகத்தின் வானொலி வைராக்கியம்

1983 ஆம் ஆண்டு, சென்னை வானொலியில், ஆகஸ்ட் சுதந்திரதின விழா நிகழ்ச்சியில் சிவாஜி கணேசனை அழைத்துப் பேச வைக்க வேண்டும் என்று, நிலைய இயக்குநரும், நிகழ்ச்சி அமைப்பாளர்களும் முயற்சி செய்து தோல்வியடைந்து விட்டனர்.

இதற்கு முன்பு நான் ஒரு சம்பவத்தைக் குறிப்பிட்டாக வேண்டும். நடிகர்திலகம் அவர்கள் எப்போதுமே எந்த வசனங்களையும் காதில் கேட்டு உள்வாங்கிக் கொண்டு பின்னர் அதனை சரியாக வெளிப்படுத்துபவர். பார்த்துப் படித்து பழக்கம் இல்லாதவர். நடிகர்திலகம் சிவாஜி அவர்கள் நடிக்க வந்த புதிதில், வானொலியில் ஒரு தொகுப்பு நிகழ்ச்சிக்காக அழைக்கப்பட்டிருக்கிறார். அப்போது அவரிடம் வாசிக்க வேண்டிய பகுதிகள் கொடுக்கப்பட்டிருக்கின்றன. சிறிது சிரமப்பட்டு வாசித்த அவரை தொகுப்பு சரியில்லை என்று கூறி திருப்பி அனுப்பியிருக்கிறார்கள். அன்றைய தினம் முதல் வானொலி நிகழ்ச்சி எதிலும் பங்கேற்பதில்லை என்று வைராக்கியம் கொண்டிருந்தார். எனக்கும் சிவாஜிகணேசனுக்கும் நட்பு உண்டு என்று கேள்விப்பட்ட சென்னை வானொலி நிலைய இயக்குநர், வானொலியில் சிறப்பு அறிவிப்பாளராகப் பணியாற்றிக் கொண்டிருந்த என் மகள் சாந்தி தணிகாசலத்திடம் அந்த நிகழ்ச்சியை ஒலிபரப்பும் பொறுப்பைக் கொடுத்துவிட்டார்.

என்னிடம் என் மகள் வந்து, இந்த நிகழ்ச்சி பற்றி சொன்னார்கள். நடிகர் திலகம் அவர்களின் வீட்டிற்குப் போன் செய்து அவருடன் பேசினேன். விபரத்தைக் கூறினேன். நாளைக் காலையிலேயே வீட்டிற்கு அழைத்து வாங்க என்று கூறினார்.

மறுநாள் நடிகர் திலகம் சொன்னபடி அவருடைய வீட்டிற்கு, இயக்குனர் மற்றும் ஒலிப்பதிவாளர் ஆகியோருடன் சென்றேன். தன் மனைவியை அழைத்து எங்களை அறிமுகம் செய்து வைத்தார். இவங்கல்லாம் என்னை வானொலியில் பேசவைக்க நிச்சயம் செய்ய வந்திருக்காங்க, அதோ அந்தப் பெண் சாந்திதான் நிகழ்ச்சி அமைப்பாளர் என்று கூறிவிட்டு டிபன் சாப்பிட அழைத்தார். எல்லோரும் சாப்பிட உட்கார்ந்தோம். "என்னடாது இலையில் கேசரியும் பஜ்ஜியும் வைச்சிருக்காங்களேன்னு

பார்க்கிறீங்களா? ஒரு பெண்ணைப் பார்த்து திருமணம் செய்ய மாப்பிள்ளை வீட்டார் வரும் போது அவர்களுக்கு, கேசரி, பஜ்ஜி செய்து சாப்பிடச் சொல்வது வழக்கமல்லவா? அந்த முறையிலே வானொலியில் பேசுவதற்கு என் சம்மதத்தை இந்த டிபன் மூலம் தெரிவிக்கிறேன்" என்று கூறினார்.

வானொலி நிலையத்தினர் மிகுந்த மகிழ்ச்சியுடன், தங்களுக்கு வசதியான நேரத்தை தெரிவித்தால் நாங்கள் வானொலி நிலையத்தில் தயாராக இருப்போம் என்றனர். ஒலிப்பதிவிற்காக வானொலி நிலையத்திற்கு வரவேண்டுமா? என்று கேள்வி எழுப்பினார் நடிகர் திலகம்.

நிகழ்ச்சி சிறப்பாக அமைய குளிர் சாதன ஒலிப்பதிவு அறை வேண்டும் என்றனர். உடனே அவர், அவ்வளவுதானே, என்னோட ஒரு அறையைப் பாருங்கள் என்று காட்டினார். அந்த அறை சிறப்பாக இருந்தது. அடுத்தநாளே ஒலிப்பதிவு அவருடைய வீட்டில் நடைபெற்று, 1983ஆம் ஆண்டு சுதந்திர தினத்தன்று அந்த சிறப்பு நிகழ்ச்சி ஒலிபரப்பானது. அதைத் தமிழ்மக்கள் அனைவரும் கேட்டு மகிழ்ந்தனர். பத்திரிகைகளும் பாராட்டின.

-கலைமாமணி பட்டுக்கோட்டை **குமாரவேல்**
(நாடக ஆசிரியர், பத்திரிகையாளர்)
(சிவாஜி-ஒரு வரலாற்றின் வரலாறு நூலிற்காக)

நடிப்புச்சக்கரவர்த்தியும், மிருதங்கச்சக்கரவர்த்தியும்

திரையுலகில் யாரும் காணாத ஒரு சகாப்தத்தைத் துவக்கியது நடிகர் திலகம் சிவாஜி கணேசன் என்பதை யாராலும் மறுக்க முடியாது.

திரையுலகில், கிடைக்கும் சந்தர்ப்பங்களை ஒட்டி, நடிப்பு முறையிலும் சரி, வசன உச்சரிப்பிலும் சரி, உணர்ச்சிகளை வெளிப்படுத்திடுவதிலும் சரி, நூற்றுக்கு நூறு உண்மையாக, திறம்படவும், புதிய, நூதனமான உத்திகளிலும் நமது சினிமா உலகிற்கு மாபெரும் வழிகாட்டியாக இருந்தவர் அமரர் நடிகர் திலகம் சிவாஜி அவர்கள்.

என்னுடைய சொந்த கணிப்பில், நான் அவரை நடிப்புச் சக்ரவர்த்தி என்றோ அல்லது நடிப்பின் எவரெஸ்ட் என்றோ கூறுவதில் மிகவும் பெருமைப்படுகிறேன். திரையுலகில் மகத்தான புகழ்பெற்ற "மிருதங்கச் சக்கரவர்த்தி" படம்மூலம் தான் அன்னாருடைய உயர்ந்த நட்பு எனக்கு கிடைத்தது. இந்தப் படத்தைக் துவக்கும் முன், அவருக்குப் பின்னணியாக, கர்நாடக இசை உலகில் முன்னணியாக இருக்கக்கூடிய

K. சந்திரசேகரன்

மிருதங்கச் சக்கரவர்த்தி படப்பிடிப்பில் நடிகர் திலகத்துடன் உமையாள்புரம் சிவராமன்

நான்தான் மிருதங்கம் வாசிக்க வேண்டும் என்று அவர் பெரிதும் விரும்பி அதன்படி நான் அப்பொறுப்பினை ஏற்றுக்கொண்டேன்.

இந்தப்படத்தில் அவருடைய புகழ்வாய்ந்த புதல்வர் பிரபுவிற்கும் ஒரு காட்சிக்காக வாசித்துள்ளேன். ஆனால் என்னுடைய முழுமையான மிருதங்க வாசிப்புகள் அனைத்தும் நடிகர் திலகத்தினுடைய முழுப்பங்கிற்குத்தான். இந்தப்படத்திற்குண்டான ரெக்கார்டிங்குகள் அனைத்தும் 2 அல்லது 3 நாட்களில் செவ்வனே முடிந்துவிட்டன. இதன் பின்னர் நடிகர் திலகம் மிருதங்கம் வாசித்த காட்சி ஷூட்டிங் எல்லாவற்றிற்கும் நான் அவருடனேயே இருக்க வேண்டும் என்று விண்ணப்பித்துக் கொண்டார். அவர் என்னை, மரியாதையாக, அன்பாக, “வாத்தியார் சார்” என்று தான் அழைப்பார்.

நான் இந்த மிருதங்கச் சக்கரவர்த்தி படத்தில் அவருடன் நெருங்கிப் பழகியபோது அவருடைய உயரிய குணாதிசயங்களை அறிந்து கொண்டேன். நடிகர் திலகமாக இருக்கக் கூடிய கணேசன் அவர்கள், தனக்குத் தோன்றிய வகையில் இதை அவராகவே செய்திருக்கலாம். ஏனென்றால், அவர் ஒரு பிறவி மேதை. ஆனால் மிருதங்க உலகில் முன்னணி நிலையில் இருந்த என்னிடம் மிருதங்கம் சம்பந்தப்பட்ட இந்தப் படத்திற்காக, பல்வேறு விபரங்களையும் நுணுக்கங்களையும் கேட்டு அறிந்து கொண்டது, அவருடைய பெருந்தன்மையையும், புத்திக்கூர்மையையும், எந்தத்

துறையை எடுத்துக் கொண்டாலும் அதில் Perfectionஆக அதற்கு நடிப்பை அளிக்க வேண்டும் என்ற அவருடைய தொழில் பக்தியையும் காட்டுகிறது. இது எல்லாமே அவருக்குக் கைவந்த கலையாக இருப்பதால்தான் அவர் நடிகர் திலகமாகத் திகழ்கிறார்.

எல்லாவற்றிற்கும் மேலாக, மிருதங்கச் சக்கரவர்த்தி படப்பிடிப்புகள் எல்லாம் முடிந்தபிறகு, என்னை போக் ரோடில் இருக்கும் அவருடைய இல்லத்திற்கு அவசியம் வரவேண்டும் என்று கேட்டுக்கொண்டார். அழைப்பை ஏற்று அவருடைய இல்லத்திற்குச் சென்று, அரை மணிநேரத்திற்கும் மேல் நாங்கள் பேசிக்கொண்டிருந்தோம். இந்த நிகழ்ச்சி எனது மனதில் இன்றும் பசுமையாக இருக்கிறது.

லட்சோபலட்சம் ரசிகப் பெருமக்களுடைய அன்பைக் கவர்ந்த நடிகர் திலகத்தின் புகழ், இந்த உலகம் இருக்கும் வரையிலும், பிறகும் நிலையாக இருக்கும் என்பதில் ஐயமில்லை.

காலத்தைக் கடந்த ஒரு மாமேதை நடிகர் திலகம். "Sivaji Ganesan is Dead; When comes such another".

-மிருதங்க வித்வான் **உமையாள்புரம் சிவராமன்**
(நேர்காணல் 03.03.2008) (சிவாஜி-ஒரு வரலாற்றின் வரலாறு நூலிற்காக)

நடிப்புக் கலையின் சமுத்திரம்

பாரதக் கலைஞர்களுக்கெல்லாம் அடிப்படையாய்த் திகழ்வது "நாட்டியசாஸ்திரம்". இந்த நாட்டிய சாஸ்திரத்தின் ஒரு முக்கிய பிரிவு பரதநாட்டியக் கலை. இந்த பரதக் கலையின் உயிர் மூச்சாய்த் திகழ்வது "அபிநயம்". பரதத்தின் அடிப்படையான, ஆதாரமான கலைநுட்பமாகத் திகழ்வது இந்த அபிநயம் தான். இதனையே பரதத்தின் உயிரோட்டம் என்றும் வருணிக்கலாம். பரதக் கலைக்கு, தங்களைப் பூரணமாய் அர்ப்பணித்துக் கொண்டுள்ள முழு நேர நாட்டியக் கலைஞர்களுக்கே, பரிபூரணமாய் வந்து கைகூடாத இறையருள் வித்தை இந்த அபிநயக் கலை. இப்படி பரதக் கலைஞர்களுக்கே நிறைவாய்க் கைவராத இந்த அபிநயக்கலை, திரையுலகில் நடிகர் ஒருவரிடம் பரிபூரணமாய்க் குடிகொண்டிருந்ததென்றால், அது நடிகர் திலகம் சிவாஜி கணேசனிடம் தான். உலக அளவில் இதுவரை தோன்றியுள்ள நடிகர்களில், சிவாஜி கணேசன் ஒருவரிடம்தான் இந்த அபிநயக் கலை இத்தனை அற்புதமாய்

கொலுவீற்றிருக்கிறது. முகத்தில் ஆயிரம் வகையான பாவங்களைக் காட்டுவது, விழிகளாலேயே ஓராயிரம் அர்த்தங்களை உணர்த்துவது, உடல் முழுவதும் பல நூறு அபிநயங்களை அங்கங்கள் சித்தரித்துக் காட்டுவது-இவை அனைத்தும் சிவாஜி கணேசன் என்னும் நடிப்புச் சமுத்திரத்தில் இன்று வரை நாம் கண்டு வந்திருக்கிற, ரசித்து வியந்திருக்கிற நிஜங்களாகும். சமஸ்கிருதத்தில் ஒரு பழமொழி உண்டு. ஸாகரம்..ஸாகரோபமம் என்பார்கள். அதாவது, சமுத்திரத்தை சமுத்திரத்தோடு தான் ஒப்பிடவேண்டும் என்பது இதன் பொருள். நடிப்புக் கலையில் சிவாஜி ஒரு சமுத்திரம். உலகம் முழுவதும் இன்று வரை வந்துள்ள நடிகர்களில் சிவாஜி ஒருவரே நடிப்பில் சமுத்திரம். இந்தச் சமுத்திரத்தின் முன் பிற நடிகர்கள் எல்லோருமே சாதாரண நதிகள் தான். ஹாலிவுட் நடிகர்களுமே அப்படித்தான். நதிகளை சமுத்திரத்திற்கு இணையாகப் பேசமுடியாது. ஹாலிவுட் நடிகர்களில் ரெக்ஸ் ஹேரிசன், சிவாஜியைப் போல் முகத்தில் பல்வேறு பாவங்களைக் காட்டக்கூடிய நடிகர். ஆனால் அவரும் சிவாஜி என்னும் நடிப்புச் சமுத்திரத்தின் முன் சாதாரண நதி தான். எந்த வேடமேற்றாலும் அதனை மிக மிக நுணுக்கமாக, மிக மிக ஆழமாக, எந்தவொரு சிறு குணாம்சத்தையும் விட்டுவிடாமல், நிறைவாகச் செய்ய முடிந்தவர், உலகம் முழுமையிலும் சிவாஜி ஒருவர் தான். In this he stands out from others. இந்தத் தனித்திறமை சிவாஜி ஒருவருக்கே சொந்தம். தில்லானா மோகனாம்பாள் திரைப்படத்தில் சிவாஜி நாதஸ்வரம் இசைப்பார். வாசிக்கிற இசையின் ஸ்வரங்களுக்கு ஏற்ப அவரது கை விரல்கள், கச்சிதமாக களி நர்த்தனம் ஆடும். எந்த ஸ்வரத்திற்கு அந்த விரல்களை இயக்க வேண்டும் என்பதை அற்புதமாகச் செய்து காட்டிய இசைஞானம் அந்த வாசிப்பில் பளிச்சிட்டது, சிவாஜி போல் உலக மகா கலைஞன் நடிப்பில் யாருமே இல்லை. அவர் அவர் தான். He is himself.. A Versatile genius.

-பரதநாட்டியக் கலைஞர் **வி.பி.தனஞ்செயன்**
(உலகின் ஈடில்லா நடிகர் சிவாஜி கணேசன் என்ற புத்தகம், ஆசிரியர்; இரா.மகாதேவன்,
வெளியீடு: மணிமேகலைப் பிரசுரம், 2002)

மாமனிதர்

நடிகர்திலகம் அவர்களின் தீவிரமான ரசிகர் என்ற முறையிலும், அவரது குடும்பத்திற்கு நெருங்கிய நண்பர் என்ற முறையிலும், இந்த விழாவில் கலந்து

நடிகர் திலகத்துடன் நல்லி குப்புசாமி செட்டியார்

கொள்வதை நான் மிகப் பெரிய பாக்கியமாகவே கருதுகிறேன். பாராசக்தி தொடங்கி படையப்பா வரை அவர் நடித்த படங்களைப் பலமுறை பார்த்து ரசித்த ஒரு சாதாரண ரசிகன் நான்.அவரது இல்லத்தில் எந்த ஒரு சுப நிகழ்ச்சி நடந்தாலும், எங்களது நல்லி நிறுவனத்திலிருந்துதான் பட்டுச் சேலைகள் வாங்குதை வழக்கமாகக் கொண்டிருந்தார் நடிகர் திலகம். அவரது மறைவிற்குப் பிறகும் அவரது குடும்பத்தினர் அனைவரும் இந்த வழக்கத்தை மாற்றாமல் அப்படியே தொடர்கின்றனர். பலமுறை அவரை அவரது அன்னை இல்லத்தில் சந்தித்து நீண்ட நேரம் உரையாடும் வாய்ப்பைப் பெற்ற மிகச் சிலரில் நானும் ஒருவன் என்பதை நினைத்துப் பார்க்கும் போது உள்ளபடியே நான் மிகவும் பெருமைப்படுகிறேன். என்னைப் பார்க்கும் பொழுதெல்லாம் நான் சம்பாதிப்பதில் முக்கால் பங்கு உன் கடைக்குத்தான் போகிறது. நான் பராசக்தி படத்தில் நடித்ததற்கு வாங்கிய சம்பளப் பணத்தில் பெருமளவு உன் கடையில் பட்டுப்புடவைகள் வாங்கியதற்குத்தான் போயிற்று. இன்றும் அது தொடர்கிறது என்று வேடிக்கையாகப் பேசுவார். நடிப்பில் மட்டுமல்ல, தன் மனதில் பட்டதை வெளிப்படையாகப் பேசுவதிலும் அவர் மாமனிதர்தான்.

-நல்லி **குப்புசாமி செட்டியார்**

(21.07.2005 அன்று சென்னை பெத்தாச்சி சிவகாமியம்மை /அரங்கில் நடைபெற்ற நினைவுநாள் நிகழ்ச்சியில்)

சிவாஜி விரலசைப்பால் உலகப்புகழ்

MPN பொன்னுசாமி, நடிகர் திலகம், ஏ.பி.என்

தமிழிசை மன்றத்தில் எங்களுடைய நிகழ்ச்சி. அதை நேரடியாகவே ரேடியோவில் ஒலிபரப்பி இருக்கிறார்கள்.அதைக் கேட்டிருக்கிறார் சினிமா தயாரிப்பாளரும், இயக்குனருமான ஏ.பி. நாகராஜன். நகுமோ வாசிப்பைக் கேட்டதும் அவருக்குப் பிடித்து விட்டது. காருக்குறிச்சி அருணாசலமும், ஏ.பி.என்.னும் நெருக்கமான நண்பர்கள். அதனால், அவரை வைத்து தில்லானா மோகனாம்பாள் படமெடுக்க, உரிமை வைத்திருந்த எஸ்.எஸ். வாசனிடம் இரண்டு முறை கேட்டிருக்கிறார் ஏ.பி.என். வாசன் அதற்கு சம்மதிக்கவில்லை. பின்னர் காருக்குறிச்சி இறந்ததும், எங்களை வைத்து எடுப்பதாக வாசனிடம் மீண்டும் கேட்டார் ஏ.பி.என். உரிமையைக் கொடுத்ததோடு மட்டுமல்ல, தில்லானா மோகனாம்பாள் திரைப்படத்தை கிளாப் அடித்துத் துவக்கி வைத்தவரும் அவர்தான். அதற்குப் பிறகு எங்களைச் சென்னைக்கு வரச்சொன்னார்கள். போனோம். இசையமைப்பாளர்கள் கே.வி. மகாதேவனும் ஏ.பி.என்.னும் சேர்ந்து எங்களை வாசிக்கச் சொல்லி, அதிலிருக்கிற சங்கதிகளையெல்லாம் சினிமாவில் உபயோகிக்கத் தனியாக வைத்துக் கொண்டார்கள். சிவாஜி முன்னால் மறுநாள் வாசிக்கணும். தயாரா இருங்க என்று சொல்லிவிட்டுப் போனார்கள். கொடைக்கானல் படப்பிடிப்பை முடித்துவிட்டு வந்தார் சிவாஜி. பக்கத்தில் கண்ணதாசன். வாசிக்கச் சொன்னார்கள். வாசித்தோம். ஐந்தரை மணி நேரம் வாசிப்பு. கைதட்டி, சின்னக்குழந்தை மாதிரி ரசித்தார் சிவாஜி. இந்துஸ்தானி இசையைக் கலந்து வாசித்தபோது கண்ணதாசனின் மடியில் தலை வைத்த படி, அச்சா! பிரமாதம்! என்று சொல்லிப் பாராட்டினார் சிவாஜி. நீங்க தேறிட்டீங்க. ரொம்ப சந்தோஷமா இருக்கு. நீங்கதான் முழுக்க வாசிக்கிறீங்க என்று சொன்னார் ஏ.பி.என். அதோடு நாதஸ்வர இசை ரிக்கார்டிங் நான் இல்லாமல் நடக்கக் கூடாது" என்று சொல்லிவிட்டு, கூடவே இருந்தார் சிவாஜி. வாசிக்கிற போது எங்களுடைய

சிவாஜி - ஒரு வரலாற்றின் வரலாறு

முகபாவங்கள், அழுத்தம் கொடுக்கிற விரலசைவு, நாதஸ்வரத்தைத் தாங்கிப் பிடிக்கிற போக்கு இவற்றையெல்லாம் மிக நுணுக்கமாகக் கவனித்துக் கொண்டிருந்தார். படத்தில் உபயோகித்தபோதுதான் அவருடைய கவனிப்பின் அர்த்தம் புரிந்தது. சென்னையிலேயே நான்கு மாதங்கள் இருந்தோம். முதலில் ரிகர்ஸல். அப்புறம் ரிக்கார்டிங். தில்லானா பாட்டுக்குத்தான் அதிக நாட்கள் நடந்தது. பின்னர் நகுமோ, ஆயிரங்கண் போதாது, நலந்தானா என்று பலவற்றை வாசித்தோம். ரிகர்ஸல் பற்றி சொல்ல வேண்டும். ஒரு பக்கம் நாங்கள், இன்னொரு பக்கம் சிவாஜி, ஏவி.எம்.ராஜன், பாலையா, சாரங்கபாணி இருந்தார்கள். நாங்கள் வாசிக்க, எதிரே அவர்கள் வாசிக்கிற மாதிரி அபிநயிக்க வேண்டும். நகுமோ வாசித்து முடிந்ததும், எப்படி இருக்கு? என்று கேட்டார் சிவாஜி. நீங்க தான் ஒரிஜினல். வாசிச்ச நாங்க நகல்னு சொல்ற அளவுக்கு நடிச்சிட்டீங்க என்று வியப்புடன் சொன்னதும் அவருக்கு மகிழ்ச்சி. ப்ளாட்டிங் பேப்பர் மாதிரி பார்வையிலேயே உறிஞ்சி விடுவார். அழுத்தி வாசிக்கும் போது கழுத்து புடைப்பதைக்கூட அழகாகப் பண்ணியிருப்பார். அப்போது இடையில் சிவாஜிக்குப் பிறந்தநாள் விழா வந்தது. அதற்கு அவர் வீட்டிற்கு வாசிக்க வரச் சொல்லியிருந்தார். போய் வாசித்தபோது சில இங்கிலீஷ் நோட்ஸ் எல்லாம் வாசித்து சில "களுக்குகள்" எல்லாம் பண்ணினோம். கைதட்டி ரசித்தார் சிவாஜி. கிளம்பும்போது என்னைக் கூப்பிட்டார் ஏ.பி.என். இந்த நோட்ஸ் படத்தில் கண்டிப்பா உண்டு, என்று சொல்லி அதற்கேற்றபடி ஒரு காட்சியையும் உருவாக்கினார். படத்தில் சிவாஜிக்கு கல்யாணம் நடக்கும் காட்சிக்கு நான் வாசித்தேன். சிவாஜி மகள் சாந்தி திருமணத்திற்கும் நாங்கள் வாசித்தோம். 1968ல் தில்லானா மோகனாம்பாள் வெளிவந்தது. மதுரை சிந்தாமணி தியேட்டரில் படத்தைப் போய்ப் பார்த்தோம். படம் பெரும் வெற்றி. எங்கள் வாசிப்பு சிலாகிக்கப்பட்டு, எங்களை எங்கேயோ உயர்த்தி விட்டது. அதற்குப் பிறகு வெளிநாடுகளுக்கெல்லாம் போனோம். நிறைய நிகழ்ச்சிகளுக்கு அழைத்தார்கள். தில்லானா மோகனாம்பாள் எங்களை சுறுசுறுப்பாக்கியது.

-நாதஸ்வர மேதை **எம்.பி.என்.பொன்னுசாமி**
(நாதஸ்வர இரட்டையர்களாக பவனி வந்த எம்.பி.என் சேதுராமன்-எம்.பி.என். பொன்னுசாமி சகோதர்களில் ஒருவர்) (குமுதம் ஜங்ஷன், 13.5.2003)

K. சந்திரசேகரன்

சிவாஜி தரிசனம்

நடிகர் திலகம் சிவாஜி கணேசன் அவர்களோடு எனக்கு நெருங்கிப் பழகும் வாய்ப்பு கிட்டவில்லை. ஆனால் நான் அவரது தீவிர ரசிகன். நான் எனது பள்ளிப் பருவத்தில் அவரது முதல் படமான பராசக்தி தொடங்கி பல படங்களை என்னுடைய வகுப்புத் தோழர்களுடன் சேர்ந்து பலமுறை பார்த்து ரசித்திருக்கிறேன்.

தஞ்சை மாநகரில் தொழிலதிபர் ஒருவருக்கு நடிகர் திலகம் அவர்கள் தலைமையில் பாராட்டு விழா. விழா தொடங்குவதற்கு முன்பு ஒரு பெரிய விருந்திற்கும் ஏற்பாடு செய்யப்பட்டிருந்தது. எல்லோரும் உணவருந்திக் கொண்டிருக்கும் போது சிவாஜி அவர்கள் உள்ளே நுழைகிறார். உள்ளே வந்த சிவாஜி என்னருகே வந்து என்ன உதயமூர்த்தி சௌக்கியமா? என்று அன்புடன் விசாரித்ததை என்னால் என்றும் மறக்க இயலாது. பலரும் அவருடன் பேசக் காத்துக் கொண்டிருந்த வேளையில் அவர் என்னை நாடி வந்து என்னுடன் பேசியதை நான் பெரும் பாக்கியமாகவே கருதுகிறேன்.

- டாக்டர் **எம்.எஸ். உதயமூர்த்தி**
எழுத்தாளர், மனோதத்துவ நிபுணர்
(சிவாஜி - ஒரு வரலாற்றின் வரலாறு நூலிற்காக)

நான் காலில் விழுந்த ஒரே மனிதர்

அண்ணன் சிவாஜி அவர்களின் படத்தைத் திறந்து வைப்பதில் பெருமையடைகிறேன். கலையுலக மாமேதை நம் அண்ணன் சிவாஜி. தமிழனுக்கு, தமிழ் உச்சரிப்பை சரியாகக் கற்றுக் கொடுத்த முதல் ஆசிரியர் சிவாஜி தான். அவருக்கும் எனக்கும் உள்ள அன்பை, பாசத்தை, உறவை, தோழமையை, வாஞ்சையை அவர் என்மேல் வைத்திருந்த பற்றை சாதாரணமாகச் சொல்லிவிட முடியாது. அவர் விரும்பி, அவரைத் தொட்டுப் பேசிய சிலரில் நானும் ஒருவன். நான் காலில் விழுந்த ஒரே மனிதர் சிவாஜி தான். என்னுடைய உயிர் மூச்சோடு, இரத்தத்தோடு, நாடி நரம்புகளோடு, எங்கள் குடும்பத்தோடு பின்னிப் பிணைந்திருக்கிறார் சிவாஜி. அவரை நேசிக்கும் ஒவ்வொரு உள்ளத்தையும் அவர் வாழ்த்தி வளம் பெற வைப்பார்.

- **ரவி ஆறுமுகம்,** ஐ.பி.எஸ்
(25.9.2001 அன்று சென்னை குரோம்பேட்டையில் நடந்த சிவாஜிக்கு புஷ்பாஞ்சலி நிகழ்ச்சியில் கூறியவை)

Trend Setter

நடிகர் திலகம் சிவாஜி அவர்களின் ஒப்பற்ற நடிப்பாற்றலைப் பற்றித்தான்

திரைப்பட விழாக்களில் அதிகமாக சிறப்பித்துப் பேசுகின்றனர். அவரது Style ஐப் பற்றி நிறைய பேச வேண்டும். தமிழ்த்திரைப்பட வரலாற்றில் Style Actingஐப் பொறுத்தவரை அவர் ஒரு Trend Setter என்றே நான் ஆணித்தரமாக அறுதியிட்டுக்கூறுவேன். அவர் திரைப்படங்களில் வெளிப்படுத்திய Style, தமிழ்நாட்டில் இளைஞர்களிடம் மிகப் பெரிய தாக்கத்தை ஏற்படுத்தியது. பாலும் பழமும் படத்தில் அவர் ஏற்ற கம்பீரமான டாக்டர் கதாபாத்திரத்திற்குப் பொருந்தும் வகையில் அவரது Hair Style அமைந்திருக்கும். நெற்றிக்குமேல் தூக்கி வாரப்பட்ட Hair Style அந்த திரைப்படம் வந்தபொழுது ஒரு Fashion ஆக இருந்தது. பின்னர் வெளியான திரைப்படமான படித்தால் மட்டும் போதுமாவில் அவர் அணிந்திருந்த பட்டையான Strap கொண்ட Watch ம், புதிய பறவை திரைப்படத்தில் இடம்பெற்ற எங்கே நிம்மதி பாடலில் பணியன் அணியாமல் அவர் Terlin Full Shirtஐ மடித்து அணிந்திருந்த புதுவகை Styleம், சுமதி என் சுந்தரி திரைப்படத்தில் இடம் பெற்ற பொட்டு வைத்த முகமோ பாடலில் அவர் Checked-colour Half Shirt In செய்த Styleம் பார்த்து தமிழகத்திலுள்ள பல்லாயிரக்கணக்கான இளைஞர்கள் அவர் பாணியில் Watch கட்டியும் உடை உடுத்தியும் சிவாஜி நடிப்பின் மீதுள்ள மோகத்துடன் Fashion மீதிருந்த தங்களது மோகத்தையும் ஒருசேர வெளிப்படுத்தினர் என்பது நாடறிந்த உண்மை.

- **திலகவதி,** ஐ.பி.எஸ்

(1983ஆம் ஆண்டு சென்னை கலைவாணர் அரங்கில் நடைபெற்ற திரைப்பட விழாவில் பேசியது.)

விருதுக்குப் பெருமை

நடிகர் சிவாஜி கணேசன் சிம்மக்குரல் கொண்டவர். அவர் நடிப்புக்கு இலக்கணமாகத் திகழ்கிறார். அவருக்கு, பிரான்ஸ் நாட்டு அரசு "செவாலியே விருது" கொடுத்ததில் பெருமை அடைகிறது. அவரைத் தவிர வேறு யாருக்கு இந்த விருதைக் கொடுக்க முடியும்? அவர் நடித்த முதல் படத்திலேயே முதன்மை பெற்ற நடிகராகி விட்டார். அவருக்கு செவாலியே விருது வழங்குவதில் மகிழ்ச்சி அடைகிறேன்.

- பிலிப் பெடிட்

(பிரான்சு நாட்டுத் தூதர்) (தினத்தந்தி, 23.4.1995)

சிவாஜி ஊக்குவித்ததால் உயர்ந்தேன்

எனக்கு ஃபோட்டோகிராபியில் ரொம்ப ஆர்வம் இருந்தது. அதனால் ஸ்டில்கள் எடுப்பேன். ஆனால் அதுவரை ஒரு சினிமா ஸ்டில் கூட எடுத்ததில்லை. ஒருநாள் சிவாஜியை, தற்செயலாக ஒரு படப்பிடிப்பில் நடித்துக் கொண்டிருப்பதைப் பார்த்தேன். அப்போ அவரை ஸ்டில் எடுக்கட்டுமான்னு கேட்டேன். "அஃப்கோர்ஸ் யு கேன் டேக் இட்" னு சொன்னார். சிவாஜியோடு என் முதல் சந்திப்பும் அதுதான். டபுள் லென்ஸ் கேமிராவிலே நான் எடுத்த முதல் ஸ்டில்லும் சிவாஜி ஸ்டில் தான். அந்த சமயத்தில், நான் எஸ்.டி. சுந்தரம் நாடகக் கம்பெனி நாடகங்களுக்கு ஸ்டேஜ் இன்சார்ஜ் ஆகவும் இருந்தேன். ஒரு நாள் சிவாஜியோட "மனிதனும் மிருகமும்" ங்கிற நாடகம் போடப் போனபோது, அங்கே "கண்கள்" ங்கிற நாடகம் நடந்துக்கிட்டிருந்தது. எஸ்.டி.சுந்தரம் சிவாஜிக்கு என்னை அறிமுகம் செய்து வைத்தார். சிவாஜிக்கு என்னை ஏற்கனவே தெரியும்ங்கிறது எஸ்.டி.சுந்தரத்துக்குத் தெரியாது. உடனே சிவாஜி "ஐ நோ ஹிம்.. ஹி ஈஸ் எ ரிப்போர்ட்டர்" என்றார். அந்த சமயத்தில் தான் எனக்கு புள்ளி விவரம் சேகரிக்கிற ஆர்வம் வந்தது. பின்னர் சிவாஜியோட 100வது படமான நவராத்திரிக்கு மலர் போட ஸ்டில்ஸ் கேட்டாங்க. கொடுத்தேன். நவராத்திரி ரிலீஸ் விழாவில் சென்னை ராம் தியேட்டரில் நான் சிவாஜியோட 100 பட ஆல்பம் தயாரித்து ரிலீஸ் பண்ணினேன். பின்னர் 150 வது படம், 200 வது படம் ஆகியவற்றுக்கு ஆல்பம் வெளியிட்டேன். இந்தப் புள்ளி விவரம் சேகரிக்கிற ஆர்வம் பெருகுவதற்கு சிவாஜி தான் காரணம். நான் கொஞ்ச காலம் ஸ்ரீதரின் சித்ராலயாவிலே மாதச் சம்பளம் வாங்கி பிஆர்ஓ வேலை பார்த்தேன். கொஞ்ச காலத்திலே அந்தக் கம்பெனி மூடிட்டாங்க. சிவாஜி உடனே என்னைக் கூப்பிட்டனுப்பி, அவரது கம்பெனியிலே ஒரு ஸ்டாஃப்பா போட்டு பிஆர்ஓ வாக பண்ணச் சொன்னார். "ஹரிச்சந்திரா" படத்தயாரிப்பாளர் ப்ரஸ் ஷோவுக்கு என்னை ஏற்பாடு பண்ணச் சொன்னார். பண்ணினேன். பின்னர் திருச்சியிலே "சவாலே சமாளி" விழா. பத்திரிகையாளரை அழைச்சுகிட்டு வர்ற பொறுப்பை சிவாஜி என்னிடம் தந்தார். சிவாஜியோட மற்ற படங்களுக்கு, வேற யாரையாவது தயாரிப்பாளர் பிஆர்ஓ வா போட்டிருந்தா, பிலிம் நியூஸ் ஆனந்தனைப் போடணும்னு சிவாஜி கட்டாயப் படுத்தினது இல்லே. அவங்க பாதிச்சுடக் கூடாதுன்னு நினைப்பார். சிவாஜியோட பெருந்தன்மை அது. இன்னிக்கு சிவாஜிக்கு செவாலியே விருது கிடைக்குதுன்னா அது ஒவ்வொரு கலைஞனுக்கும் பெருமை தர்ற விஷயம். சிவாஜிக்கு செவாலியே விருது வழங்குற போது ஒரு மலர் வெளியிடணும்னு விழாக் கமிட்டி தீர்மானம் பண்ணி, டைரக்டர் பாலசந்தர், சரவணன் சார் ஆகியோர் என்னை மலர்க்குழு தலைவராக போட்டாங்க. 232 பக்கத்திலே மலர் தயாராகிக்கிட்டிருக்கு . என் வாழ்க்கையில் கிடைத்த மிகப் பெரிய பாக்கியமே இந்த மலரைத் தயாரிப்பது தான்.

- பிலிம் நியூஸ் **ஆனந்தன்**
(வாசுகி, 16-30 ஏப்ரல் 1995)

The Uncrushable

சிவாஜி கணேசன் அவர்கள் ஒரு சகாப்தம் என்று நான் சொல்லி உங்களுக்குத் தெரிய வேண்டியதில்லை. ஒரு முறை கமலஹாசன் கூறினார், சிவாஜி அவர்களின் பாதிப்பு ஒவ்வொரு கலைஞனுக்கும் என்றும் இருக்கும் என்று. ஆனால் நான் சொல்கிறேன், சிவாஜி அவர்களின் பாதிப்பு இந்த யுகத்தில் பிறந்த ஒவ்வொரு தமிழ்க் குடிமகனுக்கும் எத்தருணத்திலும் இருக்கும். அது வாழ்க்கையில் ஒரு தருணத்தில் எப்படியாவது வெளிப்படும். அவரது பாதங்களுக்கு எங்களது புதிய தயாரிப்பான **"Uncrushables"** என்கிற, எந்த நிலையிலும் கசங்காத ஆடைத் தயாரிப்பைக் காணிக்கையாக்குகின்றோம்.

- கிராஸிம் இண்டஸ்டிரீஸ் தலைவர் **எஸ்.கிருஷ்ணமூர்த்தி**
(28.9.2001 அன்று சென்னையில் ராஜ் டிவி நடத்திய இமயத்திற்கு இந்திய அஞ்சலி நிகழ்ச்சியில்)

நடிகர்-மனிதர்-பண்பாளர்

சிவாஜி அவர்கள் மாபெரும் நடிகர் மட்டுமல்ல. அவர் மிக உயர்ந்த மனிதர். பல உயர்ந்த குணங்கள் உடைய மிகச் சிறந்த பண்பாளர். நானும் அவரும் கலைவாணர் என்.எஸ்.கிருஷ்ணன் நாடக மன்றத்தில் ஒன்றாக இணைந்து பணி ஆற்றியிருக்கிறோம். அன்றைக்கும் சரி. பராசக்தி திரைப்படம் வெளியாகி அவர் புகழின் உச்சிக்கே சென்றபிறகும் சரி கொஞ்சம் கூட தலைக்கனமோ, திமிரோ, ஆணவமோ இல்லாமல் என்னிடத்தில் ஒரு நல்ல நண்பனாக, சக கலைஞனாக பழகும் எளிமையான இயல்பு உடையவர். எனக்கு ஓய்வாக இருக்கும் காலங்களில் என்னை தன்னுடைய வீட்டிற்கு அழைத்து ஒரு நாள் முழுவதையும் என்னோடு ஆனந்தமாக கழிப்பார். பல நேரங்களில் என்னுடைய வில்லிசைக் குழுவினர் அனைவரையும் அவரது வீட்டிற்கு அழைத்துச் சென்று வில்லிசைக் கச்சேரி செய்வது வழக்கம். அப்போது பொதுவாக எல்லோருக்கும் புரியும் வகையில் சில நிகழ்ச்சிகளையும், எனக்கும் அவருக்கும் மட்டுமே தெரிந்த பல அந்தரங்கமான நிகழ்ச்சிகளையும் கச்சேரியில் பாட்டாக அமைத்துப் பாடுவேன். எல்லாவற்றையும் புரிந்து கொண்டு அர்த்தபுஷ்டியோடு என்னைப் பார்த்துச் சிரிப்பார். அவர் ஒரு உன்னதமான ரசிகர். நல்ல ரசிகன்தான் நல்ல கலைஞனாக விளங்க முடியும். அவர் தொழிலை தெய்வமாக மதித்த உயர்ந்த தொழிலாளி. அவரால் திரையுலகில் யாரும் கஷ்டப்பட்டதும் கிடையாது,

நஷ்டப்பட்டதும் கிடையாது. அவர் தன்னுடைய அயராத உழைப்பால் தன்னை மட்டுமல்லாமல் அவரைச் சார்ந்த உற்றார், உறவினர்கள், நண்பர்கள் என பாரபட்சமில்லாமல் சுற்றியிருந்த அனைவரையும் உயர்த்தினார். தமிழும் கலையும் உள்ளவரை அவர் புகழ் நிலைத்து நிற்கும்.

-வில்லிசைக் கலைஞர் **சுப்பு ஆறுமுகம்**

(விஜய் தொலைக்காட்சியில் 2003ஆம் ஆண்டு ஞாயிறுதோறும் மதியம் ஒளிபரப்பான கவிஞர் விசாலி மனோகரன் தொகுத்து வழங்கிய நெஞ்சம் மறப்பதில்லை நிகழ்ச்சியில் பங்கு கொண்டு தன் அனுபவங்களை நேயர்களுடன் பகிர்ந்து கொண்டதிலிருந்து)

வாழ்விலே ஒரு நாள்

நடிகர் திலகமாகிய நீங்க எங்களது நிகழ்ச்சியைப் பார்க்க விரும்புறீங்க . அப்படின்னா, எங்களுக்கு அத விட வேறென்ன பெருமை இருக்கிறது. உங்க முன்னாடி இந்த நிகழ்ச்சியை நடத்துவதற்கு வாய்ப்பு கிடைச்சதுக்கும், நடிப்புக் கலைக்குத் தெய்வமான- அதை வாழ வைக்கிற நீங்க எங்களைப் பாராட்டுறதுக்கும், நாங்க புண்ணியம் பண்ணியிருக்கணும். இன்றைய நாளை நாங்கள் வாழ்க்கையில் மறக்கவே முடியாது.

-விஜயலட்சுமி நவநீத கிருஷ்ணன்

(கிராமிய இசை விற்பன்னர், தினமணி கதிர், 4.10.1998)

(செப்டம்பர் 1998ல் சிவாஜி அவர்கள் தனது மனைவி கமலாவோடு குற்றாலத்திற்கு சில நாட்கள் ஓய்வெடுக்கச் சென்றார்.அப்போது அங்கே அவர் விஜயலட்சுமி நவநீத கிருஷ்ணன் குழுவினரின் கிராமிய இசையை பிரத்யேகமாகக் கண்டு களித்தார். அந்நிகழ்ச்சி முடிந்ததும் விஜயலட்சுமி - நவநீத கிருஷ்ணன் கூறியவை மேலே தரப்பட்டுள்ளது)

வெற்றிக்கு மறுபெயரான மூன்றெழுத்து

விஜிபி என்னும் மூன்றெழுத்தில் மக்களை இணைக்கும் பெருமன்றமாக எங்களது நிறுவனம் இயங்கி வருகிறது. அன்பு, பாசம், நட்பு என்னும் இந்த மூன்றின் ஒட்டு மொத்த வடிவம் அண்ணன் சிவாஜி அவர்கள். எங்கள் அன்புக்குப் பாத்திரமாக விளங்குகின்ற குடும்ப நண்பர்களுள் சிவாஜி குடும்பமும் ஒன்று என்றால் அது மிகையில்லை. நினைத்துப் பார்க்கிறேன் - நடிகர் திலகத்தின் அன்பு மகள் சாந்தி திருமணத்தை. அத்திருமணத்தில் எங்களை அன்போடு வரவேற்ற சிவாஜி அவர்களின் இன்முகம், இன்னும் பசுமை மாறாமல் மின்னலாக மின்னிக் கொண்டிருக்கிறது. பாசப்பிணைப்பில் ஒன்றாக இணைந்திருந்த சகோதரர் அன்பை எம்மால்

மறக்கவியலாது. நம்மோடு நேரில் பழகியதோடு கூட, சரித்திர நாயகர்களாக நம்மை அவர் சந்தித்தவைகளை நாம் கூறத்தான் வேண்டும். வீரபாண்டிய கட்டபொம்மனாக, கப்பலோட்டிய தமிழனாக, வணங்காமுடியாக, மனோகரனாக, பாசமலர் அண்ணனாக, படிக்காத மேதையாக, ராஜபார்ட் ரங்கதுரையாக, சாக்ரடீஸாக, சேர, செங்குட்டுவனாக நம்மிடம் பேசியவையும், நமக்குள் கலைவேந்தனாக நடமாடுவதையும் நாம் அத்துணை எளிதாக மறந்து விட முடியுமா என்ன? அவரை நாம் மறந்து விட்டோம் என்று சொன்னால், நம் உதடுகள் பொய்யுரைக்கின்றன என்றுதான் கூற வேண்டும். தமிழ் மண்ணும் அவரும் ஒன்றாகக் கலந்துவிட்ட உண்மையை யாராலும் மறுக்க முடியாதது. இயல்பாக, நான் ஒரு சிவாஜி ரசிகன். அதனினும் மேலாக அவரோடு பழகியது அவருடன் பிறந்த உடன்பிறப்பாகவே கருதுகின்றேன். இன்று அவர் நம்மிடையே இல்லை என்றாலும், அவருடைய ஒவ்வொரு அசைவுகளும் நமக்குள் கலை அலையாக ஆர்ப்பரித்துக் கொண்டிருக்கின்றன. அவர் புகழ் வாழ்க!

– சிரோமணி டாக்டர் **வி.ஜி.செல்வராஜ்**
(துணைத்தலைவர், வி.ஜி.பி குழுமம்) (சிவாஜி–ஒரு வரலாற்றின் வரலாறு நூலிற்காக)

தமிழ் ஆசிரியர் - எனது மானசீககுரு

எனக்குத் தமிழைக் கற்றுக் கொடுத்த ஆசிரியர்கள் பலர் உண்டு. ஆனால் ஒரு பாமரனும் கூட தமிழை எப்படி உச்சரிக்க வேண்டும் என்று கற்றுக் கொடுத்த ஆசிரியர், எனது மானசீக குருவான நடிகர் திலகம். பள்ளி நாடகங்களில் நான் நடித்த காலம் தொட்டு வானொலி நாடகங்களில் நடித்தது வரை, வசன உச்சரிப்பிலும், பாவங்களை வெளிப்படுத்துவதிலும் அவரது பாதிப்பே என்னிடம் அதிகமாக இருந்தது. பைலட் பிரேம்நாத் திரைப்படத்தில் நடிப்பதற்காக அவர் இலங்கை வந்திருந்த போது, இலங்கை வானொலிக்காக அவரைப் பேட்டி காணும் பாக்கியம் எனக்குக் கிடைத்தது. அன்று தான் நான் அவரை முதன் முதலாக சந்தித்தேன். அன்று தொடங்கிய எங்கள் நட்பு, அவரும், அவர் குடும்பத்தினரும் என்னையும் என் குடும்பத்தையும் நேசிக்கும் அளவுக்கு வளர்ந்தது. நடிப்புலகில் எத்தனையோ தலைமுறைகளைக் கண்ட அவர், தன் குடும்பத்து தலைமுறைகள் ஒன்றாக வாழ வேண்டும் என்பதிலும் மிகுந்த அக்கறை உள்ளவராக இருந்தார். நல்லதொரு குடும்பம் பல்கலைக் கழகம் என்று அவர் பாடியதைப் போலவே தன் வாழ்க்கையையும் அமைத்துக் கொண்டார். நடிப்புலகில் பலருக்கு நடிப்புக் கல்லூரியாக இருக்கும் கலைக்குரிசில் சிவாஜி கணேசனிடம் நான் காணும் சிறப்பு–உலகப் புகழ் பெற்ற நடிக மேதைகளில், ஓவர்

நடிகர் திலகத்துடன் பி. ஹெச் அப்துல் ஹமீது

ஆக்டிங், அண்டர் ஆக்டிங் மற்றும் இவை இரண்டுக்கும் இடைப்பட்ட நடிப்பு என தனித்தனிப் பாணியில் பிரகாசித்தவர்கள் உண்டு. ஆனால் இந்த மூன்று பாணிகளிலும் நடிப்பை வெளிப் படுத்துவதில் வல்லவராக விளங்கிய நடிகர் உலகிலேயே சிவாஜி ஒருவர் தான். தாதா சாகேப் பால்கே விருது பெற்றதையொட்டி இலங்கையிலும், சிங்கப்பூரிலும் அவருக்கு நடைபெற்ற பாராட்டு விழாக்களைத் தொகுத்து வழங்கும் பாக்கியம் எனக்குக் கிடைத்தது. நடிகர் திலகத்தின் இறுதி ஊர்வலத்தை நேர்முக வர்ணனை செய்யுமாறு இலங்கை வானொலி, லண்டன், ஆஸ்திரேலியா மற்றும் கனடா நாடுகளில் உள்ள 24 மணி நேர தமிழ் சாட்டிலைட் வானொலி நிலையங்கள் என்னைக் கேட்டுக் கொண்டன. சிவாஜி கணேசனின் அன்னை இல்லத்தில் இருந்து, பெசன்ட் நகர் மயானத்தில் இறுதிச்சடங்கு முடியும் வரை, அந்த நேர்முக வர்ணனையை, கண்ணீரையும் சோகத்தையும் கட்டுப்படுத்த முடியாத ஒரு சூழ்நிலையில், ஒரு கைத் தொலைபேசியை வைத்துக் கொண்டு நான் வழங்க வேண்டியதாயிற்று. இந்த சிறியேனுக்கும் தமது இதயத்தில் நண்பன் என்ற பெரிய அந்தஸ்தைக் கொடுத்து அழகு பார்த்த என் மானசீக குருவுக்கு, என்னால் கடைசியாகச் செய்ய முடிந்த ஒரு சிறு காணிக்கையாக, இந்த நேர்முக வர்ணனை வாய்ப்பை இறைவன் எனக்கு வழங்கினானோ என்னவோ!

-நிகழ்ச்சி தொகுப்பாளர் **பி.ஹெச்.அப்துல் ஹமீது**

(சினேகிதி, செப்டம்பர் 2001)

வெற்றிக்கூட்டணி

அமரர் இசைமேதை ஜி.ராமநாதன் அவர்கள் என்னுடைய பெரியப்பா. அவர் இசையமைப்பில் எத்துணையோ பாடல்கள் சூப்பர்ஹிட் ஆகி படத்தின் வெற்றிக்கு

அவை பெரிதும் துணையாயிருந்தன. அவரது இசையமைப்பில், நடிகர் திலகத்தின்அருமையான நடிப்பில் வெளிவந்து, மாபெரும் வெற்றி பெற்ற படங்களில் "உத்தமபுத்திரன்" திரைப்படம் தமிழ்திரையுலகில் இன்றுவரை பலராலும் நினைத்துப் போற்றப்படும் படமாகும்.

தமிழ்த் திரையுலகில், Western Styleஐ ஒரு பாடல்காட்சியில் முழுமையாகப் பயன்படுத்தி, பின்னாளில் அதுபோல் எடுக்கப்பட்ட பாடல்களுக்கு ஒரு முன்னோடியாக, எடுத்துக்காட்டாக அமைந்த பாடல் உத்தமபுத்திரன் திரைப்படத்தில் இடம் பெற்ற "யாரடி நீ மோகினி" பாடலாகும். இந்தப் பாடலில் நடிகர் திலகத்தின் ஒவ்வொரு அசைவும் ரொம்ப Styleஆக இருக்கும். பாடலுக்கு இசையமைத்த ஜி.ராமநாதன், பாடலைப்பாடிய TMS, பாடலாசிரியர் கு.மா.பா, நடனமேதை ஹீராலால் இவர்களின் கூட்டு முயற்சிக்கு, திரையில் 100% உயிர்கொடுத்து, அந்தக் காட்சியை மிகப்பிரமாதமாக மெருகேற்றியிருப்பார் சிவாஜி. இன்றைக்கும் அந்தக் காட்சியைப் பார்க்கும் எவரும், இப்பாடலையும், இப்பாடல் படமாக்கப்பட்ட விதத்தையும் கண்டு பிரமிக்காமல் இருக்க முடியாது.

- கர்நாடக இசைக்கலைஞர், இசையமைப்பாளர் **ராஜேஷ் வைத்யா**
(ஜெயா தொலைக்காட்சியில் 2005ஆம் ஆண்டு ஒளிபரப்பான சிறப்புத் தேன் கிண்ணம் நிகழ்ச்சியிலிருந்து)

சாதனையாளர்கள் போற்றும் சரித்திர நாயகன்

திரையுகில் சாதனை படைத்தவர்களுக்கு வழங்கப்படும் மிக உயர்ந்த விருதாகிய "தாதாசாகேப் பால்கே விருது" நமது நடிகர் திலகத்திற்கு வழங்கப்பட்டுள்ளது. அந்த உயரிய விருதினைப் பெற்ற வாழ்நாள் சாதனையாளர் சிவாஜிக்கு இன்று பாராட்டுவிழா இங்கே மிகப் பிரம்மாண்டமான முறையில், வெகு விமரிசையாக நடக்கிறது. இப்படிப்பட்ட அரிய விழாவினை ஏற்பாடு செய்துள்ள விழாக்குழுவினரை நான் மனமாரப் பாராட்டுகிறேன். நடிகர் திலகம், அரசியல், கட்சி அனைத்திற்கும் அப்பாற்பட்ட கலைஞர். அதனை உணர்ந்துதான் இந்த விழாக்குழுவினர், பல்வேறு துறைகளிலும் சாதனை படைத்தவர்கள், மிகப்பெரிய அரசு பதவிகளில், பொறுப்புகளில் உள்ளவர்கள் என

ஒவ்வொருவரையும் தேடிப்பிடித்து, அவர்களை இங்கே அழைத்து வந்துள்ளார்கள். இப்படிப்பட்ட சாதனையாளர்களை, ஒரே நேரத்தில், ஒரே மேடையில் காண்பது அரிதாகும். எனவே "சாதனையாளர்கள் போற்றும் சரித்திர நாயகன் சிவாஜி" என்பது இந்த மேடையை அலங்கரிப்பவர்களால் விளங்கும்.

-கே. **மலைச்சாமி**, ஐஏஎஸ்
தமிழ்நாடு தேர்தல் ஆணையர்
(சென்னை ராகவேந்திரா திருமண மண்டபத்தில் 1997ஆம் ஆண்டு
தாதாசாகேப் பால்கே விருது பெற்ற சிவாஜிக்கு நடந்த பாராட்டு விழாவில்)

காலத்தை வென்ற பாடல்

மெல்லிசைமன்னர் M.S. விஸ்வநாதன் இசையமைப்பில் பதிவான எண்ணற்ற பாடல்களுக்கு நான் தபேலா வாசித்துள்ளேன். அப்படிப்பட்ட பாடல்களில், என்னால் மறக்க முடியாத பாடல் நடிகர் திலகம்-கலைச்செல்வி ஜெயலலிதா இணைந்து நடித்த "பட்டிக்காடா பட்டணமா" திரைப்படத்தில் இடம் பெற்ற, காலத்தால் அழியாத பாடலாக விளங்கும் "என்னடி ராக்கம்மா" என்ற பாடலாகும். காலத்தால் அழியாத பாடல் என்று நான் இப்பாடலைக் குறிப்பிட்டதற்குக் காரணம், இன்றும் மெல்லிசைக் கச்சேரிகளில் ரசிகர்கள் மிகவும் விரும்பிக் கேட்கின்ற பாடல் இந்தப்பாடல் தான். ஒருமுறை நடிகர் திலகம் சிவாஜி அவர்களின் அன்னை இல்லத்தில், அவரது முன்னிலையில் நான் இந்தப்பாடல் முழுவதையும், வேறு எந்த பக்க வாத்தியங்களும் இன்றி, தனி ஆவர்த்தனம் போல தபேலாவில் வாசித்துக் காட்டினேன். பாடல் முழுமையும் தலையாட்டி, தாளம் போட்டு ரசித்த சிவாஜி பாடல் முடிந்ததும் என்னைக் கட்டிப்பிடித்து மனமாரப் பாராட்டினார். அவர் நடிகர் திலகம் மட்டுமல்ல, நல்ல ரசிப்புத்தன்மையும், இசைஞானமும் உள்ள ஒப்பற்ற மனிதர். அன்று அவர் முன்னிலையில் வாசித்த அப்பாடலை இன்றைக்கும் பல மேடைகளில் பல்லாயிரக்கணக்கான ரசிகர்கள் முன்னிலையில் வாசிக்கிறேன்.

- திரை இசைக்கலைஞர் தபேலா **பிரசாத்**
(2006ஆம் ஆண்டு ஜெயா தொலைக்காட்சியில் ஒளிபரப்பான சிறப்புத் தேன் கிண்ணம் நிகழ்ச்சியிலிருந்து)

பெருந்தன்மைக்கு எடுத்துக்காட்டு

அண்மையில் நடிகர் திலகம் சிவாஜி அவர்களை சந்தித்துப் பேசும் வாய்ப்பு எனக்கு அமைந்தது. என்னை அன்போடு அழைத்து, மனம்திறந்து கருத்துக்களை என்னுடன் பகிர்ந்து கொண்டார். "லியோனி உனக்கு நகைச்சுவை உணர்வு ரொம்ப இயல்பாகவும், இயற்கையாகவும் அமைஞ்சிருக்கு. திரைப்படப் பாடல்களை மையமாக வைத்து முதல்முறையாக நீ தான் பட்டிமன்றங்கள் நடத்தற. நிறைய நிகழ்ச்சிகள் நடத்தி நீ நிறைய சாதிக்கணும். ஒரு சின்ன அட்வைஸ். நீ சில சமயம் என்னைப்பத்தி கொஞ்சம் ஓவரா நையாண்டி பண்ற. அத நான் சீரியஸாக எடுத்துக்க மாட்டேன். ஆனால் என்னை மாதிரி எல்லோரும் இருக்கமாட்டாங்க. அதனால நையாண்டியைக் குறைத்து நிகழ்ச்சியை யார் மனதும் புண்படாம, நகைச்சுவையோடு நடத்து" என்று என்மீது அக்கறை கொண்ட குடும்பத்தின் ஒரு மூத்த உறுப்பினர் போல் ஆலோசனை வழங்கினார். அவர் குறிப்பிட்டது போல், நான் பல நிகழ்ச்சிகளில் அவரையும், அவரது திரைப்படப்பாடல்களையும் நையாண்டி செய்ததுண்டு. நேரில் சந்திக்கும் பொழுது அவற்றையெல்லாம் மறந்து விட்டு என்னுடன் சகஜமாகப் பேசியது, அவரது பெருந்தன்மைக்கு எடுத்துக்காட்டு.

- பட்டிமன்ற நகைச்சுவைப் பேச்சாளர் **திண்டுக்கல் ஐ.லியோனி**
(குமுதம் இதழில் இடம் பெற்ற பேட்டியில்)

மூதாட்டியிடம் ஆசி பெறும் நடிகர் திலகம்

நினைவலைகள்...

1965-ல் இந்திய எல்லைப்பகுதிக்குச் சென்று இராணுவ வீரர்களை உற்சாகப்படுத்திய நடிகர் திலகம் தலைமையிலான நட்சத்திரக் கலைக்குழுவுடன் காமராஜர்

சென்னை சாந்தி திரையரங்கில் நடிகர் திலகத்துடன் திரையுலகத்தினர்

நினைவலைகள்...

12 வயதில் நாடக மேடையில் பெண் வேடத்தில்

லதா மங்கேஸ்கருடன் நடிகர் திலகம்

மக்கள் வெள்ளத்திற்கு மத்தியில் உரையாற்றுகிறார் நடிகர் திலகம்

சுமித்ரா, ஸ்ரீப்ரியா நடன அரங்கேற்றத்தின் போது நடிகர் திலகம்

நினைவலைகள்...

அன்னை இல்லத்தில் நடிகர் திலகத்துடன் டி. ராமநாயுடு, பிரபு

நடிகர் திலகத்துடன் ஹிந்தி நடிகர் அசோக் குமார்

சக்தி நாடக சபாவில் இளைய வயதில் நம் நடிகர் திலகம்

நினைவலைகள்...

நடிகர் திலகத்துடன் ஹிந்தித் திரையுலகக் கலைஞர்கள்

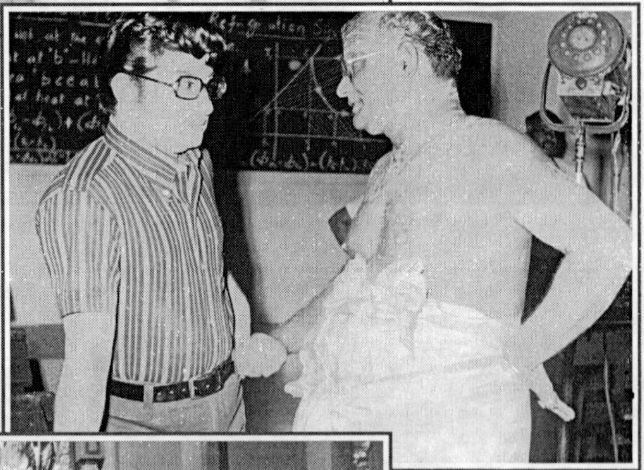

நடிகர் திலகத்துடன் சாண்டோ சின்னப்ப தேவர்

தூக்கு தூக்கி (1954) திரைக்காவியத்தில் நடிகர் திலகத்துடன் ராகினி, பத்மினி

நினைவலைகள்...

உத்தம புத்திரன் (1958) திரைக்காவியத்தில் நடிகர் திலகத்துடன் தங்கவேலு

ஸ்ரீ வள்ளி (1961) திரைக்காவியத்தில் நடிகர் திலகத்துடன் டி. ஆர். மகாலிங்கம்

எங்கள் தங்கம் (1970) நூறாவது நாள் விழாவில் ஏ.எல்.எஸ், நடிகர் திலகம், முதல்வர் கருணாநிதி, எம்.ஜி.ஆர், ஜெயலலிதா

நினைவலைகள்...

மஹாகவி காளிதாஸ் (1966) திரைக்காவியத்தில் நடிகர் திலகத்துடன் K.B. சுந்தராம்பாள்

சொர்க்கம் (1970) திரைக்காவியத்தில் பொன் மகள் வந்தாள் பாடலில் நடிகர் திலகத்துடன் விஜயலலிதா

கௌரவம் (1973) திரைக்காவியத்தில் நடிகர் திலகத்துடன் உஷாநந்தினி

நினைவலைகள்...

"உத்தமன்" (1976) திரைக்காவியத்தில் நடிகர் திலகத்துடன் மஞ்சுளா

அந்தமான் காதலி (1978) திரைக்காவியத்தில் நடிகர் திலகத்துடன் சுஜாதா

பைலட் பிரேம் நாத் (1978) திரைக்காவியத்தில் நடிகர் திலகத்துடன் மாலினி பொன்சேகா

கவரிமான் (1979) திரைப்படத்தில் நடிகர் திலகத்துடன் ஸ்ரீதேவி

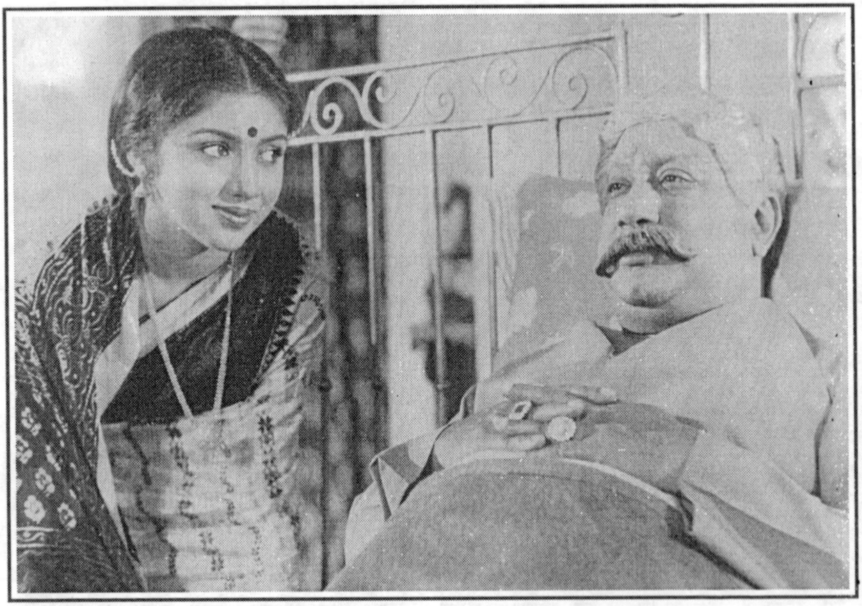

நினைவலைகள்...

மருமகள் (1986) திரைப்படத்தில் நடிகர் திலகத்துடன் ரேவதி

என் ஆச ராசாவே (1998)

படையப்பா (1999)

கர்ம வீரருடன் கடமை வீரர்

1-10-1975 அன்று எடுக்கப்பட்ட அரிய புகைப்படம் நடிகர் திலகத்திற்கு பிறந்த நாள் வாழ்த்து கூற அன்னை இல்லத்திற்கு வருகை புரிந்த கர்ம வீரருடன் (அமர்ந்திருப்பவர்கள் இ.வ) பா. ராமச்சந்திரன், ஏ.எல். சீனிவாசன், நடிகர் திலகம் (நிற்பவர்கள் இ.வ.) ராஜசேகரன், சின்ன அண்ணாமலை, புரசை குமரன்

பெருந்தலைவருக்கு மாலையணிவித்து மகிழும் நடிகர் திலகம்

பெருந்தலைவருக்கு வணக்கம் தெரிவிக்கும் நடிகர் திலகம்

கர்ம வீரருடன் கடமை வீரர்

பெருந்தலைவருடன் நடிகர் திலகம்

காமராஜர் உரையாற்றுகிறார், உடன் நடிகர் திலகம் மற்றும் சின்ன அண்ணாமலை

நடிகர் திலகத்தால் திறந்து வைக்கப்பட்ட / அமைக்கப்பட்ட பெருந்தலைவரின் சிலைகள்

செங்கல்பட்டு (15-11-74)

விருத்தாச்சலம் (16-3-75)

மன்னார்குடி (18-08-1991)

கும்பகோணம் (13-6-1979) (நடிகர் திலகம் தலைமையில் இந்திராகாந்தி திறந்து வைத்தது)

நடிகர் திலகத்தால் திறந்து வைக்கப்பட்ட / அமைக்கப்பட்ட பெருந்தலைவரின் சிலைகள்

தூத்துக்குடியில் பெருந்தலைவரின் சிலையைத் திறந்து வைக்கும் நடிகர் திலகம் உடன் செங்காளியப்பன், ராஜசேகரன், அருள் (15-07-1992)

மதுரை (24-08-1975)

திண்டுக்கல் (14-09-1976)

நடிகர் திலகத்தால் திறந்து வைக்கப்பட்ட / அமைக்கப்பட்ட பெருந்தலைவரின் சிலைகள்

திருத்தணி (17-09-1989)

திருத்தணி சிலை கல்வெட்டு

கச்சிராயபாளையம் (கள்ளக்குறிச்சி) (18-09-1966)

கச்சிராயபாளையம் சிலை கல்வெட்டு

நடிகர் திலகத்தால் திறந்து வைக்கப்பட்ட / அமைக்கப்பட்ட பெருந்தலைவரின் சிலைகள்

விருதுநகர் (20-11-1972)

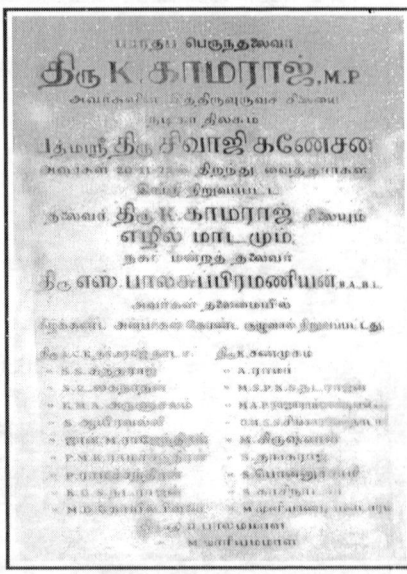

விருதுநகர் சிலை கல்வெட்டு

நாகர்கோவில் (05-11-1995)
(நடிகர் திலகத்தின் ஆசியோடு
இளைய திலகம் பிரபு திறந்து வைத்தது)

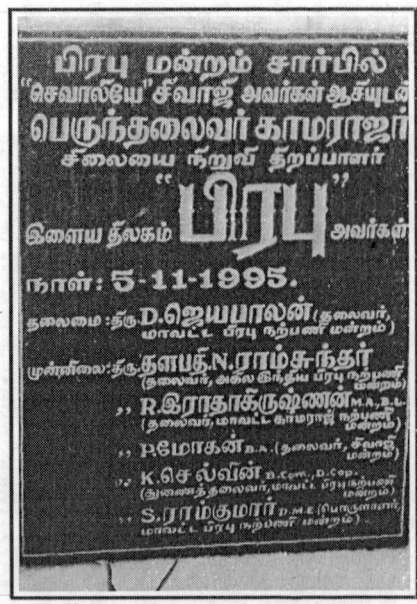

நாகர்கோவில் சிலை கல்வெட்டு

நடிகர் திலகம் சிவாஜி – நினைவுச் சின்னங்கள்

தமிழக அரசின் சார்பில் சிலை
சென்னை கடற்கரை காமராஜர் சாலை (21-7-2006)

புதுச்சேரி அரசின் சார்பில் சிலை
கருவடிக்குப்பம் (11-2-2006)

சிவாஜி கணேசன் சாலை பெயர்ப் பலகை (சென்னை, தியாகராய நகர்)

நடிகர் திலகம் சிவாஜி – நினைவுச் சின்னங்கள்

17-10-2002 அன்று AVM ஸ்டுடியோ வளாகத்தில் திறக்கப்பட்ட பராசக்தி நினைவுச்சின்னம்

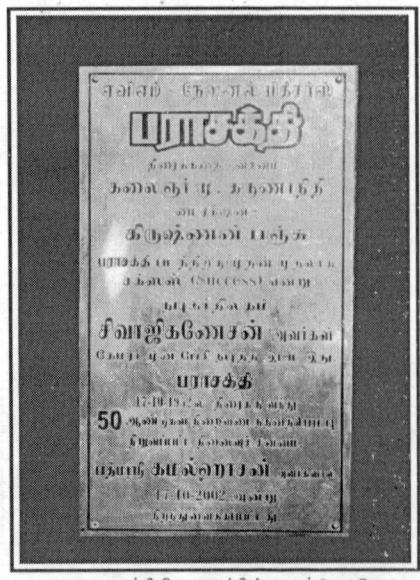

பராசக்தி நினைவுச்சின்ன கல்வெட்டு

சென்னை (அண்ணா அறிவாலயம்) கலைஞர் கருவூலத்தில் வைக்கப்பட்டுள்ள புகைப்படம்

சென்னை, தமிழக காங்கிரஸ் தலைமை அலுவலகம், சத்தியமூர்த்தி பவனில் வைக்கப்பட்டுள்ள புகைப்படம்

| சிவாஜி - ஒரு வரலாற்றின் வரலாறு |

திரைக் கலைஞர்கள் பார்வையில்

தமிழகக் கலைஞர்கள்

நடிகர்கள்

ஒரே நடிகர்

"அம்மா" என்று ஒரு வார்த்தையை, உணர்ச்சிப் பிழம்பாகச் சொல்லி கைத்தட்டல் பெற்ற ஒரே நடிகர் சிவாஜிதான்.

-ஏழிசை மன்னர்
எம்.கே. தியாகராஜ பாகவதர்
(1954ம் ஆண்டு மனோகரா திரைப்படத்தை, திரையரங்கினில் கண்டு களித்த பின்பு வியந்து கூறிய புகழுரை)
(தினகரன்-வசந்தம் ஞாயிறு மலர், 21.11.99)

பராசக்தியின் வெற்றி- கணேசனின் புகழேணி

பராசக்தியின் வெற்றி சிவாஜி கணேசனின் வெற்றியாகும். தான் நடித்த முதல் படத்திலேயே பிரமாதமான வெற்றி கண்டு விட்டார். பட உலகுக்கு ஒரு நல்ல

K. சந்திரசேகரன்

கதாநாயகன் கிடைத்து விட்டார். நான் கூட 10,15 படங்களில் நடித்த பிறகு தான் மக்கள் மனதைக் கவர முடிந்தது. ஆனால், கணேசன் ஒரே படத்தில் பிரமாத வெற்றியடைந்ததைக் கண்டு பாராட்டுகிறேன். பராசக்தியின் வெற்றி சிவாஜி கணேசனின் புகழேணி என்பதே என் எண்ணம்.

-கலைவாணர் **என்.எஸ்.கிருஷ்ணன்**
(போர்வாள், பராசக்தி மலர், 1952)

திருமால் பெருமை (1968) திரைக்காவியத்தில் பத்மினி, நடிகர் திலகம், டி.ஆர். ராமசந்திரன்

ஆர்ப்பாட்டம் இல்லாதவர்

சிவாஜி கணேசன் எப்பேர்பட்ட ஆக்டர்? அவர் ஒரு தனிப்பிறவி இந்த சினிமாவுக்கு. அவரோடு "கல்யாணம் பண்ணியும் பிரம்மச்சாரி"யிலே நடிச்சேன். இப்பவும் பார்க்கிறேன், ஸ்டுடியோவிலே ஷீட்டிங்குக்கு கரெக்டா வரார், நடிப்பார். ஆர்ப்பாட்டம் அது, இதுன்னு கிடையாது. பலரிடம் திறமை இல்லை. ஆனால் ஆர்ப்பாட்டம் அதிகம்.

-நடிகர் டி.ஆர். ராமச்சந்திரன்
(பொம்மை, ஜனவரி 1979)

K. சந்திரசேகரன்

உயர்ந்து கொண்டிருக்கும் புகழ்

"தோன்றிற் புகழொடு தோன்றுக அஃதிலார்
தோன்றலிற் தோன்றாமை நன்று"

என்னும் குறளுக்கு முற்றிலும் பொருத்தமும் தகுதியும் உடையவர் அருமைத் தம்பி கணேசன் ஆவார். இன்று புகழேணியின் உச்சியிலிருக்கும் கணேசன் பல ஆண்டுகளுக்கு முன்னரே, கவியின் கனவு நாடகத்தில் நடித்த போதே இப்புகழுக்கு உரிய, முன்னோட்டமான அடிப்படைத் திறமைகள் பெற்றிருந்தார். நாடகத்தில் அவர் ஏற்ற கதாபாத்திரம் மக்களது அனுதாபத்தையோ, பாராட்டுக்களையோ பெறக்கூடிய நிலையில் அமையாதிருந்தும் மக்கள் மனதில் நிலைபெற்று வாழும் அளவிற்கு அவர் நடித்தார்.

மற்றொரு புகழ்பெற்ற நாடகமான மனோகராவில் அவர் மனோகரனின் தாய் பத்மாவதி வேடத்தில் அற்புதமாக வீரவசனங்கள் பேசி, தாய்மையுணர்வையும், பாசத்தையும் நெஞ்சுருகப் பொழிந்து நடித்ததை மறக்க இயலாது. வாலிபன் ஒருவன் இயற்கைக்கு மாறாக, தன்னுடைய கம்பீரமான குரலை மாற்றிக் கொண்டு பெண்களுக்கே உரிய மென்மையான குரலில் பேசி நடித்து வெற்றி பெறுதல் மாபெரும் சாதனையாகும்.

கூண்டுக்கிளி (1954) திரைக்காவியத்தில் நடிகர் திலகத்துடன் மக்கள் திலகம் எம்.ஜி.ஆர்

சிவாஜி – ஒரு வரலாற்றின் வரலாறு

நல்ல குணங்கள் கொண்ட நல்லவர் பாத்திரங்களில் நடித்து மக்கள் மனதில் இடம் பெறுவது எளிது. ஆனால் திரும்பிப்பார் திரைப்படத்தில், பல பெண்களை ஏமாற்றிக் கெடுத்து பொய் சொல்லும் பாத்திரத்தில் நடித்த போதும் கூட தன்னுடைய ஒப்பற்ற நடிப்பால் மக்களை ஈர்த்தார்.

வெளிநாட்டிற்கு அனுப்பப்படும் கலாச்சாரக்குழுவினரில் நம் தாய்த்தமிழ்நாட்டைச் சேர்ந்த யாரும் இடம் பெற முடியவில்லையே என்ற ஆதங்கம் என்னைப் போன்று பல கலைஞர்களுக்கும் உண்டு. அந்த ஏக்கத்தைப் போக்கும் விதமாக இன்று தம்பி கணேசன் அவர்கள் அமெரிக்க அரசின் அழைப்பை ஏற்று, இந்தியாவின் கலையுலகத்தூதுவராகச் சென்று வெற்றிகரமாக தாய்நாடு திரும்பியுள்ளார். சரித்திர முக்கியத்துவம் வாய்ந்த இச்சாதனை புரிந்ததற்குத் தான் நடிகர் சங்கம் சார்பில் மிகப் பிரம்மாண்டமான பேரணிக்கும், பாராட்டுக் கூட்டத்திற்கும் சிறப்பான முறையில் ஏற்பாடுகள் செய்யப்பட்டுள்ளன.

நாடகத்தில் நடித்த போதும், திரைப்படங்களில் பிற நடிகர்களுக்காகக் குரல் கொடுத்த போதும், இன்று திரைப்படங்களில் தொடர்ந்து நடித்துக் கொண்டிருக்கும்போதும், அவரது புகழ் உயர்ந்து கொண்டுதான் இருக்கிறது.

அவர் புகழ் இன்னும் மேலோங்கி நீடூழி வாழ என் அன்னையை இறைஞ்சுகிறேன்.

–மக்கள் திலகம் **எம்.ஜி.ஆர்**

(நடிகன் குரல், நடிகர் திலகம் சிவாஜி கணேசன் உலக வெற்றி உலா மலர், ஆகஸ்ட் 1962)

மாப்ளே....

சிவாஜி கணேசன் என்னை மாப்ளே... மாப்ளேன்னு தான் கூப்பிடுவார். சாவித்திரியை தங்கைன்னு தான் அழைப்பார். அதனால மாப்பிள்ளை முறை என்பார். சினிமா கதாநாயகன் ஆவதற்கு முன் சிவாஜி கணேசன் வேலை கேட்டு ஜெமினிக்கு வந்தார். ஆனால் அப்போது அங்கு வேலை இல்லை. இதற்குப் பிறகு கொஞ்ச நாட்களிலேயே பராசக்தி படத்துல நடிக்க அவருக்கு வாய்ப்பு வந்திடுச்சு. அந்தப்படத்துல நன்றாக நடிச்சிருந்தார். ஒரு நல்ல நடிகர் கிடைச்சிருக்கார்னு நான் சந்தோஷப்பட்டேன். சிவாஜியும், நானும் இணைந்து நடிச்ச முதல் படம் பெண்ணின் பெருமை. முதல் படத்திலேயே எங்களுக்கு வித்தியாசமான அனுபவம். ஒரு ஷாட்டுல நான் அவரோட கன்னத்துல ஓங்கி அறையற மாதிரி சீன். உடனே சிவாஜி என்கிட்ட மாப்ளே, உண்மையிலேயே என் கன்னத்துல அடிச்சிடு, இல்லைன்னா வேறு எங்காவது படாத

பார்த்தால் பசி தீரும் (1962) திரைக்காவியத்தில் நடிகர் திலகத்துடன், ஜெமினி கணேசன்

இடத்துல பட்டுடப்போகுது..ன்னு சொன்னார். நானும் சரின்னு சொல்லிட்டேன். ஆனால் ஷாட்டின்போது அவரை எப்படி அடிக்கிறதுன்னு தயக்கம். அதனால அடிக்கிற மாதிரி ஆக்ஷன் தான் பண்ணினேன். அது தான் வினையாக மாறிடுச்சு. என் கை அவரோட உதட்டுல பட்டு இரத்தம் வர ஆரம்பிச்சுடுச்சு. "மாப்ளே என்ன இப்படி பண்ணிட்டியே? நீ உண்மையிலேயே அடிச்சிருந்தா வலியோடு போயிருக்குமே"... ன்னு சொன்னார். இரத்தத்தைப் பார்த்ததும் எனக்கு மனசு ரொம்ப சங்கடமாய் போச்சு. இதற்குப் பிறகு 1958 -ல் கல்யாணப்பரிசு படத்துல நடிச்சிட்டு இருந்தேன். அதே நேரத்துல தான் ஜெய்ப்பூரில் கட்டபொம்மன் படத்தோட ஷூட்டிங். அதுல நடிக்கிறதா இருந்த நடிகர் எஸ்.எஸ். இராஜேந்திரன் ஏதோ காரணத்தினாலே நடிக்க முடியாமல் போயிடுச்சு. அந்த வெள்ளையத் தேவன் கேரக்டரைத் தான் நான் பண்ணினேன். அதற்குப் பிறகும் கூட நாங்கள் இரண்டு பேரும் சேர்ந்து பல படங்களில் நடிச்சோம். சிவாஜி, நான், சாவித்திரி மூணு பேரும் பீம்சிங் டைரக்ஷன்ல தொடர்ச்சியாக நடிச்சோம். பதிபக்தி, பாசமலர், பாவமன்னிப்பு, பந்த பாசம், பார்த்தால் பசி தீரும் -னு எல்லாப்படங்களும் ரொம்ப நல்ல படங்களா அமைஞ்சுது. எல்லாப்படங்களும் மக்களிடையேயும் அமோகமாக வரவேற்பு பெற்று நன்றாக ஓடின. அந்த நாட்கள் எல்லாம் எப்பொழுதுமே என்னால் மறக்க முடியாதவை.

-காதல் மன்னன் **ஜெமினி கணேசன்**
(குமுதம், 28.7.2003)

K. சந்திரசேகரன்

அவர் மட்டும் தான் இங்கு நடிகர்

1942 ம் வருஷத்துல ஒரு நாள், டி.கே.எஸ். சகோதரர்களோட நாடக சபாவுல மகாபாரதம் நாடகம். நான் சகாதேவனா நடிக்கிறேன். நாடகம் பார்க்க நடிகவேள் எம்.ஆர்.ராதா வந்திருந்தார். அவரோடு ஒரு பதினைந்து வயது மதிக்கத்தக்க பையனும் வந்தார். யதார்த்தம் பொன்னுசாமி பிள்ளையின் நாடக சபாவுல பெண் வேடங்களிலே நடிப்பதாகச் சொன்னார்கள். பெண் வேடமிடும் அந்தப் பையனை இரவு மட்டும் எங்களோடு இருக்கச் சொல்லிவிட்டு எம்.ஆர்.ராதா போய் விட்டார். இரவிலிருந்து மறுநாள் காலை வரை அவர் எங்களோடவே தங்கினார். தன் பெயர் கணேசன் என்றார். அவர் தான் அழியாப் புகழ் பெற்ற நடிப்புலக இமயம் சிவாஜி கணேசன். நாங்கள் சந்தித்த அந்த இரவின் முதல் நிமிடத்திலிருந்து அவர் மறைந்ததாகத் தகவல் வந்த அந்த கடைசி நிமிடம் வரை சிவாஜி எனக்கு மிகவும் நெருக்கமான சகோதரராகவே விளங்கினார். பராசக்தி படத்தில் நடிக்க வாய்ப்பு வந்த போதும் என்னிடம் சொல்லிவிட்டுத்தான் சென்றார். பிறகு கதாநாயகன் வேடத்திற்கு தனக்கு மேக்கப் டெஸ்ட் எடுத்தார்கள் என்று எனக்குக் கடிதமும் எழுதினார். பிறகு பராசக்தியில் சிவாஜிக்கு அண்ணன் வேடத்தில் நடிக்க எனக்கும் அழைப்பு வந்தது. நானும் சென்னைக்கு வந்தேன். பராசக்தி படப்பிடிப்பு நடந்தது. சிவாஜி குணசேகரன் ஆனார். நான் ஞானசேகரன் ஆனேன். பராசக்தி ரிலீசானது. தமிழ்த் திரையுலகில் மிகப்பெரிய மாற்றத்தை ஏற்படுத்தியது. பராசக்தியைத் தொடர்ந்து சிவாஜியோடு மிக அதிகமான படங்களில் நடிக்கும் வாய்ப்புகள் எனக்குக் கிடைத்தது. தமிழ்த் திரையுலகம் அது வரை காணாத மிகச்சிறந்த படங்களில், உணர்ச்சிகரமான வேடங்களில், சிவாஜியோடு நானும் நடித்தேன். பராசக்திக்குப் பிறகு பணம், மனோகரா, ராஜா ராணி, ரங்கோன் ராதா, தெய்வப்பிறவி, செந்தாமரை, ஆலயமணி,குங்குமம், பச்சைவிளக்கு, கை கொடுத்த தெய்வம், சாந்தி , பழநி என்று பல படங்களில், பெரும்பாலும் அதிக வசூலைக் குவித்து மிகப்பெரிய வெற்றியை சிவாஜியால் நான் அடைந்தேன். இந்தத் தருணத்தில் என்னை சிவாஜியை விட்டுப் பிரிக்கும் முயற்சியும் நடந்தது. நீ ஏன் சிவாஜியுடன் நடிக்க வேண்டும்? சிவாஜியோடு நடிப்பதால் உனக்கு என்ன லாபம்? என்றெல்லாம் கேள்விகள் எழுந்தன. அதற்கு நான் நல்ல பதிலைத்தந்தேன். "சிவாஜியும் நானும் சேர்ந்து நடிக்கும் படங்கள் மிக அதிக வரவேற்பைப் பெறுகின்றன. அதிக வசூல் கிடைக்கிறது. எதுவுமே தோல்வி அடைவதில்லை. தோல்வி அடைந்ததாகக் கூறப்பட்ட பழநி போன்ற படங்களில் கூட போட்ட பணம் கிடைத்து விட்டது. அதிக லாபம் தான் கிடைக்க வில்லை. எல்லாவற்றுக்கும் மேலாக எனக்கு மிக அதிக சம்பளம், விநியோக உரிமையில் நிகர லாபம் கிடைப்பதெல்லாம் சிவாஜியோடு நடிக்கும் படங்களில் மட்டும் தான்", என்றேன். சிவாஜியும் நானும் சேர்ந்து நடித்த படங்களிலேயே சிவாஜிக்கு மிகவும் பிடித்த படம் கை கொடுத்த தெய்வம் தான். அதன் வெற்றி விழாவில், "கை கொடுத்த தெய்வம் படத்தில் என்னை விட சிறப்பாக நடித்தவர் எஸ்.எஸ்.ஆர். தான்"

ஆலய மணி (1962) திரைக்காவியத்தில் நடிகர் திலகத்துடன், எஸ் எஸ். ஆர்

என்று பாராட்டிப் பேசினார். இத்தகைய மனமார்ந்த பாராட்டுக்களை வேறு யாரும் சொல்லவே மாட்டார்கள். நடிகர், அவர் மட்டும் தான் இங்கு நடிகர், ராஜ்ய சபை எம்.பி. யாக நான் தேர்வு செய்யப்பட்டேன். சிவாஜி அன்று என் வீட்டிற்கு வந்து மாலையணிவித்துப் பாராட்டி, விருந்திலும் கலந்து கொண்டார். எல்லோரும் போன பிறகு சிவாஜி என்னிடம், " ராஜ். . நீ எம்.பி. யானதுலே எனக்கு சம்மதமேயில்லை. எந்த வயசுல வேணும்னாலும் நீ எம்.பி.யாகலாம். நீ எம்.பி. யானதால தமிழ்நாடு ஒரு நல்ல நடிகனை இழக்குது", என்றார். சிவாஜிக்கு என் மீது எவ்வளவு பாசமும், பற்றும் இருந்திருந்தால் இப்படிச் சொல்லியிருப்பார். வாழ்க சிவாஜி! வாழ்க அவரின் அழியாப்புகழ்!

-இலட்சிய நடிகர் **எஸ்.எஸ். இராஜேந்திரன்**
(வசந்த மாளிகை, ஜூலை & ஆகஸ்ட் 2004)

கலைக்கடவுள்

சிவாஜி கணேசன், கடவுள் நமக்களித்த ஒரு கலைப்பொக்கிஷம். எந்த விதமான பாத்திரத்தையும், அதன் ரசங்களையும், தானே அனுபவித்து, அப்பாத்திரமாகவே

பெண்ணின் பெருமை (1956) திரைக்காவியத்தில் நடிகர் திலகத்துடன், ஜெமினி, நாகைய்யா

மக்களுக்கு அளிப்பவர். மேலும் அவர் ஒரு கலை அவதாரம். கடவுள் ஒவ்வொரு துறையிலும் இருக்கிறார். அதுபோல் கலைத்துறையில் கணேசன் அவர்கள் கடவுள். அவர் சிறிதும் கஷ்டமின்றி நடிப்பவர். நல்ல மனப்பான்மை கொண்டவர். அவருடன் நடிப்பதே அரிய பாக்கியம். உடன் நடிப்பவருக்கும் நடிப்பைக் கற்றுத் தருபவர். சக நடிக - நடிகையர் முன்னுக்கு வரப் பாடுபடுபவர். நான் இந்த வயதிலும் கணேசனுடன் நடிப்பதையே பாக்கியமாகக் கருதுகிறேன்.

-குணச்சித்திர நடிகர் **V. நாகையா**
(பத்மஸ்ரீ சிவாஜி கணேசன் 40 வது பிறந்த நாள் சிறப்பு மலர், 1.10.1967)

பாரத நாட்டின் பெருமை

செய்யும் தொழிலை தெய்வமாக மதித்தவர் சிவாஜி. 3 ஷிப்டுகள் வேலை செய்தார். 20 மணி நேரம் வேலை பார்த்துவிட்டு 4 மணி நேரம் ஓய்வு எடுத்த கடும் உழைப்பாளி. தொழிலிலேயே ஊறிப் போய் கிடந்தார் என்றே சொல்லலாம். அந்தக் காலத்தில் தொழில் கிடைப்பதே கஷ்டம். கிடைத்தாலும் ஆசைகளுக்கு ஆட்பட்டு அழிந்தவர்களே அதிகம். அத்தகைய காலத்தில் அகலக் கால் வைக்காமல் சீராக நடந்து சிறப்பு பெற்றவர் சிவாஜி தான். சகல பாக்கியங்களும் பெற்ற ஒரே நடிகர் அவராகத்தான் இருக்கமுடியும். அவரின் குடும்பமும் சீராகவே அமைந்தது. அதைக் கட்டுக்கோப்பாக வைத்துக்

சிவாஜி - ஒரு வரலாற்றின் வரலாறு

மூன்று தெய்வங்கள் (1971) திரைக்காவியத்தில் நடிகர் திலகத்துடன், வி.கே. ராமசாமி, நாகேஷ், முத்துராமன்

கொண்டிருக்கும் ஒரே கலைஞர் அவர் தான். பற்பல ஆண்டுகளாக கதாநாயகனாக நடிக்கும் ஒரே ஆள் உலக சரித்திரத்திலேயே நம் சிவாஜி ஒருவராகத்தான் இருக்க முடியும். இவ்வளவு வயதுக்குப் பிறகும் அவரை ஹீரோவாகத் தானே பார்க்கிறார்கள். தயாரிப்பாளர்களும் சரி, ரசிகர்களும் சரி, சக நடிகர்களும் சரி, சிவாஜியை ஹீரோவாக, குருவாகத் தானே நினைக்கிறார்கள். சிவாஜி சினிமாவுக்கு மட்டுமல்ல, நாட்டுக்காகவும் பாடுபட்டிருக்கிறார். தன் சொந்தப் பணத்தை இந்த நாட்டுக்காக செலவழித்திருக்கிறார். பல்வேறு பட்டங்களைப் பெற்று பாரத நாட்டுக்குப் பெருமை தேடித்தந்தார். பிற நாடுகளால் கௌரவிக்கப்பட்டார்.

-நடிகர் **வி.கே. ராமசாமி**
(தேவி, 7.10.1987)

நடிப்புக் களஞ்சியம்

நடிப்பதற்காகவே பிறந்தவர் நடிகர் திலகம். அகில உலக நடிகர்களில் திலகம் என்ற பொருத்தமான பட்டத்தை பேசும் படம் இதழின் வாசகர் ஒருவர் வழங்கினார் என்று கருதுகிறேன். அவருக்கு வழங்கிய ஏனைய பட்டங்கள், விருதுகளைவிட நடிகர் திலகம் என்ற பட்டத்தை வழங்கியவர்கள் வாழ்க! நடிகர் திலகத்தின் நடிப்பை ஒரு சிலர் ஓவர் என்று சொல்வார்கள். ஆனால் அந்த நடிப்பை அவர் தெரிந்தே தான் செய்கிறார். வசனங்களைப் பேசாமல் நடிப்பின் மூலமே தாம் நினைப்பதை வெளிப்படுத்தக் கூடிய

K. சந்திரசேகரன்

ராஜபார்ட் ரங்கதுரை (1973) திரைக்காவியத்தில் எஸ். வி. ராமதாஸ், நடிகர் திலகம், எம். என்.நம்பியார்

நடிகர் அவர் ஒருவர் தான். உதாரணமாக, நமது முன்னோர்களாலும், அறிஞர்களாலும் நூற்றுக்கணக்கான வருடங்களாகக் கூறப்பட்ட கருத்துக்களைத் தான் மறைந்த கவிஞர் கண்ணதாசன் அவர்கள் நமக்கு வழங்கினார். அதாவது, கவிஞர் சொன்னது எளிமையாகவும், சுலபமாக புரிந்து கொள்ளும் வகையிலும் இருந்ததால் நம்மால் அவரை மறக்க முடியவில்லை. நமது நடிகர் திலகத்தின் அணுகுமுறையும் அதே போலத்தான். ஒரு அசைவால், பார்வையால் எவ்வளவோ விஷயங்களை நமக்கு உணர்த்தக் கூடியவர். நடிப்புக் களஞ்சியமான அவர், "நடிப்பை இன்றும் கற்றுக் கொள்கிறேன்", என்று கூறுகிறார் என்றால் வியப்பாக இல்லை?. நல்லது எதுவானாலும் ஏற்றுக் கொள்ளும் நல்ல உள்ளம் படைத்தவர் அவர். நடிப்பிற்கு எல்லையில்லை என்பது அவரது கருத்து. அவருடன் நான் நடித்த வேடங்களை நினைவு கூர்ந்து பார்க்கிறேன். பாகப்பிரிவினையில் தம்பியாக, பாதுகாப்பில் அண்ணனாக, பாசமலரிலும், மக்களைப்பெற்ற மகராசியிலும் மைத்துனனாக, உத்தமபுத்திரனில் மாமாவாக, சில படங்களில் தோழனாக, பல படங்களில் எப்போதும் போல் எதிரியாக அவருடன் நடித்த நாட்கள், நினைத்தாலே இனிக்கும் நல்ல நாட்கள். முப்பத்து நான்கு ஆண்டுகளாக தொடர்ந்தாற்போல், படப்பிடிப்பிற்கு குறிப்பிட்ட நேரத்திற்கு வரும் ஒரே நடிகர் அவர்தான். அவரது இந்தப் பழக்கத்தை மற்றவர்கள் பின்பற்றினால், தயாரிப்பாளர்களுக்கு பல லட்சங்கள் வீணாகாது. நடிகர் திலகத்தின் நடிப்பு இளமை குன்றாதது. நடிப்பில் அகில உலகப் புகழைப் பெற்றிருக்கும் என் நண்பர் நடிகர் திலகம் வாழ்க! வளர்க! வெல்க!

–வில்லன் நடிகர் **எம்.என். நம்பியார்**

(பொம்மை, 1986)

K. சந்திரசேகரன்

சிவாஜி - ஒரு வரலாற்றின் வரலாறு

பலே பாண்டியா (1962) திரைக்காவியத்தில் நடிகர் திலகத்துடன், நடிகவேள்

நடிப்புச் சக்கரவர்த்தி

சிவாஜி என்ன சாதாரணமானவரா? நடிப்புச் சக்கரவர்த்தி அல்லவா? பிற கலைஞர்கள் அவரைப் போல நடிக்க ஆசைப்படுவதில் தவறில்லை.

-நடிகவேள் **எம்.ஆர்.ராதா**
(வாசுகி, 1992)

நாடகமே முதல் விருப்பம்

சிவாஜி கணேசன், யதார்த்தம் பொன்னுசாமிப்பிள்ளை கம்பெனியில் இருக்கும் போதிலிருந்தே எனக்குப் பரிச்சயமானவர். அந்தக் கம்பெனி, பின்னர் என்.எஸ்.கே நாடக சபா ஆனது. தொடர்ந்து இந்த சபாவின் நாடகங்களிலும் அவர் நடித்தார். மனோகரா திரைப்படத்தில் மனோகரனாக வந்து வீர முழக்கம் செய்த அவர், மனோகரா நாடகத்தில் ஏற்ற வேடம் என்ன தெரியுமா? மனோகரனின் அன்னை பத்மாவதி வேடம். எவ்வளவு சிறப்பான நடிப்பு! அவரிடம் எவ்வளவோ சிறப்புகள் இருந்தாலும், ஒரே நாடகத்தில் பலவித கதாபாத்திரங்களை ஏற்று நடிப்பதைக் குறிப்பிட்டுச் சொல்ல வேண்டும். பின்னர் கொஞ்ச நாள் கே.ஆர். ராமசாமி யின் நாடகக்குழுவில் இருந்தார். அப்புறம் சக்தி நாடக சபா. அதில் நூர்ஜஹான் பாத்திரத்தைக் குறிப்பிட வேண்டும். அசல் பெண் மாதிரியே

இருப்பார். பின்னர் பி.ஏ. பெருமாள் முதலியார் தயாரித்த, அவரது முதல் படமான பராசக்தி படத்தில் நாங்கள் முதன் முதலில் இணைந்து நடித்தோம். அடுத்து நான் சொந்தமாக தயாரித்த கண்கள் படத்தில் அவர் நடித்தார். எவ்வளவு தான் சினிமாவில் நடித்தாலும் அவருக்கு நாடகத்தில் நடிப்பதில் தான் விருப்பம் அதிகம். அவர் தொழிலில் ரொம்ப அக்கறை கொண்டவர். எங்களுடைய சேவா ஸ்டேஜ் நாடகக் குழுவில் 1952 முதல் 1956 வரை கண்கள், வானவில், இருளும் ஒளியும், பம்பாய் மெயில் போன்ற நாடகங்களில் நடித்தார். 1956க்குப் பிறகு அவருக்குப் படங்கள் அதிகமாகி விட்டன. அதனால் சேவா ஸ்டேஜ் நாடகங்களில் அவரால் தொடர்ந்து நடிக்க முடியவில்லை. அடுத்து அவரே, சிவாஜி நாடக மன்றத்தைத் தொடங்கினார். அவரது நாடகங்களைப் பார்க்க அவ்வப்போது சொல்லி அனுப்புவார். நான் போய்ப் பார்ப்பேன். கட்டபொம்மன் நாடகத்தை ஏராளமான பொருட்செலவில் அரங்கேற்றிய பெருமை அவருக்குத்தான் உண்டு. நாடகத்தன்று மதியம் 2 மணி வரை படப்பிடிப்பில் இருந்து விட்டு அப்புறம் நாடக ஒத்திகைக்குச் செல்வார். பம்பாய் மெயில் நாடகத்தில் நீ தான் ஹீரோவாக நடிக்கணும் என்று வற்புறுத்தி நடிக்க வைத்தேன். அவர் சாம்ராட் அசோகனாக நடிக்க வேண்டும் என்று கருதி முழு ஸ்கிரிப்ட் தயார் செய்தோம். ஆனால் திரைப்பட ஷூட்டிங்கில் அவர் பிஸியாக இருந்ததினால் அவரால் நடிக்க முடியவில்லை. அதனால் அந்த நாடகமே வேண்டாம் என்று கைவிட்டு விட்டோம். அவருடன் படித்தால் மட்டும் போதுமா, நீலவானம், பொன்னூஞ்சல், இன்னும் ஏராளமான படங்களில் நான் இணைந்து நடித்துள்ளேன். "நீங்க பார்க்க வேண்டிய படம்" என்று மிருதங்கச் சக்கரவர்த்தி படத்தைப் பார்க்க என்னை அழைத்துச் சென்றார். தன்னுடன் நடிப்பவர்களும் நன்றாக நடிக்க வேண்டும் என்பதில் மிகுந்த அக்கறை கொண்டவர். அவர் நீடூழி வாழ என் வாழ்த்துக்கள்!

-நடிகர் **எஸ்.வி. சகஸ்ரநாமம்**
(பொம்மை, அக்டோபர் 1984, நடிகர் திலகத்தின் நடிப்புலகப் பொன் விழா சிறப்பு மலர்)

கலைத்தூதுவர்

நடிகர் திலகம் சிவாஜி கணேசன் அவர்கள் பாரதத்தின் தவப்புதல்வர்களில் ஒருவர். அவர் தமிழராகப் பிறந்தது தமிழ்நாட்டின் நற்பேறு. பாரதத்தின் கலைத் தூதுவராக திரு. கணேசன் அவர்களை அமெரிக்க அரசாங்கம் தேர்ந்தெடுத்தது போற்றற்குரியது. தமிழ் நடிக, நடிகையர் ஒவ்வொருவரும் இதற்காகப் பெருமிதம் கொள்வது இயற்கை. சிவாஜி கணேசன் அவர்களுக்குக் கிடைத்துள்ள இந்த உலகப்புகழை, உள்ளன்புடைய ஒவ்வொரு தமிழ் நடிகனும் தனக்குரியதாகக் கொண்டு பெருமையடைகிறான்.

140 K. சந்திரசேகரன்

சிவாஜி - ஒரு வரலாற்றின் வரலாறு

கப்பலோட்டிய தமிழன் (1961) திரைக்காவியத்தில் டி.எஸ். துரைராஜ், ஜெமினி கணேசன், நடிகர் திலகம், எஸ். வி. சுப்பையா, டி.கே. ஷண்முகம்

திரு. கணேசன் அவர்களின் அமெரிக்கப் பயணச் செய்திகளை நான் தவறாமல் பத்திரிகைகளில் படித்து வந்தேன். அங்கு அவர் நடந்து கொண்ட முறைகளும், பத்திரிகையாளர்களுக்கு அவ்வப்போது அளித்து வந்த பதில்களும், அவரிடத்தில் எனக்கிருந்த நன்மதிப்பை மேலும் உயர்த்தின. சிறப்பாக, தம்மை வளர்த்த தாய்க் கலையாகிய நாடகக் கலையை அவர் மறவாது, வாய்ப்பு நேர்ந்த போதெல்லாம் போற்றிப் பாராட்டியது எனக்குப் பெரிதும் மகிழ்ச்சியைத் தந்தது. என்னுடைய நல்வாழ்த்துக்களைக் கூறி நான் அவருக்கு ஒரு கடிதம் எழுதினேன். அதற்கு நடிகர் திலகம் பதில் எழுதுவார் என்று நான் சற்றும் எதிர்பார்க்கவில்லை. அதற்குரிய ஓய்வு நேரம் அவருக்கு இராதென்பதை நான் நன்கு அறிவேன். எதிர்பாராத நிலையில் என் கடிதத்திற்கு அவர் பதில் எழுதியிருந்தார். மற்றும் நண்பர்களுக்கும், நடிகர்களுக்கும் கடிதங்கள் எழுதியிருப்பதை அறிந்தேன். இந்த நற்பண்பு மேலும் என்னை அவரிடம் அதிகமாக ஈடுபடச் செய்தது. பெற்ற தாயையும், பிறந்த பொன்னாட்டையும் பேணிப் போற்றும் நம் நடிகர் திலகம் பல்லாண்டு வாழ எல்லாம் வல்ல இறைவனை வேண்டி வாழ்த்துகிறேன்.

-ஔவை டி.கே.ஷண்முகம்
(நடிகன் குரல், நடிகர் திலகம் சிவாஜி கணேசன்
உலக வெற்றி உலா மலர், ஆகஸ்டு 1962)

தங்கமலை ரகசியம் (1957) திரைக்காவியத்தில் நடிகர் திலகத்துடன் பி.எஸ். வீரப்பா

தெய்வீக நடிகர்

ஈடு இணையில்லாத ஒப்பற்ற நடிப்பின் செல்வரை, தமிழகத்தின் தவப்புதல்வரை, உலக செல்வந்த நாடுகளில் முதன்மை ஸ்தானம் வகிக்கும் அமெரிக்கா, வருக, வருக என நேசக்கரம் நீட்டி அழைத்து வாழ்த்தியிருக்கிறது. நடிகர் திலகத்தின் திறனை, தமிழ்நாட்டின் பெருமையை உலக மக்கள் எல்லாம் அறிய ஒரு நல்வாய்ப்பினைத் தந்த அமெரிக்க அரசாங்கம் நமது பாராட்டுக்குரியதாகிறது. சிவாஜி அவர்களின் அமெரிக்கப் பிரயாணம் கலையுலக சரித்திரத்தில் ஒரு முக்கிய திருப்பமாகத் திகழ்வதோடு மட்டுமல்லாமல், தமிழ்ச் சமுதாயத்திற்கே மாபெரும் வெற்றியாகவும் விளங்குகிறது. வெற்றியுடன் திரும்பிய அவருக்கு நடிகர் சங்கம் அளித்த வரவேற்பில், மலை போல் குவிந்த மாலைகளும், கடலெனப் பெருகி அலைமோதிய மக்கள் வெள்ளமும், தமிழ்நாட்டின் தனிப்பெரும் பண்பான கலையுணர்வுகளின் பிரதிபலிப்பாகும். அதே மேடையில் குணசித்திர நடிகரான திரு. நாகையா அண்ணன் சொன்னார்! "பூப்பிரதட்சணம் சென்று வந்தவரைக் காண்பதே ஒரு புண்ணியம்; நாம் தெரிந்தோ, தெரியாமலோ செய்த பாவங்கள் எல்லாம் மறைந்து விடும்" என்றார். முதிர்ந்த அனுபவமும், விரிந்த ஆற்றலுமுடைய அவர்களது இதயபூர்வமான அந்த நல்லாசி

கேட்டு என் உள்ளம் சிலிர்த்தது. நமது சகோதரர், நம்மிடையே வாழ்பவர், இன்று உலகத்தின் நண்பனாகி, திக்கெட்டிலுமுள்ள மக்களின் அன்பு வெள்ளத்திலே நீந்தித் திளைத்து வந்திருக்கிறார். அவர் கொண்ட புகழ், கண்ட வெற்றி அனைத்திலும் நமக்கும் பங்குண்டு என்று பெருமையோடு கூறிக் கொள்கிறேன். இமயப் புகழ் பெற்ற இந்த வேளையிலும் புகழின் போதை இவரைத் தொட்டதில்லை. பாசமும் பண்பும் இவர் மறந்ததில்லை! முடிவாக ஒரு விஷயத்தைக் கூற ஆசைப்படுகின்றேன். நண்பர் சிவாஜி அவர்கள் இது வரை எந்தவொரு படத்திலும் நடித்தார் என்று நான் சொல்ல மாட்டேன். ஆம், அவர் நடித்திருந்தால்... சங்கிலியால் பிணைக்கப்பட்டு, சபை நடுவே தன் தந்தையின் முன் சிங்கமெனப் பாய்ந்து நீதி கேட்ட மனோகரனைக் கண்டு நாம் மெய்சிலிர்த்தது ஏன்? "வானம் பொழியுது, பூமி விளையுது, வரி ஏன் உனக்கு நாங்கள் தருவது?" என்று கர்ஜித்த கட்டபொம்மனை வெண்திரையில் கண்டபோது நம் உடல் சிலிர்த்தது ஏன்? "சுதேசிக் கப்பலை ஓட்டுவோம். நம் சுதந்திர தாகத்தைக் காட்டுவோம்!" என்று வீரமுழக்கமிட்ட தேச பக்தன் வ.உ.சி. யைத் திரையில் கண்டு நம் இதயம் விம்மிப் புடைத்தது ஏன்? இது போன்று ஒன்றா? இரண்டா..? எனவே கணேசனவர்கள் உண்மையிலேயே நடிக்கத் தெரியாதவர். தான் ஏற்றுக் கொள்ளும் பாத்திரத்தோடு ஒன்றிவிடும் ஈடு இணையற்ற ஓர் அற்புதக் கலைஞர்! அபூர்வப்பிறவி! தெய்வீக நடிகர்! வாழ்க நடிகர் திலகத்தின் புகழ்! வளர்க தமிழ்க் கலையுலகம்!

-வில்லன் நடிகர் **பி.எஸ். வீரப்பா**
(நடிகன் குரல், நடிகர் திலகம் சிவாஜி கணேசன்
உலக வெற்றி உலா மலர், ஆகஸ்ட் 1962)

நம்முடைய பாக்கியம்

சிவாஜி போன்ற ஒப்பற்ற நடிகர் இவ்வுலகில் ஒருவரும் இல்லை. பக்கம் பக்கமாக பராசக்தி, வீரபாண்டிய கட்டபொம்மன், ராஜா ராணி, மனோகரா போன்ற திரைப்படங்களில் அழுத்தம் திருத்தமாக வசனம் பேசி நடித்ததையும் நாம் பார்த்திருக்கிறோம். வசனமே இல்லாமல், முகபாவங்களைக் கொண்டு அற்புதமாக நடித்ததை சம்பூர்ண ராமாயணம் படத்தில் பரதனாகத் தோன்றி அயோத்தி மாநகருக்குத் திரும்பும் காட்சியில் கண்டு களித்திருக்கிறோம். உடன் நடிக்கும் நடிகர்களை உற்சாகப்படுத்துவதிலும், அவர்களுக்கு தகுந்த அறிவுரை

சிவாஜி - ஒரு வரலாற்றின் வரலாறு

வழங்குவதிலும் அவருக்கு நிகர் அவர்தான். காட்சி சிறப்பாக அமையணும் என்பதற்காக அணுஅணுவாகப் பாடுபட்ட நடிகர். அத்தகைய பேராற்றல் உள்ள கலைஞன். அவரோடு நடிக்கும் பாக்கியம் பெற்றவன் என்ற பெருமை எனக்கும், அவர் நடித்த உன்னதமான திரைப்படங்களைப் பார்த்து ரசிக்கும் பெருமை உங்களுக்கும் கிடைத்தது நம்முடைய பாக்கியம். அவர் நம் நாட்டில் பிறந்தார் என்பது நாம் செய்த அதிர்ஷ்டம். மற்ற நாடுகளில் அவர் பிறக்காதது அந்த நாட்டு மக்களின் துரதிர்ஷ்டம்

-குணச்சித்திர நடிகர், **வி.எஸ். ராகவன்**
(சிவாஜி அவர்களின் மூன்றாம் ஆண்டு நினைவு நாள் நிகழ்ச்சி, 25.7.2004, சென்னை வாணி மஹால்)

கலைத்தாயின் தலைக்குழந்தை

எங்கள் தங்கராஜா (1973) திரைக்காவியத்தில் நடிகர் திலகம், ஆர்.எஸ். மனோகர்

நடிகர் திலகம் சிவாஜி கணேசன் அவர்கள் கலைத்தாயின் தலைக் குழந்தையாக விளங்குகிறார். அவருக்கு ஒப்பாரும், மிக்காரும் இன்றும் சரி, இனிமேலும் சரி, இல்லை என நான் மட்டுமல்ல, இந்த மாநிலத்தின் மாந்தர்கள் அனைவருமே ஒப்புக் கொள்கிறார்கள். வேண்டியவன், வேண்டாதவன் என்ற பாகுபாட்டின் வரம்பில் நிற்பவன் நானல்ல. ஏதோ என் மனதில் எழுந்த எண்ண எழுச்சியின் காரணமாக சில வார்த்தைகள் சொன்னேன். வாழ்க சிவாஜி கணேசன்!

-நாடகக் காவலர்
ஆர்.எஸ். மனோகர்
(நடிகன் குரல், நடிகர் திலகம் சிவாஜி கணேசன்
உலக வெற்றி உலா மலர், ஆகஸ்ட் 1962)

K. சந்திரசேகரன்

திறமை கண்ட பெருமை

நெற்றியின் ஏற்ற இறக்கத்திலே நடிப்பு!
புருவத்தின் நெரிப்பிலே நடிப்பு!
கண்களின் சுழற்சியிலே நடிப்பு!
இமைகளின் படபடப்பிலே நடிப்பு!
கன்னத்தின் அசைவிலே நடிப்பு!
உதடுகளின் துடிப்பிலே நடிப்பு!
புயங்களின் பூரிப்பிலே நடிப்பு!
தோளின் விம்மலிலே நடிப்பு!
கைகளை உயர்த்துவதிலே நடிப்பு!
சாதாரணமாக நடப்பதிலும் கூட நடிப்பு!

என்று அங்கத்தின் ஒவ்வொரு அசைவிலும் நடிப்பினைக் காட்டி விந்தைகள் புரிந்தவர் நமது நடிகர் திலகம். சுருங்கக் கூற வேண்டுமென்றால் நடிப்புக் கலையின் திருவுருவமே நமது நடிகர் திலகம்தான். அந்தத்திலகம், பெரியார் கண்ட சிவாஜி, அண்ணா கண்ட மார்லன் பிராண்டோ, பேசும் படம் கண்ட நடிகர் திலகம், அமெரிக்கா கண்ட இந்தியாவின் கிளார்க் கேபிள், எல்லாவற்றும் மேலாக அன்னை ராஜாமணி அம்மையார் கண்ட வி.சி. கணேசன். எழில் நதியாம் நைல் பாய்ந்து வளஞ்செய்யும் எகிப்து நாட்டிற்குச் சென்று வெற்றிக் கொடி நாட்டி திரும்பி வந்த போதே நமது நடிகர் திலகம், மேல் திசை நாடுகளுக்குச் சென்று, பேரும் புகழும் பெற்றுத் திரும்புகின்ற காலம் வெகுதூரத்தில் இல்லையென்று நம்மிலே பலர் எண்ணியதுண்டு. அந்த எண்ணம் வீண் போகவில்லை. இந்திய துணைக் கண்டத்திலிருந்து கலைத் துறையில் சிறந்த ஒருவரை விருந்தினராகத் தன் நாட்டுக்கு அழைக்க வேண்டுமென்று அமெரிக்கா எண்ணியபோது, கன்னியாகுமரிக்கும், காஷ்மீருக்கும், கத்தியவாருக்கும் வங்காளத்திற்கும் இடைப்பட்ட பகுதியில், பல மாநிலங்களிலேயும் தம் பார்வையைச் செலுத்தியது. நகர்ந்து கொண்டே இருந்த அதன் பார்வை தமிழகத்திற்கு வந்ததும் அப்படியே நிலைத்து நின்றது. நடிகர் திலகத்தைக் கண்ட அதன் கண்கள் தன் பார்வையை வேறுபக்கம் நகர்த்தத்தான் முடியுமோ? அமெரிக்கா உடனே கொடுத்தது அழைப்பை! விமானத்திலே அழைத்துச் சென்றது நடிகர் திலகத்தை! அமெரிக்காவின் பல்வேறு வகைப்பட்ட வளர்ச்சிகளையும் அவருக்குக் காட்டி, அவரை கௌரவத்தோடு தமிழகத்திற்கு திருப்பி அனுப்பி வைத்தது. தமிழ்த் திரையுலக சரித்திரத்தைப் பொறுத்த வரையில், நமது நடிகர் திலகத்தின் அமெரிக்க மற்றும் உலகப் பயணம் பொன்னெழுத்துக்களால் பொறிக்கப்பட வேண்டியவை. உலக அரங்கில் தமிழகம்

> சிவாஜி - ஒரு வரலாற்றின் வரலாறு

தனது தனிப்பெரும் பங்கை அளிக்கும் போது நமது உள்ளங்களில் பொங்கி வழியும் மகிழ்ச்சி வெள்ளத்திற்கு அளவேதுமில்லை. அது மட்டுமின்றி, உலக அரங்கில் நமது நடிகர் திலகத்தை கௌரவிப்பது தமிழகத்தையே பெருமைப்படுத்துவது போன்றது. அதனால் நமது உள்ளமெல்லாம் மகிழ்கின்றது. உணர்வெல்லாம் சிலிர்க்கின்றது. சிலர் கேட்கலாம், அமெரிக்கா என்றதும் ஏன், எதனால் இவ்வளவு பெருமை? வேறு நடிகர் எவரும் அயல்நாடுகளுக்குச் சென்று வந்ததே இல்லையா? என்று. அமெரிக்கா அழைத்ததில் தனிப்பெரும் சிறப்பு ஒன்று உண்டு. புராணத்தில் சொல்வார்களே, வசிஷ்டர் வாயால் விசுவாமித்திரருக்கு பிரம்மரிஷி பட்டம் என்று, அதைப் போல உலக அரங்கில் நடிப்புத்துறை-நடிப்பிலே வல்லமை என்ற பேச்சு எழும் போதெல்லாம் உலக நாடுகளின் கண்கள் பார்வையைச் செலுத்துவது அமெரிக்காவை நோக்கித்தான். அதுவும் அமெரிக்க சினிமா நகரமாம் ஹாலிவுட்டை நோக்கித்தான். அமெரிக்க நாட்டு நடிகர்கள் அல்லது பிற நாடுகளில் பிறந்து வளர்ந்து பின் அமெரிக்கா சென்று சிறந்துள்ள நடிகர்கள் தான் உலகப் பெரும் நடிகர்கள் என்று பெயர் பெற்றுத் திகழ்கின்றனர். இத்தகைய வல்லமை மிக்க நடிகர்களைக் கொண்ட அமெரிக்க நாடு, ஒரு நடிகரை வேற்று நாட்டிலிருந்து விருந்தினராக அழைக்கின்றது என்றால் அந்த நடிகர்களுக்கு எந்த விதத்திலும் நமது நடிகர் திலகம் சளைத்தவரல்ல என்பது தான் பொருளாக இருக்க முடியும். அதிலும் இந்தியாவிலிருந்து அமெரிக்காவின் விருந்தினராக அழைக்கப்பட்ட முதல் கலைஞர் நடிகர் திலகம் தான் என்றால், அதனால் கிடைக்கின்ற பெருமையை விட சிறந்ததோர் பெருமை தமிழகத்திற்கு வேறு என்ன இருக்க முடியும்? அந்தப் பெருமையை நடிகர் திலகம் நமக்குப் பெற்றுத் தந்திருக்கிறார் என்பதனை எண்ணும் போது, ஒரு காலத்தில் கூத்தாடிகள் என்று ஏளனமாக அழைக்கப்பட்ட நடிகர் சமுதாயம், கண்களிலே ஒளிவிட்டுப் பிரகாசிக்க, தலையினை நிமிர்த்தி, தோளினை உயர்த்தி நடக்க முடிகின்றது. அதனை நாட்டு மக்களும் மனமார வரவேற்று மகிழ்ச்சியடைகின்றனர். நமது நடிகர் திலகம் மென்மேலும் ஒளிவிட்டுப் பிரகாசித்து, இந்த மண்ணின் பெருமையை இமயத்தின் உச்சிக்கு உயர்த்திச் செல்வார் என்பது திண்ணம். வளர்க நடிப்புக் கலை! வாழ்க நடிகர் திலகம்!

-வில்லன், குணச்சித்திர நடிகர் **S.A. அசோகன்**
(நடிகன் குரல், நடிகர் திலகம் சிவாஜி கணேசன் உலக வெற்றி உலா மலர், ஆகஸ்ட் 1962)

கலை தெய்வம்

என்னதான் உயர உயரப் பறந்தாலும் ஊர்க்குருவி பருந்தாக முடியுமா? திரு. சிவாஜி கணேசனோடு நான் நடிக்கிறேன் என்றால் மலைக்கும் மடுவுக்குமுள்ள பெரிய வித்தியாசத்தைக் காண்கிறேன். அவர் உலகப் புகழ் பெற்ற உன்னதமான ஒரு கலை தெய்வம். ஆமாம்! தெய்வப்பிறவியே தான் அவர். அவருடைய அன்பும் ஆசியும் என்றும் எனக்கிருந்துவருகிறது. அவர் ஒரு ஆலமரம் போல் இருந்து கலையுலகுக்கு

K. சந்திரசேகரன்

சிவாஜி - ஒரு வரலாற்றின் வரலாறு

அன்னை இல்லம் (1963) திரைக்காவியத்தில் முத்துராமன், எம்.வி. ராஜம்மா, நடிகர் திலகம்

நிழல் தருகிறார். நமது தமிழ்நாடு, அவரின் திறமைமிக்க நடிப்பால் கலையில் உலகப்புகழ் பெற்று விட்டது. அதையெண்ணி என் மனம் மிகுந்த பூரிப்படைகின்றது.

-நடிகர் **முத்துராமன்**
(அவன்தான் மனிதன் திரைப்பட மலர், 1975, புதுவை சிங்கத் தமிழன் சிவாஜி புகழ் பரப்பும் குழு வெளியீடு)

சபாஷ் மீனா (1953) திரைக்காவியத்தில் நடிகர்திலகத்துடன் சந்திரபாபு

நல்ல ஆக்டர்

சிவாஜி கணேசன் ஒரு நல்ல ஆக்டர். ஆசியாவிலேயே தலைசிறந்த ஒரு நடிகர்.

-நகைச்சுவை நடிகர்
ஜே.பி. சந்திரபாபு
(1965ல் இந்திய எல்லைப்பகுதிகளில் உள்ள இராணுவ வீரர்களை மகிழ்விக்கச் சென்ற தமிழக கலைக்குழு நடத்திய நிகழ்ச்சியில் கூறியது)

சிவாஜி - ஒரு வரலாற்றின் வரலாறு

ALL TIME GREAT SIVAJI

நான் அறிமுகமான படம் தாமரைக்குளம். ஆனால் தமிழ்நாட்டில் பட்டி தொட்டியெங்கும் நான் பிரபலமான நகைச்சுவை நடிகராகப் புகழ் பெறுவதற்குக் காரணம் "திருவிளையாடல்" திரைப்படத்தில் நான் ஏற்று நடித்த தருமி கதாபாத்திரம். பாண்டிய மன்னனின் சந்தேகத்தைத் தீர்க்கும் வகையில் தனக்குப் பாட்டெழுதி உதவி செய்ய வந்த புலவர் வேடம் பூண்ட சிவபெருமானின் தமிழறிவை சோதிப்பதற்காக தருமி வாக்குவாதம் செய்யும் காட்சி படத்தின் High Light என்றால் அது மிகையல்ல.

படப்பிடிப்பு முழுமையாக நடந்து முடிந்து, படத்தின் Rush போட்டுப் பார்க்கும் போது, இயக்குநர் A.P. நாகராஜனுடன் நடிகர் திலகம் சிவாஜி உடனிருந்தார். பயபக்தியுடன் நானும் அவர்கள் பக்கத்தில் இருந்தேன். சிவாஜி APN ஐ அழைத்து "நாகேஷ் ரொம்ப நல்லா நடிச்சிருக்கான். படம் வெற்றியடையணும்னா நாகேஷ் Portion ஐ ஒரு Inch கூட கட் செய்யாதே; அது அப்படியே முழுசா வரணும்.

திருவிளையாடல் (1965) திரைக்காவியத்தில் நடிகர் திலகம், நாகேஷ்

நாகேஷ்கிட்ட இன்னொரு Weakness இருக்கு. Shot வைக்கும் போது ரொம்பப் பிரமாதமா Scene ல act பண்ணுவான். ஆனா டப்பிங் பேசும் போது டயலாக்கை சரியாகப் பேசாம கோட்டை விட்டுடுவான். அதனால் Dubbing நடக்கிற அன்னிக்கு நீ

K. சந்திரசேகரன்

நாகேஷ் கூடவே இருந்து Prompt பண்ணி அவனை, டயலாக்கை இப்ப சீன்ல பேசின மாதிரியே Correct ஆகப் பேச வைக்கணும்" என்றார். ஒரு திரைப்படம் மாபெரும் வெற்றியடையணும்னா எல்லா நடிகர்களும், கலைஞர்களும் நல்லா நடிச்சாதான் முடியும் என்கிற உயர்ந்த பண்பு சிவாஜிக்கு இருந்தது. தான் மட்டும் நல்லா நடித்துப் பேர் வாங்க நினைக்காம, என்னைப் போன்றவர்களும் நன்றாக நடிக்கணும்; மக்களிடையே நல்ல பேர் வாங்கணும், என்று சிவாஜிமாதிரி பெருந்தன்மையுடன் வாழ்ந்த கலைஞர்களை விரல்விட்டு எண்ணிடலாம். அந்தக் காட்சியைப் பொறுத்தவரை, அவரையே Overtake பண்ணுறமாதிரி சில Shots இருக்கும். அவர் நினைத்திருந்தால் Editing ல அதை எல்லாம் Cut பண்ணிடலாம். ஆனா அது மாதிரி எல்லாம் அடுத்தவனக் கெடுக்காம, தானும் முன்னேறணும், தன்னோடு நடிக்கும் சக கலைஞர்களும் முன்னேறணும் என்கிற பரந்த மனப்பான்மை உள்ளவர் சிவாஜி. அவர் ஊக்கப்படுத்தியதால் மட்டுமே தருமி கதாபாத்திரம் வென்றது. அதை ஏற்று நடித்த நானும் புகழ் பெற்றேன். "Sivaji is Alltime Great Hero".

-நடிகர் **நாகேஷ்**

(1995ஆம் ஆண்டு JJTv யில் ஒளிபரப்பான நாகேஷின் திரையுலக அனுபவங்கள் நிகழ்ச்சி தொகுப்பிலிருந்து).

மன மொழியினால் மெய்யான வாழ்த்து

தமிழகத்தில், ஏன்? உலகத்திலேயே முதன்மையான நடிகர், நடிகர் திலகம் சிவாஜி கணேசன் தான். சிவாஜி கணேசனைப் பற்றி நான் சொல்வதா... எதை.. எப்படி? எனக்கு ஒரே திகைப்பு.

உயரத்தில்... எவரெஸ்ட்
புனிதத்தில்... கங்கை
கலை அழகில்... தாஜ் மஹால்
கனி இனிமை... தமிழ் மொழி
பெரு நடிகர்... அண்ணன் கணேசன் அவர்கள்

அவர் வாழ்க என்றென்றும் என வாழ்த்துகின்றேன், மனமொழி மெய்யினால்.

-நடிகர் **ரவிச்சந்திரன்**
(ரசிகர் கலை மலர், 1968)

சிவாஜி - ஒரு வரலாற்றின் வரலாறு

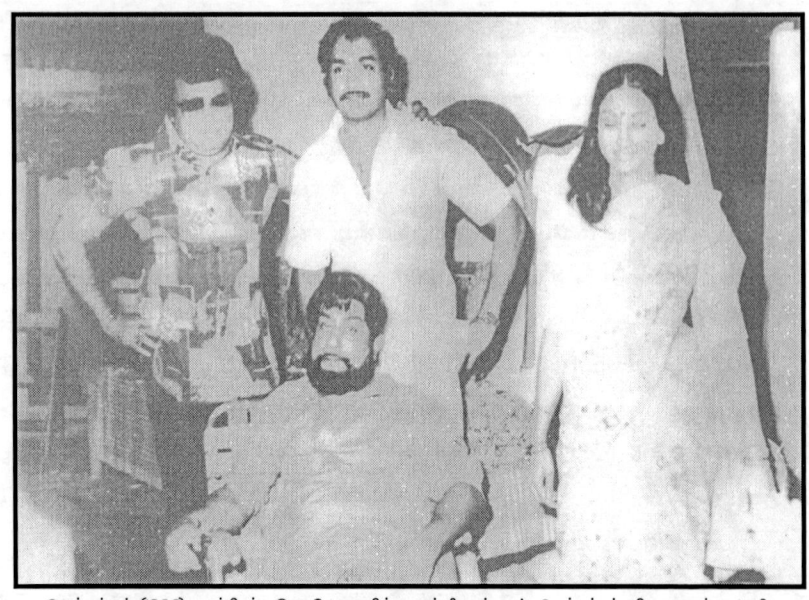

நெஞ்சங்கள் (1982) படப்பிடிப்பு இடைவேளையில் நடிகர் திலகத்துடன், ஜெய்சங்கர், விஜயகுமார், லட்சுமி

பவநந்தி

நடிகர் திலகம் பத்மஸ்ரீ திரு. சிவாஜி கணேசன் அவர்கள் தமிழகத் திரையுலகுக்கு ஓர் துருவ நட்சத்திரம். நடிப்புலகில் இருப்போர்க்கு ஓர் பவநந்தி. பலருக்கு வாழ்வளிக்கும் தெய்வமாக இருந்து வரும் இனியர். திரு. சிவாஜி அவர்கள் பலகாலம் கலையுலகுக்கு கலங்கரை விளக்கமாக இருந்து வருவார்.

-மக்கள் கலைஞர் **ஜெய்சங்கர்**
(பத்மஸ்ரீ சிவாஜி கணேசன் 40 வது பிறந்த நாள் சிறப்பு மலர், 1.10.1967)

பரந்த உள்ளம்

சக்தி நாடக சபாவின் கவியின் கனவு நாடகம் எங்கள் ஊரில் நடந்தபோதும் பராசக்தி திரைப்படம் வெளியான போதும் பலமுறை அவற்றைப் பார்த்து பிரமித்துப் போய் அவரது தீவிர ரசிகர் ஆனேன்.மோட்டார் சுந்தரம் பிள்ளைதான் நான் அவருடன் இணைந்த முதல் படம். இதனைத் தொடர்ந்து பல படங்களில் நாங்கள் நடித்திருந்தாலும், உயர்ந்த மனிதன், ஞான ஒளி, தெய்வமகன் படங்களை என்னால் மறக்க இயலாது. உயர்ந்த மனிதன் படப்பிடிப்பின் இடைவேளையில், அவர் எங்கள் ஊருக்கு, பல ஆண்டுகளுக்கு முன்னர் வந்து, நான் நாடகத்தில் நடித்ததைப் பெரிதும் பாராட்டியதை நினைவு கூர்ந்த பொழுது பழைய நினைவுகளில் மூழ்கி மகிழ்ந்தார்.

K. சந்திரசேகரன்

சிவாஜி - ஒரு வரலாற்றின் வரலாறு

ஞானஒளி (1972) திரைக்காவியத்தில் நடிகர் திலகத்துடன் மேஜர் சுந்தரராஜன்

நான் ஞானஒளி நாடகத்தில் நடித்த கதாபாத்திரத்தை திரையில் அவர் நடித்தார். மற்றொரு கதாபாத்திரமான இன்ஸ்பெக்டர் வேடத்திற்கு வில்லன் நடிகர் நம்பியாரைப் பிடிவாதமாக தயாரிப்பாளர் வலியுறுத்தியபோது, நான் தான் அந்த வேடத்திற்குத் தகுதியானவன் எனப் பெரிதும் போராடி எனக்கே அந்த வாய்ப்பு கிடைக்குமாறு செய்தார்.

சங்கராபரணம் தெலுங்கு படத்தை தமிழில் இவரைக் கதாநாயகனாகப் போட்டு தயாரிக்க முன்வந்த போது, அதைப் பிடிவாதமாக மறுத்து ஏற்கவில்லை. அந்தப் படத்தில் புதுமுகமாக ஒருவரை முக்கிய கதாபாத்திரத்தில் நடிக்க வைத்ததுதான் படத்தின் வெற்றிக்கு முக்கியக் காரணம். தன்னை கதாநாயகனாகப் போட்டால் பாத்திரத்தின் தன்மை பின்னுக்குத் தள்ளப்பட்டு விடும் என உறுதியாக நம்பினார்.

நிதி திரட்டுவதற்காக கலை நிகழ்ச்சிகள் நடத்த வெளியூர்களுக்கு செல்லும் போது, சக கலைஞர்கள் பிரயாணம் செய்யும் இரண்டாம் வகுப்புப் பெட்டியில் தான் வருவார். தன்னுடைய போக்குவரத்து, மற்ற பராமரிப்பு செலவுகள், நிதியின் பெரும் பகுதியை விழுங்கி விடக் கூடாதென நினைக்கும் பரந்த உள்ளம் கொண்டவர். இப்படியெல்லாம் நாங்கள் சிக்கனமாக நடந்து கொண்டதால்தான் சிங்கப்பூரில், வடஇந்தியக் கலைஞர்கள் நடத்திய கலைநிகழ்ச்சிகளைக் காட்டிலும் அதிகமாக வசூலித்து 5 லட்சம் டாலர்களை கலாச்சார நிதியாக கொடுத்து சிங்கப்பூர்காரர்களையே பிரமிக்க வைத்தார்.

அவர் நடிகர் சங்கத் தலைவராக இருந்த போது என்னை வற்புறுத்தி செயலாளர் பொறுப்பை ஏற்க வைத்தார்.

-நடிகர் மேஜர் **சுந்தர்ராஜன்**
(தினத்தந்தி, 9.09.2001)

K. சந்திரசேகரன்

> சிவாஜி - ஒரு வரலாற்றின் வரலாறு

இளம் நடிகர்களின் வழிகாட்டி

நடிகர் திலகம் சிவாஜி கணேசன் அவர்கள் என்னைப் போன்ற இளம் நடிகர்களுக்கு வழிகாட்டி. தமிழகத் திரை உலகில் மட்டுமின்றி அகில உலகத் திரை உலகிலும் தனக்கென ஒரு தனி இடம் பெற்றுத் திகழ்பவர்.

-நடிகர் **ஏவிஎம்.ராஜன்**
(ரசிகர் கலை மலர், 1968)

சிவாஜியின் ராசி

Y.G. பார்த்தசாரதியின் யுனெட்டெட் அமெச்சூர் ஆர்டிஸ்ட்ஸ் என்று அழைக்கப்பட்ட UAA நாடகக்குழுதான் இன்று பிரபலமாக விளங்கும் ஜெயலலிதா, லட்சுமி, மௌலி, A.R.S போன்றவர்களுக்குத் தாய்வீடு. நான் எனது கல்லூரித் தோழன் காத்தாடி ராமமூர்த்தியுடன் இணைந்து விவேகா பைன் ஆர்ட்ஸ் என்னும் நாடகக்குழுவைத் துவக்கி நடத்துவதற்கு முன்பு YGPயின் UAA நாடகக்குழுவில் நடித்து வந்தேன். கதாசிரியர் பட்டு அவர்கள் எழுதி YGP இயக்கத்தில் உருவான "பெற்றால் தான் பிள்ளையா?" நாடகத்தில் நான் Driver கதாபாத்திரத்தில் நடித்திருப்பேன். ஒருநாள் நாடகத்தைப் பார்க்க

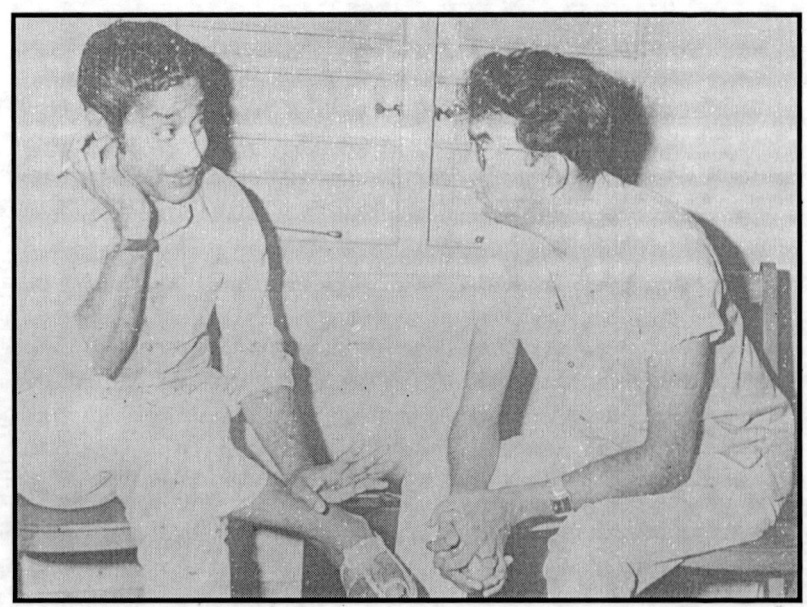

நடிகர் திலகத்துடன் சோ

K. சந்திரசேகரன்

நடிகர் திலகம் சிவாஜி கணேசன் அவர்கள், இயக்குநர் பீம்சிங் மற்றும் தயாரிப்பாளர் சுப்பராமன் அவர்களுடன் வந்திருந்தார். நாடகத்தைப் பாராட்டி சிவாஜி பேசும்பொழுது, "நாடகம் மிகச்சிறப்பாக இருந்தது. நாடகம் நடந்து கொண்டிருக்கும்போதே பக்கத்திலிருந்த தயாரிப்பாளர் சுப்பராமன் இந்த நாடகத்தை, தான் திரைப்படமாகத் தயாரிக்கப் போவதாகவும், என்னை YGP நடித்த கதாநாயகன் வேடத்தை ஏற்று நடிக்குமாறும், இயக்குநர் பீம்சிங்தான் இயக்க வேண்டுமெனவும் விரும்புவதாகக் கூறினார். அப்படி சுப்பராமன் இந்த நாடகத்தைத் திரைப்படமாக தயாரித்தால், மற்ற வேடங்களுக்கு அவரது விருப்பப்படி யாரை வேண்டுமானாலும் தேர்வு செய்து கொள்ளட்டும். ஆனால் இந்த Driver வேடத்திற்கு மட்டும் நாடகத்தில் நடித்த இளைஞரையே தேர்வு செய்யவேண்டும். அந்த Characterக்கு அந்த இளைஞன்தான் பொருத்தமாக இருப்பார்" என எனக்காக சுப்பராமனிடம் சிபாரிசு செய்தார். இந்த நாடகம் தான் சுப்பராமனின் கஸ்தூரி பிலிம்ஸ் தயாரிப்பில் சிவாஜி கதாநாயகனாக நடிக்க பீம்சிங் இயக்கத்தில் "பார் மகளே பார்" எனும் திரைப்படமாக வெளிவந்து வெற்றியடைந்தது. அறிமுகமான முதல் படமே சிவாஜி, பீம்சிங் கூட்டணியில், சௌகார் ஜானகி, விஜயகுமாரி, புஷ்பலதா, M.R. ராதா, AVM. ராஜன், முத்துராமன், மனோரமா ஆகியோரும் பங்குபெற்ற மாபெரும் நட்சத்திரப் பட்டாளத்துடன் நடிக்க அமைந்த இந்த வாய்ப்பு அதிர்ஷ்டத்தினால் வந்ததே ஆகும். பார் மகளே பார் படத்தைத் தொடர்ந்து பல திரைப்படங்களில் நடிக்க வாய்ப்புகள் வந்ததற்கு சிவாஜியே காரணமாவார்.

–நடிகர், பத்திரிகையாசிரியர் **சோ**
(சோவின் அதிர்ஷ்டம் தந்த அனுபவங்கள் என்ற நூலிலிருந்து)

முதல் கலைஞர்; கலை முதல்வர்

நடிகர் திலகம் சிவாஜி கணேசனை எப்போது இருந்து உங்களுக்குத் தெரியும் என்று கேட்டால், சூரியனை எந்த வயதில் இருந்து தெரியுமோ அந்த வயதிலிருந்து தெரியும் என்பேன். 3 1/2 வயதிலிருந்தே நான் அவரது வீட்டுப் பிள்ளை. சிவாஜிக்கு அவரது மகன்கள் ராம்குமார், பிரபு மகள்கள் சாந்தி, தேன்மொழி எப்படியோ அதே மாதிரி தான் நானும். இதை அவர்கள் குடும்பத்தினரும் மறுக்க மாட்டார்கள். சினிமாவைப் பொறுத்த வரை அவர் ஒரு துரோணாச்சாரியார்... எப்படி வேண்டுமானாலும் வைத்துக் கொள்ளலாம். அவரை, அவரது வித்தைகளை தூரத்திலிருந்தே கற்றுக் கொண்ட

சிவாஜி - ஒரு வரலாற்றின் வரலாறு

நாம் பிறந்த மண் (1977) திரைக்காவியத்தில் நடிகர் திலகத்துடன் கமலஹாசன்

ஏகலைவன் நான். நான் மட்டுமல்ல, என்னைப் போன்ற அத்தனைக் கலைஞர்களும் தான். பழம் தின்னு கொட்டை போட்டவன்னு கிராமத்துல சொல்வார்கள். சினிமாவைப் பொறுத்தவரை அது சிவாஜி அவர்களுக்கு மட்டுமே பொருந்தும். காடுகள் இல்லாத இடமே இல்லை. இந்த மரங்கள் எல்லாம் யார் விதைத்தது? பறவைகள் உலகில் எங்கெங்கோ பறந்து, அவை போட்ட எச்சத்தில் முளைத்தவை தான் இந்த மரங்கள். சிவாஜி தான் பறவைகள். அவரால் வளர்ந்த மரங்கள் தான் நாங்களெல்லாம். அதனால் தான் அவரது இறுதி ஊர்வலத்தில் அத்தனை கலைஞர்களையும் காணமுடிந்தது. எள் போட்டால் எண்ணையாகும் அளவுக்கு கூட்டத்தைக் காண முடிந்தது. மற்றவர்களை விட சிவாஜியை நன்கு அறிந்தவன், தெரிந்தவன் நானாகத் தான் இருக்க முடியும். அதற்காக அவரை அடிக்கடி சந்திக்கவும் மாட்டேன். அவர் ஒரு அற்புதமான இனிப்பைப் போன்றவர். அதைத் திகட்டாத அளவுக்கு அவ்வப்போது எடுத்து உண்பேன். எங்கள் திரை உலகின் முதல்வர் சிவாஜி. எனக்கு அரசியல் தெரியாது. அதே சார்புடைய நிலையில் சிவாஜியும் இருந்ததால் நான் சந்திப்பது அவரை மட்டும் தான். எனக்கு அவர் தான் முதல்வர். என் மானசீக குருவும் அவரே. நடிப்பில் வாரி வழங்கும் வள்ளல். அவரிடம் இருந்து நான் கற்றுக் கொண்டது ஏராளம், ஏராளம்.

K. சந்திரசேகரன்

சிவாஜி - ஒரு வரலாற்றின் வரலாறு

அவர் வாரி வழங்குகிறார் என்பதற்காக அவரிடம் இருப்பதையெல்லாம் வாங்கிக் கொள்ள வேண்டும் என்றும் நான் நினைத்தது இல்லை. எப்போது எனக்கு தேவைப்படுகிறதோ அப்போது போய்ப் பெற்றுக் கொள்வேன். தேவர் மகன் படமும் அப்படித்தான். என்மீது அவருக்குத் தனி அன்பு உண்டு. ஒரு படத்தில் நான் ஒட்டுதாடி ஒட்ட வைத்து நடித்திருந்தேன். படத்தைப் பார்த்தவர், "என்னடா நீ... இப்படி அசிங்கமாவா தாடியை வைத்திருப்பது? நடித்தால் மட்டும் போதாது.. மேக்கப்பிலும் கவனம் செலுத்தணும். அவன் தான் நடிகன்" என்றார். அதற்கு அப்புறம் தான் மேக்கப்பிலும் கவனம் செலுத்தினேன். நாயகன் படம் பார்த்து விட்டு வெளியே வந்தவர் என்னை அப்படியே கட்டி அணைச்சுக்கிட்டார். என் காது அருகே மெல்லிய குரலில் "ரொம்பப் பெருமையா இருக்குப்பா" என்றார். வசிஷ்டர் வாயால் பிரம்மரிஷி பட்டம் கிடைத்த சந்தோஷம். நான் அவரது காலில் விழுந்து வணங்கினேன். சிவாஜியை இழந்து திரையுலகம் இன்று வெற்றிடமாக இருக்கிறது. அது அப்படியே தான் இருக்கும். யாராலும் நிரப்ப முடியாது. நடிகர் திலகம் ஒரு சரித்திரம். அந்த சரித்திரம் மீண்டும் திரும்பாது. கவிதைக்கு ஒரு பாரதி என்றால் கலைக்கு ஒரு சிவாஜி! முதல் கலைஞனும் அவர் தான். கலை முதல்வரும் அவர் தான்.

-கலைஞானி **கமலஹாசன்**
(தினத்தந்தி 15.8.2001, சுதந்திர தினமலர்)

மக்களுக்கு – பாடம்; நடிகர்களுக்கு – பொக்கிஷம்

விவரம் தெரிந்த நாள் முதல் நான் நடிகர் திலகத்தின் பரமரசிகன். எனக்கு என் பெற்றோர்கள் சிவாஜி என்று பெயர் வைத்ததை நினைத்து நான் பலமுறை பெருமைப்படுவேன். சத்ரபதி சிவாஜியின் நினைவாக அவர்கள் எனக்கு அப்படிப் பெயர் வைத்திருப்பார்கள். ஆனால் சிவாஜி என்றால், முதலில் நினைவுக்கு வருவது நடிகர் திலகம் செவாலியே சிவாஜி அவர்கள் தான். இப்போது நான் நடித்துள்ள படத்தின் டைட்டில் சிவாஜி. அதை என்னால் நம்பவே முடியவில்லை. இது கனவு அல்ல. நிஜம். எவ்வளவு சந்தோஷமாக இருக்கிறது. இதை எப்படி எடுத்துக் கொள்வது? அவர் சினிமா உலகில் அடியெடுத்து வைத்த ஆண்டில் (1950) தான் நான் பிறந்தேன். அவர் வாழ்ந்த காலத்தில் நான் சினிமா உலகிற்குள் வந்து, அவருடன் இணைந்து சில படங்களில்

K. சந்திரசேகரன்

சிவாஜி - ஒரு வரலாற்றின் வரலாறு

ஜஸ்டிஸ் கோபிநாத் (1978) படத்தில் நடிகர் திலகத்துடன் ரஜினிகாந்த், கே. ஆர். விஜயா

நடித்தேன். இதை ஒரு ஜென்மாந்திர உறவு என்று கூடச் சொல்லலாம். நடிகர் திலகம் சிவாஜி மறைந்த பின்பும் வாழுகின்ற மாமனிதர். அவர் நடித்த படங்கள் எல்லா டி.வி. க்களிலும் திரும்பத் திரும்ப ஓடிக் கொண்டிருக்கின்றன. அவற்றைப்பார்க்கின்ற ஒவ்வொரு ரசிகர் உள்ளத்திலும் அவர் வாழ்ந்து கொண்டிருக்கிறார். அவரது பூத உடல் மட்டுமே மறைந்து விட்டது. ஆனால் அவருடைய ஆன்மாவும், உயிரும் இன்னும் இப்பூவுலகில் வாழ்ந்து கொண்டிருக்கின்றன என்று நான் நம்புகிறேன். இந்த சினிமா உலகம் எத்தனையோ நடிகர்களைக் கண்டிருக்கிறது. அவர்கள் எல்லோருமே நட்சத்திரங்கள் தான். சொற்ப காலம் மின்னி அற்ப ஆயுளில் உதிர்ந்து விடுகிறார்கள். ஆனால் பல நட்சத்திரங்களுக்கும் ஒளி கொடுக்கும் சூரியனாய், நடிக்கத் தொடங்கிய காலம் முதல் இருந்தவர் நடிகர் திலகம் மட்டும் தான். சினிமா உலகத்தால் மற்றவர்கள் புகழ் பெற்றிருக்கிறபோது, நடிகர் திலகத்தால் சினிமா உலகம் புகழ் பெற்றது. பெருமை அடைந்தது. சினிமா நடிகனாவது ஒரு சிலருக்குப் பொழுது போக்கு. சிலருக்கு புகழ்– பணம் கருதி . இப்படித்தான் ஏதாவது ஒரு தொழிலுக்குப் போவதாக எண்ணி சினிமா உலகில் கரை சேர்வோர் பலர் உண்டு. ஆனால் சிறுவயதிலிருந்தே நடிப்பு என்பதை சுவாசித்து, கலை என்பதை நேசித்து, பூஜித்து வந்தவர் சிவாஜி. "சக்ஸஸ்" என்று

சொல்லி முதல் காட்சியில் நடித்தார். எண்ணியது போலவே முதல் படத்தில் தன் மாறுபட்ட திறமையான நடிப்பை நிரூபித்து, அனைத்து ரசிகர்களின் கவனத்தைக் கைப்பற்றி, இதயங்களில் சிம்மாசனமிட்டு சக்ஸஸ்புல்லாக அமர்ந்து கொண்டார். ஏதோ வந்தோம், நடித்தோம், படம் வெற்றி பெற்றால் போதும் என்ற குறுகிய எண்ணத்திற்கு அவர் உட்படவில்லை. ஒவ்வொரு படத்திலும் தான் ஏற்று நடிக்கும் பாத்திரம் தன்னுடைய சோதனை முயற்சி என்று சவாலாக எடுத்துக் கொண்டு நடித்தார். ஆமாம், விதவிதமான சுத்திகரிப்பில் தன்னை ஈடுபடுத்திக் கொண்டு, புடம் போட்ட பொன்னாக ஒளி சேர்த்துக் கொண்டதால் உலக மகா புகழ் அவரைத் தேடி வந்தது. தமிழ்நாட்டில், இந்தியாவில், ஏன் உலகின் பிற நாடுகளில் முன்னணியில் உள்ள சிறந்த நடிகர்கள் கூட சிவாஜியை தலைசிறந்த நடிகராக அங்கீகரித்து இருக்கிறார்கள். ஆராதிக்கிறார்கள். இவர் நடித்த படத்தின் உரிமையைப் பெற்று விட்டு, தன்னால் அவரைப் போல் நடிக்க முடியாது என்று பின் வாங்கியவர்கள் ஏராளம். நடிப்பு பற்றிய சகல பரிமாணங்களையும் ஒருவர் அறிந்து கொள்ள விரும்பினால், சிவாஜியின் படங்களைப் பார்த்தாலே போதும். நடிப்புக்கலையின் குறுக்கு வெட்டு, நெடுக்கு வெட்டுத்தோற்றம் யாவும் அவர் கண்களில் தெரியும். அவர் ஏற்று நடித்த பாத்திரங்கள் அழியாத ஓவியங்கள். உண்மையான நடிகன், கண்ணால் கண்டதை சந்தர்ப்பம் வரும் போது நடித்துக் காட்டி தன் திறமையை வெளிப்படுத்த வேண்டும். நடிகர் திலகம் தன் வாழ்க்கையில் சந்தித்த, பழகிய நண்பர்களின் நடை, உடை பாவனைகளைக் கவனித்து, வாய்ப்புக் கிடைத்த போது, தன் திறமையான நடிப்பால் திரையில் திருப்பித் தருவார். அதற்கு ஏகப்பட்ட படங்களை உதாரணமாகச் சொல்லலாம். சத்ரபதி சிவாஜி, வீரபாண்டிய கட்டபொம்மன், வ.உ.சி. போன்ற வரலாற்று நாயகர்களை எல்லாம், இளைஞர்கள் மனதில் வீறு கொண்டு வலம் வரச் செய்தவர் அவர்தானே. ஒத்தெல்லோ, ஜீலியஸ் சீசர், சாக்ரடீஸ், அலெக்ஸாண்டர் போன்ற மேலை நாட்டுக் கதாபாத்திரங்களையும் கூட இவர் விட்டு வைக்கவில்லை. திரையில் உயிரோட்டமாய் அறிமுகம் செய்து, சரித்திரம் படைத்து விட்டார். அவர் தன் நடிப்பில் தாய் நாட்டுக்குத் தேடித்தந்த பெருமைகள் ஏராளம். பராசக்தி படம் வந்ததால் அவர் நட்சத்திரப் புகழடைந்தார் என்று பலரும் நினைக்கிறார்கள். ஒரு வேளை பராசக்தியில் நடிக்காமல் இருந்தாலும், சில காலத்திற்குப் பிறகு கண்டிப்பாக அவர் புகழ் கொடி நாட்டியிருப்பார். எவ்வளவு கிரேட் ஆக்டர் அவர். இமேஜ் என்ற எல்லையை அவர் வகுத்துக்

> சிவாஜி - ஒரு வரலாற்றின் வரலாறு

கொள்ளாததால் நெகடிவ் கதாபாத்திரங்களையும் ஏற்றுக் கொண்டு பரிமளித்திருக்கிறார். இந்தத் தைரியம் எத்தனை நடிகர்களுக்கு வரும்? அவரது படங்கள் மக்களுக்கு நல்ல பாடமாகவும், புதிதாக நடிக்க வருபவர்களுக்கு ஒரு பொக்கிஷமாகவும் விளங்கிக் கொண்டிருக்கின்றன. வாழ்க அவர் புகழ்!

-சூப்பர்ஸ்டார் **ரஜினிகாந்த்**
(ராணி, 20.5.2007)

அவர் படமே அடையாள அட்டை

நடிகர் திலகம் சிவாஜி அவர்கள் நடித்த திரைப்படங்கள்தான் தமிழ்த் திரையுலகிலுள்ள மற்ற நடிகர்கள் நடிகைகளுக்கு ஒரு அடையாள அட்டை.

காதல் மன்னன் ஜெமினிகணேசனுக்கு எத்தனையோ வெற்றிப் படங்கள் அமைந்திருந்தாலும் அவரது நடிப்பு முழுமையாக வெளிப்பட்ட படங்கள் அவர் நடிகர் திலகத்துடன் நடித்த பாவ மன்னிப்பு, பாசமலர், பார்த்தால் பசி தீரும், வீரபாண்டிய கட்டபொம்மன், கப்பலோட்டிய தமிழன், பதிபக்தி, பெண்ணின் பெருமை போன்ற திரைப்படங்கள் தான்.

அன்னை இல்லத்தில் நடிகர் திலகத்துடன் ஒய்.ஜி. மகேந்திரா தம்பதியர்

K. சந்திரசேகரன்

நகைச்சுவை நடிகர் நாகேஷிற்கு திருவிளையாடல், பாலையாவிற்கு ஒரு தில்லானா மோகனாம்பாள், எம்.ஆர்.ராதாவிற்கு பாவமன்னிப்பு, சாவித்திரிக்கு பாசமலர், நவராத்திரி, எஸ்.எஸ்.ராஜேந்திரனுக்கு பச்சை விளக்கு, ஆலயமணி, கைகொடுத்த தெய்வம், விஜயகுமாரிக்கு பார் மகளே பார், பச்சை விளக்கு, எம்.ஆர்.ஆர். வாசுவிற்கு பாரதவிலாஸ், பத்மினிக்கு தங்கப்பதுமை தில்லானா மோகனாம்பாள், ஸ்ரீகாந்த்க்கு தங்கப்பதக்கம், சுமித்ராவிற்கு அண்ணன் ஒரு கோயில் எனக்கு ஒரு பரீட்சைக்கு நேரமாச்சு. இப்படி அடுக்கிக் கொண்டே போகலாம்.

-நடிகர் **ஒய்.ஜி.மகேந்திரா**
(14.10.2007 அன்று பெங்களூரில் சிவாஜி ரசிகர்கள் நடத்திய நடிகர் திலகம் சிவாஜி பிறந்த நாள் விழாவில் கலந்து கொண்டு பேசியது)

தீர்ப்பு (1982) திரைக்காவியத்தில் சரத்பாபு, நடிகர் திலகம் விஜயகுமார்

மக்கள் போற்றும் மகான்

அண்ணன் நடிகர் திலகம் அவர்கள் சிறு வயது முதலே, கலைத்துறையில் ஏற்காத பாத்திரங்களே இல்லை. நடிக்காத வேடங்களே இல்லை. இன்றைக்கு கலைத்துறையிலே அவரைப் பார்த்து வந்தவர்கள் தான் இயக்குனர்களாகவும், நடிகர்களாகவும் இன்றைக்கு நிறைய பேர் இருந்து கொண்டிருக்கிறார்கள். இத்தனை மக்கள் உள்ளங்களிலும் அவர் வீற்றிருக்கிறார். அவரது புகழ் இந்த உலகம் உள்ளளவும் இருக்கும்.

-நடிகர் **விஜயகுமார்**
(28.9.2001 அன்று சென்னையில் ராஜ் டிவி நடத்திய இமயத்திற்கு இந்திய அஞ்சலி நிகழ்ச்சியில் கூறியவை)

சிவாஜி - ஒரு வரலாற்றின் வரலாறு

சிவாஜி கொடுத்த உற்சாக டானிக்

எந்த ஒரு நடிகருக்கும் சிவாஜி சாரோட நடிப்பது ஒரு Lovable Experience. எனக்கும் அதுபோன்ற ஒரு Sweet Experience, அவரோட பைலட் பிரேம்நாத் படத்தில் நடித்தபோது ஏற்பட்டது. கதைப்படி அவருக்கு இரண்டு மகன்கள், ஒரு மகள். அவர் மனைவி இறப்பதற்கு முன்னர் ஒரு டைரி எழுதிவிட்டு மறைந்து போவார். அதில் மூன்று குழந்தைகளில் ஒருவர் பைலட் பிரேம்நாத்திற்குப் பிறந்த குழந்தையல்ல என்ற அதிர்ச்சியான செய்தியை அறிந்த பிறகு, குடும்பத்தில் குழப்பம், சோகம். இரண்டு பிள்ளைகளில் ஒருவராக விஜயகுமாரும், மற்றொருவராக நானும், பெண்ணாக

நான் வாழவைப்பேன் (1979) திரைப்படத்தில் ஜெய்கணேஷ். கே.ஆர்.விஜயா, நடிகர் திலகம்

ஸ்ரீதேவியும் நடித்திருப்போம். குடும்பத்தில் ஏற்பட்ட குழப்பத்தை நீக்கி, நிம்மதியுடன் எல்லோரும் இருப்பதற்காக, நானாகவே அந்தக் குடும்பத்திலிருந்து விலகிவிடுவதற்கு முடிவு செய்து, குடிகாரனாக நான் மாறி பைலட் பிரேம்நாத் முன்னர் சென்று, போதையில் தாறுமாறாக உளறுவது போல காட்சி அமைக்கப்பட்டிருக்கும். காட்சி எடுக்கப்படுவதற்கு முன்னால் சிவாஜி சார் என்னிடம் வந்து, இந்தக்காட்சியில் எனக்கு வசனம் எதுவும் கிடையாது. நான், நீ பேசற வசனத்தை வேடிக்கை பார்க்கணும். Cricketல Man of the Matchன்னு சொல்ற மாதிரி, இந்தக் காட்சியைப் பொறுத்தவரை உனக்குத்தான் Scope அதிகம். விளாசித்தள்ளு. உன்னைப் பொறுத்தவரை நீதான் Artiste of this Shotனு பேர் வாங்கும்படி நடிக்கணும் என்று உற்சாகப்படுத்தினார். என்னை மாதிரி நடிகர்களுக்கெல்லாம் நடிகர் திலகம் அளிக்கிற உற்சாக Tonic தான்

160 K. சந்திரசேகரன்

அவரது இந்த ஆதரவான வார்த்தைகள். பிறகென்ன? அவர் சொன்னமாதிரியே விளாசித்தள்ளினேன். இயக்குநர் ACT உட்பட Unit ல இருந்த எல்லோருமே கைதட்டி என்னை வாழ்த்தினார்கள். இத்தனை பேர் பாராட்டுக்கும் மூலக்காரணம் சிவாஜி.

-நடிகர் **ஜெய்கணேஷ்**
(சென்னைத் தொலைக்காட்சியில் ஒளிபரப்பான மலரும் நினைவுகள் நிகழ்ச்சித் தொகுப்பிலிருந்து).

பழகுவதிலும் திலகம்

நான் படிக்கும் காலத்தில் சிவாஜி சார் படங்களை விரும்பிப் பார்ப்பேன். குடும்பத்துடன் பார்க்கும் படமாகத் தான் அவருடைய படங்கள் இருந்தன. அவருடைய படங்களைப் பார்ப்பதற்காக நான் பலமுறை அடிபட்டிருக்கிறேன். அவருடைய நடை

நடிகர் திலகத்துடன் விஜயகாந்த்

அழகுக்காகவும், வசன உச்சரிப்புக்காகவும் பலமுறை அவர் படங்களைப் பார்ப்பேன். இவ்வளவு வயசாகி விட்டதே, எப்படி இருப்பாரோ என்று நான் எண்ணியதுண்டு. அவரை நேரில் பார்த்த பிறகு தான் அவரிடம் இன்னும் பராசக்தி தோரணை இருப்பதை அறிய முடிந்தது. அவர் இளைஞர்களுக்கு நன்றாக ஊக்கம் கொடுக்கிறார். புது நடிகர்களிடமும் நன்றாகப் பழகுகிறார்.

-புரட்சிக்கலைஞர் **விஜயகாந்த்**
(ராணி, 1986)

| சிவாஜி - ஒரு வரலாற்றின் வரலாறு |

புதிய வானம் (1988) திரைப்படத்தில் நடிகர் திலகத்துடன் சத்யராஜ்

காத்தவராயனைக் கண்டேன்..

நடிகர் திலகம் எங்கள் 40 வருட கால குடும்ப நண்பராக இருக்கிறார். எங்கள் சித்தப்பா துரைராஜின் திருமணம் 1958ம் ஆண்டில் கோயம்புத்தூரில் நடந்த போது அதற்கு சிறப்பு விருந்தினராக சிவாஜி கணேசன் வந்திருந்தார். அப்போது காத்தவராயன் படம் ரிலீஸாகி தமிழகமெங்கும் வெற்றி பவனி வந்து கொண்டிருந்த நேரம். எனக்கு அப்போது நான்கு வயது தான். எனக்கு, வந்திருந்தவர் சிவாஜி எனத் தெரியாது. காத்தவராயன் நேரில் வந்துள்ளார் என்று தான் எண்ணியிருந்தேன். அப்படத்தின் பாடல்களைப் பாடிக்காட்டுமாறு சிவாஜியிடம் சொன்னேன். முதன்முதலில் சிவாஜி அவர்களை அப்போது தான் நான் சந்தித்தேன்.

விவரங்கள் தெரியாத வயது அப்போது. 1977 ல் சென்னைக்கு, நடிக்க வேண்டும் என்ற எண்ணத்தில் வந்தேன். சினிமாத் துறையில் எனக்குத் தெரிந்த ஒரே நபர் சிவகுமார்தான். அவரிடம் சான்ஸ் கேட்டேன். அவரும் சிபாரிசு செய்தார். நடிகர் திலகம் பேசிய வீர வசனங்கள் அடங்கிய புத்தகங்களை சிவகுமார் என்னிடம் தந்து, படித்துப் பார்த்து, அதற்கேற்ப நடிப்பினை வளர்த்துக் கொள்ள உதவினார். சிவாஜியின் வீர வசனங்களை மனப்பாடம் செய்து நடித்துக் காட்டுவேன். சிவகுமாரும் பாராட்டுவார். சின்னச் சின்ன ரோல்களில் 10 படங்களில் தலைகாட்டினேன். சிவாஜியின் படமான ஹிட்லர் உமாநாத் படத்தில் தான் நான் அவருடன் முதன் முதலில் நடித்தேன். என் திறமையையும், நான்கு வயதில் நடந்த சம்பவங்களை நினைவு கூர்ந்த தன்மையையும் கண்டு, என்னை மேலும் உற்சாகப்படுத்தி, அவரது சந்திப்பு, நீதியின் நிழல், சிரஞ்சீவி

K. சந்திரசேகரன்

என்று தொடர்ந்து பல படங்களில் பல கேரக்டர்களில் என்னை நடிக்க வைத்தார். அவருடன் இணைந்து நான் நடித்த புதிய வானம், முத்துக்கள் மூன்று, ஜல்லிக்கட்டு அனுபவங்களை மறக்கவே முடியாது. எம்.ஜி.ஆர் கடைசியாக, கலந்து கொண்ட திரைப்பட விழா ஜல்லிக்கட்டு படத்தின் 100வது நாள் விழாவாகும். அவ்விழாவில், எம்.ஜி.ஆர், சிவாஜிக்கு தன் கையால் கேடயம் வழங்கினார். சிவாஜியின் படங்களான பாகப்பிரிவினை, தெய்வமகன், தில்லானா மோகனாம்பாள், கௌரவம், வீரபாண்டிய கட்டபொம்மன் போன்ற படங்களுக்காகவே அவருக்கு விருதுகள் வழங்கப்பட்டிருக்க வேண்டும். சில பல அரசியல் காரணங்களுக்காக அவை வழங்கப்படவில்லை. வெளி நாடுகள் பல அவரது நடிப்பைப் பாராட்டிக் கௌரவித்துள்ளன. எனது வால்டர் வெற்றிவேல், அமைதிப்படை போன்ற பல படங்களை, அவருக்கு பிரத்யேகமாக போட்டுக் காட்டியிருக்கிறேன். அவருடன் ஆரம்பகாலத்தில் குடும்ப நண்பராக இருந்த நான், இப்போது குடும்ப உறுப்பினராகவே ஆகி விட்டேன். அவரது சகோதரர் வி.சி. சண்முகத்தின் மகன் கிரிக்கு, எங்கள் உறவுக்காரப் பெண்தான் மனைவி. தந்தை பெரியார் கொடுத்த சிவாஜி பட்டத்துக்கு இணையாக வேறு எதையும் கூற முடியாது. அவருக்கு தற்பொழுது அளிக்கப்பட்டிருக்கும் தாதா சாகேப் பால்கே விருது கால தாமதமாக வழங்கப்பட்டுள்ளது. அதை மனமுவந்து ஏற்றுக் கொண்ட சிவாஜியால் அவ்விருதுக்குத்தான் பெருமை.

-நடிகர் சத்யராஜ்
(சினிமா எக்ஸ்பிரஸ், 1-15 ஆகஸ்டு 1997)

நடிகரின் வாழ்க்கை நிறைவு பெற..

ராஜ மரியாதையில் அவருடன் முதன் முதலாக நடிக்க நின்ற போது உடல் ஆடிவிட்டது. எப்படி நடிக்கப்போகிறோம் என்ற பயம் ஏற்பட்டது. முதல் சீனில் நான் பயந்து கொண்டே நடித்ததால் காட்சி சரியாக வரவில்லை. இதைப்புரிந்து கொண்ட அவர், "பயப்படாமல் பேசி நடி" என்று தைரியம் கொடுத்தார். அவர் கொடுத்த தைரியத்தில் தான் அன்று சிறப்பாக நடிக்க முடிந்தது. எந்த நடிகராக இருந்தாலும் சரி, சிவாஜி சாருடன் ஒரு தடவையாவது இணைந்து நடித்து விட வேண்டும். அப்போது தான் அந்த நடிகரின் வாழ்க்கை நிறைவு பெறும்.

-நடிகர் கார்த்திக்
(ராணி, 1986)

சிவாஜி - ஒரு வரலாற்றின் வரலாறு

மன்னவரு சின்னவரு (1999) திரைக்காவியத்தில் அர்ஜுன், நடிகர் திலகம், சௌந்தர்யா

நாங்கள் மாணவர்கள்

சிவாஜி சார் ஒரு பல்கலைக்கழகம். அந்தப் பல்கலைக்கழகத்தில் பயின்ற மாணவர்கள் தான் நாங்கள்.

-ஆக்ஷன் கிங் **அர்ஜுன்**
(தினத்தந்தி, 23.7.2001)

அண்ணன் வளர்த்த தமிழ்

தமிழ் மூன்றெழுத்து. சினிமா மூன்றெழுத்து. சிவாஜி என்பதும் மூன்றெழுத்து. சிவாஜி என்ற மூன்றெழுத்தில் நடிப்பு என்ற இலக்கணம் அடங்கியிருந்தது. தமிழ்த்திலையுலகின் வரலாற்றை எழுதினாலும் சரி, தமிழ்நாட்டு வரலாற்றை எழுதினாலும் சரி, தமிழக அரசியலை எழுதினாலும் சரி, அண்ணன் சிவாஜியை ஒதுக்கி விட்டு எழுத முடியாது. சிவாஜி அண்ணனுக்கு பல பக்கங்களை ஒதுக்க வேண்டும். தமிழ்நாட்டிற்கும், தமிழ்த் திரை உலகத்திற்கும், ஏன் இந்திய திரையுலகத்திற்கும் பெருமை சேர்த்தவர் அண்ணன் சிவாஜி. அண்ணனின் தமிழ் உச்சரிப்பைப் பார்த்து தமிழை உச்சரிக்கக் கற்றுக் கொண்டவர்கள் பலர். அவர்களில் நானும் ஒருவன். திராவிட

K. சந்திரசேகரன்

சிவாஜி - ஒரு வரலாற்றின் வரலாறு

இயக்கங்கள் மேடையில் வளர்த்த தமிழை, அண்ணன் திரையுலகில் வளர்த்தார். திராவிடர்களுக்கான முக அமைப்பு, சிம்மக்குரல், நடை, உடை, பாவனைகள், கதாபாத்திரத்திற்கேற்ற பல்வேறு விதமான நடைகள், எந்தப்பாத்திரத்தை ஏற்று நடித்தாலும் அதற்குப் பொருந்தும்படியான முக அமைப்பு, மொத்தத்தில் அவருக்கு எந்தவிதமான ஒப்பனை செய்தாலும், பொருத்தமாக இருக்கும். பெரும்பாலான கலைஞர்களுக்கு இது பொருந்தும், இது பொருந்தாது என்று தான் இருக்கும். ஆனால் அண்ணனுக்கு எப்படிப்பட்ட ஒப்பனையும், வேடமும் உடையலங்காரமும், சிறப்பாகவும் பொருத்தமாகவும் இருக்கும். விதவிதமான உடைகள் பொருத்தமாக இருக்கும். விக் என்று சொல்லக்கூடிய டோப்பாக்கள், பல்வேறு விதமான மீசைகள், தாடிகள் எல்லாமே சிறப்பாக இருக்கும். கதாபாத்திரத்திற்கும், சூழ்நிலைக்கும், இடத்திற்கும் ஏற்ப குரலைப் பயன்படுத்துவார். பாட்டிற்கு ஏற்றபடியும், பின்னணிப் பாடகர்களுக்கு ஏற்றபடியும் மிகச் சிறப்பாக வாயசைப்பார். ஒரு நடிகன் எப்படியெல்லாம் வாழ வேண்டும் என்பதை வாழ்ந்து காட்டியவர். எங்களைப் போன்ற நடிகர்களுக்கெல்லாம் வழிகாட்டியாக இருந்தவர். ஒருவர் தொழிலிலும், மக்கள் மத்தியிலும், வாழ்க்கையிலும் சிறந்து விளங்குவது மிகவும் கடினம். அதிலும் நல்ல பெயர் எடுப்பதும், முதல் தர மனிதனாக பெயர் எடுப்பதும் மிகமிகக் கடினம். ஆனால் அண்ணன் இந்த மூன்றிலும் பெயர் வாங்கியவர். அண்ணனின் வாழ்க்கை, தமிழ்ப் பண்பாட்டை மெய்ப்பிக்கும் வகையில் இருந்தது. மிகப்பெரிய குடும்பத்தை சிதறாமல் கட்டிக் காத்த பெருமை அவரையே சாரும். அம்மா, அப்பா, நல்ல மனைவி, அண்ணன், தம்பி, தங்கை, மகன்கள், மகள்கள், மருமகன்கள், மருமகள்கள், பேரக்குழந்தைகள் போன்ற அனைத்து பாக்கியங்களையும் முறைப்படி ஒழுங்காகப் பெற்றவர். சிலர் வாழும் காலத்தில் புகழின் உச்சியில் இருந்து, மறையும்பொழுது சாதாரணமாகப் போய் விடுவர். ஆனால் அண்ணன் வாழும் காலத்திலும், சீரும் சிறப்பும், புகழும் பெற்று விளங்கினார். மரணம் வரையிலும் அந்தப் புகழ் தொடர்ந்தது. அதாவது செல்வமும், செல்வாக்கும் கடைசி வரை இருந்தது.

-நடிகர் **ராஜேஷ்**
(இதயக்கனி, ஆகஸ்ட் 2001)

விருதுகளுக்கு அப்பாற்பட்டவர்

சிவாஜி அவர்கள் விருதுகளுக்கெல்லாம் அப்பாற்பட்டவர். தன்னுடைய ஒவ்வொரு ரசிகனுடைய மனத்திலும், இன்றும் அவர் நிலைத்திருக்கிறாரே, அதை விட விருதும்,

பட்டமும் வேறு என்ன வேண்டும்? அவர் நடித்த படத்தைப் பார்த்த ஒருவருக்கு, அதன் பாதிப்பிலிருந்து மீள எவ்வளவோ நாட்களாகிறது! அவர் ஒரு பெருங்கடல். அதற்கு யார் அணை கட்ட முடியும்? ஏதேனும் பட்டத்தால் அவருடைய ஆற்றலை அளந்து விட முடியுமா என்ன? சின்னச்சின்ன நுணுக்கங்களைக் கூட கவனித்து காமிரா முன்னால் காட்டிய அற்புத நடிகர் அவர். அவரிடம் பேசும், பழகும் யாரிடத்தும் அவர் ஏதேனும் ஒரு மேனரிஸத்தைக் கவனித்து மனதுக்குள் வைத்துக் கொள்கிறார். சந்தர்ப்பம், கதாபாத்திரம், சூழ்நிலைக்கு ஏற்றாற் போல மிக அழகாக அதனை வெளிப்படுத்துகிறார். அவருடைய ஒவ்வொரு படத்தையும் அலசி ஆராய முடியும். நான் அவரைப் பார்த்து சில படங்களில் என் கதாபாத்திரத்தை அமைத்துக் கொள்கிறேன். அதாவது காப்பியடிக்கிறேன் என்று சொல்வதிலும் எனக்குப் பெருமைதான். இத்தகைய ஒரு நடிப்புப் பல்கலைக்கழகத்திற்கு பட்டம் என்று யாரேனும் கொடுத்தார்களேயானால், அவர்கள் தங்களை பெருமைப்படுத்திக் கொள்கிறார்கள் என்று தான் அர்த்தம்.

-நடிகர் **ராதாரவி**
(சினிமா எக்ஸ்பிரஸ், 1.10.94)

எங்கள் பீஷ்மர்

எனக்குக் கிடைத்த முதல் அதிர்ஷ்டமே அவருக்கு மகனாக தாய்க்கு ஒரு தாலாட்டு படத்தில் நடித்தது தான். அடுத்து முத்துக்கள் மூன்று படத்தில் அவருடன் நடித்த இரண்டாவது அதிர்ஷ்டம். மிகவும் லேட்டாக அவருக்கு பால்கே விருது அளித்திருக்கிறார்கள். எங்கள் பீஷ்மருக்கு (சிவாஜிக்கு) ஆஸ்கார் விருது கிடைத்தால், இந்த ஏகலைவனுக்கு ஏற்படும் சந்தோஷத்திற்கு அளவே இருக்காது.

-நடிகர் பாண்டியராஜன்
(சினிமா எக்ஸ்பிரஸ், 1-15 ஆகஸ்ட் 1997)

நடிப்புலக மாமேதை

ஒன்ஸ்மோர் தான், நான் சிவாஜி என்கிற கலை மேதையுடன் நடித்த படம். எத்தனையோ இளம் நடிகர்கள் அவருடன் ஒரு காட்சியாவது நடிக்க மாட்டோமா? என்று

சிவாஜி - ஒரு வரலாற்றின் வரலாறு

ஒன்ஸ்மோர் (1997) திரைக்காவியத்தில் நடிகர் திலகத்துடன், விஜய்

ஏங்கிக் கொண்டிருந்த வேளையில், என் தந்தையால் எனக்குக் கிடைத்த அந்த வாய்ப்பு, என் திரையுலக வாழ்க்கையில் மறக்க முடியாத ஒன்று. மூன்று மாதங்களில் அந்தப்படத்தின் படப்பிடிப்பு முடிந்தது. அந்த மூன்று மாதங்களும் ஒரு நடிப்புக் கல்லூரியில் படித்துக் கொண்டிருந்த உணர்வுதான் எனக்கு இருந்ததே தவிர, அவரோடு நடித்தோம் என்ற உணர்வு ஏற்பட்டதில்லை. மற்றொரு விஷயம் நான் அவரிடம் திகைத்துப் போனது..ஒழுக்கம். அந்த வயதிலும் காலை ஏழு மணிக்கெல்லாம் மேக்கப் போட்டு ஷீட்டிங் ஸ்பாட்டுக்கு வந்து நின்று விடுவார். ஏழு மணிக்கு செட்டுக்கு உள்ளே வருபவர், டைரக்டர் பிரேக் என்று சொல்கிற வரைக்கும் செட்டைவிட்டு வெளியே போக மாட்டார். ஒரு காட்சியை இயக்குனர் விளக்கும் போது, அந்த இயக்குனரை நடிக்கச் சொல்லி அதை உன்னிப்பாகக் கவனிப்பார். அந்தக்காட்சியை அவர் நடித்து விட்டு இயக்குனரிடம் "ஓ.கே.யா? அல்லது ஒன்ஸ்மோர் வேண்டுமா?" என்றும் கேட்பார். இதையெல்லாம் பார்த்து நான் திகைத்துப் போயிருக்கிறேன். எனக்குப் பிடித்த நடிப்புலக மாமேதை அவர்தான்!

-இளைய தளபதி **விஜய்**
(டி-சினிமா, 16-30 ஏப்ரல் 2003)

| சிவாஜி - ஒரு வரலாற்றின் வரலாறு |

அஜித் - ஷாலினி திருமண வரவேற்பில் நடிகர் திலகம், கமலம்மாள்

சாதனையின் சகாப்தம்

நடிகர் திலகம் வார்த்தைகளால் வருணிக்க முடியாத ஒரு மாமேதை. அவரைப்பற்றிப் பேச எனக்கு வயசு பத்தாது. அவர் சாதனையின் சகாப்தம். அவர் அந்த நிலையை மிகவும் கஷ்டப்பட்டுப் பிடித்திருக்கிறார் என்று படித்து இருக்கிறேன். முதல் படமான பராசக்தியில் கூட பாதியில் அவரை நீக்க இருந்து, அந்தச் சோதனைக்குப் பிறகே சாதனை படைத்திருக்கிறார் என்றும் அறிந்தேன். கஷ்டப்பட்டு உழைப்பவர்கள் சாதனை புரியலாம் என்பதற்கு அவர் ஒரு சிறந்த எடுத்துக்காட்டு. என் மனைவி ஷாலினியும் குழந்தை நட்சத்திரமாக அவருடன் நடித்து இருக்கிறார் என்பதும் குறிப்பிடத்தக்கது.

-அல்டிமேட் ஸ்டார் **அஜீத்**
(தினத்தந்தி, 23.7.2001)

அது ஒன்றே போதும்...

அகில உலகிலும் நடிகர் திலகம் சிவாஜியைப் போல சரித்திரம் படைத்தவர் யாரும் இல்லை. அவர் ஒரு சகாப்தம். அவருடன் நெருங்கிப் பழகும் அரிய வாய்ப்பு எனக்குக்

கிடைத்தது. ஆனால் அவருடன் இணைந்து நடிக்கும் பாக்கியம் கிட்டவில்லை. அவரது மறைவின் போது, அவரது உடலைத் தோள் கொடுத்துத் தூக்கும் உரிமையை பிரபு எனக்களித்தார். எனது வாழ்நாளில் அது ஒன்றே எனக்குப் போதும். மறுபிறவி என்று ஒன்று இருந்தால் அவர் மீண்டும் நடிகர் திலகமாகவே பிறக்க வேண்டும். நானும் மீண்டும் நடிகனாகவே பிறக்க வேண்டும். அவருடன் இணைந்து நடிக்க வேண்டும் என்கின்ற எனது நிறைவேறாத ஆசை அடுத்த பிறவியிலாவது நிறைவேற வேண்டும்.

-சுப்ரீம் ஸ்டார் **சரத்குமார்**

(தினத்தந்தி 22.07.2001 & 4.3.2002 அன்று இலங்கை கொழும்பு நகரில் நடைபெற்ற நினைவாஞ்சலி நிகழ்ச்சியில் கூறியவை)

எங்கள் கடவுள்

நடிகர் திலகம் எங்களுக்குக் கடவுள் போன்றவர். அவர் தமிழ் சினிமாவுக்கு மட்டுமல்ல. தமிழ்நாட்டு மக்களுக்கும் முழு சொந்தம். நடிப்பில் அவரை வெல்ல அவரால் மட்டுமே முடியும்.

-நடிகர் **விக்ரம்**

(குங்குமம், 3.8.2001)

நடிப்பின் ஆணிவேர்

சமீபத்திய ஒன்ஸ்மோர் படத்தில்தான் சிவாஜி அவர்களின் நடனத்தில் எத்தனை நளினம்! விஞ்ஞான முன்னேற்றமில்லாத சூழலில் கூட திருவருட்செல்வர் படத்தில் அப்பர் அடிகளாக வாழ்ந்து காட்டினாரே! அந்தப் புனிதமான பார்வை, ஏகாந்தமான பாவம், உயிரை வருடும் புன்முறுவல், தலையைச் சொறியும் நாசூக்கு, ஓடுகின்ற நடை, இதனை மீண்டும் மீண்டும் பார்க்கத் தூண்டும் உன்னத நடிப்பு. அவர் தான் நடிப்பு, நடிப்பே தான் அவர். அவரது நடிப்பில் பத்து சதவீதம் நடித்து விட்டாலும் போதும், இன்று நல்ல நடிகன் என்ற பெயர் கிடைத்துவிடும். எங்க மாமா, பாச மலர் போன்ற படங்களில் அவர் பியானோ வாசிக்கும் லாவகமும், மிருதங்கச் சக்ரவர்த்தி, திருவிளையாடல் படங்களில் மிருதங்கம் வாசிக்கும் நேர்த்தியும் இங்கு வேறு யாருக்கு வரும்? தங்கக் கிரீடத்திற்கு வெள்ளி முலாம் பூசுவது போல்தான் அவரது நடிப்பிற்கு விருதுகள், அந்த நடிப்பு ஆலமரத்தின் விழுதுகள்தான் இன்றைய பிரபலங்கள். அவரது நடிப்பின் ஆணிவேர் தொழில் பக்தி அன்றி வேறில்லை.

-நடிகர் **பிரசாந்த்**

(சினிமா எக்ஸ்பிரஸ் 1.11.1997)

சிவாஜிக்கே வசனம் பேசக் கற்றுக் கொடுத்தேன்

நான் நடித்த திரைப்படங்களில் என்னால் என்றும் மறக்க இயலாத திரைப்படம் "ராமன் எத்தனை ராமனடி". தமிழ் வசன உச்சரிப்பிற்காக மக்களால் போற்றப்படும் ஒப்பற்ற நடிகர் நமது நடிகர் திலகம் சிவாஜி கணேசன் அவர்கள். அத்திரைப்படத்தில் திரைப்பட வாய்ப்புத்தேடி வரும் அவருக்கு "இந்த நாட்டில் ஏழைகள் வாழ வழியே இல்லையா?" என்ற வசனத்தை பேசிக்காட்டி, "நான் பேசின மாதிரியே நீ பேசிக் காட்ட வேண்டும்" என்பேன். அவர் "இந்த நாட்டில் ஏழைகள் வாழ இலையே இல்லையா?" என்று தவறாகப் பேசுவதாகக் காட்சி அமைந்திருக்கும். தலையில் அடித்துக் கொண்டே நான், "இந்த சின்ன வசனத்தைக்கூடவா உன்னால் சரியா பேச முடியலை?" என்று கேள்வி கேட்பேன். வசனம் பேசுவதற்கே இலக்கணம் வகுத்த அவருக்கு நான் வசனம் பேசக் கற்றுக் கொடுப்பது போன்ற காட்சி. Shotஎடுப்பதற்கு முன் என்னிடம் வந்து, "சும்மா தைரியமா நடி, எல்லாமே நடிப்புதானே", எனத் தட்டிக் கொடுத்து உற்சாகப்படுத்தினார். அவரது ஊக்கத்தால் நானும், ஒரே Shot லேயே நடித்து முடித்து அவரது பாராட்டையும் பெற்றேன்.

-நாடக, திரைப்பட நடிகர் **காத்தாடி ராமமூர்த்தி**
(சன் தொலைக்காட்சியில் வணக்கம் தமிழகம் நிகழ்ச்சியில்)

அபிநய சக்கரவர்த்தி

நடிகர்கள் அனைவருக்கும் நடிகர் திலகம் சிவாஜி அவர்களோடு ஒரு திரைப்படத்திலாவது நடிக்க வேண்டும் என்ற ஆசை இருக்கும். நானும் அதற்கு விதிவிலக்கானவன் அல்லன். அவருடன் நடிக்கும் பாக்கியம் எனக்கும் கிடைத்தது. அவரைப் பொறுத்தவரை படப்பிடிப்பு நடக்கும் போது set ஐ விட்டு வெளியே வரமாட்டார். அவர் சம்பந்தப்பட்ட shot முடிந்தாலும் சக கலைஞர்கள் தொடர்புடைய shotகளிலும் தீவிர கவனம் செலுத்துவார். அப்படி நான் சம்பந்தப்பட்ட shots எடுக்கும் போது, ஒரு ஓரமாக அமர்ந்து, ஓரக்கண்ணால் பார்த்தபடியே எனக்கு Instructions கொடுப்பார். இன்னும் கொஞ்சம் அதிகமாகக் குரல் உயர்த்திப் பேசு; கொஞ்சம் குரலை குறைத்துப் பேசு. கேமிராவைப் பார்த்து பேசாதே என்றெல்லாம் கண்களாலேயே ஜாடை காட்டிப் பேசுவார். அவர் நடிகர் திலகம் மட்டுமல்ல, அபிநயசக்கரவர்த்தியும் ஆவார்.

சககலைஞர்கள் நன்றாக நடித்தால் மனமாரப் பாராட்டும் பரந்த உள்ளம் கொண்டவர். மாபெரும் கலா ரசிகர். நன்றாக ரசிக்கத் தெரிந்த ஒருவர் தான் சிறந்த கலைஞராகத் திகழ முடியும். இதற்கு என்றென்றைக்கும் வாழும் உதாரணமாகத் திகழ்பவர் சிவாஜிதான்.

-நடிகர் **டெல்லி கணேஷ்**

(2002ஆம் ஆண்டு கேடிவி-யில் ஒளிபரப்பான நூற்றுக்கு நூறு நிகழ்ச்சியில் பேசியது)

வழிகாட்டி

நடிகர் திலகம் சிவாஜி கணேசன் அவர்கள் கலையுலகின் பிதாமகன், இந்திய சினிமாவின் சக்கரவர்த்தி, நவராத்திரி, வீரபாண்டிய கட்டபொம்மன், தெய்வமகன் போன்ற பல படங்களில், நடிப்பில் தனித்தன்மையோடும், எங்களைப் போன்ற அனைத்து நடிகர்களுக்கும் சிறந்த வழிகாட்டியாகவும் திகழ்ந்த அந்த கலைத்தாயின் தலைமகனை வணங்குகின்றேன்.

-நடிகர் **நெப்போலியன்**

(கதிரவன், 23.7.2001)

நடிப்புலக ராஜரிஷி

எங்களுக்கெல்லாம் நடிப்புலக ராஜரிஷி நடிகர் திலகம் சிவாஜி கணேசன் தான். பாட்டி, தாத்தா, நான், என் பிள்ளைகள், பேரன், பேத்திகள் என்று எல்லா தலைமுறையினரும் அவரது நடிப்பைப் பார்த்து, ரசித்து மகிழ்கிறோம். தமிழில் புரியாத வார்த்தைகளை, அகராதியைப் பார்த்துத் தெரிந்து கொள்வோம். அது போல இனிமேல் யாராவது டாக்டர், வக்கீல், நீதிபதி, ஆசிரியர், காவியத் தலைவன், வ.உ.சி. கட்டபொம்மன், (இன்னும் பலப்பல) இப்படியாக எந்த ஒரு பாத்திரத்தையும் ஒரு நடிகர் ஏற்று நடிக்க வேண்டுமென்றால் அவர், சிவாஜி எனும் அகராதியைப் புரட்டிப் பார்த்து விட்டுத்தான் அரிதாரம் பூச வேண்டும்.

-நடிகர் **வினுச்சக்கரவர்த்தி**

(மருதாணி,10.10.86)

சிவாஜி - ஒரு வரலாற்றின் வரலாறு

நடிகைகள்

முதல் கதாநாயகி

அந்த நாள் (1954) திரைக்காவியத்தில் சிவாஜியுடன் பண்டரிபாய்

அண்ணன் சிவாஜியை, எஸ்.வி. சகஸ்ரநாமத்தோட சேவா ஸ்டேஜில் நாடக நடிகரா இருக்கிறப்பவே எனக்குத் தெரியும். அப்பவே அண்ணன் ரொம்ப சின்சியர். ராத்திரி நாடகத்துக்கு, மத்தியானத்தில் இருந்தே அண்ணன் நாடகத்தின் கதாபாத்திரமாகி விடுவார். தூரத்தில் இருந்து பார்க்கிறவர்களுக்கு, அவர் ஏதோ சிந்தனையில் இருக்கிற மாதிரி மட்டுமே தெரியும். பக்கத்துல போய் பார்த்தாதான் அண்ணன் நாடகத்துக்கு தயாராயிட்டிருக்கிறது தெரியும். மனசுக்குள்ளே அந்த கேரக்டரைக் கொண்டு வந்திருப்பார். அதனால் பக்கத்துல யார் வந்தாங்க, போனாங்க என்பது கூட அவருக்குத் தெரியாது. அண்ணனோட முதல் கதாநாயகி நான் என்கிற பெருமை எப்பவும் எனக்கு உண்டு. பராசக்தி படத்துல நடிக்கிற போது அவர் ரொம்ப ஒல்லியாக இருந்தார். அப்ப நடிச்சிக்கிட்டிருந்த பிரபல கதாநாயகர்கள் எல்லோரும் நீண்ட தலைமுடி வைத்து நடிப்பாங்க. இவர் கிராப் வெட்டியிருந்தார். இவ்வளவு பெரிய ஹீரோக்களுக்கு மத்தியில், இவர் எப்படி தாக்குப் பிடிக்கப் போகிறார் என்று நினைச்சேன். முதல் நாள் காட்சி எடுத்தாங்க. நடிச்சார். முதல் டேக்கிலேயே காட்சி ஓ.கே. ஆயிடுச்சு. அப்பவே எனக்கு அவர் பெரிய அளவில் வருவார்ன்னு நம்பிக்கை வந்துடுச்சு. ஒரு கதாநாயகனுக்கு ஜோடியா நடிச்சு, பின்னர் அவருக்கு அண்ணியா, அக்காவா, அம்மாவா நடிச்சது தமிழ் சினிமாவில் அநேகமாக நானாகத்தான் இருக்கும்னு நினைக்கிறேன். அண்ணன்கிட்டே உள்ள சிறப்புக்குணமே, ஒரு காட்சியில், தான் மட்டும் நல்லா நடிச்சா போதும்னு நினைக்காதது தான். கூட நடிக்கிறவங்களும் நல்லா பண்ணினாதான் அந்தக்காட்சி உயிரோட்டமா இருக்கும்னு நினைப்பார். அதுக்காக, ரிகர்சலின்போதே, அந்தக்காட்சி பற்றி சில

K. சந்திரசேகரன்

ஆலோசனைகளைக் கூறுவார். அண்ணன் என்னைப் பண்டரின்னு தான் கூப்பிடுவார். சில சமயம் தங்கச்சிம்மா என்பார். என்னைவிட என் தங்கை மைனாவதி பேர்ல அவருக்கு பிரியம் அதிகம். ஒரு வாரம் அவளைப் பார்க்கலைன்னா சின்ன தங்கச்சியம்மாவை எங்கே காணோம் என்பார்.

-நடிகை **பண்டரிபாய்**
(தினத்தந்தி, 2.9.2001)

பிரபல ஜோடி

நான் சிவாஜிக்கு ஜோடியாக நடித்த முதல் படம் பணம். சிவாஜிக்கும் எனக்கும் திருமணம் முடிந்து வீட்டினுள் வருகிற மாதிரி சீன். அன்று அந்தக்காட்சியில் நடித்த பிறகு தான், நிஜ வாழ்க்கைத் துணைவியைக் கைப்பிடிக்க, அன்றே புறப்பட்டுப் போனார் சிவாஜி. முதல் நாள் கல்யாண சீன்! அடுத்தநாள் நிஜமான கல்யாணம்! திரையுலகில் நாங்கள் பிரபல ஜோடியாகத் திகழ்ந்தது அன்பு படத்தில் இருந்து தான். நான் அவருக்கு ஜோடியாக 39 படங்களில் நடித்திருக்கிறேன். அவருக்கு நாடகங்களில் நடித்த நல்ல அனுபவம், காட்சியில் உடன் நடிக்கும் நட்சத்திரம் யாராக இருந்தாலும், பெரியவர்,

தங்கப்பதுமை (1959) திரைக்காவியத்தில் நடிகர் திலகத்துடன் நாட்டியப் பேரொளி

> சிவாஜி – ஒரு வரலாற்றின் வரலாறு

சிறியவர் என்ற வித்தியாசம் இல்லாமல் சொல்லிக்கொடுப்பார். அதே போல மற்றவர்களின் யோசனையையும் கேட்டு முடிவெடுப்பார். அன்றிலிருந்து இன்று வரை கர்வமில்லாத நடிகர் சிவாஜி. தங்கப்பதுமை படத்தில் குருடனாக நடிக்கும் போது, காலையிலிருந்து மாலை வரையில் கண்களை மூடியபடியே வைத்திருந்து அவர் நடித்ததை இன்றும் என்னால் மறக்க முடியாது. அதுவே படத்தின் சிறப்புக் காட்சியாக அமைந்தது. தில்லானா மோகனாம்பாள் படத்தில் நடிக்கும் போது எனக்கு வயது முப்பத்தெட்டு. ஸ்டுடியோவில் அந்தப் படப்பிடிப்பில் பார்க்கும் போதெல்லாம், "பப்பிம்மா.. இந்தப்படத்தில் உனக்கு வயசென்ன தெரியுமா? பதினெட்டு. அதை மனசில் வைத்துக்கொள்" என்பார். என்னைப்பற்றி வெளியில் விமர்சிக்கும் போது உயர்வாகவே சொல்வார். ஆனால் நேரில் என்னிடம் "இது போதாது பப்பிம்மா.." என்பார். அதாவது, திறமையை இன்னும் அதிகமாக வெளிக் கொணர வேண்டும் என்கிற ஆர்வத்தில். எங்கள் வீட்டில் நடைபெறும் எல்லா நிகழ்ச்சிகளிலும் அவர் பங்கேற்பார். என் அம்மா அவரிடம் "ஏம்ட் மோன் ஆத்யம் கரெக்டா வரும்" என்று சொல்வார். என் அம்மா இறந்தவுடன் மனைவியுடன் வந்து துக்கம் விசாரித்து விட்டுச் சென்றார். சிவாஜி 50 ஆண்டுகளாக கலையுலகில் தொடர்ந்து நடித்து பணியாற்றுவதை எண்ணும் போது, இது போதாது, அவர் இன்னும் 50 ஆண்டுகள் தொடர்ந்து பேரும் புகழும் பெற வேண்டும் என்று விரும்புகிறேன்.

–நாட்டியப்பேரொளி **பத்மினி**
(பொம்மை, நடிகர் திலகத்தின் நடிப்புலகப் பொன் விழா மலர், அக்டோபர் 1984)

கணிப்பு பொய்யாகாது

சிவாஜி கணேசன் அவர்களுடன் அன்பு, மனோகரா, தங்கப்பதுமை போன்ற படங்களில் நடித்திருக்கிறேன். அன்பு படத்தில் நடிக்கும் போதே, வருங்காலத்தில் சிவாஜி கணேசனை விடச் சிறந்த நடிகர் இருக்கப் போவதில்லை என்ற முடிவுக்கு வந்து விட்டேன். என் அன்றைய முடிவு இன்று சரியாக இருப்பதைக் கண்டு மகிழ்ச்சியடைகிறேன்.

–நடிகை **டி.ஆர். ராஜகுமாரி**
(ஆனந்த விகடன், 5.6.1960)

என்னை பாஸ் என்று கூப்பிடுவார்.

எங்களது அஞ்சலி பிக்சர்ஸ் நிறுவனம் எடுத்த முதல் படம் தமிழிலும், தெலுங்கிலும் எடுக்கப்பட்ட பூங்கோதை. அதில் ஒரு முக்கிய பாத்திரத்தில் யாரை நடிக்க வைக்கலாம் என்று நினைத்த போது, திரு.பெருமாள் அவர்கள், பராசக்தி படத்தில் ஒருவர் நடிக்கிறார், மிகவும் நன்றாக நடிக்கிறார் என்று சொன்னார். அதன்படி சிவாஜியை நடிக்க வைத்தோம். தமிழ்ப் பூங்கோதையில் அவரது நடிப்பைப் பார்த்து பிரமித்துப் போன நாங்கள், தெலுங்கிலும் இவரையே நடிக்க வைக்கலாமே என்று கருதி தெலுங்கில் ஏற்கனவே நடித்த நடிகரை மாற்றி இவரை நடிக்க வைத்தோம். அவர் என்னை பாஸ் என்று தான் கூப்பிடுவார். அவருக்கு ஜோடியா நான் நடித்த படங்கள் முதல் தேதி, நான் சொல்லும் ரகசியம். பக்த துக்காராம் என்ற சொந்தப்படம் எடுத்தோம். இதில் கிளைமாக்ஸில், ஒரு சண்டைக் காட்சியில், கெஸ்ட் ரோலில் நடிப்பதற்கு சிவாஜி சம்மதித்திருந்தார். அந்த சமயத்தில் ஹைதராபாத் ஷூட்டிங்கில் இருந்த அவர் என்னிடம் போனில், நாளைக்குக் காலை ஏழு மணிக்கெல்லாம் மெட்ராஸ் வந்து விடுகிறேன். நேரா உங்க ஷூட்டிங் தான், ரெடியாக இருங்க என்றார். கிண்டியில் கிட்டத்தட்ட 100 ஜூனியர் ஆர்டிஸ்டுகள், நிறைய குதிரைகள், ஃபைட்டர்ஸ் எல்லோரும் ரெடி. சொல்லி வைத்தது போல ஏர்ப்போர்டிலிருந்து நேராக ஸ்பாட்டுக்கு வந்து விட்டார் சிவாஜி. மேக்கப் போட்டு முடித்து, குதிரை மீது ஏறி உட்காரப் போனவர், அப்படியே மயங்கித் தரையில்

முதல் தேதி (1955) திரைக்காவியத்தில் நடிகர் திலகத்துடன் அஞ்சலி தேவி

விழுந்து விட்டார். பேச்சே இல்லை. நான் அப்படியே அலறி அழுது விட்டேன். முகத்தில் தண்ணீர் தெளித்ததும் கண் விழித்துப் பார்த்தவர், அழாதே எனக்கு ஒண்ணுமில்லை என்றார் சைகையில். எனக்கு இன்னும் பயம் அதிகமானது. நான் ஷூட்டிங் கேன்சல் என்று சொன்னது தான் தாமதம். அதெல்லாம் கேன்சல் கிடையாது என்று அதட்டலாகக் குரல் கொடுத்தார் சிவாஜி. 8 மணியிலிருந்து மாலை 3 மணிவரை நடித்துக் கொடுத்தார். பேக்கப் சொன்னவுடன் நேராக என்னிடம் வந்தவர், "அஞ்சலியம்மா இன்னைக்கு ஒரு நாள் தான் என் கால்ஷீட் ஃபிரியா இருக்கு. நான் நடிச்சுக் கொடுத்துட்டா உங்களுக்கு ஒரு வேலை ஆகும். சீக்கிரம் ரிலீஸ் பண்ணிடலாம். அதுக்காகத்தான் கேன்சல் செய்யாதீங்கன்னு சொன்னேன்" என்றார். அதுதாங்க நடிகர் திலகம்.

-நடிகை **அஞ்சலி தேவி**

(தினத்தந்தி, 30-07-2001 & டி. சினிமா, 16-30, செப்டம்பர் 2006)

அபூர்வ திறமை கொண்ட பிறவி நடிகர்

எனது நீண்ட காலத் திரையுலக அனுபவத்தில், சிவாஜி கணேசன் போன்ற திறமை மிக்க ஒரு நடிகரை நான் சந்தித்ததே இல்லை. நடிப்புக்கலை என்பதை வைத்துக்கொண்டு எடை போட்டால், இன்று நம் நாட்டிலேயே அவர் தான் தலைசிறந்த நடிகராக விளங்கி வருகிறார் என்று துணிந்து சொல்லலாம். நெப்டியூன் ஸ்டூடியோவில் ஜூபிடர் பிக்சர்ஸ் தயாரித்து வந்த ராணி படத்தில் நான் நடித்து வந்த சமயம் ஒருநாள், சிவாஜி கணேசன் நடித்த மனோகரா படத்தின் சில காட்சிகளைப் பார்த்து விட்டு வந்து செட்டில் உட்கார்ந்தேன். அவரது நடிப்பு என்னை வெகுவாகக் கவர்ந்திருந்தது. அன்றைய தினம் செட்டில் என்னுடன் இருந்தவர்களிடமெல்லாம் கணேசனின் நடிப்புத்திறமையைப் பற்றித்தான் சொல்லிக் கொண்டு இருந்தேன். சிவாஜி கணேசன் நடித்து நான் பார்த்த முதல் படம் இதுதான். இதன் பின்னர் நான் பார்த்த படங்களில் அவரது நடிப்பு மென்மேலும் வளர்ந்து கொண்டே போயின. தவிர, ஒரு சிறந்த நடிகர் என்ற முறையில் அவர் மீதான மதிப்பும், நம்பிக்கையும் என்னிடம் வளர்ந்தன. இன்று வரை அது குறையவே இல்லை. நான் மனோகரா படத்தைப் பார்த்து சில மாதங்கள் சென்றிருக்கும். சேலத்தில் நான் அலிபாபாவும் 40 திருடர்களும் படத்தில் நடித்துக் கொண்டிருந்தேன். அப்போது சேலம் பக்கம் வேலையாக வந்த சிவாஜி

ரங்கோன்ராதா (1956) திரைக்காவியத்தில் நடிகர் திலகத்துடன் பானுமதி

கணேசன் மாடர்ன் தியேட்டர்ஸ் ஸ்டுடியோவிற்கு வந்திருந்தார். அங்கே தான் நான் அவரை முதன்முதலாக நேரில் பார்த்தேன். சிறிது நேரம் இருந்து விட்டு கணேசன் கிளம்பிப் போய் விட்டார். செட்டில் அவர் இருந்தபோது, ஒளிப்பதிவாளர் சுப்பாராவிடம் சில நிமிடங்கள் பேசிக் கொண்டு இருந்தார். "என்ன அருமையாக நடிக்கிறார் இவர் (பானுமதி. இவருடன் எப்படியாவது நான் ஒரு படத்தில் நடிக்க வேண்டும்" என்று தனது விருப்பத்தை சுப்பாராவிடம் சொன்னார். கணேசன் சென்ற பிறகு இதை என்னிடம் சொன்ன சுப்பாராவ், "என்னம்மா, இவர் (சிவாஜி) உங்களுடன் நடிக்க வேண்டும் என்று இப்படித் துடிக்கிறாரே!" என்றார். கணேசன் அப்படி ஒரு கருத்தை வெளியிட்டதனாலோ என்னவோ, சில நாட்களிலேயே அப்படி ஒரு சந்தர்ப்பம் கிடைத்தது. கல்கி அவர்களின் கள்வனின் காதலி கதையைப் படமாக்க இருந்த ரேவதி ஸ்டுடியோ அதிபர் டைரக்டர் வி.எஸ் ராகவன் என்னிடம் வந்து, "இந்தப்படத்தில் கதாநாயகி கல்யாணியின் வேடத்தை நீங்கள் தான் ஏற்று நடிக்க வேண்டும். கதாநாயகனாக சிவாஜி கணேசன் நடிக்கிறார்" என்று கூறிவிட்டு, என்னுடைய சம்மதத்தையும் கேட்டுப்போகவே வந்திருப்பதாகத் தெரிவித்தார். என் சம்மதமா? நான் என்ன சொல்வது? "கணேசன் மிகச்சிறந்த ஒரு நடிகர். அவருடன் நடிப்பதில் எனக்கு மகிழ்ச்சியே" என்று சொல்லி அனுப்பினேன். கள்வனின் காதலி யில் நடித்து முடித்தோம். அதன் பின்னர் நாங்கள் இருவரும் சேர்ந்து

நடித்து பல படங்கள் வெளிவர ஆரம்பித்தன. அவருடன் நான் நடித்த படங்களில் ரங்கோன் ராதா, மக்களைப் பெற்ற மகராசி இரண்டையும் என்னால் மறக்கவே முடியாது. குறிப்பாக ரங்கோன் ராதாவில் எங்கள் இருவர் மீதே முழுக்கவனம் செலுத்தி படமாக்கினார்கள். நாங்கள் இருவரும் ஒருவருக்கொருவர் ஏற்றுக் கொண்டிருக்கும் பாத்திரங்களைப் புரிந்து கொண்டு நடிக்க ஆரம்பிக்கும் போது, செட்டில் வேலை செய்பவர்கள் எங்கள் நடிப்பைக் கண்டு ரசிக்க ஆரம்பித்து விடுவார்கள். அதுவே அவர்களுக்கு ஒரு விருந்தாக அமைந்து விடும். சிவாஜி கணேசன் ஒரு பிறவி நடிகர். மாறுபட்ட உணர்ச்சிகளை மின்னல் வேகத்தில் மாற்றி வெளிக்காட்டக் கூடிய அபூர்வத் திறமை பெற்றவர். அவரது கலைப்பணி மென்மேலும் தொடர வேண்டும் என்று நான் விரும்பி வாழ்த்துகிறேன்.

-நடிகை **பி. பானுமதி**
(பேசும் படம், மார்ச் 1966)

அண்ணன் சிவாஜி

பாசமலர் படம் பார்த்து விட்டு வெளியே வரும் போது பெண்கள் பேசிக் கொண்டது இது தான்: "பிறந்தால் இப்படி ஓர் அண்ணனுக்குத் தங்கையாகப் பிறக்க வேண்டும்". பாசமிகுந்த ஓர் அண்ணனின் கதாபாத்திரத்தை ஆசிரியர் மானசீகமாக கற்பனை செய்திருந்தார். அந்தப் பாத்திரத்தை ஏற்று நடிகர் திலகம் சிவாஜி கணேசன் தனது ஒப்பற்ற நடிப்புத்திறத்தால், பாசமே வடிவான ஓர் அண்ணனை ரசிகர் நினைவில் என்றும் நீங்காமல் நிலைபெற்று விளங்கச் செய்து விட்டார். பிறந்தால் இப்படி ஓர் அண்ணனுக்குத் தங்கையாகப் பிறக்க வேண்டும் என்று அவர் ரசிகர்களை நினைக்கும்படிச் செய்ததில் எனக்கு வியப்பு இல்லை. ஆனால், அவரோடு அவர் தங்கையாக அந்தப்படத்தில் நடித்த என்னையே அவ்வாறு ஆசைப்படும்படி தூண்டி விட்டது அவரது நடிப்பு என்றால், பிறகு அவரது ஆற்றலைப் பற்றி வேறு எந்த வார்த்தையால் வர்ணிப்பது? கூட நடிக்கும் போது, நான் ஒரு நடிகை என்பதனையும் மறந்து, அவரது தங்கை என்றே என்னை நான் கருதிக் கொண்டு நடித்தேன். ஆனால் நடிக்கும் போதும், நடித்த பிறகும், அவர் என் அண்ணன் என்ற நினைப்பு என்னை விட்டு நீங்கவே இல்லை. அவரது நடிப்பு, பொறித்த முத்திரையாக நிரந்தர இடம் பிடித்துக்கொண்டு விட்டது. அவரது தங்கையாக நான் பிறக்காவிட்டாலும், அவரது

பாசமலர் (1961) திரைக்காவியத்தில் நடிகர் திலகத்துடன், நடிகையர் திலகம்

தங்கையாக நடிக்கவாவது வாய்ப்புக்கிடைத்ததைப் பெரும் பெருமையாக நான் கருதுகிறேன். அண்ணன் சிவாஜியுடன் நடிக்கும் போது, நான் நடிக்கிறேன். என்னையறியாமல் நடிக்கக் கற்றுக் கொள்ளவும் செய்கிறேன். வாழ்க சிவாஜி அண்ணன்!

-நடிகையர் திலகம் **சாவித்திரி**
(சினிமா ஸ்டார், நடிகர் திலகம் சிவாஜி கணேசன் 100 வது பட விழா மலர், 1964)

ஈடு இணையற்ற பெருமை

ராஜ ராஜ சோழன் படத்தில், வரலாற்றிலே மிகவும் உயிர்நாடியான ஒரு கதாபாத்திரத்தை (ராஜ ராஜனின் தமக்கை பெரிய குந்தவை) ஏற்று நடிக்கும் வாய்ப்பு எனக்குக் கிடைத்ததைப்பற்றி நான் கொஞ்சம் அதிகமாக தற்பெருமை கொள்வது தவறா? இதில் மற்றொரு பெருமையும் சேர்ந்து முதல் பெருமைக்கு அணி சேர்க்கிறது. என்னுடைய தம்பி யார் தெரியுமா? உலகப்புகழ் பெற்ற மாமன்னர் ராஜ ராஜ சோழன் என்று பதில் சொல்வீர்கள்? ராஜ ராஜ சோழனாகத் தோன்றுவது யார்?

சிவாஜி - ஒரு வரலாற்றின் வரலாறு

வீரபாண்டிய கட்டபொம்மன் (1959) திரைக்காவியத்தில் நடிகர் திலகம், எஸ். வரலட்சுமி

உலகப்பெரும்புகழ் பெற்ற தவ நடிகர், நடிகர் திலகம் அல்லவா! நடிகர் திலகத்தின் தமக்கையல்லவா நான்! இந்தப்பெருமைக்கு ஈடு ஏது, இணை ஏது!

-நடிகை **எஸ். வரலட்சுமி**
(ராஜ ராஜ சோழன் திரைப்பட சிறப்பு மலர், முருகன் ஏஜென்ஸி வெளியீடு, 1973)

சிவாஜியின் இடத்தை அவரால் மட்டுமே நிரப்ப முடியும்

நடிகர் திலகம் சிவாஜி அவர்களுடன் நடித்த நாட்களை என்னால் மறக்கவே முடியாது. எங்கள் இருவருக்கும் இடையே நடிகர்-நடிகை என்ற உறவுக்கு அப்பால் ஒரு நெருங்கிய உறவினர் என்ற நினைவே இருந்து வந்தது. இன்னும் சொல்லப் போனால் கொதிக்கின்ற மணலில் நடக்கிறபோது வெந்த பாதம், ஒரு நிழல் தேடுமில்ல. அப்படி நான் தேடின நிழல் தான் சிவாஜி. பாகப்பிரிவினை தான் நான் அவரோடு ஜோடியாக நடித்த முதல் படம். அந்தப்படத்தில் கர்ப்பிணிப் பெண் பிரசவ வலியால் கஷ்டப்படுவது போன்று காட்சி வரும். அந்தக் காட்சியில் நான் எப்படி நடிக்க வேண்டும் என்று, அவரே கர்ப்பிணிப்பெண் போன்று நடித்துக் காட்டினார். தொடர்ந்து, பாலும் பழமும், பார்த்தால் பசி தீரும், ஆலயமணி, இருவர் உள்ளம், புதிய பறவை என்று, நானும் தமிழில் தரமான,

K. சந்திரசேகரன்

பாகப்பிரிவினை (1959) திரைக்காவியத்தில் நடிகர் திலகத்துடன் சரோஜாதேவி

காலா காலத்துக்கு ஞாபகம் வைத்திருக்கின்ற நல்ல படங்கள் பண்ணியிருக்கிறேன் என்று சொன்னால், அது சிவாஜியால் தான். பாலும் பழமும் படத்தில் நான் நன்றாக நடித்தேன் என்று சொன்னால் அதற்கு முழுக்காரணமும் அவர்தான். நூறு யானைகள் ஒன்று சேர்ந்து பிளிரும் போது ஒரு சிலிர்ப்பு ஏற்படுமே, அப்படி ஒரு சிலிர்ப்பு, சிவாஜியின் நடிப்பைப்பார்க்கும் போதெல்லாம் நமக்கு ஏற்படும். அவருக்கு மூச்சே நடிப்பு தான். நடிக்க வந்து விட்டால் செட்டுக்குள்ளேயே இருப்பார். டைரக்டர் பிரேக் சொன்ன பிறகு தான் வெளியே போவார். தான் மட்டும் நன்றாக நடித்தால் போதாது. உடன் நடிப்பவர்களும் நன்றாக நடிக்க வேண்டும் என்று விரும்புவார். மனதிற்குள் எவ்வளவு துன்பம் இருந்தாலும், அதை வெளிக்காட்டிக் கொள்ளாமல் நடிப்பை மட்டுமே சந்தோஷமாக ஏத்துக்கிட்ட ஒரு மேதை சிவாஜி. நடிக்கும் போது, சிரிப்பதில் பல பாவனைகள் காண்பிப்பார். கோபப்படுவதிலும் பல பாவனைகள் காண்பிப்பார். பற்பல உணர்ச்சிகளுக்கும் பற்பல பாவனைகளைக் காட்டுவார். பார்த்தால் பசி தீரும் படத்தில் அவர் நடந்து வரும் விதம் எல்லோருடைய கைத்தட்டல்களையும் பெற்றது. நான் மன வேதனையில் இருக்கும் போதெல்லாம், எனக்குத் தைரியம் சொன்னவர் சிவாஜி. என் மகளை இழந்து தவித்த போது, அவர் குடும்பத்துடன் வந்து என்னைத் தேற்றினார். "எப்போதும் நானிருக்கிறேன், கவலைப்படக்கூடாது" என்று ஆறுதல் கூறுவார். நீண்ட இடைவெளிக்குப் பிறகு அவருடன் ஒன்ஸ்மோர் படத்தில் இணைந்து நடித்தேன்.

K. சந்திரசேகரன்

> சிவாஜி - ஒரு வரலாற்றின் வரலாறு

அந்தப்படமும் வெற்றிப்படமாக அமைந்தது. ஒரு முறை அவர் என்னிடம் "அண்ணன் எம்.ஜி.ஆர் போய்விட்டார். நம்மைப் போன்ற குறிப்பிட்ட சிலர் தான் உள்ளோம்" என்று வருத்தத்துடன் கூறினார். அப்போது நான், "உங்களுக்கு முன்பே நான் போக வேண்டும்" என்றேன். அதற்கு அவர், "இல்லை, இல்லை உனக்கு முன்பே நான் போக வேண்டும்" என்றார். அதற்கு நான் "நீங்கள் தான் சாதனையாளர். உங்கள் பணி நீடிக்க வேண்டும்" என்றேன். என்ன செய்வது, எனக்கு முன்பே அவர் போய் விட்டார். அவர் மறைவதற்கு சில தினங்கள் முன்பு கூட என்னிடம் தொலைபேசியில் தொடர்பு கொண்டு பேசினார். அவரது இடத்தை சினிமாவில் வேறு யாராலும் நிரப்ப முடியாது. அவரே இன்னொரு ஜென்மம் எடுத்து வந்தால் தான் அந்த இடத்தை நிரப்ப முடியும்.

-அபிநய சரஸ்வதி **சரோஜாதேவி**
(தினத்தந்தி, 22.7.2001, 29.7.2001, 1.8.2005 & ஆனந்த விகடன், 10.7.2005)

பாக்கியம்-ஆபத்து-வளர்ச்சி

நடித்தால் இன்ன கம்பெனி படத்தில் நடிக்க வேண்டும் என்று ஆசைப்படுவது சகஜம். காரணம், அந்தக் கம்பெனியில் பணம் ஒழுங்காகக் கிடைக்கும். இன்னார் எழுதிய

இரும்புத்திரை (1960) திரைக்காவியத்தில் நடிகர் திலகத்துடன் வைஜெயந்தி மாலா

கதையில் நடிக்க வேண்டும் என்று ஆசைப்படுவதும் சகஜம். காரணம், அவர் எழுதிய கதையின் கதாபாத்திரத்தின் குணச்சித்திரம் அருமையாக இருக்கும். இன்னாரோடு சேர்ந்து நடிக்க வேண்டும் என்று விரும்புவதும் இயல்பு. காரணம், அவரோடு நடிப்பது என்பது ஓர் ஆனந்தமான அனுபவம். பெருமைக்குரிய வாய்ப்பு. இப்படி நான் கருதும் நடிகர்களில் சிவாஜி கணேசன் முதல் வரிசையில், முதலில் நிற்கும் கலைஞர். அவரோடு நடிப்பதை எனக்குக் கிடைத்த பாக்கியம் என்றே கருதுகிறேன். ஆனால் அவரோடு நடிப்பதால் ஓர் அபாயமும் இருக்கிறது என்கிற ரகசியத்தையும் இங்கே சொல்லாமல் விடமுடியாது. சாதாரணமாக யாருடன் நடித்தாலும், தான் ஏற்றிருக்கும் கதாபாத்திரத்தைத் தவிர வேறு எதுவும் நடிப்பவரின் நினைப்பில் இருக்கக் கூடாது என்பது தான் விதி. ஆனால் நடிகர் சிவாஜி கணேசனுடன் நடிக்கும் போது, ஏற்று நடிக்கும் கதாபாத்திரத்தை மறந்து , நடிகை என்பதையும் மறந்து, அவரது நடிப்பிலேயே மெய்மறந்து ஈடுபட்டு, ரசிகையாக மாறி விடக் கூடிய அபாயம் இருக்கிறது. சக நடிகை அல்லது சக நடிகரை தனது ரசிகராக மாற்றி விடும் ஒரு நடிகருடன் நடிப்பது எவ்வளவு அபாயமோ அதே அளவுக்கு வளர்ச்சிக்கும் வழி இருக்கிறது. அதனால் தான், நடித்தால் சிவாஜியுடன் தான் நடிக்க வேண்டும் என்று மற்றவர்கள் கருதுகிற அளவுக்கு அவர் புகழ் பெற்றிருக்கிறார். அவரது புகழ் மென்மேலும் வளர வேண்டும் என்பது என் பிரார்த்தனை.

-நடிகை **வைஜெயந்திமாலா**
(சினிமா ஸ்டார், நடிகர் திலகம் சிவாஜி கணேசன் 100வது பட விழா மலர், 1964)

எனது குருநாதர்-காட்ஃபாதர்

நடிகர் திலகம், விருதுகளை எதிர்பார்த்து என்றுமே நடித்தது கிடையாது. தன்னுடைய திறமை வெளிப்பட வேண்டும் என்ற எண்ணத்துடனேயே, 100 சதவீதம் நடிப்பிலேயே கவனம் செலுத்தி நடித்தார். கருமமே கண்ணாயினார் என்று சொல்வார்கள். அந்த வார்த்தை நடிகர் திலகத்துக்குத்தான் பொருந்தும். மகாபாரதத்தில், ஏகலைவன் தானாகவே வில் வித்தை பயின்று அர்ஜீனனுக்கு நிகரானவனாகத் திகழ்ந்தான். அது போல நடிகர் திலகம், தானே நடிப்பை உற்பத்தி செய்து உலகமகா நடிகராக உயர்ந்தார். நான் என்றைக்குமே நடிகர் திலகத்தை சிவாஜி சார் என்று பெயர் சொல்லி அழைத்ததில்லை. ஏனென்றால், அந்த அளவுக்கு அவர் மீது எனக்கு மரியாதை.

பாவ மன்னிப்பு (1961) திரைக்காவியத்தில் நடிகர் திலகத்துடன் தேவிகா

நடிப்பில் எனக்கு குரு, காட்ஃபாதர் எல்லாம் அவர்தான். படப்பிடிப்பு நேரத்தில் யாரிடமாவது அனாவசியமாகப் பேசிக் கொண்டிருந்தால், தனியே அழைத்து திட்டுவார். நேரத்தைப் பேசிப்பேசி வீணடிக்காதே, அந்த நேரத்தில், வசனம் பேசுவது எப்படி என்று பழகு எனக் கூறுவார். நடிகர் திலகத்துக்கு குரு யார் என்று எனக்குத் தெரியாது. ஆனால்; அவரை நிறைய பேர் குருவாக ஏற்றுக்கொண்டிருக்கிறார்கள். மார்லன் பிராண்டோ போன்ற உலக அளவில் பெயர் பெற்ற நடிகர்களையும், அவர் நடிப்பில் மிஞ்சி விட்டவர். தன்னுடைய நடிப்பில் நவரசங்களைத் திறம்பட வெளிப்படுத்தும் திறமை படைத்த ஒரே நடிகர் அவர்தான். எந்தவொரு ரசனையிலும், இது சரியில்லையே என்று அவரிடம் குறை காண முடியாது. சிறு வயதிலேயே நாடகத்தில் நடிக்கத் தொடங்கி, தனது வாழ்வில் எல்லா நேரத்தையும் நடிப்புக்காகவே செலவழித்தார். நடிகர் திலகத்துக்கு பால்கே விருது மட்டும் ஈடாகாது. அதைவிடப் பெரிய விருதுகள் அவருக்குத் தரப்பட வேண்டும். பால்கே விருது தருவதால் சிவாஜிக்குப் பெருமை இல்லை. அந்த விருது தான் அவரால் பெருமை அடைகிறது. பெருந்தன்மையாக பால்கே விருதை அவர் ஏற்றுக் கொள்வதே பெரிய விஷயம். உடல் அசைவிலும், கை அசைவிலும், விரல் அசைவிலும் அவர் ஒவ்வொரு நடிப்பைக் காட்டுவார். நடைக்காகவே அப்ளாஸ் வாங்கிய ஒரே நடிகர் நடிகர் திலகம் தான். திருவிளையாடல் படத்தில் அவர் நடந்து வரும் அழகே அழகு. ஒரு சில நடிகர்கள் அல்லது நடிகைகள் திருமணத்துக்குப்பின் நடிப்பில் இருந்து விலகி விடுவார்கள். ஆனால் திருமணம் ஆகி, குழந்தை, குடும்பம் என்று வந்த பின்பும் கூட, அவர் நடிப்பில்

மட்டுமே கவனம் செலுத்தினார். நடிப்பு அவரிடம் ஐக்கியமாகி விட்டது அல்லது நடிப்பில் அவர் ஐக்கியமாகி விட்டார் என்பதை யாரும் பிரித்துக் கூற முடியாது. நான் இவ்வளவு சொல்வது அவர் பால்கே விருது பெற்றதற்காகப் பாராட்ட வேண்டும் என்பதற்காக அல்ல. நான் அவரைப் பற்றி சொல்வதெல்லாம் உண்மை, சத்தியம், காதலர்கள் கூறும் போது, உயிரும், உடலுமாகி விட்டோம் என்பார்கள். அதுபோல இவர், நடிப்புடன் உயிரும் உடலுமாகி விட்டார். அவரது கலைத்திறமைக்கு என்றும் நான் தலைவணங்குகிறேன். அவர் என்னிடம் ஒரு முறை கூறும் போது என்றைக்கு நடிப்பில் கவனம் குறைகிறதோ அன்றைக்கே அதை விட்டுவிட வேண்டும் என்பார். கவனம் இல்லாமல் செய்யும் எந்த வேலையும் முழுமை பெறாது என்பார். அவர் சக நடிகர்களிடம் என்றுமே ஈகோ பார்த்தது கிடையாது. நடிப்புலகில் இப்படிப்பட்டவர்களைப் பார்ப்பது அபூர்வம். தான் மட்டும் கிளாப்ஸ் வாங்கினால் போதும் என்று அவர் நினைக்க மாட்டார். தன்னுடன் நடிப்பவர்களும் கிளாப்ஸ் பெற வேண்டும் என எண்ணுவார். நான் இன்றைக்கு தேவிகா என்ற பெயருடன் இருக்கிறேனென்றால் அதற்குக் காரணம் 90 சதவீதம் அவருடன் நடித்ததால் கிடைத்த பெருமை. 10 சதவீதம் தான் பிற படங்களில் நடித்ததன் மூலம் கிடைத்த பெருமை. நான் கதாநாயகியாக அறிமுகமானதே அவருடன் மேடையில் நடித்த நாடகத்தில் தான். வானவில் என்ற நாடகத்தில்தான் நான் முதன்முதலாக நடிக்க வந்தேன். அந்த நாடகத்தில் நடிகர் திலகத்தின் ஜோடியாக நடித்தேன். இதைத் தொடர்ந்து பராசக்தி, பம்பாய் மெயில், நீதி போன்ற ஐந்தாறு நாடகங்களில் அவருடன் நடித்திருக்கிறேன். நாடகத்தில் நடித்த போதுதான் நான் நன்கு தமிழ் பேசக் கற்றுக் கொண்டேன். நடிகர் திலகத்துடன் நடித்ததால் தான் நடிப்புக் கற்றுக் கொண்டேன். நடிகர் திலகம் என்ற பட்டம் அவருக்கு 100க்கு 150 சதவீதம் பொருத்தமானது.

-நடிகை **தேவிகா**
(தினகரன், 5.7.1997)

சிவாஜியின் ஆசியே ராசி

பாவாடை, தாவணி என்று சொன்னாலே தமிழகத்தில் உள்ள மக்களுக்கு, நிச்சய தாம்பூலம் படத்தில் இடம் பெற்ற பாவாடை தாவணியில் பார்த்த உருவமா? என TMS அவர்கள் பாடி, மெல்லிசை மன்னர்கள் விஸ்வநாதன்- ராமமூர்த்தி இசையில் உருவான Super Hit பாடல்தான் நினைவுக்கு வரும். அந்தப்பாடல் ஒலிக்கும் போதே, பாடல் காட்சியில் நடித்த இந்த ஜமுனா தான் உங்கள் நினைவுக்கு வருவாள். நான் பல படங்களில், பல பாடல்காட்சிகளில் நடித்திருந்தாலும், என்னை தமிழகத்திலுள்ள பட்டி,

தங்கமலை ரகசியம் (1957) திரைக்காவியத்தில் நடிகர் திலகம், ஜமுனா

தொட்டிகளிலெல்லாம் நல்ல முறையில் அறிமுகப்படுத்திய இந்தப்பாடலை என்னால் மறக்க முடியாது. அந்தப்பாடல் மட்டுமல்ல, தங்கமலை ரகசியம், திரைப்படத்தில் இடம் பெற்ற அமுதைப்பொழியும் நிலவே பாடலும் என்னால் மறக்க முடியாத பாடலாகும். இந்த இரண்டு திரைப்படங்களிலும் எனக்கு ஜோடியாக, கதாநாயகனாக நடித்தவர் நடிகர் திலகம் சிவாஜி அவர்கள். சிவாஜி சார் என்னோடு மட்டுமல்ல, என் குடும்பத்தினர் அனைவருடனும் ரொம்ப ரொம்ப Friendly யாகப்பழகுவார்.

ஒரு முறை நாங்க வாங்கின புதுக்கார்ல Outdoor Shooting கிற்காக ரொம்ப வேகமாய் போய்க்கொண்டிருந்தோம். பின்னாலேயே இன்னொரு கார் ரொம்ப வேகமாக Chase செய்து கொண்டு வந்து எங்க காரைத்தாண்டி Overtake செய்து முன்னால் வந்து நின்றது. காரிலிருந்து இறங்கியவரைப் பார்த்ததும் எனக்கு ஒரே ஆச்சரியம். சிவாஜி சார் நின்று கொண்டிருந்தார். சிவாஜி சாரிடம் நான் எங்கள் கார் சாவியைக் கொடுத்து "இது நான் வாங்கிய புதுக்காரின் சாவி எங்களை Bless பண்ணுங்க சார்" எனக் கேட்டேன். சிவாஜி சிரித்துக் கொண்டே "Best of Luck" என ஆசீர்வதித்தார். மேலும் "ஜமுனா, இவ்வளவு Fast ஆக காரை ஓட்டி வராதம்மா. நீ இப்போ Leading Artiste. உன்னை நம்பி பல தயாரிப்பாளர்கள் இருக்கிறார்கள்" என Sincere ஆக Advice செய்தார். தன்னோடு நடிக்கும் சக நடிகர்கள், நடிகைகள் முன்னேற்றத்தில் அவர் காட்டிய அக்கறை ரொம்பப் பெரியது.

-நடிகை **ஜமுனா**
(ஜெயா தொலைக்காட்சி சிறப்புத் தேன்கிண்ணம்)

சிவாஜி ஓர் தீர்க்கதரிசி

பொருத்தமான கலைஞர்களை, பொருத்தமான வேடங்களுக்குத் தேர்வு செய்வதில், சிவாஜிக்கு இணை யாருமில்லை என்பதுதான் என்னுடைய கணிப்பு. புதிய பறவை படத்தில் நான் ஏற்று நடித்த கதாபாத்திரம், என்னுடைய திரையுலக வாழ்க்கையில் மறக்க முடியாத அனுபவத்தைக் கொடுத்ததுடன், என் கலைப் பயணத்தில் மாபெரும் திருப்பு முனையாகவும் அமைந்தது. அதுவரை, உணர்ச்சிகளைக் கொட்டி, கதறி அழுது, கண்கள் சிவக்கப் புலம்பிய வேடங்களைத்தான் நான் பெரும்பாலும் ஏற்று நடித்திருந்தேன். ஆனால் புதிய பறவையில் நான் ஏற்ற வேடம் மிகமிக Light Role. ரொம்ப Style, Glamour சேர்ந்து, மேல்நாட்டு நாகரீகத்தில் மூழ்கித் திளைத்து, தினமும் ஒருNight Club, வேளைக்கொரு Party என Free Bird ஆக, யாரைப்பற்றியும் கவலைப்படாமல், சுதந்திரப் பறவையாக சுற்றித்திரியும் நவநாகரீகமான யுவதி கதாபாத்திரம். படம் தயாரிப்பதற்கு பூர்வாங்க வேலைகள் தொடங்கும் காலத்திலேயே, சிவாஜி அவர்கள் இந்தக் கதாபாத்திரத்திற்கு என்னைத்தான் அவரது மனதில் உருவகம் செய்திருக்கிறார். திரையுலகில் பலரது எதிர்ப்புகளுக்கிடையே, சிவாஜி அவர்களின் பிடிவாதத்தால்தான் அந்த வேடம் எனக்குக் கிடைத்தது. என்னை அழுமூஞ்சி நடிகை, எனக்கு அந்த வேடம் ஒத்து வராது என வாதாடியவர்களிடம், சௌகாரிடம் மட்டுமே நான் எதிர்பார்க்கும் Style, English

படிக்காத மேதை (1960) திரைக்காவியத்தில் நடிகர் திலகம், சௌகார் ஜானகி

Pronounciation வேடத்திற்கேற்ற Body Language உள்ளது. அவரால் மட்டுமே இந்த Role ஐ சரியாகச் செய்ய முடியும். படம் வெளிவந்ததற்குப் பிறகு பாருங்கள், சௌகாரின் நடிப்பு பலரால் பாராட்டப்படுமென உறுதியாக இருந்தார். நான் என் நடிப்புத்திறமை மீது வைத்திருந்த நம்பிக்கையைக் காட்டிலும், அவர் அதிகமான நம்பிக்கையை வைத்திருந்தார். அவரது வாக்கு பலித்தது. படம் வெளியான பிறகு என் நடிப்பைப் பாராட்டி, கடிதங்கள், தொலைபேசி அழைப்புகள் மூலமாக தமிழகமெங்கும் வாழ்த்துக்கள் குவிந்தன. மிக மிக வித்தியாசமான சௌகார் ஜானகியைப் பார்ப்பதாக பத்திரிகைகளும் பாராட்டின. All Credits go to Sivaji. புதிய பறவை படம் வெளியான பிறகு தான் எதிர்நீச்சல் போன்ற முழுக்க முழுக்க நகைச்சுவையைப் பிராதானமாகக் கொண்ட பட்டுமாமி Characterகள் என்னைத் தேடி வந்தன.

-நடிகை **சௌகார் ஜானகி**

(1978ஆம் ஆண்டு சென்னைத் தொலைக்காட்சியில் ஒளிபரப்பான மலரும் நினைவுகளிலிருந்து)

சிவாஜி பைத்தியம்

நான் பள்ளிக்கூடத்தில் படிக்கும் போது திரு.சிவாஜி அண்ணன் அவர்களின் படம் எந்தப் பத்திரிகையில் வந்தாலும், அதை உடனே வாங்கிக் கத்தரித்து ஆல்பம் ஒன்றில் ஒட்டி வைத்து விடுவேன். அதற்கென்றே புத்தகத்துக்கு அட்டை போட வாங்கும் கெட்டியான தாளில் பெரிய ஆல்பம் ஒன்றைத் தயாரித்திருந்தேன்.

ஒரு நாள் அந்த ஆல்பத்தைப் பார்த்த என் அக்கா, என் சினிமா பைத்தியத்தைப் பொறுக்க முடியாதவராக “ஏன் இப்படி படிக்காமல் சினிமா படங்களை ஒட்டி வைத்திருக்கிறாய்? இதென்ன வெறும் சிவாஜி கணேசன் படமாகவே ஒட்டி வைத்திருக்கிறாயே? நல்ல சிவாஜி பைத்தியம் நீ!” என்று கடிந்து கொண்டு அந்த ஆல்பத்தைக் கிழித்துப் போட முயற்சித்தார். அக்காவிடம் கெஞ்சிக் கேட்டு அந்த ஆல்பத்தை பத்திரமாக வாங்கி வைத்துக்கொள்ள நான் பட்ட பாட்டை இப்போது நினைத்தாலும் சிரிப்பாக இருக்கிறது. என் அபிமான நடிகர் திரு.சிவாஜி அண்ணனை ஏ.வி.எம் ஸ்டுடியோவில் தான் முதன் முதலில் சந்தித்தேன். அப்போது சிவாஜி அண்ணன் தெலுங்கு பராசக்தி படத்துக்கு வசனம் பேசிக் கொண்டிருந்தார். அங்கிருந்த டைரக்டர் திரு.பஞ்சு அவர்கள் “இவங்க புதிய நடிகை விஜயகுமாரி” என்று அவரிடம் அறிமுகம் செய்து வைத்தார். வணக்கம் என்றேன். மேலே ஒன்றும் நான் பேசவில்லை. நான் தான் அவரது படங்களை என் ஆல்பத்தில் ஒட்டி வைத்து மானசீகமாக அவருடன் பேசி வந்திருக்கிறேனே! அவரும் பதிலுக்கு வணக்கம் என்றார். திரு. சிவாஜி

பச்சை விளக்கு (1964) திரைக்காவியத்தில் நடிகர் திலகத்துடன் விஜயகுமாரி

அண்ணனுடன் நான் நடித்த முதல் படப்பிடிப்பும் அதே ஏ.வி.எம் - ல்தான் நடைபெற்றது. பச்சை விளக்கு படத்தில் அவருக்குத் தங்கையாக நடிக்கும் சந்தர்ப்பம் ஏற்பட்டது. ஒளிமயமான எதிர்காலம் என் உள்ளத்தில் தெரிகிறது என்ற பாடலுக்கான காட்சி தான் முதன்முதலாகப் படமாக்கப்பட்டது. வைத்தியக் கல்லூரிக்கு முதன் முதலில் படிக்கச் செல்லும் மாணவி அதாவது அவரது தங்கை நான் -எனக்கு அண்ணன் திருஷ்டி கழித்து கல்லூரிக்கு வழி அனுப்பும் காட்சி அது. சிவாஜி அண்ணா அவர்கள் அப்பாடலில் கோயிலில் வாழும் காவல் தெய்வம் கண்ணகியே வருக என்று பாடுவார்கள். அவர்கள் வாழ்த்தியது போலவே நான் கண்ணகியாகவும் நடிக்கும் பாக்கியம் பெற்றேன்.

-நடிகை **விஜயகுமாரி**
(பொம்மை, பிப்ரவரி 1971)

பாசமகன்

மனோகரா படம் உருவான நெப்டியூன் ஸ்டுடியோவில், பத்து ஆண்டுகளுக்கு முன்பு பலரிடம் சொன்னேன், "சிவாஜி நடிப்புத்துறையில் நாளுக்கு நாள் முன்னேறி நல்ல புகழடைவார். அவருக்கு அகில இந்தியப்புகழ் மட்டுமல்ல. அகில உலகப் புகழே

| சிவாஜி - ஒரு வரலாற்றின் வரலாறு |

மனோகரா (1954) திரைக்காவியத்தில் நடிகர் திலகத்துக்கு வெற்றி திலகம் வைக்கும் பி. கண்ணாம்பா

கிடைக்கும்" என்று. பத்து ஆண்டுகளுக்குப்பிறகு, அதே நெப்டியூன் ஸ்டுடியோவில், அதே சிவாஜி கணேசனுக்கு, அதே தாய் வேடத்தில் படித்தால் மட்டும் போதுமா படத்திற்காக நடித்துக் கொண்டிருக்கும் போது, சிவாஜி அமெரிக்கா செல்வதை முன்னிட்டு, ஸ்டுடியோ தொழிலாளர்கள் வைத்த விருந்தில் கலந்து கொள்ள எனக்கும் ஒரு சந்தர்ப்பம் கிடைத்தது என்றால், இதைவிட எனக்கு வேறு என்ன பெருமையும், மகிழ்ச்சியும் வேண்டும். அவருக்குக் கிடைத்த புகழ், நம் இனத்திற்கும் நம் நாட்டிற்கும் கிடைத்த புகழ், தாயின் மீது சிவாஜிக்கு இருக்கும் பக்தியையும், பாசத்தையும் காணும் போது, தாய்மை உள்ளம் கொண்ட யாரும் பூரிக்காமல் இருக்க முடியாது. மனோகரா முதல் படித்தால் மட்டும் போதுமா வரை பல படங்களில் அவருக்குத் தாயாக நடித்த நான், உண்மையிலேயே அவரை என் பாசமகனாகக் கருதி, அவர் பெற்ற பெரும் புகழைக் கண்டு பெருமிதம் கொண்டு, புனிதமான தாய்மையின் இருப்பிடத்திலிருந்து, என் புதல்வன் சிவாஜி கணேசனும் அவரது குடும்பத்தாரும் பல்லாண்டு பல்லாண்டு நலமாக வாழ வேண்டுமென்று வாயார வாழ்த்தி, அம்பிகை ஸ்ரீ ராஜராஜேஸ்வரியை மனதாரப் பிரார்த்தித்துக் கொள்கிறேன்.

-நடிகை **பி.கண்ணாம்பா.**

(நடிகன் குரல், நடிகர் திலகம் சிவாஜி கணேசன் உலக வெற்றி உலா மலர், ஆகஸ்ட் 1962)

பாவை விளக்கு (1960) திரைக்காவியத்தில் நடிகர் திலகத்துடன் எம். என் ராஜம்

பாக்கியவான் சிவாஜி

நடிகர் திலகம் சிவாஜி, கலையுலகச் சக்கரவர்த்தி, நாடக உலகின் முடிசூடா மன்னன் என்றெல்லாம் போற்றப்பட்டாலும், என்னைப் பொறுத்தவரை, அவருக்கு பாக்கியவான் என்ற பட்டம்தான் மிகப் பொருத்தமாக இருக்கும். புகழ் பெற்ற சாதனையாளர்கள் பலர், அவர்கள் புகழேணியின் உச்சிக்குச் செல்லும் போது அதைப் பார்த்துப் பெருமைப்பட, பெற்றவர்களில் தாயோ அல்லது தந்தையாரோ ஒருவர் மட்டும் தான் உயிருடன் இருப்பார்கள். ஆனால் சிவாஜி அவர்கள் புகழின் உச்சிக்கு சென்ற போது அவரது தாய், தந்தை, அண்ணன், தம்பி, தங்கை, மகன்கள், மருமகள்கள், மகள்கள், மருமகன்கள், பேரன், பேத்தி என எல்லோரும் பார்த்து பார்த்துப் பூரிப்படைந்தனர். இந்த பாக்கியமெல்லாம் ஒருவருக்கு அபூர்மாகத்தான் அமையும். எனவே சிவாஜி பாக்கியவான் என்பதே சரி.

-நடிகை **எம்.என்.ராஜம்**

(1.10.2007 அன்று சென்னை மியூசிக் அகாடமியில் நடைபெற்ற நடிகர் திலகம் பிறந்த நாள் விழாவில் பேசியது.)

K. சந்திரசேகரன்

அண்ணன் ஒரு கோவில்

எனக்கும் சிவாஜிக்கும் உள்ள உறவு அண்ணன், தங்கை உறவு. இதை மெய்ப்பிப்பது போல் என் வாழ்க்கையில் நடந்த ஒரு சம்பவம் என்னால் என் வாழ்நாள் உள்ளவரையில் மறக்க முடியாது.

எனக்கு எப்பொழுதுமே, எல்லாவகையிலும், மிகப்பெரிய துணையாக, பக்கபலமாக இருந்தவர் என்னுடைய தாயார். அப்படிப்பட்ட அந்தத் தாயார் திடீரென ஒருநாள் இறந்து போனார். என்னால் என்னைக் கட்டுப்படுத்தவே முடியவில்லை. செய்தி கேள்விப்பட்டதுமே முதல் ஆளாக என் வீட்டிற்கு ஓடோடி வந்தவர் நடிகர் திலகம் தான். என்னை மிகவும் கஷ்டப்பட்டுத் தேற்றினார்.

என்னையும் என் வீட்டிலுள்ளோரையும் நெகிழச் செய்யும் படி சிவாஜி அவர்கள் ஒரு செயலைச் செய்தார். எங்கள் வழக்கப்படி தாயார் மறைந்தால், முதலில் மகன் தான் கோடித்துணி என்றழைக்கப்படும் அந்தப் புதுத் துணியை, இறந்த அந்தத்தாயின் உடலுக்குப் போர்த்த வேண்டும். எனக்கு உடன் பிறந்த சகோதரர்கள் யாரும் கிடையாது. இதை நினைத்து நான் அழுது அரற்றிக் கொண்டிருந்த பொழுது, சிவாஜி அண்ணன் ஒரு விலையுயர்ந்த வெண்ணிறப் பட்டுப் புடவையை, என்னுடைய கூடப்பிறந்த அண்ணன் என்ற முறையில் என்னுடைய தாயாரின் உடல் மீது போர்த்தினார். பொங்கி வந்த அழுகையைக் கட்டுப்படுத்த முடியாமலும், சிவாஜி அண்ணன் என்மீதும், என் குடும்பத்தின் மீதும் வைத்திருந்த பாசத்தையும் நினைத்து "அண்ணே! இந்தத் தங்கச்சி மீது உங்களுக்கு இத்தனை பாசமாண்ணே!" என்று கத்தினேன். சிவாஜி அவர்கள் என்னைப் பார்த்து "என்னைக்கும் நீ எனக்கு தங்கச்சிதாம்மா" என்று கூறினார்.

வசதி இருப்பவர்கள், அவர்கள் நினைத்தபடி எப்படிவேண்டுமானாலும் வாழலாம். ஆனால் பணமும், செல்வாக்கும் உள்ளவர்கள் நோய்வாய்ப்பட்டு படுக்கையில் கிடக்கும் பொழுது, தங்கள் உடல் உபாதைகளைத் தீர்த்துக்கொள்வதற்குக் கூட பிறருடைய உதவியை நாட வேண்டிய துர்பாக்கிய நிலை ஏற்படும். எனக்குத் தெரிந்து திரையுலகில் கொடிகட்டிப்பறந்து, புகழோடு வாழ்ந்த ஒருவருக்கு இந்த இழிவான நிலை ஏற்பட்டது. அப்படிப்பட்ட நிலையில் அவர் இருந்த காலகட்டத்தில் ஒருநாள், நான் அவரைக் காண அவரது வீட்டிற்குச் சென்றேன். அப்பொழுது அவரது தட்டில் ஒரே ஒரு இட்லி மட்டும் பரிமாறப்பட்டது. அவர் அதை சாப்பிட்டுவிட்டு "இன்னும் ஒரு இட்லி போடு" என்று தன் சொந்தக்கார பெண்ணிடம் கேட்டார். ஆனால் அந்தப்பெண் "இதுவே அதிகம், போதும்" என கடுமையாக பதிலளித்தார். நான்கூட "ஏம்மா

நீதி (1972) திரைக்காவியத்தில் நடிகர் திலகத்துடன் மனோரமா

ஆசைப்பட்டுத்தானே கேட்கிறாங்க, கொடும்மா" என்றேன். அதற்கு அந்தப்பெண் "உங்களுக்கென்னம்மா நீங்க பாட்டுக்கு சொல்லிட்டு கிளம்பிடுவீங்க, நான் தானே அள்ளணும்" என்று எரிச்சலாகச் சொன்னார். ஆனால் அப்படியெல்லாம் இல்லாம, சிவாஜி அண்ணனுக்குப் பணிவிடை செய்ய ஆயிரம் பேர் காத்துக்கிடந்தனர். இருந்த போதிலும், அவர் இறப்பதற்கு முதல்நாள் டாக்டர் அவரைப் பரிசோதித்துவிட்டு "நாளை முதல் உங்களுக்கு Dialysis செய்யப்போறோம்" என்றார். உடனே சிவாஜி விருட்டென படுக்கையிலிருந்து எழுந்து "நாளை முதல் Dialysis ஆ, நான் இருக்கிற வரைக்கும் அவஸ்தையில்லாமல் இருக்கணும். இன்னிக்கே நான் போய் சேர்ந்தடணும். நான் சீப்பட்டு, சின்னாபின்னப்பட்டு இழிவாக சாக விரும்பவில்லை" என ஒருவித உறுதியோடு கூறினார். அவர் சொன்னதுதான் பலித்தது. மறுநாளே அவர் நம்மையெல்லாம் தவிக்கவிட்டுவிட்டு மறைந்து போனார். வாழும் போது மட்டுமல்ல, இறக்கும் போதுகூட தான் நினைத்ததுபோலவே கம்பீரமாக இறந்ததும் சிவாஜிக்கு மட்டுமே திரையுலகில் வாய்த்தது.

எனக்கு ஒரே ஒரு ஆதங்கம் உண்டு. ஆயிரமாயிரம் உணர்ச்சிகளை வெளிப்படுத்திய அவரது ஒளி பொருந்திய கண்களை, பாதுகாப்பாக நாம்

வைத்திருக்கத் தவறிவிட்டோம். அவரது உடல் தகனம் செய்யப்பட்டபோது அந்தக் கண்களும் எரிந்து சாம்பலானது என்பதை நினைக்கும் பொழுது என்னால் தாங்கிக்கொள்ளவே இயலவில்லை.

-நடிகை **மனோரமா**
(06.09.2001 ஆம் நாள் பசும் பொன் முத்துராமலிங்கத்தேவர் திருமண மண்டபத்தில் நடைபெற்ற அஞ்சலிக் கூட்டத்தில் பேசியது

அடிப்பது போல நடிப்பதுதான் சிவாஜி ஸ்டைல்.

நான் சிவாஜியுடன் நடித்த படங்களிலேயே எனக்கு மட்டுமல்ல, ரசிகப் பெருமக்களாகிய உங்களுக்கும் மிகவும் பிடித்த படம், மாபெரும் வெற்றிப்படமான படித்தால் மட்டும் போதுமா? திரைப்படம்தான். அந்தப்படத்தில் மறக்க முடியாத ஒரு காட்சி வரும். நான் கவிஞனுமில்லை, நல்ல ரசிகனுமில்லை என்ற அருமையான பாடல் காட்சி முடிந்தபிறகு, கதைப்படி சிவாஜி நன்றாகக் குடித்து விட்டுக் கையில் ஒரு சவுக்கை வைத்துக்கொண்டு, கட்டிலின் மீது ஏறி நின்று, மனைவியாக நடித்த என்னைப் பார்த்து, "கொஞ்ச நேரத்துக்கு முன்னாடி படிக்காதவங்களைப் பத்தி என்ன சொன்னீங்க, அதை மறுபடியும் திருப்பிச் சொல்லுங்க"ன்னுவார். நான் உடனே கோபம் கொப்பளிக்க, ஆக்ரோஷமாக, "படிக்காதவங்க எல்லாரும் முட்டாளுங்க, நாகரீகம் தெரியாதவங்க, காட்டுமிராண்டிங்க, போதுமா?" இப்படி நான் பேசி முடித்ததும், சிவாஜி கையில இருக்கிற சவுக்கைக் கோபமாக சுழற்றி, என்னைத் தாறுமாறாக விளாசுவதைப் போல காட்சி எடுக்கப்பட்டிருக்கும். இந்த காட்சியைப் பார்த்த எல்லோருமே, "என்னம்மா இந்தக் காட்சியிலே சிவாஜி உன்னை சவுக்கால் பின்னி எடுத்துட்டாரு" ன்னு கேட்பாங்க. ஆனால் காட்சி எடுக்கப்படுவதற்கு முன்னால், சிவாஜி என்கிட்டவந்து "நான் ஆக்ரோஷமாகக் கத்தி சவுக்கை சுழற்றுவேன். ஆனா ஒரு அடி கூட உன் மேல் படாது. தைரியமா நடி"ன்னு என்னை உற்சாகப்படுத்தினார். அவர் சொன்ன மாதிரியே நான் கொஞ்சங்கூட பயப்படாமல் நடித்தேன். காட்சி முடியும் அந்தக் கடைசி Shot ல் மட்டும்தான் சவுக்கு என்னை மிக மெதுவாக வருடிச் செல்லும். உண்மையிலேயே அடிப்பது போல இருக்கும், ஆனா அடி மேலே விழாது. இதுதான் நடிப்பு. சிவாஜி கூட நடிக்கும்போதுதான் இதுபோன்ற நுட்பமான விஷயங்களைத் தெரிந்து கொள்ள முடியும்.

– நடிகை **ராஜசுலோசனா.**
(சென்னைத் தொலைக்காட்சியில் ஒளிபரப்பான மலரும் நினைவுகள் நிகழ்ச்சித் தொகுப்பிலிருந்து)

நான் செய்த புண்ணியம்

நான் குமாரி சச்சுவாக உங்களுக்கு அறிமுகம் ஆவதற்கு முன்பே, குழந்தை சரஸ்வதியாக பல திரைப்படங்களில் நடித்துள்ளேன். அப்படி நான் குழந்தை நட்சத்திரமாக நடித்த திரைப்படங்களில், கப்பலோட்டிய தமிழன் திரைக்காவியம் மறக்க முடியாத ஒரு அற்புதமான படமாகும். அப்பொழுதெல்லாம் சிவாஜி சார் உட்பட யூனிட்டில் உள்ள எல்லோருக்கும் நான் செல்லப்பிள்ளையாக இருந்தேன். குழந்தை நட்சத்திரமாக இருந்து நான் கதாநாயகியாக வீரத்திருமகன் படத்தில் அறிமுகமான நேரம். அப்பொழுது தற்செயலாக நான் நடித்துக் கொண்டிருந்த AVM Studio விற்கு வந்த சிவாஜி சாரைப் பார்த்த பொழுது, "என்ன சார், எப்ப என்கூட Heroவா ஜோடி சேர்ந்து நடிக்கப்போறீங்க" என Casual ஆகக் கேட்டேன். அவரும் கிண்டலாக என்னைப்பார்த்து "போடி. உன்னை மாதிரி குழந்தைங்க கூட எல்லாம் நான் ஜோடியாக நடிக்க மாட்டேன்" என்று சொன்னார். ஆனால் என்மீது அவருக்கு அன்பும், உரிமையும் அதிகம். அவர் எத்தனையோ திரைப்படங்களில், எத்தனையோ மாறுபட்ட பல கதாபாத்திரங்களில் அருமையாக நடித்திருந்தாலும், கொடைவள்ளலாக அவர் நடித்த கர்ணன் திரைப்படம் தான் நான் மிகவும் ரசித்துப் போற்றும் படம். அவர் சமீபத்தில் நம்மை விட்டு மறைந்து விட்டார் என்பதை என்னால் நினைத்துக்கூட பார்க்க முடிய வில்லை. அவர் மறையவில்லை, நம்மைவிட்டு அவரால் பிரிய முடியாது. காலத்தால் அழியாத அவரது திரைக்காவியங்கள் மூலம், அவர் என்றும் நம்மோடு வாழ்ந்து கொண்டிருப்பார். அவரது முதலாம் ஆண்டு நினைவு அஞ்சலி, நண்பர் மகேந்திரன் தலைமையில் சென்னை காமராஜர் அரங்கில் நடந்தது. அப்பொழுது தமிழ்த் திரையுலகில் சாதனை படைத்த கலைஞர்கள் பலருக்கு சிவாஜி நினைவுப் பரிசும் கேடயமும் வழங்கப்பட்டது. அப்படி அந்தப்பரிசை பெற்றவர்களில் நானும் ஒருத்தி என்பதை நினைத்துப்பார்க்கும் பொழுது, எனக்கு ஏற்படும் மகிழ்ச்சிக்கு அளவேயில்லை. நான் எப்பொழுதும் வியந்து போற்றிப் பாராட்டும் மாபெரும் கலைஞன் சிவாஜி பெயரால் வழங்கப்படும் விருது, அவரது முதலாம் நினைவு நாளிலேயே எனக்குக் கிடைத்தது நான் செய்த புண்ணியம் என்றுதான் சொல்வேன்.

-நடிகை *சச்சு*
(ஜெயா தொலைக்காட்சியில் ஒளிபரப்பான சிறப்புத் தேன்கிண்ணம்)

கிங் ஆஃப் பங்க்சுவாலிட்டி

நடிகர் திலகத்துக்குள்ள தொழில் பக்திக்கு, உலகப்புகழ் பெற்ற ஆஸ்கார் அவார்டே அவருக்குக் கொடுக்கலாம். அவர் சிவனாகவும், கப்பலோட்டிய தமிழனாகவும், கட்டபொம்மனாகவும் இன்னும் இது போன்ற பல முக்கிய கேரக்டர்களில் நடித்திருக்கிறார். ஒவ்வொரு கேரக்டரிலும் அந்தந்த கேரக்டராகவே வாழ்ந்திருக்கிறார். இது மாதிரி கேரக்டராகவே ஆவது என்பது மிகப்பெரிய விஷயமாகும். இன்னும் எத்தனை ஆண்டுகள் ஆனாலும் சரி, அவரைப் போல் ஒருவர் வரமுடியாது. அவர் செட்டுக்குள் வந்து விட்டால் நடிப்பைப் பற்றி மட்டுமே சிநதித்துக் கொண்டிருப்பார். அடுத்த காட்சியில் எப்படி நடிக்கலாம் -- இந்த மாதிரிதான் அவருடைய சிநதனை இருக்கும். அநாவசியமாக அரட்டை அடிக்க மாட்டார். அவர் சம்பந்தப்பட்ட காட்சியாக இருந்தாலும், இல்லாவிட்டாலும் "இப்படிப் பண்ணு, நல்லா வரும்" என்று கைடு பண்ணுவார். அந்த மாதிரி அவர் சொல்லிக் கொடுத்து எனக்கு பல படங்களில் நல்ல பெயர் கிடைத்திருக்கிறது. குறிப்பாக சரஸ்வதி சபதம், தங்கப்பதக்கம், திரிசூலம் படங்களைச் சொல்லலாம். அந்த மாதிரி, மற்றவர்களுக்கு உதவும் மனப்பான்மை அவருக்கு நிறைய உண்டு. அவரைப் பார்த்துக் கொண்டு இருந்தாலே நமக்கு ஆட்டமேடிக்காக நடிப்பு வந்து விடும். பங்க்சுவாலிட்டியில் அவர் மன்னர். ஏழு மணிக்கு கால்ஷீட்

ஊட்டி வரை உறவு (1967) திரைக்காவியத்தில் நடிகர் திலகத்துடன் கே.ஆர். விஜயா

கொடுத்திருந்தால், கரெக்டாக ஏழு மணிக்கு மேக்கப்புடன் செட்டில் அவர் இருப்பார். இன்னும் சொல்லப்போனால், ஐந்து நிமிடத்திற்கு முன்னாலேயே அவர் இருப்பாரே தவிர, ஐந்து நிமிடம் தாமதமாக வந்ததாக சரித்திரமேயில்லை. அவர்தான் மற்றவர்களுக்காகக் காத்திருப்பாரே தவிர, அவருக்காக மற்றவர்கள் காத்துக் கொண்டிருந்ததில்லை. இது என்னுடைய அனுபவத்தில் நான் பார்த்ததாகும்.

–புன்னகை அரசி **கே.ஆர்.விஜயா**
(தினபூமி, தீபாவளி மலர், 1997)

நடிப்புக் கல்லூரி

என்னை ஒரு நல்ல நடிகை என மற்றவர்கள் புரிந்து கொள்ளச் செய்த படம் லட்சுமி கல்யாணம். இதற்கு நான் நடிகர் திலகம் சிவாஜி கணேசனுக்குத்தான் நன்றி சொல்ல வேண்டும். அவர் தான் வசனங்களை எப்படிப் பேச வேண்டும் என்று எனக்கு சொல்லிக் கொடுத்தார். நான் நன்றாக வசனங்களைப் பேசும் போதெல்லாம் "வெரிகுட்! வெரிகுட்!" என்று ஊக்குவிப்பார். நடிகர் திலகம் அவர்களுடன் நடிக்கும் போது, ஒவ்வொரு நாளும் எனக்கு நடிப்புக் கல்லூரிக்குப் போய் விட்டு வருவது போன்ற உணர்வே மேலோங்கி இருந்தது. லட்சுமி கல்யாணம் படத்தில் நான் சிறப்பாக நடித்திருந்ததற்கு முக்கிய காரணம் நடிகர் திலகம் தான்.

–நடிகை **வெண்ணிற ஆடை. நிர்மலா**
(நடிகர் திலகம் சிவாஜியும் கலைஞர்களும்,
ஆசிரியர் தஞ்சை குஞ்சிதபாதம், நவம்பர் 1972)

அவருக்கு இணை அவரே!

தமிழ்நாட்டில் மிகப்பெரிய திரைப்படப் பயிற்சி நிலையம் நடிகர் திலகம் சிவாஜி அவாகள் தாம். என் பரதநாட்டிய அரங்கேற்றம் அவர் தலைமையில் தான் நிகழநதது என்பதைப் பலர் அறிவார்கள். "நீ எதிர்காலத்தில் சிறந்த நடிகையாவாய்" என்று என்னை அவர் அன்றே வாழ்த்தினார். அவர் வாழ்த்து பலிதது விட்டது. அவர் எத்தனை பெரிய தீர்க்கதரிசி என்பதை இதனால் உணர முடிநதது. என் திரையுலகப் பிரவேசத்திற்குப்பிறகு, சில காலம் சிவாஜியுடன் சேர்ந்து நடிக்கும் வாய்ப்பு வாய்க்கவில்லை. எங்களது முதல் படமான மோட்டார் சுந்தரம் பிள்ளையிலும், நானும்

எங்கிருந்தோ வந்தாள் (1970) திரைக்காவியத்தில் நடிகர் திலகத்துடன் கலைச்செல்வி

அவரும் மகளும் தந்தையுமாக நடித்தோம். கலாட்டா கல்யாணம் படத்தில் தான் முதன்முதலில் ஜோடியாக நடித்தோம். இப்போது அவரும் நானும் பல படங்களில் சேர்ந்து நடிக்கும் வாய்ப்பு கிடைத்தமைக்கு பெருமைப்படுகிறேன். நடிகர் திலகம் அவர்களிடமிருந்து என்னைப் போன்ற நட்சத்திரங்கள் கற்றுக் கொள்ள வேண்டியவை கணக்கின்றி இருக்கின்றன. நீண்ட நேரத்திற்குக் கடுமையாக உழைத்த பிறகும், நடிப்பதில் சிறிதளவு கூட அலுப்போ, ஆயாசமோ காட்டக்கூடியவரல்ல அவர். கடைசி வரை, தான் திருப்தியடையும் வரை நடிப்பில் சளைக்கவே சளைக்காதவர் அவர். இது ஒரு முக்கிய அம்சம். ஒரு கதையில், அவர் ரோலை விட அடுத்தவர் ரோல் எடுபடக்கூடியதாக இருந்தாலும், அந்தப் பாத்திரத்தில் நடிப்பவரிடம், உன் ரோல் நிற்கக்கூடியது, பாராட்டு பெறக்கூடியது, அதனால் மிகப்பிரமாதமாக நடிக்க வேண்டும் என்று ஊக்கமும் உற்சாகமும் ஊட்டும் அரிய மனிதர் அவர். இந்தக்குணம் என்னைப் பெரிதும் கவர்ந்தது. தன் ரோலை விட அடுத்தவர் ரோல் பெயர் பெறக்கூடியது என்பதை அறிந்திருந்தும், அதை அனுமதித்து, உற்காகமூட்டுவது, திரையுலகில் ஒரு அரிய ஆச்சர்யமான அம்சமாகும். சுருங்கச் சொன்னால் அவருக்கு இணை அவரே.

-கலைச்செல்வி **ஜெயலலிதா**
(1971ம் ஆண்டு சவாலே சமாளி விழா மலரிலிருந்து)

K. சந்திரசேகரன்

வசந்த மாளிகை (1972) திரைக்காவியத்தில் நடிகர் திலகத்துடன் வாணிஸ்ரீ தோன்றும் காட்சி

அவர் ஒரு மகான்

நடிப்புக்கு இலக்கணம், அகராதி, பல்கலைக்கழகம் எல்லாமே சிவாஜிதான். அவரோட நடித்த ஒவ்வொரு நிமிஷமும் என் வாழ்க்கையில் மறக்க முடியாதது தான். நடிப்புக்கு பாஷை அவசியம் இல்லை. சிவாஜி படத்தை உலகத்தில் எங்கேயாவது யார் பார்த்தாலும், பாஷை புரியா விட்டால்கூட, யார் இந்த நடிகர்? என்று கேட்க வைப்பார். நாம கடவுளை நினைச்சு பிரார்த்தனை செய்யற மாதிரி, நடிகர்கள், கலைஞர்கள் சிவாஜியை நினைச்சு நடிக்கிறாங்க. படப்பிடிப்பு தளத்தைக் கோயிலாக நினைக்கிறவர் சிவாஜி. இன்ஜினியரிங்கா, மெடிக்கலா, படிக்க புக் இருக்கு. நடிப்புக்கு, வக்கீலா நடிக்கணுமா? டாக்டரா நடிக்கணுமா? எப்படி நடிக்கணும்னு புக் இல்லே. சிவாஜி இருக்கிறார். நானும், சிவாஜி சாரும் அடிக்கடி சந்திக்கறது கூட இல்லே. ஆனா அவரை, அவரோட சாதனைகளை, தனக்குன்னு ஒரு தனி உலகத்தை அவர் சிருஷ்டிச்சதை எல்லாம் நினைக்கிற போது, ஒரே வார்த்தையிலே சொன்னால் அவர் ஒரு மகான்.

-நடிகை **வாணிஸ்ரீ**
(வாசுகி, 16-30 ஏப்ரல் 1995)

| சிவாஜி - ஒரு வரலாற்றின் வரலாறு |

சிவாஜி படம் - பெருமையான Visiting Card

நாமெல்லாம் மனிதர்களாகப் பிறந்தது, கடவுள் நமக்கு அருளிய வரத்தால் அமைந்தது. அப்படி மனிதர்களாகப் பிறப்பதற்கு, பலப்பல பிறவிகள் எடுத்து, முழுமையான நிலை அடைந்த பிறகு தான் நமக்கு இறைவன் அருள் கிடைக்கும். அலைகள் மோதும் கடலில், ஒரு வளையம் மிதந்து மேலும் கீழுமாக வந்து போகும். ஆமையொன்று அந்த வளையத்தில் ஒருமுறை நுழைந்து வெளியே வரும்பொழுது, அதற்கு மனிதனாய் பிறக்கும் வாய்ப்பு கிடைக்கும். மனிதனாய் பிறந்ததே நான் செய்த பாக்கியம். மனிதருள் மாணிக்கமாய், கனவுலகச் சக்கரவர்த்தியாய் திகழும் நடிகர் திலகம் சிவாஜியோடு இணைந்து பணியாற்றும் வாய்ப்பு கிடைத்ததும், அவருடைய திரைப்படங்களில் பல்வேறுபட்ட கதாபாத்திரங்களில் நடித்ததும், நான் மனிதப்பிறவி எடுத்த பலனாகும்.

தங்கைக்காக, அருணோதயம் போன்ற படங்களில் அவருக்குத் தங்கையாகவும், ராஜராஜசோழன் படத்தில் அவருக்கு மகளாகவும், உனக்காக நான், தியாகம், நெஞ்சங்கள் திரைப்படங்களில் காதலியாக, ஆனந்தக் கண்ணீர், குடும்பம் ஒரு கோவில் படங்களில் மனைவியாக நான் சிவாஜியுடன் நடித்துள்ளேன். எனக்குத் தெரிந்து இதுபோல் அவருடன் பல்வேறு வகைப்பட்ட கதாபாத்திரங்களில் நடித்த நடிகை நான் ஒருத்தியாகத்தான் இருப்பேன் என்பதை நினைத்துப் பார்க்கவே எனக்கு பெருமையாகவும் கர்வமாகவும் இருக்கிறது.

ஆனந்தக் கண்ணீர் (1986) திரைக்காவியத்தில் நடிகர் திலகத்துடன் லட்சுமி

| K. சந்திரசேகரன் |

தமிழ்த்திரையுலகில் "சிவாஜி படம்" அவருடன் நடித்த கலைஞர்கள் அனைவருக்கும் ஒரு பெருமையான Visiting Card. அவருடன் தைரியமாக நடிக்க முடியும் என்றால், வேறு எவருடனும் நடிக்க முடியும் என்ற நம்பிக்கை திரையுலகில் உள்ளவர்களுக்கு எப்போதும் உண்டு. அவரால் அறிமுகமானவர்கள், அவர் திரைப்படங்கள் மூலம் அறிமுகமான அனைவரும் இன்று பணம், பெயர், புகழோடு வாழ்கிறார்கள்.

- நடிகை **லட்சுமி**
(30.09.2007ஆம் நாள் சென்னை மியூசிக் அகாடமியில் நடைபெற்ற சிவாஜிபிறந்த நாள் விழாவில்)

சிவாஜியின் இடத்தை நிரப்ப முடியுமா?

சிவாஜி அவர்களுடன் நான் முதன் முதலாக இருவர் உள்ளம் திரைப்படத்திலும், பின்னர் அன்னை இல்லம் திரைப்படத்திலும் நடித்துள்ளேன். பெரிய நடிகருடன் நடிக்கிறோமே என்கிற தயக்கம் ஏற்பட்டது. அப்போது அவர் தான் எனக்கு தைரியமூட்டி நடிக்கக் கற்றுக் கொடுத்தார். அவர் இறந்தபோது, நான் விபத்தில் சிக்கி ஆஸ்பத்திரியில் இருந்தேன். கண்ணாடிப் பெட்டிக்குள் இருந்த சிவாஜியை டிவியில் தான் என்னால் பார்க்க முடிந்தது. அவரது இடத்தை யாராலும் நிரப்ப முடியாது.

-நடிகை **ஜெயந்தி**
(தினத்தந்தி, 29.7.2001)

உண்மை அக்கறை

நடிகர் திலகம் அவர்களுடன் நான் நடித்த முதல் படம் தவப்புதல்வன். வசந்த மாளிகை திரைப்படத்தில் குடிமகனே பாடல் படமாக்கப்பட்ட போது, நான் ஒரு கட்டத்தில் பாடிக் கொண்டே கட்டில் ஒன்றின் மீது ஜம்ப் செய்து நிற்க வேண்டும். "ஜாக்கிரதையாக ஜம்ப் பண்ணு" என்றார். நான் ஜம்ப் செய்த போது காலில் அடிபட்டது. "ஜாக்கிரதை என்று சொன்னேனே கேட்டாயா?" என்றார். நடிக்கும் போது, காட்சி இயற்கையாகவும் அதே நேரத்தில் ஆர்ட்டிஸ்டுகளுக்கு உடம்பில் அடிபட்டு விடாமலும் இருக்கக் கூடிய யோசனைகளைச் சொல்லுவார் நடிகர் திலகம் அவர்கள்.

-நடிகை **சிஐடி சகுந்தலா**
(நடிகர் திலகம் சிவாஜியும் கலைஞர்களும், ஆசிரியர்: தஞ்சை குஞ்சிதபாதம், நவம்பர் 1972)

செட்டில் மரியாதையாக நடத்தினார்

சிவாஜியுடன் ஒரு படத்திலாவது நடித்து விட வேண்டும் என்ற ஆசை எனக்கு இருந்தது. அப்போதுதான் சிவாஜி நடிக்கும் சிவகாமியின் செல்வன் படம் தயாராக இருந்த நேரம். படத்துக்கு 2 கதாநாயகிகள். ஒரு கதாநாயகி வாணிஸ்ரீ. இன்னொரு கதாநாயகியின் கேரக்டர் படத்தின் பிற்பகுதியில் தான் வரும் என்றார்கள். அதாவது பெரிய சிவாஜியின் மனைவி வாணிஸ்ரீ. அவருக்கு வாரிசாக உருவாகும் சிவாஜிக்கு யாரைப் போடலாம் என்று பரீசீலித்துக் கொண்டிருந்தார்கள். இந்தத் தகவல் என் காதுக்கு வந்ததும், இந்த கேரக்டரையாவது ஏற்று நடிப்போமே என்று தோன்றியது. அதோடு, மிகக் குறைந்த நாட்களே கால்ஷீட் கேட்டார்கள். அதனால் சிவாஜி படத்தில் நடிக்கும் ஆர்வத்தில், அந்த கேரக்டரில் நடிக்க ஓ.கே. சொல்லி விட்டேன். செட்டில் என்னை ரொம்ப மரியாதையாக நடத்தினார் சிவாஜி. "அண்ணனுடன் (எம்.ஜி.ஆர்) நடிக்கிறீங்க. என்கூட இது முதல் படம். நடிப்பில் எந்த மாதிரி சந்தேகம்னாலும் தயங்காம கேளுங்க" என்று சொன்னவர், "உங்க அப்பா என்னோட நல்ல நண்பர் தெரியுமா?" என்றும் சகஜமாகப் பேசி, பதட்டமில்லாமல் நடிக்க வைத்தார். பின்னர், டாக்டர் சிவா, அவன் தான் மனிதன் என்று என்னைத் தேடி வந்த அவரது 2 படங்களிலும், அதனைத் தொடர்ந்தும் அவருடன் நடிக்கும் வாய்ப்பு அமையாமலே போய்விட்டது.

-நடிகை **லதா**
(தினத்தந்தி, வரலாற்றுச்சுவடுகள், 31.10.2007)

கலைஞர்களின் தலைவர்

நடிகர் திலகத்துடன், அன்போடும், கொஞ்சம் உரிமையோடும் பழகுபவள் நான். அவருடன் சேர்ந்து நடிக்கும் போது மட்டும் பயம் கொஞ்சம் அதிகமாக இருக்கும். அந்த பயத்தை வெளியில் காட்டாமல் சமாளிக்கும் போது, பேச வேண்டிய விஷயம் நினைவை விட்டு மறந்து போகும். சிவாஜியுடன் பல படங்களில் சேர்ந்து நடித்து இருக்கும் என் போன்றவர்களுக்கே இந்த நிலை என்றால் புது முகங்கள் அவருடன் நடித்தால் எப்படி நடுங்குவார்கள் என்பதை நீங்களே நினைத்துப் பாருங்கள். சிவாஜியுடன் சேர்ந்து நடிக்கின்ற எங்களுக்குத்தான் பயம் என்றால், அவருடைய பிள்ளை பிரபுவுக்கும் அதே பயம் இருக்கிறது. அதற்கு ஒரே காரணம், முகத்தில் மேக்கப் போட்டு விட்டால் அங்கே தனிப்பட்ட சிவாஜியைப் பார்க்க முடியாது. அந்தப் பாத்திரத்திற்கு உரிய சிவாஜியைத்தான் பார்க்க முடியும். அந்த அளவுக்கு அவர்

202 K. சந்திரசேகரன்

சிவாஜி - ஒரு வரலாற்றின் வரலாறு

திரிசூலம் (1979) திரைக்காவியத்தில் நடிகர் திலகத்துடன் ஸ்ரீப்ரியா

தொழிலில் அக்கறை காட்டுவார். இப்படிப் பயந்து நடுங்கித் தட்டு தடுமாறும் நடிகர்களை, நடிகைகளை பக்கத்தில் உட்கார வைத்து, தட்டிக் கொடுத்து இப்படித்தான் பேச வேண்டும் என்று பேசிக் காட்டி, அந்தக் காட்சிக்குத் தகுந்த மாதிரி நடித்துக் காட்டி, பாடம் சொல்லிக் கொடுக்கும் பண்பு சிவாஜியிடம் உண்டு. ஒரே ஒரு படத்தில் அவருடன் நடித்தவர்கள் ஒரு நூறு படங்களில் நடித்து விட்ட அனுபவத்தைப் பெற்று விட முடியும். இன்றைக்கு, கலையுலகில் எல்லா வகையிலும் உயர்ந்து நிற்பவர் நடிகர் திலகம் சிவாஜி. அந்தக் கர்வம் அவரிடம் என்றைக்கும் இருந்ததில்லை. மாறாக, கலைஞர்களை வழி நடத்தும் தலைவராக அவர் திகழ்கிறார். அவர் நெடிய புகழுடன் நீண்ட காலம் வாழ ஆண்டவன் அவருக்கு அருள் புரிய வேண்டுகிறேன்.

-நடிகை **ஸ்ரீப்ரியா**
(தினகரன், 1982)

தெய்வீக சக்தி

சிவாஜி சார் உலகிலேயே மிகச்சிறந்த நடிகர். கேமராவை எப்படிப் பார்க்கிறது என்பதையெல்லாம் சிவாஜி சார் தான் எனக்கு சொல்லிக் கொடுத்தார். நான் எம்.எல்.வசந்தகுமாரியோட மகள், அப்படியிருந்தாலும் என் நடிப்பை அவர் உன்னிப்பாகக் கவனிப்பார். ஏனென்றால் எங்க அம்மா அவருடைய பல படங்களில் பாடியிருக்கிறார். எங்க குடும்பத்துக்கும், அவங்க குடும்பத்துக்கும் நல்ல பழக்கமும் இருந்தது. இமயம் படத்துக்காக நாங்க நேபாளத்தில் உள்ள பொக்காரோ என்ற இடத்திற்கு சூட்டிங் போயிருந்தோம். பயணக் களைப்பில் நான் அசந்து தூங்கிக் கொண்டிருந்தேன். காலை 6.30 மணிக்கு கதவு தட்டப்படும் சத்தம் கேட்டு எழுந்து பார்த்தால், மேக்கப்புடன் சிவாஜி! எனக்கு அதிர்ச்சியாக இருந்தது. உடம்பெல்லாம்

விறைச்சுப் போயிடுற மாதிரி குளிர்ல இவர் எப்படி இவ்வளவு சீக்கிரம் ரெடியாயிட்டார்னு வியந்து போனேன். "சோம்பேறி.. சோம்பேறி.. இன்னுமா ரெடியாகல.. இன்னும் அரைமணி நேரத்தில் ரெடியா வரணும்" என்று சொல்லி விட்டுப் போனார். எனக்கு அவமானமாக இருந்தது. நான் அரைமணி நேரத்திற்குள் ரெடியாகி விட்டாலும் அன்றைக்கு முழுவதும் "உன்னால் அரைமணி நேரம் வேஸ்ட்" என்று சொல்லிக்கொண்டே இருந்தார். அவருடைய தொழில் பக்தி மகத்தானது. அவர்கிட்ட ஏதோ ஒரு தெய்வீக சக்தி இருக்கிறது.

-நடிகை **ஸ்ரீவித்யா**
(கதிரவன், தீபாவளி மலர், 1997)

ஒப்பற்ற நடிப்பாற்றல்

நடிகர் திலகம் அவர்களோடு, கீழ்வானம் சிவக்கும், துணை, இமைகள் ஆகிய படங்களில் நடித்திருக்கிறேன். அவர் நடிப்பின் இமயம் என்பது எல்லோருக்கும் தெரியும். நான் பட உலகத்திற்குப் பிரவேசிக்கும் போது, என்றாவது ஒருநாள் அவருடன் நடிக்க

இமைகள் (1983) திரைப்படத்தில் நடிகர் திலகத்துடன் சரிதா

வேண்டும் என்கிற ஆசையும், ஆர்வமும் ஏற்பட்டது. அந்த ஆசை இப்போது நிறைவேறிக் கொண்டிருக்கிறது. மேன்மேலும், நடிப்பின் சிகரமான அவருடன் இணைந்து நடிக்க வேண்டும் என்று விரும்புகிறேன். ஒப்பிட முடியாத நடிப்பாற்றல் கொண்ட சிவாஜி சார் போன்ற பெரிய நடிகர்களுடன் நடிக்கும் போது எனக்குக் கிடைக்கும் மகிழ்ச்சியும் , மனநிறைவும் அலாதிதான்.

-நடிகை **சரிதா**
(சினிமா எக்ஸ்பிரஸ், 15.7.1983)

தூள் கிளப்பலாம்

நான் முதன் முதலில், ஏவிஎம் ஸ்டுடியோவில் தான் சங்கிலி படப்பிடிப்பில் சிவாஜி சாரைப் பார்த்தேன். பின்னாளில் கருடா சௌக்கியமா படத்தில் அவருக்கு மகளா நடிச்சேன். அப்புறம் வெள்ளை ரோஜா, திருப்பம், தராசு ஆகிய படங்களில் அவருக்கு

நடிகர் திலகத்தின் கலையுலகப் பொன் விழாவில் அவருக்கு மாலை அணிவிக்கும் அம்பிகா, ராதா

மருமகளா நடிச்சேன். அந்த சமயத்தில் வாழ்க்கை படத்தில் அவருக்கு ஜோடியாக நடிக்கிற வாய்ப்பு கிடைத்தது. முதல் நாள் ஷூட்டிங். அவர் எனக்கு நேரே நின்று டயலாக் பேசத் தொடங்கியவுடன் பயத்தால் எனது உடம்பெல்லாம் நடுங்க ஆரம்பித்து விட்டது. உடனே சிவாஜி சார், "பயப்படாதம்மா, தூள் கிளப்பலாம்" என்று எனக்கு ஆறுதல் கூறி தைரியப்படுத்தி என்னை நடிக்க வைத்தார்.

-நடிகை **அம்பிகா**
(கதிரவன், தீபாவளி மலர், 1997)

மாபெரும் நடிகரை மறக்க முடியுமா?

நடிகர் திலகம் திரு.சிவாஜி கணேசன் அவர்களுடன் நடிக்கும் வாய்ப்பு கிடைக்கவில்லையே என்று ஏங்கிக் கொண்டிருந்தேன். அப்போதுதான் துணை என்னும் படத்தில் அவருடன் இணைந்து நடிக்கும் வாய்ப்பு வந்தது. அதன் இயக்குநர் துரை.

சிவாஜி - ஒரு வரலாற்றின் வரலாறு

முதல் மரியாதை (1985) திரைக்காவியத்தில் நடிகர் திலகத்துடன் ராதா

திரு சிவாஜி அவர்களை நான் சந்திப்பது அதுவே முதல் முறை. இப்படியிருக்க, என் முதல் வசனமே அப்படத்தில் அவரைத் திட்டுவதாக அமைந்தது. நானோ நடுக்கத்துடனும், தயக்கத்துடனும் நின்று கொண்டிருந்தேன். அப்போது அவர், "இந்த இடத்தில் நான் சிவாஜியுமல்ல, நீ ராதாவுமல்ல. இருவருமே கதையின் கதாபாத்திரங்கள் தான்" என்று கூறி எனக்கு நடிப்பதற்குத் தைரியம் தந்தார். அதன்பின் நானும் அவரும் சேர்ந்து முதல் மரியாதை திரைப்படத்தில் நடித்தோம். அப்படத்தின் கடைசி காட்சியில், கதாநாயகன் இறக்கும் போது நான் அழ வேண்டிய கட்டம். சாதாரணமாக, நடிக-நடிகையர் எப்படி நடிக்க வேண்டுமென்பதை பாரதிராஜாவே தன் படப்பிடிப்பில் செய்து காட்டி விடுவார். நாங்களும் அதைப்பின்பற்றி நடித்து விடுவோம். இந்தக் குறிப்பிட்ட காட்சியில் மட்டும் நான் நன்றாக நடிக்க, நடிகர் திலகமும், இயக்குநரும் சேர்ந்து நடிப்புச் சொல்லித்தந்ததனால், கிளிசரின் கூட இல்லாமல் கண்ணீர்விட்டு எமோஷனலாக நடித்து முடித்தேன். திரு. சிவாஜி அவர்களுடைய தனிச்சிறப்பு என்னவென்றால், தன் பங்கு நடிப்பை செவ்வனே செய்து விட்டு சும்மா இருந்து விடாமல், மற்ற நடிக, நடிகையருடன் வித்தியாசமின்றிப் பழகி அவர்களும் சிறப்பாக நடிக்க ஆலோசனைகளும், பாயிண்ட்டுகளும் கூறுவார். மறக்க முடியுமா அவரைப் போன்ற மாபெரும் நடிகரை?

-நடிகை **ராதா**
(பொம்மை, நவம்பர் 1988)

K. சந்திரசேகரன்

நடையிலும் திலகம்

முதல் மரியாதை படத்துல சிவாஜி சாரோட ஜோடியா நடிக்கணும்னு பாரதிராஜா சொன்ன போது ரொம்ப சந்தோஷப்பட்டேன். வா கண்ணா வா படப்பிடிப்பின் போது செட்ல நான் நடந்து போயிட்டிருந்தேன். என்னோட நடை எப்பவுமே ஆம்பளை நடை மாதிரி இருக்கும். அதைப் பார்த்த சிவாஜி சார், "ஏய், இது என்ன நடையா?" ன்னு கேட்டார். எனக்கு ஒன்றும் புரியவில்லை. நாம நல்லாத் தானே நடக்கறோம், அப்புறம் நடையா என்று கேட்கிறாரே என்று நினைத்தபடியே அவரிடம் போனேன். "பொண்ணுன்னா நடையில் ஒரு நளினம் இருக்கணும்" என்று சொல்லிய சிவாஜி சார், தலையில் புத்தகங்களை அடுக்கி வைத்துக் கொண்டு ஒரு கோடு கிழித்து, அதில் நடந்து காட்டி, இப்படியே நடந்து பழகுன்னு சொல்லிட்டார். அப்ப தான் சினிமாவுக்கென்று ஒரு தனி நடை இருக்கிறது என்பதே எனக்குத் தெரியும். அதற்கப்புறம் அவர் செட்ல இருக்கும் போது மட்டும் நளினமா நடந்து போவேன்.

-நடிகை **வடிவுக்கரசி**
(கதிரவன், தீபாவளி மலர், 1997)

நிழலே நிஜமாகியது

உலகத் திரைப்படத்துறையில் தமிழகத்திற்குப் பெருமை சேர்த்தவர்கள் வரிசையில் சிவாஜி கணேசன் அவர்களுக்கு முதலிடம் உண்டு. கலைஞர்களைப் பொறுத்த வரை சிவாஜி ஒரு பல்கலைக்கழகம். கலைஞரின் தீந்தமிழ் வசனங்களுக்கு உயிர் கொடுத்தவர். அவர் ஏற்று நடிக்காத பாத்திரமே இல்லையெனலாம். அவர் தமிழ்நாட்டில் பிறந்ததற்கு ஒவ்வொரு கலைஞனும் பெருமைப்பட வேண்டும். நடிப்பில் அவர் இமயம். தன்னுடன் கூட நடிப்பவர்களை ஊக்குவித்து, அவர்களையும் திறம்பட நடிக்க வைத்து விடுவார். வீரபாண்டிய கட்டபொம்மன், வ.உ.சி, அப்பர், வீர சிவாஜி... இப்படி சரித்திர புருஷர்களை நாம் கண்கூடாகப் பார்த்ததில்லை. ஆனால் அவற்றை சிவாஜி அவர்கள் ஏற்று நடிக்கும் போது நிழலே நிஜமாகியது! எத்தனை நடிகர்கள் புதிதாக வந்தாலும், அவரின் ஏதாவது ஒரு முத்திரை அவர்களிடம் வந்து விடுகிறது.

-நடிகை **நளினி**
(சினிமா எக்ஸ்பிரஸ், 1.11.1984)

மறக்க முடியாத ஃபோட்டோ

நான் சிறுமியாக இருக்கும் போது ஒரு தடவை சிவாஜி சார் பிறந்த நாளுக்கு அம்மாவோடு போனேன். அவருக்கு மாலை போட்டு ஆசீர்வாதம் வாங்கினேன். கொஞ்ச நாள் கழித்து விஜயகுமார் சார் எங்க வீட்டுக்கு வந்தார். சிவாஜி சார் கூப்பிடறதா சொன்னார். நானும் அம்மாவும் போனோம். அப்பொழுது தான் நெஞ்சங்கள் படத்தில் நடிக்கறதுக்காகக் கூப்பிட்டிருக்கார்னு தெரிஞ்சுது. அதற்கு அப்புறம் திருப்பம், சுமங்கலி, லட்சுமி வந்தாச்சு படங்கள்ல சிவாஜி சாரோட நடிச்சேன். சிவாஜி சாரோட இப்ப நடிக்கிற பாக்கியம், வாய்ப்பு கிடைக்கலைன்னாலும், பிரபு சாரோட நூறாவது படம் ராஜகுமாரன்ல நடிச்சதை பாக்கியமா நினைக்கிறேன். முதல் நாள் ஷூட்டிங் கிளம்பறப்போ சிவாஜி சாரை பார்த்து ஆசீர்வாதம் வாங்கணும்னு ஏர்போர்ட்லேர்ந்து வீட்டுக்கு வந்துட்டு, மேனா தியேட்டர்ல நான் நடிச்ச வேற ஒரு படத்தோட பாடல் காட்சியைப் பார்த்துட்டு, சிவாஜி சாரைப் பார்த்து ஆசி வாங்கி சென்ட்ரல் ஸ்டேஷன் வந்து சேர்றதுக்குள்ள டைமாயிடுச்சு. நாங்க என்ட்ரி ஆகறப்போ க்ரீன் சிக்னல் விழுந்தது. தாவி வண்டியில் ஏறினோம். கடைசி ஷெட்யூல் நடக்கறப்போ சிவாஜி சார் ஷூட்டிங் ஸ்பாட்டுக்கு வந்திருந்தார். அவரோட சேர்ந்து நானும், அம்மாவும் ஃபோட்டோ எடுத்துகிட்டோம். வாழ்க்கையில் மறக்க முடியாத ஃபோட்டோ அது.

-நடிகை **மீனா**
(பொம்மை, செப்டம்பர் 1994)

பிரமிக்க வைக்கும் நடிப்பு

சமீபத்தில் ஒரு படப்பிடிப்புக்காக ஊட்டிக்குச் சென்றிருந்த போது, ஒருநாள் ஹோட்டல் ரூமில் வீடியோவில் படங்கள் சிலவற்றைப் பார்க்க நேர்ந்தது. அவற்றில், திருவிளையாடல், தில்லானா மோகனாம்பாள், நவராத்திரி குறிப்பிடத்தகுந்தவை. அந்தப் படங்களில் நடிகர் திலகம் சிவாஜி சாரின் நடிப்பைப் பார்த்து பிரமித்துப் போனேன். ஒன்ஸ்மோர் படப்பிடிப்பில் அவருடன் நடனமாடி நடித்த போது, “சார்! உங்களுடைய படங்களை நிறையப் பார்த்திருக்கிறேன். பார்த்து அதிசயித்துப் போனேன்!” என்று அவரிடம் சொன்னேன். அப்படிச் சொன்னேனே தவிர, அப்போது அவரது ஓரிரு படங்களை மட்டுமே நான் பார்த்திருந்தேன். சும்மா அப்படிச் சொல்லி வைத்தேன். பிறகு நிஜமாகவே வீடியோவில் பார்த்த போது அவரது நடிப்பில் மெய் மறந்து போனேன்.

-நடிகை **சிம்ரன்**
(சினிமா எக்ஸ்பிரஸ், 1-15 அக்டோபர் 1999)

சிவாஜி - ஒரு வரலாற்றின் வரலாறு

தயாரிப்பாளர்கள்

உலகத்திலேயே சிறந்த நடிகர்

நம் நாட்டில் - ஏன், நாட்டை விட இன்னும் ஒரு படி அதிகமாக, உண்மையாக என் மனதில் உள்ளதைச் சொல்ல வேண்டுமானால், உலகத்திலேயே சிறந்த நடிகர் சிவாஜி கணேசன் என்பது தான் என்னுடைய தாழ்மையான அபிப்பிராயம். இதில் சிலருக்கு

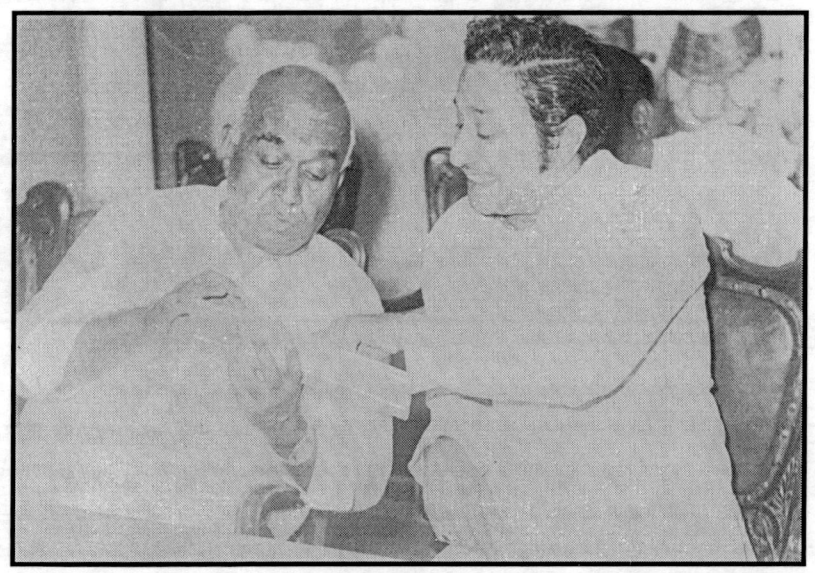

நடிகர் திலகத்துடன் ஏ.வி.எம்

கருத்து வேற்றுமைகள் கூட இருக்கலாம். என் வரையில், நம் தமிழ்நாட்டின் அதிர்ஷ்டம் சிவாஜி கணேசன் தமிழ் நாட்டில் பிறந்திருக்கிறார். அவருடைய துரதிர்ஷ்டம் அவர் அமெரிக்காவில் பிறக்கவில்லை. வெளிநாட்டிலிருந்து கலையுலக நண்பர்கள் வரும் போது சிவாஜியை நான் இப்படித் தான் அறிமுகப்படுத்துவது வழக்கம்.

-தயாரிப்பாளர் **ஏ.வி.எம்**
(எனது வாழ்க்கை அனுபவங்கள்- ஏவிஎம் என்ற புத்தகம்)

பாரதியின் கனவு நனவானது.

"திறமையான புலமையெனில் வெளிநாட்டோர் அதை வணக்கம் செய்தல் வேண்டும்" என்று அறைகூவிய அமரகவி பாரதியாரின் கனவை நனவாக்கி விட்டவர்

> சிவாஜி - ஒரு வரலாற்றின் வரலாறு

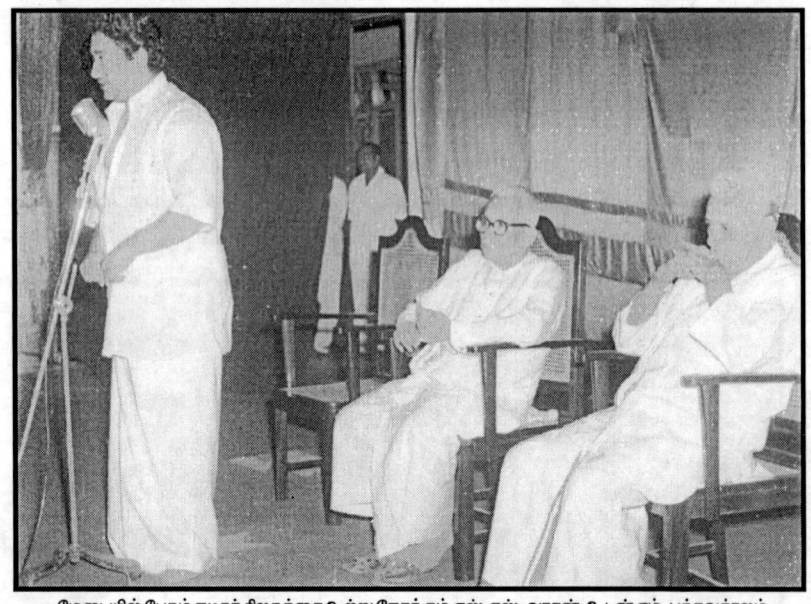

மேடையில் பேசும் நடிகர் திலகத்தை உற்று நோக்கும் எஸ்.எஸ். வாசன், உடன் எம். பக்தவச்சலம்

நம் நடிகர் திலகம் சிவாஜி கணேசன். அண்மையில் மேல்நாட்டு மக்கள் - குறிப்பாக அமெரிக்க மக்கள் அவருக்கு அளித்த மாபெரும் வரவேற்பும் மரியாதையும் நமது நாட்டின் கலாச்சார வரலாற்றில் இடம் பெறக்கூடியவை. அவருடைய சுற்றுலாவின் போது பாரெங்கும் நமது பண்பாட்டின் கொடி பட்டொளி வீசிப் பறந்தது. தனக்கும், தன்னை ஈன்ற தமிழகத்திற்கும், தான் பிறந்த பாரத பூமிக்கும் கடல் கடந்த நாடுகளிலெல்லாம் இணையற்ற பெருமையை ஈட்டித்தந்துள்ளார் நமது நடிகர் திலகம். அவர் அடைந்த புகழ், நம் நாடு அடைந்த புகழ், நம் கலை அடைந்த புகழ். இப்புகழ் ஓங்கி வளருமாக!

-ஜெமினி அதிபர் **எஸ்.எஸ். வாசன்**
(நடிகன் குரல், நடிகர் திலகம் சிவாஜி கணேசன் உலக வெற்றி உலா மலர், ஆகஸ்ட் 1962)

சரித்திரம் படைத்த வசந்த மாளிகை

நானும் என் கூட்டாளி சக்கரபாணியும், இன்னும் சில நண்பர்களும், அடிக்கடி ஒரு இல்லத்தில் ஒன்றாகக் கூடி மணிக்கணக்கில் மனம் விட்டுப் பேசுவோம். அரசியலில் தொடங்கி சினிமா வரை எல்லாவற்றைப் பற்றியும் பேசுவோம். இடையிடையே சிற்றுண்டிகளும் அங்கே பந்தி வைக்கப்படும். சுவைகளுக்குக் கேட்கவா வேண்டும்!

K. சந்திரசேகரன்

நடிகர் திலகமும், நாகிரெட்டியும்

அந்தச் சுவைகளை வழங்கிய அழகு இல்லம், நடிகர் திலகம் சிவாஜி அவர்களின் அன்னை இல்லம்! சிறந்த நடிகரான சிவாஜியுடன் தொடர்ந்து பல ஆண்டுகள் பழகி வந்த போதும், இன்னும் அவர் நமது படத்தில் நடிக்காமல் இருக்கிறாரே என்று ஓர் ஏக்கம் என் நெஞ்சத்தில் இருந்தது. அந்த உணர்வின் விளைவாக எழுந்ததே .. என் பிள்ளைகள் டி. ராமாநாயுடுவுடன் இணைந்து தயாரித்த “வசந்த மாளிகை”. சாதாரணப் படங்களுக்கு மத்தியில் அது சரித்திரம் படைத்த படமாக அமைந்தது. அடுத்து சிவாஜியையும் முத்துராமனையும் வைத்து வாணி ராணி என்ற படத்தையும் எடுத்தோம். அதில் வாணிஸ்ரீக்கு இரு வேடம். நடிகர் திலகத்திற்கோ ஹீரோ வேடம் அல்ல. அந்த வேடத்திற்கு அவரை நடிக்க வைக்கலாமா என்று கூடி யோசித்தோம். ஆனால் நேரில் அவரிடத்தில் சக்கரபாணி விவரத்தைக் கூறிய போது, சிறிய வேடம், பெரிய வேடம் என்றெல்லாம் பாகுபாடு பார்க்காமல் ஒப்புக்கொண்டார். தன் பெருந்தன்மையை வெளிப்படுத்தி எங்களை மகிழ்வித்தார். சிவாஜி நடித்த ஒவ்வொரு படமும் ஒரு காவியம் என்று சொன்னால் அது மிகையல்ல. சிவாஜியுடன் நடித்த பலரும் மிகப் புகழ் பெற்ற நட்சத்திரங்களாகச் சுடர்விட்டுப் பிரகாசித்தார்கள். எஸ்.வி.ரங்காராவ், டி.எஸ். பாலையா, எஸ்.வி. சுப்பையா, எம்.ஆர்.ராதா போன்ற பல நட்சத்திரங்களுக்கு மத்தியில் ஒரு துருவ நட்சத்திரமாக மின்னினார் நடிகர் திலகம். மணிமணியான

இயக்குநர்கள், அந்தத் தங்கத்தைப் புடம் போட்டுப் படம் எடுத்தனர், சாதனைத் தடம் பதித்தனர். கலையுலகிலும், இல்லறத்திலும் சிறந்து விளங்கியவர்கள் ஒரு சிலரே. அவர்களில் குறிப்பிடத்தக்கவர் சிவாஜி அவர்கள்.

-விஜயா -வாஹினி அதிபர் **பி. நாகிரெட்டி**
(பொம்மை, ஆகஸ்ட் 1997)

பெருந்தன்மையின் மறுவடிவம்

இயக்குனர் பாரதிராஜா பேசும் பொழுது, வயது, அனுபவம், திறமை இவற்றில் சிவாஜியைக் காட்டிலும் மிகவும் இளையவரான தன்னை ஒரு பெரிய இயக்குநருக்குக் கொடுக்கக்கூடிய மரியாதையைக் கொடுத்து, அவர் சொல்லியபடியே நடித்தார் நடிகர்திலகம் சிவாஜி எனக் கூறினார். அதுதான் சிவாஜியின் உயர்ந்த பண்பு. பாரதிராஜாவை விட மிக மிக இளையவரான இயக்குனரிடத்திலும் சிவாஜி அப்படித்தான் உயர்வாக நடந்து கொள்வார். சிவாஜியைப் பொருத்தவரை பணம் போட்டு படம் தயாரிப்பவர் முதலாளி; இயக்குநர் என்பவர், நடிகர், நடிகைகள், தொழில்நுட்பக் கலைஞர்களை வழிநடத்திச் செல்லும் Capton of the team . என்னைக்கூட அவர் மரியாதையுடன் முதலாளி என்று அழைக்கும் போது எனக்கு ரொம்ப கூச்சமாக இருக்கும். ஏனென்றால் என் தந்தையாரும், அவர்கள் காலத்தில் படத்தைத் தயாரித்தவர்களும் தான் முதலாளி என்று அழைக்குமளவிற்கு, தயாரிப்பாளர்கள் அந்தஸ்தோடு வாழ்ந்தவர்கள். இன்றைய காலக் கட்டத்தில், நான் உட்படப் பலரும் Proposal Makers என்றுதான் கூறிக் கொள்ளலாமே தவிர, முதலாளிகள் என்று அழைப்பதற்குப் பொருத்தமானவர்கள் அல்லர்

எங்கள் தயாரிப்பு நிறுவனத்தில் நடிகர் திலகம் நடித்து, அவரது 125 ஆவது படமாக வெளிவந்து வெற்றி பெற்ற படம் உயர்ந்த மனிதன். ஒரு திரைப்படம் வெற்றி பெறுவதற்கு, ஒரு நடிகர், படத்தை தயாரிக்கும் தயாரிப்பாளரையும், தன்னுடன் நடிக்கும் சக நடிகர்களையும் எப்படியெல்லாம் ஊக்குவிக்கவேண்டும் என்பதை நான் சிவாஜிசாரிடம் கற்றுக் கொண்டேன். அவரை எல்லோரும் இந்த முறையில் பின்பற்றினால் தயாரிக்கும் ஒவ்வொரு படமும் வெற்றிப்படமாக அமையும்.

“உயர்ந்த மனிதன்” கதைப்படி, அசோகனும், சிவாஜியும் ஆருயிர் நண்பர்கள். ஆனால், நடைமுறையில் அப்பொழுது இருவரும் எதிர் எதிர் துருவங்கள். 1967 ஆம் ஆண்டு நடைபெற்ற பொதுத் தேர்தலில், அசோகன் திராவிட முன்னேற்றக் கழகக்

சிவாஜி - ஒரு வரலாற்றின் வரலாறு

நடிகர் திலகத்துடன் கே. பாலச்சந்தர், A.V.M சரவணன், கே. ஆர் ஜி

கூட்டணிக்காகப் பிரச்சாரம் செய்தார். சிவாஜி அவர்கள் காங்கிரஸிற்காக பிரச்சாரம் செய்தார். அப்பொழுது ஏற்பட்ட கருத்து வேறுபாடுகள், அவர்களிடையே மிகப்பெரிய பிளவையே ஏற்படுத்தியிருந்தது. படம் தயாரிக்கும் பொழுதே சிவாஜி அவர்கள் என்னிடம், "எனக்குக் கொஞ்சமும் பிடிக்காத அசோகனை படத்தில் எனக்கு நண்பனாக நடிக்க வைத்துள்ளீர்கள். என்னை அறிமுகப்படுத்திய முதலாளி அப்பச்சியின் படம் என்பதால் நான் எதுவும் மறுத்துப் பேச முடியாது. படப்பிடிப்பு நடக்கும் சமயங்களில் எங்களுக்குள் எந்த விதமான நெருக்கமும் இருக்காது. ஆனால் படம் வெற்றியடைய என்னுடைய முழு ஒத்துழைப்பும் உண்டு" என உறுதியளித்தார். படத்தில், அசோகன் குடித்து விட்டு, சிவாஜி வீட்டில் நடக்கும் விழாவில் உணர்ச்சிகரமாக நடித்து உயிர்விடும் காட்சி. அசோகனின் நடிப்பை பத்திரிகைகள் பலவாறு பாராட்டி எழுதின. சிவாஜியை அசோகன் இந்தக் காட்சியில் நடிப்பில் overtake செய்துவிட்டதாகக் கூட சில பத்திரிகைகளில் விமர்சனங்கள் வெளிவந்தன. ஆனால் அந்தக்காட்சி அவ்வாறு பலருடைய பாராட்டுக்களையும் பெற்றதற்கு சிவாஜி தான் காரணம் என்பதே உண்மை. அன்று அந்தக்காட்சி எடுக்கப்பட்ட பொழுது நான் அரங்கில் இருந்தேன். இயக்குநர்கள் கிருஷ்ணன்-பஞ்சு இருவருக்கும் திருப்தியளிக்கும் வகையில் பல Takes எடுத்தும், அசோகனால் நடிக்க முடியவில்லை. பொறுத்துப் பொறுத்துப் பார்த்த நடிகர் திலகம் அவர்கள் என்னை அருகே அழைத்து "நான் எப்படி நடிக்கிறேனோ அதைப் போலவே

அசோகனை நடிக்க வையுங்கள்" என்றார். சிவாஜி நடித்துக் காண்பித்தார். இந்த இடத்தில் உண்மையைச் சொல்ல நான் கடமைப்பட்டுள்ளேன். சிவாஜி நடித்துக் காண்பித்ததில் அசோகனால் ஒரு 10% தான் நடிக்க முடிந்தது. அந்த 10% நடிப்பிற்கே இத்தனைப் பாராட்டுக்களா? என நாங்கள் வியந்தோம்.

-AVM சரவணன்
திரைப்படத்தயாரிப்பாளர்
(1.10.2002ஆம் ஆண்டு மியூசிக் அகாடமியில் நடைபெற்ற சிவாஜி சுயசரிதை நூல் வெளியீட்டு விழா. 2004ஆம் வருடம் கல்கி வார இதழில் "திரும்பிப்பார்க்கிறேன்" எனும் தலைப்பில் வெளியான AVM சரவணன் அவர்களின் திரையுலக அனுபவங்கள் எனும் தொகுப்பு).

நட்பில் விளைந்த உயிரோவியம்

மோகன் பரிசளித்த ஓவியத்துடன் நடிகர் திலகம்

நானும் சிவாஜியும், 48 வருட நண்பர்கள். பாசமலர், குங்குமம் ஆகிய படங்களை நான் தயாரித்திருக்கிறேன். இந்த வருட பிறந்த நாளுக்கு ஏதாவது புதுமையான பரிசு கொடுக்கணும். அது அவரின் வழி வழி வம்சத்துக்கும் நிலைத்து நிற்கணும்னு கிட்டத்தட்ட 6 மாதம் திங்க் பண்ணினேன். அவரிடம் ஐடியா கேட்டேன். "எனக்குத் தெரியாதுடா, நீயே ஏதாவது புதுமையா பண்ணேன்" என்றார். பின்னர் கிட்டத்தட்ட 5 ஸ்கெட்ச் தயாரித்தேன். அவர் இந்த ஓவியத்தைத்தான் ஓ.கே. பண்ணினார். (அதாவது சத்ரபதி சிவாஜி புரவியில் வீற்றிருக்க முகம் மட்டும் விநாயகராக சித்தரிக்கப் பட்டுள்ள ஓவியம்). இதை வரைந்து

முடிக்க முணு மாசம் ஆச்சு. ஃபைனலா அவரிடம் காட்டி அப்ரூவல் வாங்குவதற்காக முயன்றேன். ஆனா அவர் டூரில் இருந்தார். அவரின் மகன் ராம்குமாரிடம் இந்த ஓவியத்தைக் காட்டியதும் ரொம்பப் பிரமாதமாக இருக்கு மாமா, இதையே அப்பாவுக்கு பிரசண்ட் பண்ணிடுங்க என்று சொன்னதும், எனக்கு மிகவும் சந்தோஷமாக இருந்தது. பிறந்த நாளுக்கு முதல் நாள் இரவே, சிவாஜிக்கும் அவரது குடும்பத்தினருக்கும் தெரியாமல், இந்த ஓவியத்தை ராம்குமார் உதவியுடன் வீட்டுக்குள் வைத்து விட்டேன். பிறந்த நாளன்று காலையில் இந்த ஓவியத்தைக் காட்டியதும் சிவாஜி அப்படியே மலைத்துப் போய் விட்டார். இறுகக் கட்டி அணைத்துக் கொண்டு ரொம்பப் பிரமாதம்பா என்றார். அதைவிட வேறு என்ன மகிழ்ச்சி வேண்டும் எனக்கு. ரொம்பவும் பெருமையாக இருந்தது. எங்களின் 48 வருட நட்பு இதே மாதிரி நீண்டு நிலைக்கணும்னு கடவுளை வேண்டிக் கொண்டேன்.

-மோகன் ஆர்ட்ஸ் **மோகன்**
(தேவி, 15.10.1997)

சிங்கத்தமிழன் பாராட்டிய கலைப்புலி

நான் சிவாஜி அவர்களை வைத்து மன்னவரு சின்னவரு படம் தயாரிப்பதற்கு முன்பே, அவரது எதிரொலி, பிராப்தம், ராஜபக்தி, படிக்காத மேதை, குங்குமம், படித்தால் மட்டும் போதுமா?, மரகதம், கல்யாணியின் கணவன் போன்ற படங்களை விநியோகம் செய்துள்ளேன்.

எனது தயாரிப்பு நிறுவனத்தின் பெயர் கலைப்புலி. இதனை மனதில் கொண்டு நான் எப்போது சிவாஜியை சந்தித்தாலும், அவர் என்னை அன்போடு வா புலி என்று தன்னுடைய சிம்மக்குரலில் கம்பீரமாக அழைப்பார். பின்பு வைகோ எப்படி இருக்கிறார் என்று கனிவாக விசாரிப்பார். அவரது அன்பான வரவேற்பில் நான் நெகிழ்ந்து போவேன். எல்லாத் தயாரிப்பாளர்களைப் போலவே எனக்கும் சிவாஜியை வைத்து ஒரு திரைப்படம் தயாரிக்கும் ஆசை வந்தது. எனது ஆசை ஈடேறும் வண்ணம் என்னுடைய தயாரிப்பில், சிவாஜியின் நடிப்பில், மன்னவரு சின்னவரு திரைப்படம் வெளியானது. உடல்நிலை பாதிக்கப்பட்ட நிலையிலும், அவர் என் படத்தில் நடித்தது

என்னை நெகிழ வைத்தது. இந்தப்படத்தில் சிவாஜி சாரைப் போற்றி இடம் பெற்ற மன்னவரு சின்னவரு பாடலை நானே இயற்றி இசையமைத்தேன். எனது இசையமைத்து பாடல் இயற்றும் திறமையை சிவாஜி மனமாரப் பாராட்டினார்.

என்னுடைய மனைவி தீவிர சிவாஜி ரசிகை. அவர் கேன்சர் நோயால் பாதிக்கப்பட்டு, படுத்த படுக்கையில் இருந்தபோது சிவாஜி படப்பாடல்களை கேட்பதுதான் அவளுக்கு ஒரே ஆறுதல். கேன்சர் நோய் இருப்பது அவளுக்குத் தெரியாது. இந்த நிலையில் சிவாஜி, கமலா அம்மையாருடன் என் மனைவியைப் பார்க்க வந்தபோது நான் முன்கூட்டியே கூறியிருந்தபடி சிவாஜி மிக இயல்பாக, இந்தப்பக்கம் கோவிலுக்கு வந்தோம். உங்களையும் பார்க்கலாம்னு வந்தோம் என்று சொன்னபொழுது, என் மனைவி, அவர்கள் காலில் விழுந்து வணங்கிய போது, பொங்கி வந்த அழுகையை கட்டுப்படுத்தி கண்கள் கலங்க அவர்கள் நின்றதை என்னால் மறக்க இயலாது.

உடல்நலக்குறைவால் சென்னை அப்பல்லோ மருத்துவமனையில் அனுமதிக்கப்பட்டிருந்த சிவாஜியைப் பார்க்க விரைநதேன். நான் சென்று உள்ளே நுழைந்த பொழுதுதான் அந்த சரித்திர நாயகனின் உயிர்மூச்சு மெதுவாக அடங்கியது. ஒரு சகாப்தம் முடிவுற்றதைக் காணநேர்ந்த பொழுதும் அம்மாமனிதன் என்மீது வைத்திருந்த அன்பை நினைத்து நான் விக்கித்து நின்றேன்.

தலைவர் வைகோ அவர்களது சீரிய முயற்சியால் சிவாஜி மறைந்து 41ஆவது நாளில் அவருக்கு நினைவு தபால் வெளியிடும் விழாவில் மத்திய அமைச்சர் பிரமோத் மஹாஜன் தலைமையில் பிரபல இந்தி நடிகர் சத்ருகன் சின்கா வெளியிட்டார். சென்னை மியூசிக் அகாடமியில் நடைபெற்ற வரலாற்றுச் சிறப்புமிக்க இவ்விழாவில் கட்சிப்பாகுபாடின்றி அனைத்துக் கட்சியைச் சார்ந்தவர்களும் இந்தியத் திரைவானின் முன்னணி நட்சத்திரங்கள் பலரும் பங்கு பெற்று பாராட்டியதும், சிவாஜியின் நடிப்பு வரலாற்றை வைகோ விவரித்த அழகும் பார்வையாளர்களின் பாராட்டைப் பெற்றது.

-கலைப்புலி **எஸ்.தாணு**

(தினத்தந்தி வரலாற்றுச் சுவடுகள், 2.4.2008)

K. சந்திரசேகரன்

சிவாஜி - ஒரு வரலாற்றின் வரலாறு

இயக்குநர்கள்

உலக சமாதான சிற்பி

சிவாஜி கணேசன் அவர்கள் நம்மிடம் உலகச் சுற்றுப் பிரயாணத்தைத் துவங்க விடைபெறு முன், நிருத்யோதயா கலைக்கழகத்தின் சார்பாக அவருக்கு ஓர் விநாயகர் விக்ரஹத்தை ஆசியுடன் கொடுத்தோம். அமெரிக்காவில் சுற்றுப் பிரயாணத்தை மேற்கொண்ட சிவாஜியவர்கள் அங்குள்ள குழந்தைகளுக்கு ஓர் உயிருள்ள யானையை அன்பளிப்பாகக் கொடுத்துள்ளார். நம் நாட்டிற்கும், அமெரிக்காவுக்கும் இன்றுள்ள அரசியல் தொடர்பில், நம் நாட்டு யானை போன்ற வீரமும், கம்பீரமும், அமைதியும் ஒருங்கே அமைந்த நடிகர் திலகம், யானைக்கு அடி சறுக்காது என்பதைக் காட்டும் வகையில், ஆழ்ந்த சிந்தனையின் முடிவில் தான் அவ்விதப்பரிசை அமெரிக்கக் குழந்தைகளுக்கு அளித்திருக்கிறார் என்று நினைக்கிறேன். உலக சமாதான சிற்பியாக, கலைஞர்களின் தலைவராக, முன்னின்று, நமது கணேசன் அன்பின் மூலம் வலிமையுள்ள பாலத்தை நிறுவியுள்ளார். கணேசன் என்ற பெயருக்கு உகந்தவாறு கணேசப் பெருமானுக்கு உள்ள தயை, தைரியம், மேலும் உலக மக்கள் மேம்பாட்டுக்குள்ள சகல நற்குணங்களும் அவரிடம் குடி கொண்டு, பிறர் நன்மைக்கே தொண்டனாக, அவர் என்றுமே நன்றாக வாழ வேண்டுமென்று எல்லாம் வல்ல இறைவனைப் பிரார்த்தித்துக் கொள்கிறேன்.

-இயக்குநர் **கே.சுப்பிரமண்யம்**
(நடிகன் குரல், நடிகர் திலகம் சிவாஜி கணேசன் உலக வெற்றி உலா மலர், ஆகஸ்ட் 1962)

ஆழ்ந்த குரு பக்தி; தேர்ந்த தொழில் பக்தி

எங்கள் உள்ளம் பெருமிதத்தால் விம்முகிறது. வாழ்க்கையில் ஒரு சிலருக்கே அபூர்வமாகக் கிட்டும் சந்தர்ப்பம் எங்களுக்குக் கிடைத்து விட்டது. ஒருவரது முதல் படத்தையும் அவர் நடித்த 125வது படத்தையும் ஒருவரே டைரக்ட் செய்வது என்பது சுலபத்தில் நடக்கக் கூடிய விஷயமா? கணேசன் நடித்த பராசக்தியை டைரக்ட் செய்த நாங்கள், அவரது நூற்று இருபத்தைந்தாவது படமான உயர்ந்த மனிதன் திரைப்படத்தையும் டைரக்ட் செய்திருப்பது, எங்களுக்குக் கிடைத்த அபூர்வமான வாய்ப்பு என்றே நினைக்கிறோம். பராசக்தியை டைரக்ட் செய்யும் போது கணேசன் எப்படி

K. சந்திரசேகரன்

நடிகர் திலகத்துடன் இயக்குனர் இரட்டையர் கிருஷ்ணன் பஞ்சு

இருந்தார்? இப்போது எப்படி இருக்கிறார்? பராசக்தியில் அவர் ஒரு புதுமுகம். ஆரம்பப்பள்ளி மாணவன் நிலையில் அப்போது அவர் இருந்தார். உயர்ந்த மனிதன் படத்திலோ, மாணவன் என்ற நிலையிலிருந்து மாறி, பாடம் பல பயின்ற பட்டதாரியின் அனுபவத்தோடு விளங்கினார். அவரது முதல் படத்தை டைரக்ட் செய்த நாங்கள் உயர்ந்த மனிதன் படத்தை டைரக்ட் செய்யும் போது, இதைப் பல இடங்களில் உணர முடிந்தது. பராசக்தி காலத்தில், கணேசன் படப்பிடிப்புக்கு வருவதற்கு முன்பே, அவரிடம் வசனங்களைக் கொடுத்து விடுவோம். காட்சியின் தன்மையென்ன? எப்படி நடிக்க வேண்டும் என்று நாங்கள் விரும்புகிறோம் என்பதையும் எடுத்துச் சொல்வோம். அவரும் பலமுறை அந்த வசனங்களைப் படித்துப் பார்த்து விட்டு செட்டுக்கு நடிக்க வருவார். உயர்ந்த மனிதன் படப்பிடிப்பின் போது எங்கள் வேலை ரொம்பவும் சுலபமாகிவிட்டது. மேக்கப் போட்டுக் கொண்டிருக்கும் போதே, அவர் என்ன வசனம் பேச வேண்டும் என்பதை படித்துக்காட்டச் சொல்வார். உடனே காட்சியின் தன்மை அவர் கண்முன் வந்து நிற்கும். எப்படி நடிக்க வேண்டும் , எப்படி நடித்தால் நன்றாக இருக்கும் என்பதை அவரே உருவகப்படுத்திக் கொண்டு, செட்டுக்குள் தயாராக வந்து விடுவார்.

பராசக்தி படத்தில் நடிக்கும் போது கணேசனுக்கு வேறு படங்கள் கிடையாது. ஆயினும் பலமுறை ஒத்திகை பார்த்தோம். இன்று பல படங்களில் அவர் நடிக்கிறார். ஆனாலும் ஒத்திகை பார்க்காமலேயே சிறப்பாக அவரால் நடிக்க முடிகிறது. பராசக்தியில் சொல்லிக் கொடுத்த நிலையில் இருந்த நாங்கள், சொல்லிக் கொடுக்காமலேயே, அவராகவே காட்சியின் தன்மையை உணர்ந்து நடிப்பதைப் பார்க்கும் போதுதான், கணேசனின் வளர்ச்சியை அனுபவப் பூர்வமாக நாங்கள் காணமுடிந்தது. கட்டத்திற்குக் கட்டம், காட்சிக்கு காட்சி அவர் நடிப்பில் ஏறியிருந்த உயர்ந்த மெருகை, உளமாற ரசித்து மகிழ்ந்தோம். இத்தகைய அபார வளர்ச்சியை, நடிப்புத் திறமையை நாங்கள் வியந்து, பெற்ற தாயின் நிலையிலிருந்து பூரித்துப் போனோம். அன்றைய தினம், அதாவது அவரது முதல் படத்தில் நடிக்க வந்த போது, எப்படி மரியாதையுடன் பழகினாரோ, அதே மரியாதையை அவர் காட்டத் தவறவில்லை. தொழிலை அன்று எவ்வளவு பயபக்தியுடன் அணுகினாரோ, அதே போல உயர்ந்த மனிதன் படத்தில் நடிக்க வந்த போதும் இருந்ததைக் கண்டோம். நமது திறமையும், புகழும் தான் இமயமளவுக்கு வளர்ந்து விட்டதே என்ற அலட்சியப்போக்கு, தொழிலை அணுகும் போது அவரிடம் காணப்படவே இல்லை. சிவாஜி கணேசன் இன்று நம் நாட்டிலேயே தலைசிறந்த நடிகராக விளங்கி வருகிறார். உலகப் பெரு நடிகர்களுடன் ஒப்பிட்டுச் சொல்லக்கூடிய அளவுக்குப் பெரும் புகழையும் பெற்றிருக்கிறார். சிவாஜி கணேசனை நாங்கள் தான் ஆளாக்கி விட்டோம் என்று சொல்லிக் கொண்டால், அதை விட சிரிப்பிற்கு இடமான விஷயம் வேறு எதுவும் இருக்க முடியாது. சிவாஜிக்குப் பிறகு நாங்களும் பல புதுமுகங்களை-நடிகர்கள், நடிகைகளை அறிமுகப்படுத்தினோம். ஆனால் அவர்களில் கணேசனைப் போல யாரால் வர முடிந்தது? பின் கணேசனால் மட்டும் எப்படி வர முடிந்தது? அதற்கு மிக முக்கிய காரணம் -அவரது குருபக்தி; தொழில் பக்தி, எல்லாவற்றையும் தெரிந்து கொள்ள வேண்டும் என்கிற ஆர்வம் அவரிடம் இன்றும் இருக்கிறது. ஆனால் இப்போது வரும் புதுமுகங்களிடம் இந்த ஆர்வத்தையோ, குரு பக்தியையோ காணமுடியவில்லை. இன்றும் தன் முன்னேற்றத்திற்கும், வளர்ச்சிக்கும் காரணமானவர்களை கணேசன் மறக்கவில்லை. இந்த உயர்ந்த பண்பும், திறமையும் தான் கணேசனின் இன்றைய வெற்றிக்குப் படிகளாக அமைந்திருக்கின்றன. இன்னும் பல வெற்றிகளைக் காணவும், அவருக்குப் படிகள் அமையப் போகின்றன.

-இயக்குநர்கள் **கிருஷ்ணன்-பஞ்சு**

(15.12.1968 அன்று சென்னை ராஜேஸ்வரி கல்யாண மண்டபத்தில் நடைபெற்ற நடிகர் திலகத்தின் 125வது திரைப்படமான உயர்ந்த மனிதன் படவிழாவில் கிருஷ்ணன் - பஞ்சு பொழிந்த பாராட்டுரை)

சிவாஜி - ஒரு வரலாற்றின் வரலாறு

மக்களின் அன்புக்குப் பாத்திரமானவர்

திரு.சிவாஜி கணேசனை, பூங்கோதை படம் டைரக்ட் செய்து கொண்டிருக்கும் நேரத்தில், அஞ்சலி பிக்சர்ஸ் ஆபிசில், நடுத்தரமான உடற்கட்டும், பிரகாசம் பொருந்திய கண்களும், எடுப்பான மூக்கும், ஒட்டிய கன்னங்களுமுடைய ஒரு வாலிபனாகக் கண்டேன். அவர் என்னைப் புன்னகை மலர வரவேற்றார். அந்த நேரத்தில் அவருடைய கண்களில் ஒளியைக் கண்டேன். அவருடைய பண்பு என்னைக் கவர்ந்தது. ஏனெனில், அவர் தன்னம்பிக்கை உடையவராகக் காணப்பட்டார். நான் அவருக்கு வசனம் கொடுத்தேன். அதைத் திருப்திகரமாகப் பேசிக் காட்டினார். பிறகு, பரதேசி என்ற தெலுங்குப்படத்தின் வசனத்தைக் கொடுத்தேன். அவர் அதையும் வெகு சுலபமாகப் பேசியதைக் கண்டு வியந்தேன். அப்போதே, பிற்காலத்தில் அவர் ஒரு பெரிய நடிகராவதற்கு வேண்டிய திறன் அவரிடம் இருக்கிறது என்பதைக் கண்டேன். அடுத்து நான் அவரை சந்தித்தது மனோகரா படத்தின் போது. அவர் நான் பூங்கோதையில் பார்த்ததைவிட சற்று பருமனாயிருந்தார். அவருடைய மிடுக்கான நடையும், பாவனையும் விரைவில் அவர் நடிப்பில் வெற்றியின் சிகரத்தை அடைந்து விடுவார் என்று எனக்குப் புலப்படுத்தின. மனோகராவில் மூன்று பாஷைகளிலும் அவரே

நடிகர் திலகத்துடன் எல். வி. பிரசாத் மற்றும் பிரமுகர்கள்

K. சந்திரசேகரன்

கதாநாயகனாக நடிக்க வேண்டுமென்று வற்புறுத்தினேன். அவருடைய நடிப்பு அவருக்கு உரிய வெற்றி மாலைகளைத் தேடித் தந்தது. படப்பிடிப்பு நடக்கும் போது எப்படி இவர் இந்தி, தெலுங்கு வசனங்களை மாறி மாறிச் சரியாகச் சொல்ல முடியும் என்று ஆச்சரியப்படுவேன். இது ஓர் வரப்பிரசாதமாக இருக்க வேண்டும் அல்லது அவருடைய நெடுங்கால மேடை அனுபவம் தான் ஞாபக சக்தியை மிகக் கூர்மையாக்கி இருக்க வேண்டுமென்று நினைத்தேன். மனோகரா படப்பிடிப்பின் போது அவருடன் நான் நெருங்கிப் பழகியதால், அவருடைய திறமையையும் ஆற்றலையும் மெச்சி, அவர் பிற்காலத்தில் ஒரு மாபெரும் நடிகர் திலகமாகி மக்கள் உள்ளத்தில் நிரந்தர இடம் பெறுவார் என்று நம்பினேன். அதற்கடுத்து அவரை மங்கையர் திலகம் படப்பிடிப்பில் சந்திக்கும் வாய்ப்பு எனக்கு ஏற்பட்டது. அவர் இந்தத்தடவை அபூர்வமான திறமையுடன் முதிர்ந்த அனுபவமும் அடைந்திருப்பதைக் கண்டேன். அது ஒரு கதாநாயகிக்கு முக்கிய ஸ்தானம் அளிக்கும் படமாகயிருந்ததால், இவருக்கு நடிக்கத் தக்க சந்தர்ப்பம் அதிகமில்லை. இருந்தும் கூட இவருடைய உணர்ச்சி மிகுந்த நடிப்பினால், பத்மினியின் அபார நடிப்புடன் இவருடைய நடிப்பும் பன்மடங்கு பரிமளித்தது. மங்கையர் திலகத்தின் படப்பிடிப்பின் போது, மனோகரா- வில் பேசிய இந்தி-தெலுங்கு வசனங்களை, எத்தனையோ நாட்கள் கழித்தும், சிறிதும் பிழையில்லாமல் அப்படியே ஒப்பித்ததை, இன்றும் நினைத்து என் மனம் மகிழ்ச்சியில் பூரிக்கிறது. மீண்டும் பாக்கியவதி படப்பிடிப்பின் போது சந்தோஷமுடன் அவரைச் சந்தித்தேன். அந்த நேரத்தில் அவருடைய பிரம்மாண்டமான நடிப்பு, அவர் ஓர் பெரிய தலைசிறந்த நடிகராவார் என்பதை நிரூபித்து விட்டது. அதற்குப்பிறகு நான் அவருடன் சேர்ந்து பணியாற்ற சந்தர்ப்பம் இல்லாவிட்டாலும், அவர் நடித்த படங்களை ஒன்று விடாமல் பார்த்தேன். ஒவ்வொன்றிலும் அவர் முன்னேற்றப்பாதையில் சென்று கொண்டிருப்பதைக் கண்டு மகிழ்ந்தேன். அவருக்கு அமெரிக்க அரசாங்கத்தார் அழைப்புக் கொடுத்ததைக் கண்டு நான் வியக்கவில்லை. அவர் அமெரிக்கா செல்லும் போது நான் பம்பாயிலிருந்தேன். அவர் பம்பாய் வழியாக அமெரிக்கா செல்வதை அறிந்து அவரைச் சந்திக்க விமான நிலையத்திற்குச் சென்றேன். அப்போது அவரிடம், பத்து வருடங்களுக்கு முன் நான் கண்டது போல அதே கண்ணொளியும், புன்னகையும், தன்னடக்கமும் காணப்பட்டன. அவருடைய வெற்றிகள் அவருடைய குணங்களை மட்டும் மாற்றாமல் இருக்கின்றன. தலை வணங்கி என்னை அவர் அன்போடு அணைத்துக் கொண்ட போது, என் கண்களிலிருந்து ஆனந்தக்கண்ணீர் பொங்கிப் பெருகி வழிந்தன. இவர் நலமுடனும், வெற்றிகரமாகவும் தனது பிரயாணத்தை செய்து முடித்து வீறு கொண்டு திரும்பி வர வேண்டுமென்று வாழ்த்தினேன். அவரை அவருடைய நண்பர்களும், ரசிகர்களும்,

மற்றவர்களும் அப்படியே தூக்கிச் சென்றது, அவர் மக்களிடம் எவ்வளவு அன்புக்குப் பாத்திரமானவர் என்பதை உணர்த்துவதாய் இருந்தது. அவரிடம் இருக்கும் திறமைக்கும், பண்பிற்கும், அவரடைந்த பெருமையும் கௌரவமும் சிறிதளவே. இன்றைய சினிமா உலகில் மிகத் தேர்ச்சி பெற்றுக் கம்பீரமான நடையிட்டு, கலையுலகையே தனது வெற்றித் திறத்தால் காக்கும் சக்தி பெற்றுள்ள நடிகராகிய சிவாஜி கணேசன் அவர்களை, என்னுடைய அடுத்த படத்தில் சந்திக்க நான் மகிழ்ச்சியுடனும் ஆவலுடனும் எதிர்பார்க்கின்றேன். நிலையான கலைப்புலமையால், இந்நாட்டுத் திரைக்கலையை மென்மேலும் முன்னேற்றப்பாதையில் கொண்டு செல்லப் போகும் கலையுலக மேதையான இவரை என் மனப்பூர்வமாக வாழ்த்துகின்றேன்.

-இயக்குநர் **எல்.வி. பிரசாத்**
(நடிகன் குரல், நடிகர் திலகம் சிவாஜி கணேசன்
உலக வெற்றி உலா மலர், ஆகஸ்ட் 1962)

திருப்பம் ஏற்படுத்திய திருப்பதி யாத்திரை

“இதோ பாருங்கள், இதைப் பார்த்ததும் உங்களுக்கு என்ன தோன்றுகிறது?” என்று என் கையில் சில புகைப்படங்களை நீட்டினார்கள் டைரக்டர்கள் கிருஷ்ணன்-பஞ்சு இருவரும். இடம்:சென்னை பர்கிட் ரோடில் அமைந்திருந்த நேஷனல் பிக்சர்ஸ் ஆபீஸ். ஹிந்தி நடிகரின் முகத்தைப் போல் இருக்கிறது என்றேன். புகைப்படத்திற்கெனக் கொடுக்கப்பட்டிருந்த பாவத்திலேயே நடிப்பின் உள் ஆழத்தை உணர முடிந்தது. “இவர் தான் கணேசன், நமது புதுப்படத்தின் ஹீரோ, பக்கத்து அறையில்தான் இருக்கிறார் பாருங்கள்” என்றார்கள் டைரக்டர்கள் கிருஷ்ணன்-பஞ்சு. அப்போதுதான் பராசக்தி படத்தில் அவர்களுக்கு உதவியாளராகப் பணியாற்றிக் கொண்டிருந்தேன். பக்கத்து அறையின் கதவுகளைத் திறந்து கொண்டு சென்றேன். உள்ளே ஒரு கட்டில் மீது உட்கார்ந்திருந்தார் கணேசன். மகிழ்ச்சியுடன் வரவேற்றார். சொந்த அறிமுகத்துக்குப்பின் நான் விடைபெற்றுக் கொண்டு திரும்பி விட்டேன். இதுதான் எனக்கும் கணேசனுக்கும் ஏற்பட்ட முதல் சந்திப்பு. இதன் பிறகு நாங்கள் அடிக்கடி சந்திக்க ஆரம்பித்தோம். டைரக்டர்கள் கிருஷ்ணன்-பஞ்சு, பெருமாள், மு.கருணாநிதி மற்றும் பலரும் உள்ளே உட்கார்ந்து கொண்டு பேசிக் கொண்டிருப்பர். நானும் கணேசனும் வாசலுக்குப் போய் உட்கார்ந்து கொண்டிருப்போம். அப்போது அவர் தி.மு.க அபிமானி. தீவிர தி.க. என்றும் சொல்லலாம். நானோ காங்கிரஸ் அனுதாபி. முற்றிலும் நேர்மாறான கொள்கைகள். நாங்கள் சர்ச்சையில் ஈடுபட்டு விடுவோம். இவ்வாறு மாறுபட்ட கொள்கைகள் தான் எங்கள் இருவரையும் அடிக்கடி சேர்த்து வைத்துப்

நடிகர்திலகத்துடன் டைரக்டர் ஏ. பீம்சிங்

பேசுவதற்கே காரணமாய் அமைந்தது. கணேசனின் திரைப்பட நடிப்புக்குத் தொடக்கமாக, முதலில் மூவிடெஸ்ட் எடுத்தோம். பராசக்தி நாடகத்தின் வசனங்களையே அவருக்குக் கொடுத்து நடிக்க வைத்தோம். அது எங்களுக்குத் திருப்திகரமாக அமையலே. பராசக்தி படப்பிடிப்பையும் உடனே ஆரம்பித்தோம். பராசக்தியில் "சக்ஸஸ்" என்று கணேசன் சொல்லும் காட்சியைத்தான் முதன்முதலில் படமாக்கினோம். திரைப்பட உலகில் கணேசன் நடித்த முதல் காட்சி அது. வெற்றி என்ற வார்த்தையுடன் ஆரம்பமான அவரது படவுலக வாழ்க்கையும் அன்று முதல் வெற்றிப் பாதையிலேயே போக ஆரம்பித்து விட்டது. காவேரி படத்தின் சமயம் ஒரு பெரிய நிகழ்ச்சி நடைபெற்றது. ராஜா ராணி படமும் அப்போது தான் நடந்து கொண்டிருந்தது. என் சகோதரர் திருப்பதியில் இருந்தார். நான் திருப்பதிக்குப் போக நினைத்து, கணேசனிடம் சென்று, நான் திருப்பதிக்குப் போகப் போகிறேன் என்று சொன்னேன். நானும் வருகிறேன் என்றார் அவர். இதை நான் சற்றும் எதிர்பார்க்கவில்லை. எனக்கு உண்மையிலேயே கொஞ்சம் அதிர்ச்சி. கோயிலுக்குப் போகும் வழக்கமே இல்லாதவராயிற்றே அவர். கிருஷ்ணா பிக்சர்ஸ் செவர்லட் வண்டியில், நான், காமிரா விட்டல், ஒளிப்பதிவாளர் லோகநாதன், கணேசன் நான்கு பேர்களும் திருப்பதிக்குக் கிளம்பினோம். என் சகோதரருக்கு, நான் வருவதாக முன்னமே ஃபோன் செய்து விட்டேன். முதல் நாள் பிற்பகல் புறப்பட்ட நாங்கள், அடைமழை, பெரு வெள்ளத்தையும் மீறி, மறுநாள் காலை 4 மணிக்கே திருப்பதிக்குப் போய்ச் சேர்ந்தோம். என் சகோதரரோ, நேரம் ஆக ஆக, வழியில் என்ன

நடந்து விட்டதோ என்று பதறிப் போய் விட்டார். குளித்து விட்டு உடனே கோயிலுக்குச் சென்றோம். மார்கழி மாதத்தின் பனி எங்களை உறையச் செய்து விடும் போலிருந்தது. கோயிலின் பிரதான வாயிலில் தரிசனத்துக்காக நின்றோம். கணேசன் என் அருகில் நின்றார். வெங்கடாஜலபதியின் தரிசனம் எங்களுக்குக் கிடைத்தது. என் வாழ்நாளிலேயே மறக்க முடியாத காட்சி. என் சரித்திரத்தில் முக்கியமான இடம் அது. இதை மறைக்கவோ, மறுக்கவோ, மறக்கவோ முடியாது என்று கணேசன் என்னிடம் கூறினார். இயற்கையிலேயே அவருக்கு ஒரு பற்று ஏற்பட்டு விட்டது. கணேசன் என்னை பீம்பாய் என்று அன்புடன் அழைக்க ஆரம்பித்தார். இன்றும் அப்படித்தான் அழைக்கிறார். கணேசனை அவரது ஆரம்ப நாட்களிலிருந்து அறிந்தவர்களில் நானும் ஒருவன். அவரிடம் கற்க வேண்டியவை பல இருக்கின்றன. யாருக்காவது பணக்கஷ்டம் என்றால் அவர் வெளிக்குப் பரிதாபப்படுபவர் போல் காட்ட மாட்டார். ஆனால் ஆச்சரியப்படும் அளவில் உதவி செய்வார். இந்த மாதிரியான அனுபவம் எனக்கே நேர்ந்திருக்கிறது.

-இயக்குநர் **ஏ.பீம்சிங்**
(பேசும் படம், ஜனவரி 1962)

இந்தியாவின் பெருமை மஹாத்மா
தமிழ்சினிமாவின் பெருமை சிவாஜி

தான் பிறந்த நாட்டிற்கு மட்டுமல்லாமல், இந்த உலகத்திற்கே சொந்தமானவன் கலைஞன் என்பது, இன்று தமிழ்நாட்டில் பிறந்த நடிகர் திலகத்தை, மேலைநாட்டினர் வருக வருக என உவகை பொங்க வரவேற்று வாழ்த்துவதிலிருந்து புரிகிறது. பால்முனி, சார்லி சாப்ளின் போல், சிவாஜியைத் தெரியாதவர்கள் இவ்வுலகில் இல்லை என்பதே இன்றைய நிலை. இத்தகைய பெருமையைப் பெற்ற சிவாஜியை நினைத்து, அவரைப் பெற்றவர்கள், ரசிகப் பெருமக்கள், அவரை உலகுக்கு அளித்த தமிழ்நாடு என அனைவரும் பெருமையும் கர்வமும் கொள்கின்றனர். இவர்களைக் காட்டிலும் எனக்கு இரட்டிப்பு கர்வமும் மகிழ்ச்சியும் ஏற்படக் காரணம், வரலாற்று நாயகர்களாகிய வீரபாண்டிய கட்டபொம்மனையும், கப்பலோட்டிய தமிழனையும் சிவாஜி மூலம் மறுபிறவி எடுக்க வைத்து, அந்தக் காவியங்களைத் தயாரித்து இயக்கியது நான்தான் என்பதே ஆகும். ஒரு இயக்குநராக மட்டுமல்லாமல், என்னை மறந்து ஒரு ரசிகராகவும் அவரை நான் வியந்து போற்றுகிறேன். கப்பலோட்டிய தமிழன் படத்தில் பாரதி இறந்து விட்ட செய்தியறிந்து, வ.உ.சி புலம்பும் காட்சியில் சிவாஜி நடித்தபோது, கட் சொல்ல மறந்து, துக்கம் தொண்டையை அடைக்க, நான் விக்கித்து நின்றபோது,

K. சந்திரசேகரன்

சிவாஜி - ஒரு வரலாற்றின் வரலாறு

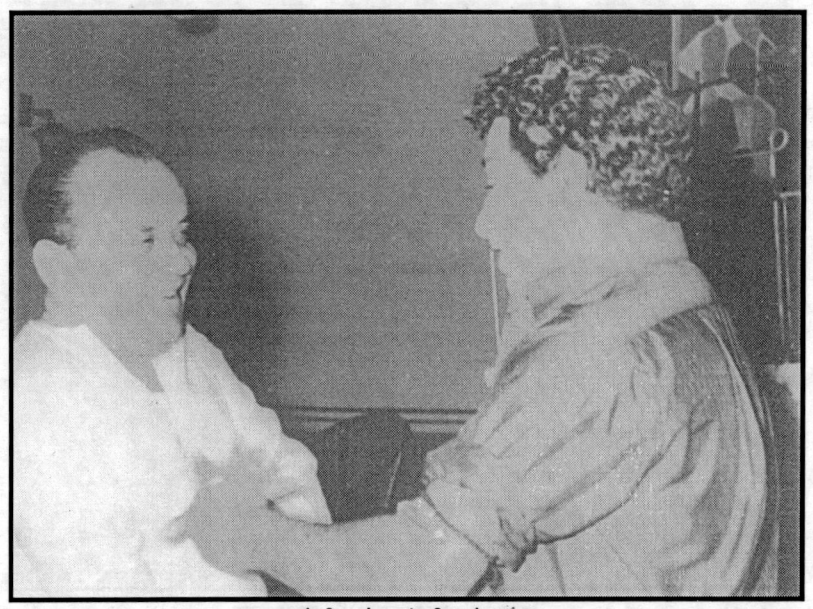

நடிகர் திலகத்துடன் பி.ஆர். பந்துலு

சுற்றியிருந்தவர்களும் கண்ணீரைத் துடைத்துக் கொண்ட காட்சியை என்னால் மறக்க இயலாது.

11 நாட்கள் 20 மணிநேரம் உழைத்து, அதிலும் கடைசி 2 நாட்கள் அதிகாலை முதல் நள்ளிரவு வரை தொடர்ந்து நடித்து, 3 வேடங்களிலும் அற்புதமான நடிப்பை வெளிப்படுத்தி, பலே பாண்டியா திரைப்படத்தை முடித்துக் கொடுத்துவிட்டே, அமெரிக்க பயணத்திற்கு வேண்டிய அலுவல்களைக் கவனிக்கச் சென்றார்.

மஹாத்மா காந்தியால் இந்தியாவிற்குப் பெருமை. சிவாஜியால் தமிழ்த்திரைப்பட உலகிற்குப் பெருமை.

-இயக்குநர் **பி.ஆர். பந்துலு**
(நடிகன் குரல், நடிகர் திலகம் சிவாஜி கணேசன் உலக வெற்றி உலா மலர், ஆகஸ்ட் 1962)

அருங்குணங்களின் திலகம்

நடிகர் திலகம் சிவாஜி கணேசன் 175 படங்களில் நடித்தது பெரிய ஆச்சரியமல்ல. அவரிடமுள்ள நடிப்புத் திறமைக்கு, இன்னும் எத்தனையோ நூற்றுக்கணக்கான

| சிவாஜி - ஒரு வரலாற்றின் வரலாறு |

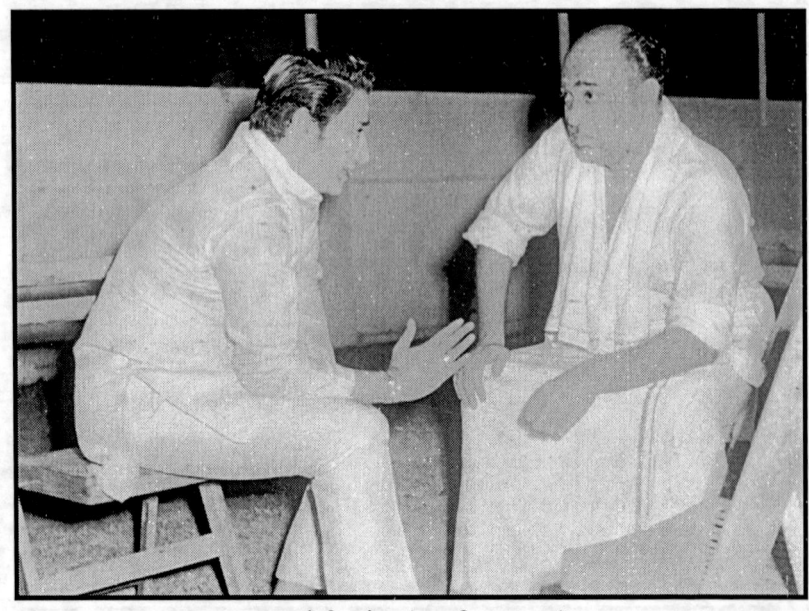

நடிகர் திலகத்துடன் ஏ. பி. நாகராஜன்

படங்களில் நடிக்கப் போகிறார். நடிகர் திலகத்தின் தனிப்பெரும் ஆற்றல் எத்தனை படங்களில் நடித்தாலும், குன்றாமல் குறையாமல் ஒளி வீசிக் கொண்டே இருக்கும். அவராக போதும் என்று ஓய்வு பெற்றால் உண்டே தவிர, நடிப்புத் தொழில் அவரை என்றும் விடாது. அத்தகைய ஈடு இணையற்ற நடிகர் அவர். அகில உலகிலும் பல கதாநாயக நடிகர்கள் இருக்கின்றார்கள். ஆனால் அவர்கள் யாருக்கும் இல்லாத ஒரு தனிச்சிறப்பு, தகுதி, சிவாஜிக்கு மட்டும் தான் உண்டு. எல்லோரும் கதையை முடிவு செய்து வைத்துக்கொண்டு கதாநாயக நடிகர்களைத் தேர்ந்தெடுப்பார்கள். ஆனால் இங்கே சிவாஜியைத் தேர்ந்தெடுத்து வைத்துக் கொண்டு, அவர் திறமையை பல வகையிலும் வெளிப்படுத்த, தகுந்த கதையைத் தேடுவார்கள். இந்தச் சிறப்பு உலகிலேயே அவருக்கு மட்டும் தான் உண்டு. நடிகர் திலகத்திடமுள்ள நடிப்புத் திறனைப்பாராட்டுவது ஒரு பக்கமிருக்க, அவரிடம் மதிப்பும் மரியாதையும் ஏற்படுத்தும் எத்தனையோ அருங்குணங்களும் அவருக்கு உண்டு. 25 வருடங்களில் 175 படங்களில் நடித்து, தனக்கு நிகர் யாரும் இல்லை என்று பெயர் வாங்கியும் கூட, இன்றும் என்றும், படப்பிடிப்பிற்கு, சொன்ன நேரத்தில் வருகிற ஒரே நடிகர் அவர் தான். சமூகப்படமானாலும், சரித்திரப்படமானாலும், இதிகாசப்படமானாலும், ஒப்பனையில், உடையலங்காரத்தில் எவ்வளவு சிரமங்கள் இருந்தாலும் ஏற்றுக்கொள்வார். முதல்

K. சந்திரசேகரன்

சிவாஜி - ஒரு வரலாற்றின் வரலாறு

நாள் படப்பிடிப்பு முடிந்து வீட்டிற்குச் செல்லும் போது, நாளைக்கு நான் எப்போது வரணும் என்று கேட்பார். அந்த நேரத்தைச் சொல்லிவிட்டால், மறுநாள் கண்களை மூடிக்கொண்டு காமிராவை முடுக்கி விடலாம். நாம் கண் திறந்து பார்த்தால் அங்கே நடிகர் திலகம் நடித்துக் கொண்டிருப்பார். அவர் அந்த அளவுக்கு தொழிலுக்கு மதிப்புக் கொடுப்பவர். தான் ஏற்றுக்கொண்ட தொழிலுக்கு அவர் மதிப்பளிப்பதால், அந்தத் தொழிலும் அவருக்கு நிறைய மதிப்பையும், மரியாதையையும் கொடுக்கின்றது. நடிப்பில் அவர் கொண்டுள்ள அக்கறை, அதற்காக அவர் ஏற்றுக் கொண்டுள்ள சிரமங்களை, என் அனுபவத்தில் பல முறை கண்டு நானே மெய்சிலிர்த்துப் போய் இருக்கிறேன். நான் இயக்கி, அவர் நடித்துள்ள படங்களின் படப்பிடிப்பின் போது ஏற்பட்ட பல அனுபவங்கள், சம்பவங்கள், என் நெஞ்சில் இப்போதும் பசுமையாக நிலைத்து நிற்கின்றன. அவற்றில் ஒன்றை மட்டும் இங்கே கூறுகின்றேன். சரஸ்வதி சபதம் திரைப்படத்தில், கவிஞனை, மேடை ஒன்றில் சங்கிலியால் பிணைத்துப் படுக்க வைத்து, யானை மிதிக்க வர வேண்டும். கவிஞன் நில் என்றதும் யானை நிற்க வேண்டும். கவிஞனாக சிவாஜி நடித்தார் என்று கூற வேண்டியதில்லை. ஒத்திகை பார்த்த போது, யானை நடந்து வந்து, நில் என்றவுடன் நிற்காமல் மேடையை மிதித்து நொறுக்கி விட்டது. நடந்ததைச் சொல்லி, டம்மியாக ஒருவரைப் போட்டு எடுத்துவிடுவதாக எவ்வளவோ கூறினோம். நடிகர் திலகம் ஏற்கவில்லை. இந்தக் காட்சி தத்ரூபமாக இருந்தால் தான் நன்றாக இருக்கும் என்று எனக்கு ஒரு பக்கம் ஆர்வம் இருந்தது. ஆனால் அதற்காக உலகப் பெரு நடிகரின் உயிருக்கே ஆபத்து ஏற்படுமோ என்று அஞ்சியபடி, அந்தக் காட்சியை எடுக்க மனம் ஒப்பவில்லை. நடிகர் திலகம் கொடுத்த தைரியத்தில் அந்தக் காட்சியை எடுக்கத் துணிந்தோம். அன்று காலையில் கோவில்களிலெல்லாம் நான் அர்ச்சனை செய்தேன். படப்பிடிப்பு துவங்கியது. சங்கிலியால் பிணைத்து சிவாஜியைப் படுக்க வைத்தோம். யானை நடந்து வந்தது. அருகில் வந்ததும், அவர் நில் என்றார். யானை அப்படியே நின்றது. ஒரு வழியாக நல்ல முறையில் அக்காட்சியைப் படமாக்கி விட்டோம். இதற்குள் சிவாஜி வீட்டிலிருந்து பலமுறை போன் செய்து விட்டார்கள். நான் எனது வாழ்நாளில், அன்று வேண்டியதைப் போல் வேறு எப்போதும் தெய்வங்களை வேண்டியதே இல்லை. என் மகன் கால் ஒடிந்த போது கூட அப்படித் துடிதுடிப்போடு நான் இருக்கவில்லை. சுருக்கமாகச் சொன்னால், அந்தக் காட்சி படமாகி முடியும் வரை எனக்கு உயிரில்லை. இப்படி, நடிப்புத் தொழிலுக்காகவே தன்னை ஒப்படைத்துக்கொண்டு, அனுபவித்து நடிப்பவர் நடிகர் திலகம். அந்த மாபெரும் கலைச் செல்வர், தமிழ்த் திரையுலகிற்கு மென்மேலும் பெருமைகளைக் குவிக்க, நீண்ட ஆயுளோடு பல நூறு படங்களில் நடித்துக்கொண்டே இருக்க வேண்டும் என்று தமிழ்க்கடவுள் முருகனை வேண்டுகிறேன்.

-அருட்செல்வர் **ஏ.பி.நாகராஜன்**
(பேசும் படம், ஜூன் 1975)

| சிவாஜி - ஒரு வரலாற்றின் வரலாறு |

உள்ளத்தில் நல்ல உள்ளம்

நான் திரைப்படத்துறையிலிருந்து விலகி, அருணகிரி நாதரின் திருப்புகழ் இசை நிகழ்ச்சியை ஊர் ஊராகச் சென்று நடத்தி வருகிறேன். இதைக் கேள்விப்பட்ட சிவாஜி, உன்னுடைய அடுத்த நிகழ்ச்சி எங்கே நடக்கப் போகிறது? அதைக்கேட்க எனக்கு ஆவலாக இருக்கிறது என்றார். அப்பொழுது உங்கள் வீட்டிற்கே வந்து நான் நிகழ்ச்சியை நடத்துகிறேன் என்றேன். அவர் "திருப்புகழுக்கென்று ஒரு மரியாதை இருக்கிறது. அதனால் இசை நிகழ்ச்சி நடத்தப்படும் இடத்திற்கு நான் வருவதுதான் முறையாக இருக்கும்" என்றார். சொன்னது போலவே இசை நிகழ்ச்சி நடந்த இடத்திற்கே வந்து மெய்மறந்து ரசித்துக் கேட்டார்.

செல்வம் (1966) படப்பிடிப்பின் போது நடிகர் திலகத்துடன்
கே.எஸ். கோபால கிருஷ்ணன், கே.ஆர்.விஜயா

இராணுவ வீரர்களை ஊக்குவிப்பதற்காக, அவர்கள் சிகிச்சை பெற்று வந்த மருத்துவமனைக்குச் சென்று ஆடிப்பாடி மகிழ்விக்க, சிவாஜி தலைமையில் ஒரு நட்சத்திரப் பட்டாளமே சென்றது. அவர்களுள் ராஜசுலோசனாவும் ஒருவர். அடிபட்டுக்கிடந்த வேலூர் இராணுவ வீரரின் கையில் ராஜசுலோசனா புகைப்படத்தைக் கண்ட சிவாஜி, உடனே ராஜசுலோசனா தங்கியிருந்த விடுதிக்குத் தகவல் அனுப்பி அவரை வரவழைத்து, அந்த இராணுவ வீரரை சந்திக்க வைத்து, அவருக்கு இன்ப அதிர்ச்சி கொடுத்தார். இப்படி, தனக்கு மட்டுமே பெயர், புகழ் வரவேண்டும் என்ற

K. சந்திரசேகரன்

பொறாமைக்குணம் இல்லாமல் சக கலைஞர்கள் பெற்ற பெயர், புகழை என்றுமே அவர் அங்கீகரிக்கத் தவறியதில்லை.

கதாநாயகிக்கு முக்கியத்துவம் உள்ள கதைகளைக் கொண்ட திரைப்படங்களில் நடித்த போது கூட, நடிப்பில் தனிப்பெரும் முத்திரையைப் பதித்தவர் சிவாஜி. பாகப்பிரிவினை படம் இதற்கு சிறந்த உதாரணம். பாகப்பிரிவினை படத்தைப் பார்த்த இந்தி நடிகர் திலீப்குமார், ஊனமுற்ற கதாபாத்திரம்; கதாநாயகிக்கே அதிகமான வாய்ப்பு; இருந்தபோதிலும் சிவாஜி ஒருவரால் மட்டும் தான் இதையெல்லாம் தாண்டி தனித்து நிற்க முடியும். உலகத்தில் வேறு எந்த நடிகராலும் இயலாது என்றார்.

குலமா குணமா படத்தில் சிவாஜி கொடுத்த உற்சாகத்தினால்தான் வாணிஸ்ரீ சிறப்பாக நடித்து, புகழேணியின் உச்சிக்குச் சென்றார். இந்தப்படத்தில் ஒரு பாகப்பிரிவினை காட்சி வரும். அந்தக் காட்சியில் நீங்கள் வசனம் பேசாமல் நடிக்க வேண்டும் என்றேன். என் எதிர்பார்ப்புகளையும் மீறி, அவரது உதடுகள், வாய், கண்கள், புருவம், கன்னங்கள் நடித்தன. ஓராயிரம் வசனங்கள் பேசவேண்டியதை, அவரது முகபாவம் பேசியது.

-இயக்குநர் திலகம் **கே.எஸ்.கோபாலகிருஷ்ணன்**
(தினத்தந்தி, 30.09.2001)

சிவாஜி போட்டோவினால் வீனஸ் பிக்சர்ஸ் உதயம்

வீனஸ் பிக்சர்ஸ் என்னும் திரைப்பட தயாரிப்பு நிறுவனம் உருவாகக் காரணமாய் அமைந்தது சிவாஜி அவர்களின் தாராள மனப்பான்மையும், நட்பை அவர் போற்றிய குணமும் தான். சிவாஜி அவர்களின் ஒரு Photo தாங்கி வெளிவந்த ஒரு விளம்பரம்தான் அமரதீபம் என்ற வெற்றிப்படமும், வீனஸ் பிக்சர்ஸ் என்னும் தயாரிப்பு நிறுவனமும் உருவாகக் காரணம் என்றால் உங்களுக்கெல்லாம் வியப்பாகவும், பிரமிப்பாகவும் இருக்கும். நடிகர் திலகத்தின் பராசக்தி படம் திரையிடப்பட்ட நாளிலிருந்தே அவரது Market உச்சத்தில் இருந்தது. அவர் நடிக்கும் படங்கள், பூஜை போட்ட நாளிலேயே அனைத்து Areaக்களும் விற்றுத் தீர்ந்து விடும் என்ற நிலை. இதை நன்கு உணர்ந்த நானும் எனது நண்பர்கள் கிருஷ்ணமூர்த்தி, கோவிந்தராஜன் போன்றவர்களும் சிவாஜியை வைத்து ஒரு படம் தயாரிக்க முடிவெடுத்தோம். ஆனால் சிவாஜியை வைத்துப் படமெடுக்கும் அளவிற்கு எங்களிடம் பெருந்தொகை இல்லை. ஒரு கதாசிரியர், நடிகர் என்ற எல்லைகளைக் கடந்து, நானும் சிவாஜியும் மிகச்சிறந்த நண்பர்கள். இந்த நட்பின் காரணமாக அமைந்த உரிமையில், நான் சிவாஜி அவர்களை அவர் படப்பிடிப்பு இடைவேளையில் Relaxஆக இருந்தபோது சந்தித்து, தயங்கித் தயங்கி அவரிடம், "நானும் எங்க நண்பர்களும் சேர்ந்து உங்களை வைச்சு

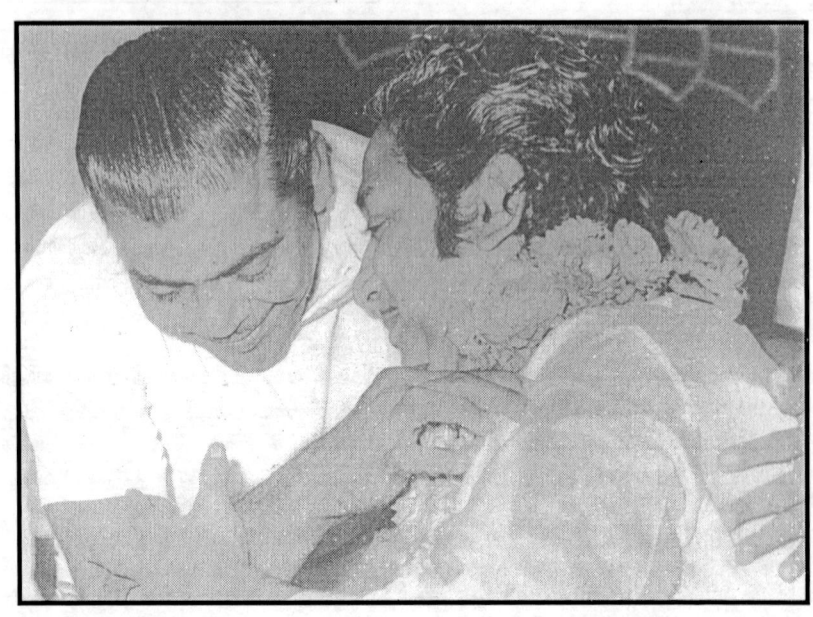

நடிகர் திலகத்திற்கு மாலை அணிவித்து பிறந்த நாள் வாழ்த்து கூறும் இயக்குநர் ஸ்ரீதர்

படம் தயாரிக்கப்போறோம். ஆனால் கையில அவ்வளவு பணம் இல்ல. With Your Permission உங்க Stillஐ மட்டும் போட்டு பத்திரிகைகளில் Advertisement பண்ணிக்கலாமா?"ன்னு கேட்டேன். அதற்கு சிவாஜி அவர்கள் "போடா Fool இதுக்கு எதுக்குடா என்னோட Permission? Advertisement கொடுத்துட்டு எப்ப Callsheet கொடுக்கப்போறேன்னு உரிமையோட என்னை நீ கேட்டிருந்தா நான் ரொம்ப சந்தோஷப்பட்டு இருப்பேன்" என்று பெருந்தன்மையாகப் பேசினார். சிவாஜியின் பதிலால், உற்சாகமடைந்த நான், மறுநாளே தினசரிகளில் "சிவாஜி அளிக்கும் ஸ்ரீதரின் அமரதீபம்" என விளம்பரம் கொடுத்தேன். நான் எதிர்பார்த்தது போலவே படவிளம்பரம் வெளியான அன்றே அனைத்து Areaக்களும் நல்ல விலைக்கு விற்றுத் தீர்ந்தன. விநியோகஸ்தர்கள் கொடுத்த பணத்தைக் கொண்டு முழுப்படத்தையும் தயாரித்து முடித்தேன். படம் வெளியாகி மாபெரும் வெற்றிப்படமாக அமைந்ததோடு மட்டுமல்லாமல், வசூலிலும் சாதனை புரிந்தது. இதே கதையை சிவாஜி பிலிம்ஸார் இந்தியில் தேவ்ஆனந்தைக் கதாநாயகனாக வைத்து, அமர்தீப் என்ற பெயரில் வெளியிட்டார்கள். அந்தப்படமும் மாபெரும் வெற்றிப்படமாக அமைந்தது. சில ஆயிரங்கள் மட்டுமே கையிருப்பாக வைத்திருந்த எங்களை ஊக்கப்படுத்தி, மிகப்பெரிய திரைப்படத் தயாரிப்பாளர்களாக உயர்த்தியது சிவாஜியின் பெருந்தன்மையேயாகும்.

–இயக்குநர் **ஸ்ரீதர்**

(கல்கி வார இதழில் வெளியான "நினைவலைகள்" என்னும் கட்டுரை தொகுப்பிலிருந்து).

அவர் ஒரு குழந்தை! ஒரு தெய்வீக யோகி!

நடிகர் திலகம் நடித்த அதிகப் படங்களை இயக்கியவன் என்கின்ற பெருமை எனக்குண்டு. நான் ஏவிஎம் படங்களை மட்டுமே இயக்கிக் கொண்டிருந்த வேளையில், என்னை வெளிப்படங்களுக்கு அழைத்த பெருமை நண்பர் பாலாஜியையே சாரும்.

நடிகர் திலகத்திற்கு வாழ்த்து கூறும்
இயக்குநர் ஏ.சி. திருலோகச்சந்தர்

அவர் தயாரித்த தங்கை படத்தை டைரக்ட் செய்யுமாறு என்னை அழைத்தார். நான் வெளியே வந்து டைரக்ட் செய்யும் முதல் படத்திலேயே சிவாஜி நடிக்கிறார் என்று கேள்விப்பட்டதும் அளவற்ற மகிழ்ச்சியடைந்தேன். சிவாஜியை அதற்கு முன்னால் பார்த்திருக்கிறேன். பழகியுமிருக்கிறேன். சிவாஜியின் ரசிகன் என்கின்ற முறையில் அவரது படங்களையும் பார்த்திருக்கிறேன். தங்கை எங்கள் இருவருக்கும் பெரிய திருப்பு முனையாக அமைந்தது. சிவாஜியை ஒரு Fighting Heroவாக மக்கள் கண்டார்கள். என்னைப் பெரிய டைரக்டர்கள் வரிசையில் சேர்த்தவள் தங்கை தான். நான் சிவாஜியுடன் இணைந்து எத்தனையோ படங்களில் பணியாற்றினாலும் தெய்வமகன் படத்தை மறக்க முடியாது. அடேயப்பா! எப்பேர்ப்பட்ட நடிப்பு சாதனை அந்தப்படம். முதலில் சிவாஜியிடம் மூன்று வேடங்களில் நடிக்க வேண்டுமென்று கூறியதும், சற்று தயங்கினார். "மூன்று படங்களுக்கான கால்ஷீட் தரவேண்டுமே, கட்டுபடியாகுமா?" என்றார் வேடிக்கையாக. அதே சமயத்தில், மூன்று வேடங்களில் நடித்து முடிக்க வேண்டுமே என்கின்ற தமது அச்சத்தையும் தெரிவித்தார். சிவாஜியிடம் நான் கண்ட அபூர்வ குணம், எதையும் எடுத்துக் கொள்வதற்கு முன்பு பலமுறை யோசிப்பார். ஆனால் எடுத்துக் கொண்டு விட்டாரானால், அதைப் பூரணமாக செய்யாமல் விட மாட்டார். நான் ஒன்றை வெளிப்படையாகவே கூறி விடுகிறேன். அந்தப் படத்தை எடுக்கும் போது, அவருக்கு நான் கொடுத்த தொல்லைகள் கொஞ்ச நஞ்சமல்ல. அவரை சித்ரவதை கூடச் செய்தேன். சில சமயங்களில் என்மேல் கோபித்துக் கொண்டு, உர் என்று முகத்தை

வைத்துக்கொள்வார். பிறகு "அண்ணே! ஷாட் ரெடி" என்றதும், கோபத்தை அப்படியே விட்டுவிட்டு, "சரி, இப்ப என்ன செய்யணும் சொல்லு" என்பார். ஷாட் முடிந்ததும், "திரிலோக், ஷாட் நல்லா வந்திருக்கா, நான் எதுக்கு சொல்றேன்னா படம் நல்லா வரணும்" என்பார். அவரது ஊடல் என்னைப் பெரிதும் கவர்ந்தது. தம்மை கஷ்டப்படுத்துகிறார்கள் என்பதை உணர்ந்திருக்கிறார். ஆனால் அதே சமயத்தில், தான் கஷ்டப்பட்டால் தான் படம் நன்றாக வரும் என்பதாலும் அக்கறை காட்டுகிறார். எப்பேர்ப்பட்ட கலைஞன்! அவருக்கு, குழந்தை போன்ற மனசு! எந்தக் கவலையும் அவரை நீடித்து பாதித்ததை நான் பார்த்ததில்லை. துக்கம் வரும் போது, குழந்தை போல் அழுது விடுவார். பின்பு அவருக்கு அவரே, "Life என்றால் அப்படித்தான் இருக்கும்". இதை சிரித்துக் கொண்டே சொல்வார். "இப்படித்தான் இருக்க வேண்டுமென்று நம்மால் சட்டம் போட முடியுமா என்ன?" என்று நம்மை உற்றுப்பார்ப்பார். அந்தப் பார்வையில் தான் எத்தனை அர்த்தங்கள். அந்த நேரங்களில் அவர் ஒரு தெய்வீக யோகி. சிவாஜி அவர்கள் ஒரு மாபெரும் கலைஞன் மட்டுமல்ல, ஒரு தேர்ந்த அரசியல்வாதியும் கூட என்று நான் கூறினால், கொல்லன் தெருவில் ஊசி விற்பதற்குச் சமமாகும். அவர் என் கண்களுக்கு பழுத்த தேசியவாதியாகத்தான் தென்பட்டார். அவரது கலைப்பணியும் சரி, அரசியல் சேவையும் சரி, மேலும் மேலும் பல்லாண்டு சிறந்தோங்க ஆண்டவனை முழுமனதுடன் பிரார்த்திக்கிறேன்.

-இயக்குநர் ஏ.சி. திருலோகச்சந்தர்
(சினிமா எக்ஸ்பிரஸ், 15.11.1984)

அவர் ஒரு ஆலமரம்

சிவாஜியை, அவர் முதல் படமான பராசக்தி முதலே தெரியும் என்பதைக் கூறிக்கொள்வதில் பெருமைப்படுகிறேன். ஏன், எனக்கு சிவாஜியை டப்பிங் ஆர்டிஸ்டாகவே தெரியும். நான் சிவாஜியுடன் இணைந்து பணியாற்றியது குறைந்த படங்களேயாயினும், அந்த படங்களில் தான் எத்தனை அனுபவங்கள், எத்தனை மறக்க முடியாத சம்பவங்கள்? ஆலயமணி படத்தை ஒரு மகாகாவியம் என்றே கூறலாம். அந்தப்படத்தின் வெற்றிக்கு, அந்தக் காவிய நாயகன் தான் முக்கிய காரணம். எப்போது திரையிடப்பட்டாலும், அப்போதைய இளைய தலைமுறையால் அந்தப்படம் நிச்சயம் பெரிதும் வரவேற்கப்படும். அந்தப்படத்திற்காக, திருவனந்தபுரத்தை அடுத்த

K. சந்திரசேகரன்

வர்க்களையில் படப்பிடிப்பு நடத்தினோம். அந்தப் படத்தில் அப்போது நடித்துக் கொண்டிருந்த எஸ்.எஸ். ராஜேந்திரன், இந்தி எதிர்ப்புப் போராட்டத்தில் சிறையிலிருந்தார்.மிகவும் கஷ்டப்பட்டு அவரை ஒரு வாரம் ஜாமீனில் எடுத்தோம்.அந்த ஒரு வாரத்தில் அவர் சம்பந்தப்பட்ட அத்தனை காட்சிகளையும் எடுத்தாக வேண்டும். கிட்டத்தட்ட அத்தனை காட்சிகளிலும் சிவாஜி இருந்தார். அந்த ஏழு நாட்களிலும், இரவு பகல் பாராமல் படப்பிடிப்பு நடத்தினால் தான், எஸ்.எஸ்.ராஜேந்திரனின் வேலைகளை முடிக்க முடியுமென்ற சோதனையான சூழ்நிலை. சிவாஜி அந்த சமயத்தில் எங்களுக்குப் பூரண ஒத்துழைப்புக் கொடுத்தார். கிட்டத்தட்ட ஆறு நாட்கள் சிவாஜி எங்களுடன் இரவு பகல் பாராமல் படப்பிடிப்பில் ஈடுபட்டார். அந்த நாட்கள் என் வாழ்க்கையில் மறக்க முடியாது. அந்தப்படத்திலே அவர் நடித்த சட்டி சுட்டதடா பாடற்காட்சியமைப்பும், அதிலே அவரது முத்திரை பதித்த நடிப்பும் இன்றும் படம் பார்ப்பவர்களை வியப்பிலாழ்த்தும். மிருதங்கச் சக்ரவர்த்தி திரைப்படம் அவருடன் இணைந்து செயலாற்றிய மறக்க முடியாத மற்றொரு பெரிய அனுபவம். சிரஞ்சீவி படத்திற்காக அவர் கப்பலில் 10 நாட்கள் உழைத்த உழைப்பு இருக்கிறதே! அதை வார்த்தைகளால் எழுத முடியாது. ஒரு கதாபாத்திரத்தை எடுத்துக்கொண்டால், அத்துடன் ஐக்கியமாகி விடுவது அவரது வழக்கம். செட்டிற்கு குறித்த நேரத்திற்கு வரும் சிவாஜி, பேக்கப் என்று கூறும் வரை செட்டை விட்டு வெளியே போக மாட்டார். வசனங்களை தனக்குத் தானே கூறிக் கொண்டு, எப்படிச் செய்யலாம் என்பதை மனதிற்குள் பதித்துக் கொள்வார். ரெடி, ஸ்டார்ட் என்றதும், சீறிப் பாயும் போயிங் விமானம் போல் நடிப்பை உதிர்த்துத் தள்ளுவார். சகாப்தங்கள் மாறினாலும், நிமிர்ந்து நிற்கும் ஆலமரம் அவர். உழைப்பிற்கு மதிப்புக்கொடுக்கும் உத்தமர். அத்தகைய காவியநாயகன் வாழும் சகாப்தத்தில், அவருடன் இணைந்து கலையுலகில் பணி புரிவதை பெரும் பேறாகக் கருதுகிறேன்.

-இயக்குநர் **கே. சங்கர்**
(சினிமா எக்ஸ்பிரஸ், 15.10.1984)

நான் மாதவம் செய்திருக்க வேண்டும்

நான் முதன்முதலில் டைரக்ட் செய்த மணியோசை படத்தை அண்ணன் அவர்கள் பார்த்தார்கள். படம் முடிந்ததும், எங்கே மாதவன் என்று கேட்டு என்னைத் தழுவிக் கொண்டு பாராட்டினார். அப்படத்திலே வரும் கல்யாணகுமாரின் பாத்திரத்தைக் குறிப்பிட்டு, அவன் ரொம்ப கொடுத்து வைத்தவன் . ஒரு கலைஞனின் வாழ்க்கையில்

சிவாஜி - ஒரு வரலாற்றின் வரலாறு

எப்பொழுதாவது ஒரு தரம் தான் இத்தகைய பாத்திரம் கிட்டும் என்றார். அப்பொழுதே சிவாஜி அவர்கள் இத்தகைய பாத்திரப்படைப்புகளில் நடிக்கத்துடிக்கிறார் என்பதை அசை போட்டுக் கொண்டேன். மணியோசை படம் வெளிவருவதற்கு முன்பே, நடிகர் திலகம் நடிக்கும் அன்னை இல்லம் படத்திற்கு டைரக்ட் செய்ய ஒப்பந்தம் செய்யப்பட்டிருந்தேன். மணியோசை படம் தோல்வியைத் தழுவவே, அன்னை இல்லம் படத் தயாரிப்பாளர் மறைந்த எம்.ஆர். சந்தானத்திற்கு பயம் வந்து விட்டது. அவர் அண்ணனிடம் போய் நேரேயே தனது பயத்தை வெளியிட்டார். அப்போது சிவாஜி அவர்கள், "படம் தோல்வி அடைந்தால் அதற்கு அவன் என்ன செய்வான்? அவனது தொழிலை அவன் நன்றாகத்தான் செய்திருந்தான். அவனது தொழிலின் மீது எனக்கு முழு நம்பிக்கை இருக்கின்றது. அவனையே போட்டு படத்தை எடு" என்றார். இதை நான் கேள்விப்பட்டதும் எவ்வளவு பெருமைப் பட்டேன் தெரியுமா? அன்னை இல்லம் திரைப்படம் நல்ல வெற்றி கண்டது. அவரோடு இணைந்து பணியாற்றிய ஒவ்வொரு படமும் ஒவ்வொரு புதிய அனுபவம். அவர் நடிக்கும் போது, கட் சொல்ல மறந்து, செட்டிலேயே நான் மெய் மறந்து நின்ற சம்பவங்கள் உண்டு. ஞான ஒளி படத்திற்காக, தேவனே என்னைப் பாருங்கள் பாடலை கொடைக்கானலில் படமாக்கினோம். படப்பிடிப்பு நடக்கும் லொகேஷனுக்கு நான் சரியாக ஏழு மணிக்குச் சென்றேன். சீக்கிரம் வந்து விட்டதாக எனக்கு நினைப்பு. ஆனால் எனக்கு முன்பே மேக்கப்புடன் சிவாஜி அங்கு ரெடியாக இருந்தார். அதுவும்

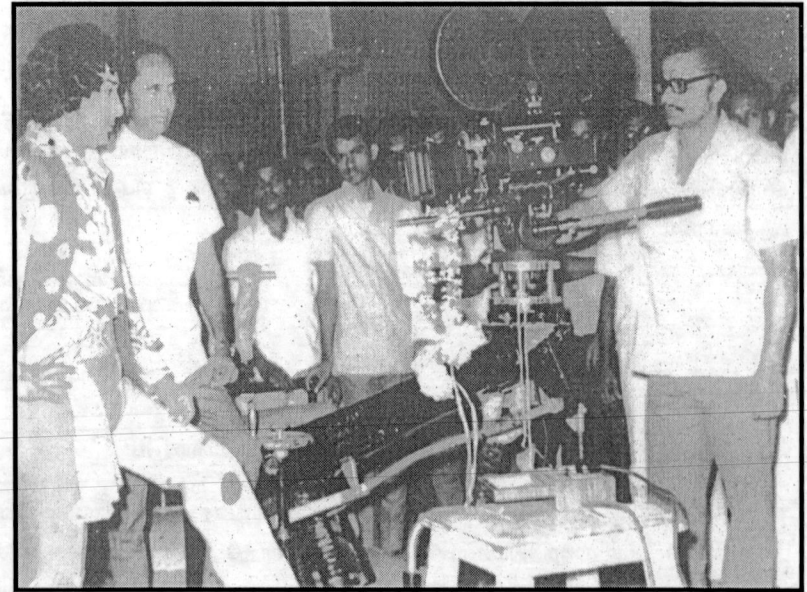

மன்னவன் வந்தானடி (1975) படப்பிடிப்பின் போது நடிகர் திலகத்துடன் டைரக்டர் பி.மாதவன்

K. சந்திரசேகரன்

அதிக நேரம் எடுத்துக்கொள்ளும் வயோதிக மேக்கப். என்னைப் பார்த்ததும் அவர் "என்ன மாதவா இவ்வளவு லேட்டாக வர்றே? நான் 6.30 மணிக்கே வந்துட்டேன்" என்றார். எனக்கு வெட்கமாகப் போய்விட்டது. சிவாஜி எத்தனை மணிக்கு எழுந்து மேக்கப் போட்டிருக்க வேண்டும்? தொழிலில் அவர் காட்டும் அக்கறையை இன்றைய இளையதலைமுறை அவரிடமிருந்து ஒரு பெரிய பாடமாகக் கற்க வேண்டும். தீட்சண்யமான கண்கள் என்பார்களே, அந்த வார்த்தைகள் சிவாஜியின் கண்களைப் பார்த்துத்தான் வந்திருக்க வேண்டும். இப்படி அவரை ஒரு நடிப்பின் சிகரமாக பார்த்ததுடன் மட்டுமல்லாமல், பல சந்தர்ப்பங்களில் அவரை உயர்ந்த நண்பராகவும் பார்த்திருக்கிறேன். மதிய சாப்பாடு பிரேக்கின் போது, அவருடன் தான் சாப்பிட வேண்டுமேன்று வற்புறுத்துவார். எங்கள் வீட்டு சுபகாரியங்கள் அத்தனைக்கும் அவர் தவறாமல் வந்து, அவரும் குடும்பத்தில் ஒருவர் போல் கலந்து கொள்ளுவார். அவருடன் பணியாற்றுவதைப் பெருமையாகக் கருதுகிறேன். அதிலே எனக்கும் உரிய பங்கு உண்டு என்பதை எண்ணும் போது, உண்மையிலேயே அதற்கு நான் மாதவம் செய்திருக்க வேண்டும்.

-இயக்குநர் **பி. மாதவன்**
(சினிமா எக்ஸ்பிரஸ், 15.10.1984)

கூடி வாழ்ந்தால் கோடி நன்மை

நடிக, நடிகையர்கள் எப்பொழுதும் ஒற்றுமையாக வாழ வேண்டும். அவர்களுக்குள் எந்தவிதமான சண்டை, சச்சரவுகள் வராமல் மிக கவனமாக பேச வேண்டும், பழக வேண்டுமென எங்களுக்கு அடிக்கடி வலியுறுத்தி அறிவுரை கூறுவார் சிவாஜி.

1996ஆம் ஆண்டு தமிழகத்தில் பொதுத்தேர்தல் நடைபெற்று வந்த நேரம், நான் தி.மு.க-த.மா.கா கூட்டணியை ஆதரித்து தமிழகமெங்கும் பிரச்சாரம் செய்தேன். இந்தக் கூட்டணியை Super Star ரஜினிகாந்த் ஆதரித்து அறிக்கை விடுத்தார். அப்பொழுது ரஜினியை தாறுமாறாக விமர்சித்து, தமிழகத்தின் மிகப் பெரிய பிரபலமான நடிகை பிரச்சாரம் செய்தார். கோபம் கொண்ட நான், அந்த நடிகையைப் பற்றி பதில் விமர்சனம்

செய்து பல மேடைகளில் பேசினேன். அப்படிப் பேசும் பொழுது, என்னையும் அறியாமல் சில தகாத வார்த்தைகள் அந்த நடிகையைப் பற்றி என் பேச்சில் இடம் பெற்றன. என் பேச்சு பல நாளிதழ்களிலும் செய்தியாக வெளிவந்தது. செய்தித்தாள்களைப் படித்துவிட்டு, அந்த நடிகை அவற்றை அப்படியே எடுத்துக்கொண்டு, நடிகர் திலகத்திடம் காண்பித்து கதறி அழுதார். உடனே சிவாஜி அண்ணன், "இனிமே உன்னைப்பற்றி சீனு அந்த மாதிரி பேசாம நான் பாத்துக்குறேன். கவலைப்படாம போ" என்று சொன்னதோடு நில்லாமல், அந்த நடிகைக்கும் அறிவுரை கூறினார். "நீயும் தம்பி ரஜினியைப் பற்றி தரக்குறைவாகப் பேசுவதை நிறுத்து" என்றார். அந்த நடிகை அண்ணனைப் பார்த்து பேசிய அன்றே என்னை உடனடியாகப் பார்க்க வேண்டுமென, அண்ணனிடமிருந்து அவசர அழைப்பு வந்தது. பயபக்தியோடு அண்ணன் முன் நான் நிற்கிறேன். என்னைப் பார்த்து "டேய் சீனு, என்னடா இதெல்லாம். அரசியல்வாதிங்க மாதிரி நீங்க இரண்டு பேரும் ஏண்டா ஒருத்தர் மேல ஒருத்தர் சேற்றை வாரி இறைக்கிறீங்க? இப்படியெல்லாம் செய்யாதீங்க. அரசியல்வாதிங்க இன்னிக்குத் திட்டிப்பாங்க; நாளைக்கே ஒண்ணா சேர்ந்துப்பாங்க. ஆனா நம்மை மாதிரி கலைஞர்கள்கிட்ட ஒரு பிளவு ஏற்பட்டா, அது நிரந்தரப்பிளவா மாறிடும். இனிமேல் அந்த நடிகையைப் பற்றி மட்டுமில்ல, யாரைப் பத்தியும் மேடைகளில் தரக்குறைவாக, பேசமாட்டேன்னு எனக்கு சத்தியம் பண்ணிக்கொடு" என்றார். நான் பேசிய தரமற்ற பேச்சிற்காக வெட்கப்பட்ட நான், மனப்பூர்வமாக அண்ணன் சொன்னபடியே சத்தியம் செய்து கொடுத்தேன். அன்று முதல் இன்று வரை நான் தரம் தாழ்ந்து பேசுவதோ, யாரையும் தனிப்பட்ட முறையில் விமர்சிப்பதையோ நிறுத்திக் கொண்டேன். ஒரு மூத்த சகோதரன், குடும்பத்தில் உள்ள மற்ற இளையவர்கள் தடம்புரண்டு செல்லும்பொழுது, தகுந்த முறையில் புத்தி சொல்லி திருத்துவதைப் போல அண்ணன் நடந்து கொண்டார். திரையுலகைப் பொறுத்த வரை, அன்பான, பண்பான ஒரு குடும்பத்தலைவரை இழந்து விட்டது என்று தான் எனக்கு நினைக்கத் தோன்றுகிறது.

-இயக்குநர் **முக்தா சீனிவாசன்**

(நடிகர் திலகம் அவர்களுக்கு அஞ்சலி செலுத்தும் விதமாக சென்னை காமராஜர் அரங்கில் 2.9.2001 ஆம் நாள் தமிழ்நாடு எழுத்தாளர்கள் சங்கம் சார்பில் எழுத்தாளர் விக்ரமன் தலைமையில் திரு.வைகோ முன்னிலையில் நடைபெற்ற கூட்டத்தில் பேசியது.)

236 K. சந்திரசேகரன்

சிவாஜி – ஒரு வரலாற்றின் வரலாறு

நடிகர் திலகத்துடன் இயக்குனர் சி.வி. ராஜேந்திரன்

சிவாஜி ஆசியால் Star Director ஆனேன்.

நடிகர் திலகம், திறமையுடையவர்களை ஊக்குவிப்பதில் மற்ற கலைஞர்களுக்கெல்லாம் மிகச் சிறந்த வழிகாட்டி. நான் முதல் முதலில் இயக்குநராக அறிமுகமான படம் அனுபவம் புதுமை. Preview Show விற்கு சிவாஜி, என்னுடைய சகோதரர் இயக்குநர் ஸ்ரீதருடன் வந்திருந்தார். படம் முடிந்ததும் ஸ்ரீதரைப் பார்த்து சிவாஜி "உன் தம்பி CVR உன்னை மாதிரியே பெரிய ஆளா வருவான்டா" ன்னு சந்தோஷமாகக் கூறினார். அவர் கணிப்பு வீண்போகவில்லை. அனுபவம் புதுமை படத்தை நான் நன்றாக இயக்கியிருந்த போதிலும், எனக்கு மேலும் பட வாய்ப்புகள் வரவில்லை. இதை அறிந்த சிவாஜி, அவரது சொந்தத் தயாரிப்பான ராம்குமார் பிலிம்ஸ் பேனரில் கலாட்டா கல்யாணம் திரைப்படத்தை இயக்க வாய்ப்புக் கொடுத்தார். படம் மாபெரும் வெற்றி பெற்றது. எனக்கு தொடர்ந்து பல பெரிய பேனர் படங்களை இயக்க வாய்ப்பு வந்தது. சிவாஜியின் ஆசியாலும், ஆதரவாலும் நான் Star Director அந்தஸ்து பெற்றேன். அவரை இயக்கிய நான், அவரது இளைய மகன் இளைய திலகம் பிரபு அவர்களை சங்கிலி திரைப்படம் மூலம் அறிமுகம் செய்யும் பாக்கியத்தையும் பெற்றேன்.

என்னைப் போல் எத்தனையோ கலைஞர்களுக்கு அவர் ஆதரவு அளித்தார்.

K. சந்திரசேகரன்

அவரால் திரையுலகில் உயர்ந்த நிலைக்கு வந்தபிறகு, நன்றி மறந்து அவரைவிட்டு விலகியவர் எவரும் நல்ல படியாக வாழவில்லை. அவரை விட்டு விலகியதே ஒரு சாபம் போல அமைந்து நன்றி மறந்தவர்களுக்கு ஒரு பாடமாக விளங்குகிறது.

-இயக்குநர் **சி.வி.ராஜேந்திரன்**

(விஜய் தொலைக்காட்சியில் 2003ஆம் ஆண்டு ஞாயிறுதோறும் மதியம் ஒளிபரப்பான கவிஞர் விசாலி மனோகரன் தொகுத்து வழங்கிய நெஞ்சம் மறப்பதில்லை நிகழ்ச்சியில் பங்கு கொண்டு பேசியது)

இயக்குநரை உயர்த்தும் ஆற்றல்

நான் தயாரித்து இயக்கிய வெற்றிப்படங்களுள் ஒன்று "சொர்க்கம்" திரைப்படம். இப்படத்தில் நட்பின் மேன்மையை உணர்த்துவதற்காக Roman Emperor Julius Cezar நாடகக் காட்சியை அமைத்திருப்பேன். காட்சிப்படி, மாமன்னர் சீசரை, அரண்மனை விசாரணை மண்டபத்தில், அவரது எதிரிகள் காஷுயூஸ் போன்றவர்கள் கொடுவாளால் குத்திக் கொல்லும் பொழுது, சீசரின் ஆருயிர் நண்பரான புரூட்டசும் சேர்ந்து கொண்டு ஈவு இரக்கமில்லாமல் குத்தும்பொழுது "You too Brutus!" என்று சொல்லிக்கொண்டே ரத்தச் சகதியில் விழுந்து இறப்பது போல் காட்சி அமைத்திருப்பேன். கதைப்படி, சிவாஜி சீசராகவும், பாலாஜி புரூட்டசாகவும் நடித்திருப்பார்கள். முதல் நாள், சிவாஜியிடம் இந்தக் காட்சியைத்தான் அடுத்தநாள் நான் இயக்கப்போவதாக விளக்கிச் சென்று விட்டேன். மறுநாள் திட்டமிட்டபடி படப்பிடிப்பு நடந்து கொண்டிருந்தது. புரூட்டஸால் குத்தப்பட்ட சீசர் வேடமேற்றிருந்த சிவாஜி "You too Brutus!" என்று சொல்லி ரத்த வெள்ளத்தில் விழுந்த பிறகு, கைகளையும் கால்களையும் காக்கா வலிப்பு வந்ததுபோல் வெட்டி வெட்டி இழுத்து சீசர் உயிர் விடுவது போல் மிகப் பிரமாதமாக நடித்து, எங்கள் எல்லோரையும் வியப்படையச் செய்தார். சிவாஜியின் நடிப்பில் மயங்கி சிலைபோல நின்ற நான், சில நிமிடங்கள் கழித்தே என் நிலை உணர்ந்து, Shot Ok என்று கூறி cut சொன்னேன். பின்னர் Lunch Break வந்தபொழுது, சிவாஜியிடம், "புரூட்டசால் குத்தப்பட்ட உடனே சீசர் தரையில் விழுந்து இறப்பது போல் தானே காட்சி அமைப்பு? அதற்குப்பிறகும் நீங்கள் காக்கா வலிப்பு வந்தது போல் நடித்து, காட்சியை இன்னும் நீட்டிவிட்டீர்களே?" என்று கேட்டேன். அதற்கு சிவாஜி, "நீ நேற்று சீசரைப் பற்றி சொன்னவுடனேயே, நான் ரோமாபுரி வரலாறு நன்கு அறிந்திருந்த சில நண்பர்களிடம், சீசரின் பழக்க வழக்கங்கள் பற்றிக் கேட்ட பொழுது, அவருக்கு இந்த வலிப்பு நோய் இருந்ததாகவும், கொலையுண்டு இறக்கும் போது கூட அந்த வலிப்பு அவருக்கு வந்ததாகவும் கூறியதை அறிந்து கொண்டேன். உனக்கு ஒரு Surprise and Sweet Shock ஆக இருக்கட்டும்னுதான் உன்னிடத்தில் எதுவும் சொல்லாமல் வலிப்பு

K. சந்திரசேகரன்

வந்ததைக் காட்சியில் வெளிப்படுத்தி நடித்தேன்" என ரொம்ப Casual ஆகச் சொன்னார். அவரது Dedication ஐ வியந்து போற்றினேன். படத்தில் இடம்பெறும் ஒரு சிறிய காட்சி கூட எவ்வளவு துல்லியமாக வரவேண்டும், அதற்கு ஒரு நடிகன் எப்படியெல்லாம் முனைய வேண்டும் என்பதற்கு, என்றைக்கும் சிவாஜி அவர்கள் ஒரு Role Model. இப்படம் வெளியானபோது, இந்த சீசர் நாடகக் காட்சியை, துல்லியமாக அறிந்து இயக்கியதாக, இயக்குநர் என்ற முறையில் பத்திரிகைகள் என்னைப் பெரிதும் பாராட்டின. ஆனால், இந்த ஒட்டுமொத்த பாராட்டுக்களுக்கும் உரியவர் சிவாஜிதான். இயக்குநர் அறியாத செய்திகள், அரிய தகவல்களைத் தானாகவே வலியச் சென்று, தெளிவாக அறிந்து, உரிய காட்சியில், உரிய நேரத்தில், முறையாக வெளிப்படுத்தி, இயக்குநரையும் உயர்த்தும் ஆற்றல் சிவாஜி என்ற மாபெரும் கலைஞனுக்குத்தான் உண்டு.

-இயக்குநர் **ராமண்ணா**
(சன் தொலைக்காட்சியில் ஒளிபரப்பான கலைப்பயணம், நான் ரசித்த காட்சிகள் ஆகிய நிகழ்ச்சியிலிருந்து).

கணேசனைக் கண்டதும் காதல் கொண்டேன்

சிவாஜியை நான் சந்தித்தது சக்தி நாடக சபாவில். சிவாஜி கண்ட இந்து சாம்ராஜ்யம் நாடகத்தில் சிவாஜியைப் பார்த்தேன். தந்தை பெரியார் சிவாஜி என்ற பட்டத்தை கொடுத்திருந்த நேரம். முதலாளி சக்தி கிருஷ்ணசாமி, கணேசனை எப்படியாவது தமது கம்பெனிக்கு அழைத்து வந்து விட வேண்டும் என்று உறுதியோடு இருந்தார். சிவாஜி வந்த போது விதி நாடகம் நடந்து கொண்டிருந்தது. கரந்தை ஷண்முக வடிவேல் உள்ளே வந்து கணேசன் என்கிற பெரிய நடிகர் நாடகத்தைப் பார்த்துக் கொண்டிருக்கிறார். "நன்றாக நடியுங்கள்" என்றார். அப்படிப்பட்ட நடிகரைப் பார்க்க வேண்டும் என்ற ஆர்வம் அப்போது மேடையில் இருந்த எனக்கும் ஏற்பட்டது. பார்த்தேன். கண்டதும் காதல் என்று சொல்வார்களே, அப்படி ஒரு ஆசை அவரைப் பார்த்தவுடன் ஏற்பட்டது. மறுநாள் விதி நாடகத்தில் அவர் நடித்தார். காலையில் கொடுத்த வசன பாடத்தை மனப்பாடம் செய்து அன்று மாலையே நடித்தார். மற்றவர்களிடமிருந்து மாறுபட்டதாக அவருடைய நடிப்பு இருந்தது. அன்றைய அவரது மேடை நடிப்பை இன்றும் மறக்க முடியாது. நூர்ஜஹானாக அவர் நடந்து போகும்போது அதற்காகவே, ரசிகர்களிடம் இருந்து கைத்தட்டல் பெறுவார். இந்தியாவிலேயே மேக்கப் டெஸ்டுக்காக விமானத்தில் வரச்சொல்லி அழைக்கப்பட்ட நடிகர் சிவாஜி ஒருவர் தான். இவரைத் தான் சினிமா தேடியதே தவிர, இவர் சினிமாவைத் தேடிப்போகவில்லை. பராசக்தி படம் வெளியானவுடன், அதன் வெற்றியைக் கண்டு நானும் மகிழ்ச்சி அடைந்தேன். 40 ஆண்டுகளாக அவருடன் ஒருவனாகவே இருந்து வருகிறேன். பெற்ற அன்னையை

K. சந்திரசேகரன்

விட, சிவாஜியின் அன்னையார் என்னைப் பாதுகாத்தார். பராசக்தி வெளியான ஒரு வருடத்திற்குள், சக்தி நாடக சபா நாடக நடிகர்கள் எல்லோருமே சென்னை வந்து விட்டோம். "நம்முடன் இருந்தவர்கள் ஏன் கஷ்டப்பட வேண்டும்" என்று என்னிடம் கேட்பார். அப்படி உருவானது தான் சிவாஜி நாடக மன்றம். இந்த நூற்றாண்டின் இணையற்ற கலைஞருடன் வாழ்ந்து கொண்டிருக்கிறேன் என்பதே எனக்குப் பெருமை.

-இயக்குநர் **எஸ்.ஏ. கண்ணன்**
(பொம்மை, அக்டோபர் 1984, நடிகர் திலகத்தின் நடிப்புலகப் பொன்விழா மலர்)

கல்தூண்

சிவாஜி, சினிமா உலகில் மிகப் பெரிய தூண். அவர் ஒரு சாம்ராஜ்யம். அவர் திரைப்பட உலகில் நிறைய இளைஞர்களுக்கு வழி காட்டியாக விளங்கியவர். அவரைப்போல ஒருவர் இனி சினிமா உலகுக்கு கிடைப்பது அரிது. அவருக்கு நடிப்போ, பேசும் வசனமோ சொல்லிக் கொடுக்க வேண்டியது இல்லை. இருப்பினும் என்னுடைய படத்தில் நடித்த போது "எப்படிப் பேச வேண்டும் கூறுங்கள்" என்பார். சிவாஜி டைரக்டர்களின் அந்தஸ்தை உயர்த்தியவர்.

-இயக்குநர் சிகரம் **கே. பாலச்சந்தர்**
(தினத்தந்தி, 23.7.2001)

புதியவர்களை அறிமுகப்படுத்துவதில் ஈடு இணையற்றவர்

நான் கதாசிரியராக நாடகத்துறையில் அறிமுகமாவதற்கு முன்பு, YG பார்த்தசாரதியின் UAA நாடகக்குழுவில் எடுபிடி வேலைகள் செய்து, Office Boyயாக வேலைபார்த்து வந்தேன். அப்பொழுது வியட்நாம் வீடு நாடகத்தை முழுவதுமாக எழுதி முடித்த பின்பு YGP அவர்களிடம் அதை நாடகமாக்க வேண்டினேன். ஆனால் அவர் "யப்பா உன்னோட இந்த நாடகத்தை சிவாஜி மாதிரி பெரிய Hero தான் நடிக்க முடியும். என்னால முடியாதுப்பா" ன்னு சொல்லி Script ஐ என்னிடமே திருப்பிக் கொடுத்தார். ஆனால் YGP கிண்டலாகக் கூறியது கூட ஆசீர்வாதமாக மாறியது.என்னுடைய மனைவி, சிவாஜியின் தம்பி அமரர் சண்முகத்தின் துணைவியாரை தினமும் சந்தித்து என்னுடைய நாடகத்திற்கு ஆதரவளிக்கும் படி கேட்டு துளைத்துக்கொண்டே இருந்தார். இந்த நச்சரிப்பைத் தாங்காமல், நாடகத்தைப் பற்றி Discuss செய்ய சண்முகத்திடமிருந்து அழைப்பு வந்தது. கிடைத்த சந்தர்ப்பத்தை நான் முழுமையாகப் பயன்படுத்திக்கொண்டேன். சண்முகம் அவர்களிடம், வியட்நாம் வீடு நாடகக் கதையை, காட்சிக்குக் காட்சி வசனங்களுடன் பேசி, அவரது கவனத்தை வென்றேன். அமைதியாக

240 K. சந்திரசேகரன்

அனைத்தையும் கேட்டு ரசித்த அவர், கதை எனக்கு ரொம்பப் பிடிச்சிருக்கு. இருந்தாலும் அண்ணன் கிட்டயும் ஒருமுறை கதை சொல்லுங்கள்; அவருக்கும் பிடித்து Ok ஆனால் நம்ம சிவாஜி நாடக மன்றம் மூலமாகவே இதை அரங்கேற்றலாம். All the Best எனக்கூறி வாழ்த்தினார். சிவாஜி சாருக்கும் ஒருநாள் நாடகக் கதையை முழுவதுமாக நடித்தே காட்டினேன். நாடகத்தில் பல இடங்களில் ஆங்கில வசனங்கள் சரளமாக இடம் பெற்றிருக்கும்.

Many a Slip between the Cup and the Lip

You must stand on your own legs

Position போனதால Possession னும் போயிட்டது. வர வர நம்ம ஆத்தில Prestigeம் இல்ல Justiceம் இல்ல. இது போன்ற English Dialogues களை சிவாஜி பெரிதும் ரசித்துப் பாராட்டினார். உடனே நாடக அரங்கேற்றத்திற்கான அனைத்து ஏற்பாடுகளும் செய்யப்பட்டு, 1968 ஆம் ஆண்டு இறுதியில், சென்னையில், வியட்நாம் வீடு நாடகம் வெற்றிகரமாக அரங்கேறியது. சாதாரண Office Boy சுந்தரமாக இருந்த நான் வியட்நாம் வீடு சுந்தரம் என்ற பெருமையுடன் அடைமொழி பெற்று, நாடகக் கதாசிரியராகப் புகழ்பெற்றதற்கு, சிவாஜி அவர்கள் என் திறமைக்குக் கொடுத்த மிக உயர்ந்த அங்கீகாரம் தான் காரணம். நூறு முறைகளுக்கும் அதிகமாக, அறிமுகமாகிய மிகக் குறைந்த காலகட்டத்தில் மேடையேறி, பின்னர் சிவாஜி அவர்களின் தயாரிப்பு நிறுவனமான சிவாஜி புரொடக்ஷன்ஸ் சார்பில், வியட்நாம் வீடு என்ற அந்த தலைப்பிலேயே திரைப்படமாகத் தயாரிக்கப்பட்டு வெளியாகி மாபெரும் வெற்றி அடைந்தது எல்லோரும் அறிந்த செய்தி. கதாசிரியராகவும், வசனகர்த்தாவாகவும் வெற்றிகரமாக வலம் வந்த என்னை, தமிழ்த்திரையுலகில் இயக்குநராகவும் அறிமுகப்படுத்தியது சிவாஜிதான். நான் எழுதி, YGPயின் UAAவின் நாடகக்குழுவால் வெற்றிகரமாக மேடையேறிய நாடகம் கண்ணன் வருவான். இதே நாடகம் தான் சிவாஜி நடித்து, ரங்கராஜன் தயாரிப்பில் வெளிவந்து வெற்றிக் கொடி நாட்டிய படம் கௌரவம். சிவாஜியின் ஆதரவால்தான் நான் இன்று இந்த உயர்ந்த நிலையை அடைந்துள்ளேன்.

-வியட்நாம் வீடு **சுந்தரம்**

(சன்தொலைக்காட்சியில் காலை 8 மணிக்கு ஒளிபரப்பான வணக்கம் தமிழகம் நிகழ்ச்சியில் பகிர்ந்து கொண்ட அனுபவங்கள்)

அவர் படங்கள் நல்ல புத்தகங்கள்

நடிகர் திலகம் சிவாஜி கணேசனின் மூன்று படங்களை இயக்கும் வாய்ப்பினை இதுவரை பெற்றிருக்கிறேன். எந்தக் காட்சியைக் கூறினாலும், அதை மூன்று, நான்கு விதமாகச் செய்து காட்டி, கதைக்கு எது சரியாக இருக்குமோ அதைத் தேர்ந்தெடுக்குமாறு கூறுவார். அவர் படங்கள், நடிப்புக் கற்றுக்கொள்ள நல்ல

புத்தகங்கள். படப்பிடிப்பிற்கு, இன்றைக்கும் கால்ஷீட் நேரத்திற்கு ஐந்து நிமிடங்கள் முன்னால் வந்து விடுவது, வந்த பிறகு, வெளியில் செல்லாமல் அங்கு நடப்பதை உன்னிப்புடன் கவனிப்பது, தன் வசனம் வரும் போது, அதில் எப்படித் தன் முத்திரையைப் பதிப்பது என்று தொழிலிலேயே கவனமாக இருப்பது, இவைகளை மறக்க முடியாது. இன்று வருபவர்கள் அவரைப் போல் நிலைத்து நிற்க, சிவாஜியைப் போல் கடுமையாக உழைக்க வேண்டும். எதையும் ஈஸியாக எடுத்துக் கொள்ளாமல் எல்லாவற்றிலும் முழுக்கவனம் செலுத்த வேண்டும்.

-இயக்குநர் **எஸ்.பி.முத்துராமன்**
(சினிமா எக்ஸ்பிரஸ், 15.7.1983)

செய்யும் தொழிலே தெய்வம்

வெள்ளை ரோஜா திரைப்படம், நடிகர் திலகத்தின் இருமாறுபட்ட வேடங்களில் முத்திரை பதித்த மாபெரும் வெற்றிப்படம். கதைப்படி, அவருக்கு, கண்டிப்பு மிக்க கம்பீரமான Inspector வேடமும், அதற்கு முற்றிலும் மாறுபட்ட, அமைதியான, அடக்கமான, கிறிஸ்துவ பாதிரியார் வேடமும். இதில் கூடுதல் சிறப்பு, இரண்டு கதாபாத்திரங்களுக்குமே ஜோடி கிடையாது. அதனால் அவருக்கு, காதல் காட்சிகளும், டூயட் பாடல்களும் கிடையாது. ஆனால் இதைப்பற்றியெல்லாம் அவர் பெரிதாகக் கவலைப்படாமல், அவர் ஏற்றிருந்த இரு கதாபாத்திரங்களிலும், முற்றிலும் மாறுபட்ட நடிப்பை வெளிப்படுத்துவதிலேயே அதிக கவனம் செலுத்தினார். படப்பிடிப்பு நடைபெற்ற நாட்களில், அவர் இருவேறுபட்ட கதாபாத்திரங்களில் ஒப்பனை செய்துகொண்டு, அந்தந்த கதாபாத்திரங்களுக்கு ஏற்ற உடையணிந்து, அன்று எடுக்கவிருக்கும் காட்சியைப் பற்றியே சிந்தித்துக் கொண்டிருப்பார். பாதிரியார் உடையிலிருக்கும்போது, மிக அமைதியாக, பொறுமையாக, "ஜகன் இன்னிக்கு என்ன Shot எடுக்கப் போறீங்க" என்று கேட்பார். நான் Shotஐப் பற்றி விளக்கியபின், "Good, Go Ahead", என்று மெதுவாகக் கூறுவார். Inspector Costumeல் இருக்கும் போது, ஆர்ப்பாட்டமாக, ஆரவாரமாக, வேகமாகப் பேசி, "ஜகன் What is the Shot Today?" என்று கம்பீரமாகக் கேட்பார். இவ்வாறு Voice Modulation லேயே இரு மாறுபட்ட கதாபாத்திரங்களின் தன்மையை உள்வாங்கி வெளிப்படுத்துவதில் மிக உயர்ந்த திறமைசாலி.

K. சந்திரசேகரன்

வெள்ளைரோஜாவின் வெளிப்புறப்படப்பிடிப்பு ஊட்டியில் நடந்தபொழுது, அவருடைய திருமணநாளான மேமாதம் முதல் நாளன்று எடுக்கப்படவிருந்தது, அவர் சவப்பெட்டியில் பிணமாக இருப்பது போன்ற காட்சியாகும். மொத்த படப்பிடிப்புக்குழுவினரும், எப்படி இதை அவரிடத்தில் எடுத்துச் சொல்வது எனத் தயங்கினர். ஆனால் நான் அன்றைய தினம் எடுக்கப்படவிருந்த காட்சியை விளக்கிய உடனே மறுப்பேதும் சொல்லாமல், தகுந்த ஒப்பனை செய்துகொண்டு வந்து சவப்பெட்டியில் போய்ப் படுத்துக்கொண்டார். காட்சி எடுக்கப்பட்டு முடிந்ததும், எல்லோரையும் பார்த்து "Shooting நடக்கற இடத்திலே Sentimentsக்கு இடம் கொடுக்கக் கூடாது" என்று சர்வசாதாரணமாகக் கூறிவிட்டு, என்னுடைய Wedding Day இன்னைக்குத்தான், Unit எல்லோரும் ஒன்றாகவே சாப்பிடலாம் என்று கூறிவிட்டு, உற்சாகமாக தான் தங்கியிருந்த இடத்திற்குச் சென்றார்.

தொழிலை தெய்வமாக மதிக்கிறார் அந்த மாமேதை என்பதற்கு இதைவிட வேறு சாட்சி வேண்டுமா?

-இயக்குநர் **ஏ.ஜெகந்நாதன்.**

(சென்னை விவித பாரதியின் வர்த்தக ஒலிபரப்பின் சிறப்புத் தேன்கிண்ணம் மற்றும் பொம்மை, பேசும் படம் திரைப்பட இதழ்களில் வெளியான தகவல்கள், பேட்டிகளின் தொகுப்பு)

ஒரு காந்திதான்; ஒரு சிவாஜி தான்

எனக்கு மிகப்பெரிய அங்கீகாரத்தைத் தேடிக் கொடுத்த திரைப்படம் "தங்கப்பதக்கம்". இது, முதலில் சிவாஜி நாடகமன்றத்தால் எண்ணற்ற முறைகள் மேடைநாடகமாக நடிக்கப்பட்டு, பின்னர் சிவாஜி புரொடக்ஷன்ஸ் சார்பில் திரைப்படமாக வெளியாகி, வெள்ளிவிழா கண்டு வெற்றி பெற்ற படம். கதைப்படி, கண்டிப்பும், கடமைதவறாத நேர்மையும் கொண்ட காவல் துறை அதிகாரி SP. சௌத்ரியாக சிவாஜியும், தீய பழக்கங்களுக்கு சிறு வயதுமுதலே ஆளாகி, தந்தைக்கு எதிராக, பல திருட்டு, கொள்ளைகளில் ஈடுபட்டு, கைதாகாமல் தப்பிக்கும் குற்றவாளியாக ஸ்ரீகாந்தும், மாப்பிள்ளை ஸ்ரீகாந்தைக் காப்பாற்ற, அவர் செய்த குற்றங்களையெல்லாம் தான் செய்ததாக ஒப்புக்கொண்டு சரணடையும் மாஜி குற்றவாளி சங்கிலியாகவும், மாமனாராகவும் சுந்தர்ராஜனும் நடிக்கும் காட்சி. ஸ்ரீகாந்த் தன்னுடைய வீட்டில் பதுக்கி வைத்திருந்த திருட்டு நகைகள், ஏராளமான பணம் ஆகியவற்றை, அவருக்குத் தெரியாமல் மேஜர்சுந்தர்ராஜன் SP. சௌத்ரியிடம்

ஒப்படைத்துவிட்டு, "எல்லாக் கொள்ளைக்கும், திருட்டுக்கும் நான்தான் காரணம் எஜமான், எனக்கு என்ன தண்டனை வேண்டுமானாலும் கொடுங்க, நான் மனப்பூர்வமா ஏத்துக்கறேன், ஆனால் உங்க பிள்ளை ஜகனை சந்தேகப்படாதீங்க எஜமான்"னு சொல்லி சரணடையும் காட்சி. இந்தக்காட்சியை ரொம்ப வித்தியாசமா எடுக்கணும்னு நானும் இயக்குநர் மாதவனும் முடிவு செய்தோம். பக்கம்பக்கமா வசனம் பேசாம SP.சௌத்ரி "நீ குற்றவாளி இல்லைன்னு எனக்குத் தெரியும். யாரையோ காப்பாற்றுவதற்காக நீ முட்டாள்தனமா எங்கிட்ட சரணடைஞ்சிருக்கே. கூடிய சீக்கிரம் உண்மையான குற்றவாளியைப் பிடித்து சிறையில் அடைப்பேன்" என்று சங்கிலி வேடமேற்றிருக்கும் மேஜர் சுந்தர்ராஜனுக்கு உணர்த்துவதுபோல், எந்த வசனமும் பேசாமல் நீங்க உங்க நடிப்பால் உணர்த்த வேண்டும். அதை எப்படி செய்வீங்களோ அது எங்களுக்குத் தெரியாது. ஆனால், நீங்க மட்டும் தான் இந்தக் காட்சியில், எங்க மனசில் இருப்பதை நடிப்பில் கொண்டு வர முடியும்னு சொன்னோம். நாங்கள் கூறியதை பொறுமையாகக் கேட்டபின், சிவாஜி சிறிது நேரம் அமைதியாக உட்கார்ந்து, காட்சியைப்பற்றி சிந்திக்கத் தொடங்கினார். மிகச் சரியாக ஐந்து நிமிடங்கள் கழித்து எங்களைப் பார்த்து, "Go to the Shot Straight" என கர்ஜித்தார். காமிரா ஓடத் தொடங்கியது. சங்கிலி கதாபாத்திரமாக மாறியிருந்த மேஜர் சுந்தர்ராஜனைப் பார்த்து ஏளனமாக ஒரு சிரிப்புசிரித்து, ஊம் என்று சொல்லி "Release him" என்று காவலர்களுக்கு உத்தரவிட்டு, பின்னர் சங்கிலி அங்கிருந்து சென்றபின் "Watch him" என்று கம்பீரமாக சொல்வதோடு காட்சி முடியும். அவர் சங்கிலியைப் பார்த்து சிரிக்கும் சிரிப்பை இதுவரை அவர் எந்தத் திரைப்படத்திலும் வெளிப்படுத்தியதில்லை. அது சிரிப்பு என்றும் சொல்ல முடியாது. புன்னகை என்றும் கூற முடியாது. முழுவதுமாகப் பற்களை மூடி, லேசாக உதடுகள் விரித்து ஒரு மெல்லிய காற்றொலியை ஏளனமாக வெளிப்படுத்துவார். ஒரு கதாசிரியராக நானும், இயக்குநராக மாதவனும் எங்கள் கற்பனையில் உதித்த அந்த சிந்தனைக்கு, நாங்களே பிரமிக்கும்படி திரைவடிவம் கொடுத்து, நடிப்பின் உச்சிக்கே சென்றார் சிவாஜி. வரலாற்றில் ஒரு திருவள்ளுவர்தான்; ஒரு ஷேக்ஸ்பியர்தான்; ஒரு மஹாத்மா காந்திதான்; அதைப்போல கலையுலகில் ஒரே ஒரு சிவாஜிதான். அவரைக் காப்பியடிக்க முயல்பவர்கள் தோற்றுப்போவார்கள்.

-கதாசிரியர், இயக்குநர் **மகேந்திரன்**

(விஜய் தொலைக்காட்சியில் திருமதி விசாலிமனோகரன் தயாரித்து வழங்கிய நெஞ்சம் மறப்பதில்லை தொடர் நிகழ்ச்சியில் ஒளிபரப்பான மகேந்திரனின் அனுபவங்களிலிருந்து)

K. சந்திரசேகரன்

தமிழ் ஆசான்

1952ம் வருடம் முதல் இன்று வரை திரைப்படங்கள் மூலம் சிவாஜி கணேசன் தமிழ் பேசவும், உச்சரிக்கவும் பாமர மக்களுக்குக் கற்றுக் கொடுத்தார். என்னுடைய முதல்

நடிகர் திலகத்திற்கு மாலை அணிவிக்கும் பாரதிராஜா மற்றும் பிரமுகர்கள்

மரியாதை படத்தில் சிவாஜி நடித்தார். அந்தப் படத்திற்கு அவருக்கு விருது கிடைத்திருக்க வேண்டும். ஆனால் கிடைக்காமல் போய்விட்டது. சிவாஜிக்கு விருது தேவையில்லை. அவருக்கு விருது கொடுப்பது, வாழ்த்துச் சொல்வது இவையெல்லாம் இமயமலைக்கு முண்டாசு கட்டுவதைப் போல, காற்றைக் கையில் பிடிக்க முயல்வது போல், இயற்கையை கட்டி அணைக்க முயல்வது போல், நமது தகுதிக்கு மீறிய காரியம். அவர் தமிழுக்காகவும், தமிழர்களுக்காகவும் வாழ்ந்தவர்.

-இயக்குநர் இமயம் **பாரதிராஜா**
(தினத்தந்தி, 23.7.2001 & பொம்மை, மே 1995)

சிவாஜியின் பரம ரசிகன்

நடிகர் திலகமும் நானும் அரசியலில் வெவ்வேறு திசையில் இருந்தாலும், நாங்கள் எப்போதும் சகோதரர்கள் தான். நான் அவருடைய பரம ரசிகன் என்று சொல்லிக் கொள்வதில் மிகுந்த பெருமைப்படுகிறேன்.

-இயக்குநர் **டி.ராஜேந்தர்**
(மாமேதை சிவாஜியின் பொன்விழா மலர், வெளியீடு: கலைவேந்தன் சிவாஜி மன்றம், நாகர்கோவில், 1986)

நான் சிவாஜி பக்தன்

கீழ்வானம் சிவக்கும் என்ற படத்தின் மூலம் நான் கதாசிரியராக அமரர் சிவாஜி கணேசனுடன் நெருங்கி இருந்தாலும், ஆனந்தக் கண்ணீர், தாய்க்கு ஒரு தாலாட்டு படங்கள் மூலம் ஒரு நடிகனாக அவருடன் நடிக்கும் பாக்கியம் கிடைத்தாலும், ஒவ்வொரு முறையும், கடவுளுக்கு முன் நின்ற பக்தனாகவே அவரை நான் தரிசித்து இருக்கிறேன்.

-**எம்.ஆர்.விஸ்வநாதன்(விசு)**
திரைப்பட நடிகர்-இயக்குநர்
(சிவாஜி- ஒரு வரலாற்றின் வரலாறு நூலிற்காக)

சிவாஜி வெறியன்

நான் நடிகர் திலகம் சிவாஜி கணேசனின் வெறிகொண்ட ரசிகன். அவர் படங்களைத் தவிர வேறு கதாநாயகர்கள் நடித்த படங்களைக் கூட அல்ல, அவர்களது சுவரொட்டிகளைக் கூட பார்க்காதவன் நான். இதிலிருந்தே நான் எப்படிப்பட்ட வெறித்தனமான சிவாஜி ரசிகன் என்பது உங்களுக்கு புரிந்திருக்கும்.

-இயக்குநர், நடிகர் **ஆர்.சுந்தர்ராஜன்**
(6.8.2001 நாளன்று சென்னை காமராஜர் அரங்கில் தமிழ்நாடு எழுத்தாளர்கள் சங்கம் சார்பில் நடைபெற்ற கூட்டத்தில் பேசியது)

74 வயது குழந்தை

நடிப்புன்னு எழுதிப்பார்த்தா நாலு எழுத்து இருக்கும். ஆனா நடிப்புன்னு பார்த்தா அது சி..வா..ஜி..ங்கிற மூணு எழுத்து மட்டுமே. எந்த சினிமா ரசிகரைக் கேட்டாலும், நான் அந்த நடிகருக்கு ரசிகன், நான் இந்த நடிகருக்கு ரசிகன் என்று பிரித்துப் பிரித்துச் சொல்வார்கள். ஆனால் எந்த சினிமா நடிகரைக் கேட்டாலும், எல்லோரும் ஒட்டு மொத்தமாக சிவாஜி ரசிகன் என்றே சொல்வார்கள். அது எந்த மொழி நடிகராக இருந்தாலும், உதாரணத்துக்கு, கோன் பனேகா நடிகர் கூட தான் க்ரோர்பதி ஆனதற்கு சிவாஜியின் பாதிப்பும் ஒரு காரணம் என்று கம்ப்யூட்டர்ஜீயை க்ளிக் செய்யாமலேயே சொல்வார். அரண்மனை போன்ற வீடு, ராஜா போன்ற கம்பீரம் வெளியே தெரிந்தாலும், நடிப்பில், தந்தை-தாத்தா என்றெல்லாம் புகழ்ந்தாலும், உள்ளத்தில் அவர் ஒரு 74 வயது நிரம்பிய குழந்தை.

-நடிகர், இயக்குநர் **ரா. பார்த்திபன்**
(ஆனந்த விகடன், 5.8.01.)

ஆண்டவனுக்கு நன்றி

சிவாஜி சாருடைய எத்தனையோ கோடிக்கணக்கான ரசிகர்களில் நானும் ஒருவன். ஏதோ ஒரு மூலையில் இருந்து ரசித்த எனக்கும், அவரை இயக்கும் பாக்கியமும், வாய்ப்பும் கிடைத்ததற்கு ஆண்டவனுக்கு நான் நன்றி சொல்கிறேன். படையப்பா மூலம் அது நிறைவேறியது. அவருடன் நெருங்கிப் பழகும் வாய்ப்பும் கிடைத்தது. அந்தப்படமும் மிகப்பெரிய வெற்றி கண்டது. எனக்கு மிகுந்த மகிழ்ச்சியும் ஏற்பட்டது.

-இயக்குநர் **கே.எஸ்.ரவிக்குமார்**
(28.9.2001 அன்று சென்னையில் ராஜ் டிவி நடத்திய இமயத்திற்கு இந்திய அஞ்சலி நிகழ்ச்சியில் கூறியவை)

சிவாஜி விருது

நடிகர் திலகத்தை இயக்கும் வாய்ப்பு கிடைத்தால், அதனை எனக்குக் கிடைத்த மிகப்பெரிய பாக்கியமாகக் கருதுவேன். அவருக்குக் கிடைத்த பால்கே விருது கூட ரொம்பவும் தாமதமாகக் கொடுத்திருக்கிறார்கள். இனிமேல் அவருக்கு விருதுகள்

எல்லாம் தேவையில்லை. அதையெல்லாம் அவர் கடந்து விட்டார். வேண்டுமானால் ஆஸ்கார்விருதுக்கு பதில், சிவாஜி விருது வழங்கி மற்றவர்களைக் கௌரவிக்கலாம்.

-இயக்குநர் **விக்கிரமன்**
(பொம்மை, 1997)

சிவாஜியின் நடிப்பே பிடிப்பு

எனக்குப்பிடித்த நடிகர், நடிகர் திலகம் சிவாஜி கணேசன். சின்ன வயதிலிருந்தே அவர் நடிப்பு மட்டும் தான் எனக்குப் பிடிக்கும். எந்தெந்தத் தவறுகளைச் செய்யக்கூடாது என்பதற்காக, எல்லா விதமான படங்களையும் பார்த்தாலும், சிவாஜியின் நடிப்புதான் எனக்கு மிகமிகப் பிடிக்கும்.

-இயக்குநர் **சேரன்**
(கல்கி, 18.10.98)

இசையமைப்பாளர்கள்

சிரஞ்சீவிக் கலைஞர்

தமிழ்நாட்டின் தன்னிகரில்லா அற்புத நடிகர் நண்பர் திரு. சிவாஜி கணேசன். பாமரர் முதல் படித்தவர் வரை, யாவரையும் பரவசம் கொள்ள வைப்பது அவரது ஒப்பற்ற நடிப்புத்திறன். எந்த ஒரு நடிகருக்கும் இதுவரை கிடைக்கப்பெறாத வகையில், மேலைநாடுகளில் பேரும், புகழும் பெற்றுத் தாய்நாடு திரும்பியுள்ள அவருக்கு என் மனம் நிறைந்த வாழ்த்துக்கள். தனக்கே உரித்தான தனிப் பாணியில் நடித்து, தான் மேற்கொள்ளும் பாத்திரத்துடன் ஒன்றி, இயல்பான நடிப்பால் நம்மையெல்லாம் வியக்கச் செய்து, படத்துக்குப் படம் புதுப்புது மெருகோடு, தமிழ்த் திரைவானில் ஜொலித்துக் கொண்டிருக்கும் நமது நடிகர் திலகம், அகில உலகப் புகழ் அடைந்தது குறித்து நான் அடையும் பெருமையும், பூரிப்பும் சொல்லொண்ணாதவை. வீரபாண்டிய கட்டபொம்மன் படம் தயாராகி வந்த காலத்தில், சங்கீத ஒத்திகை நடந்து வரும் வேளைகளில், மெதுவாக என் அருகில் வந்தமர்ந்து இசையமைப்பைக் கூர்ந்து கவனிப்பார். என்னைக் கட்டிக் கொண்டு, தனது அபிப்பிராயங்களைத் தயங்காமல் கூறுவார். சொல்ல வேண்டியதனைத்தையும் சொல்லி விட்டு "ம்.. ஜி.ஆர்.. நான் சொன்னேன் என்பதற்காக இதைச் செய்ய வேண்டாம், தங்களுக்குத் திருப்தி போல எது வேண்டுமோ அதையே செய்யுங்கள்" என்று கூறுவார். இதிலிருந்து அவர், சக கலைஞர்களை, அவரவர் தம் துறையில் எந்தவித நிர்பந்தங்களுக்கும் ஆளாக்க

248 K. சந்திரசேகரன்

மாட்டார் என்பது புரிகிறதல்லவா? ஒரு நாள், பரணி ஸ்டுடியோவில் பாடல் ஒன்றுக்கான ஒத்திகை பார்த்துக் கொண்டிருந்தேன். ஏராளமான இசைக்கருவிகள் இயங்கிக் கொண்டிருந்தன. திடீரென ஓர் குரல், "ரிஹர்சலைக் கொஞ்சம் நிறுத்துங்கள். இப்போது இந்தத் தியேட்டரில் ஓர் பிரமாதமான படம் பார்க்கப் போகிறேன். நீங்கள் அனைவரும் என்னுடன் அமர்ந்து பாருங்கள்" என்று கூறிய படி சிவாஜி கணேசன் தியேட்டரில் வந்தமர்ந்தார். உடனே என் வாத்திய கோஷ்டியினர் வாத்தியங்களை மூடி வைத்து விட்டு திரையை நோக்கினர். விளக்குகள் அணைந்தன. "முருகா! அமுதமும் விஷமும் ஒரே இடத்தில் தான் பிறக்கின்றன. அழகும் நஞ்சும் அதுபோலத்தான்" என்ற சிம்மக்குரல் தியேட்டர் முழுவதும் எதிரொலித்தது. உயர்ந்த புருவங்களும், புடைத்த நரம்புகளும், சிவந்த விழிகளும், துடிக்கும் மீசையும், அப்பப்பா, அந்த நடிப்பை எப்படி வர்ணிப்பது? என் உடல் சிலிர்த்தது. காட்சி முடிந்ததும் அருகில் உள்ள அவரைக் கட்டி அணைத்துக் கொண்டு, நீங்கள் என்றென்றும் சிரஞ்சீவியாக இருக்க வேண்டும் என்ற படி, விழிகளில் ததும்பிய ஆனந்தக் கண்ணீரைத் துடைத்துக் கொண்டே கூறிறேன். வளர்க அவரது திறன்! வாழ்க அவரது புகழ்!

-திரை இசை மாமேதை **ஜி. ராமநாதன்**

(நடிகன் குரல், நடிகர் திலகம் சிவாஜி கணேசன் உலக வெற்றி உலா மலர், ஆகஸ்ட் 1962)

நாட்டின் பொது நிதி.. நட்பின் பெரும்பொருள்

"ஈன்ற பொழுதிற் பெரிதுவக்கும் தன்மகனைச்
சான்றோன் எனக் கேட்ட தாய்"

என்ற உலகப் பொதுமறையாம் திருக்குறளின் படி வாழ்ந்து காட்டும் நண்பரே, என் நாட்டவரே, நற்பண்பாளரே, நடிகர் திலகமே! உங்களது வெளிநாட்டுச் சுற்றுலா வெற்றியுடன் நிறைவு கண்டு, தாயகம் வந்து சேர்ந்த உங்களை, உள்ள நிறைவோடு வாழ்த்துகிறேன். வாழ்வின் இலக்கணமாகத் திகழும் கலைஞர்களைக் கூத்தாடிகள் என்று ஒதுக்கி வைத்து, கேளிக்கைகளுக்குப் பயன்படும் பொம்மைகளாக எண்ணி இருந்தது நம் நாட்டில் ஒரு கூட்டம். அந்நிலை மாறி, இன்று சமுதாயத்தின் சக்கரங்களாகி விட்டார்கள் கலைஞர்கள். இந்த நிலையில், உங்களது உலக சுற்றுப் பயணத்தின் வெற்றி, தமிழகக் கலைஞர்கள் அனைவரது புகழையும் மென்மேலும் பெருகச் செய்யும் என்பதில் ஐயமில்லை.

நடிப்பின் இலக்கணமே!
நாட்டின் பொது நிதியே!
நட்பின் பெரும் பொருளே!
நண்பரே, நீர் வாழ்க!

-திரை இசைத்திலகம் **கே.வி.மகாதேவன்**

(நடிகன் குரல், நடிகர் திலகம் சிவாஜி கணேசன் உலக வெற்றி உலா மலர், ஆகஸ்ட் 1962)

| சிவாஜி - ஒரு வரலாற்றின் வரலாறு |

ஒரே சூரியன்-ஒரே சந்திரன்-ஒரே சிவாஜி

ஒரே சூரியன், ஒரே சந்திரன், ஒரே சிவாஜி, இரண்டாவது சூரியனைப் பார்த்திருக்கிறீர்களா? பார்த்திருக்க முடியாது. இரண்டாவது சந்திரனைப் பார்த்திருக்கிறீர்களா? பார்த்திருக்க முடியாது. அதே மாதிரி தான் சிவாஜியும். இரண்டாவது சிவாஜியைப் பார்க்கவே முடியாது. அதனால் தான் கூறினேன், ஒரே சிவாஜி என்று. அவருடைய கோடானுகோடி ரசிகர்களில் நான்தான் முதல் ரசிகன். இயல், இசை, நாடகம் என்று இருக்கிறது. இயல், இசையைப் பற்றி எனக்குத் தெரியும். நாடகத்தை அவரிடம் தான் கற்றுக் கொண்டேன். அவருக்கோ, இயல், இசை, நாடகம் மூன்றும் தெரியும். என்னால் தான் படம் ஓடுகிறது என்று சொல்வதற்கு, நான் தகுதியற்றவன். ஆனால் சிவாஜியின் நடிப்புக்காகவே படம் ஓடியிருக்கிறது. அந்த நாள் படத்தில் பாடல்களே கிடையாது. அவர் இந்தத் துணையில் நிற்கவில்லையே? ஒன் மேன் ஷோ சிவாஜிதான்! நம் நாடு திரைப்படத்தின் 100வது நாள் விழா சேலத்தில் நடந்த போது, எம்.ஜி.ஆருடன் நானும் போயிருந்தேன். அங்கு ஒரு பரபரப்பான சூழ்நிலையில் எம்.ஜி.ஆர். பேசும் பொழுது, "நான் மனதார ஒப்புக் கொள்கிறேன், மனமார வாழ்த்துகிறேன், என்னை விட சிறந்த நடிகர் சிவாஜி" என்று குறிப்பிட்டார். பாகப்பிரிவினை படத்தின் 100வது நாள் விழா பல ஊர்களில் கொண்டாடப்பட்டது. ஒரு ஊரில் நடந்த விழாவில், ஏன் பிறந்தாய் மகனே என்ற பாடலை சிவாஜி பிரமாதமாகப் பாடினார் என்று ஒரு முக்கியப் புள்ளி பாராட்டிப் பேசினார். சிவாஜி தான் அந்தப்

நடிகர் திலகத்திற்கு மாலை அணிவிக்கும் மெல்லிசை மன்னர்

K. சந்திரசேகரன்

பாடலைப் பாடியதாக அவர் நம்பிக் கொண்டிருந்தார். அப்படி நம்புகிற அளவுக்கு, சிவாஜியின் நடிப்பு பாடற்காட்சியோடு இரண்டறக் கலந்திருந்தது என்பது தானே உண்மை? அப்புறம் நாங்கள் எல்லோரும் சேர்ந்து, டி.எம். சௌந்தரராஜன் தான் அப்பாடலைப் பாடினார் என்று வலியுறுத்திச் சொல்லி அவருக்குப் புரிய வைத்தோம். சிவாஜி ஒரு பிறவி நடிகர். எந்தப் பாத்திரத்தில் நடித்தாலும் அந்தப் பாத்திரமாகவே மாறிவிடுவார். அவருக்காக டி.எம்.எஸ். பாடியிருக்கிறார், ஜேசுதாஸ் பாடியிருக்கிறார். எஸ்.பி.பாலசுப்ரமணியம் பாடியிருக்கிறார். ஆனால் யார் பாடினாலும் சரி, சிவாஜி பாடுகிற மாதிரியே இருக்கும். என்னுடைய மியூசிக் கம்போஸிங், அதாவது ஒத்திகை நடக்கும் போதே சிவாஜி வந்து விடுவார். இசைக்கலைஞர்கள் ஒவ்வொருவரையும் கூர்ந்து கவனிப்பார். யார் யார் எப்படியெல்லாம் இசைக்கருவியை வாசிக்கிறார்கள் என்பதை அப்ஸர்வ் பண்ணுவார். சிவாஜியிடமும் போட்டிக் குணம் இருந்தது. அதைச் சொல்கிறேன். அது சாந்தி என்கின்ற படம். அதன் டைரக்டர் பீம்சிங். கவிஞர் கண்ணதாசன் எழுதி, டி.எம்.எஸ். பாடி, ரொம்பக் கஷ்டப்பட்டு நான் மெட்டுப் போட்ட வித்தியாசமான பாடல் நம்பர் 1 ஆக அமைந்தது. அதுதான் யார் அந்த நிலவு. அந்தப் பாடலை கம்போஸ் பண்ணி விட்டோம். பாடலை ரிக்கார்டும் செய்தாகி விட்டது. படப்பிடிப்பு சமயத்தில் சிவாஜி அந்தப் பாடலைக் கேட்டுவிட்டு, இன்றைக்கு ஷூட்டிங் வேண்டாம், மூடு சரியில்லை என்று சொல்லி புரொடக்ஷன் மேனேஜரை அனுப்பிவிட்டார். அடுத்த நாளும் இதே மாதிரி கேட்டுவிட்டு அனுப்பி விட்டார். அதற்கு மறுநாள் பீம்சிங்கே சிவாஜியிடம் போய் என்ன விஷயம்? என்று விசாரித்தார். அப்போது சிவாஜி சொன்னாராம், "பாட்டை ரொம்ப பிரமாதமாக போட்டிருக்கிறார்கள், அவர்களை மீறி நான் நிற்க வேண்டும் என்றால் என்ன செய்ய வேண்டும் என்பதைத்தான் யோசித்துக் கொண்டிருக்கிறேன்" என்று. அதாவது எங்கள் மூன்று பேரையும் தூக்கி சாப்பிட வேண்டும் என்கிற ஆரோக்கியமான போட்டி அவருக்கு. அவர் சொன்ன மாதிரி, தியேட்டருக்குப் போய் படம் பார்க்கும் போது, அந்த பாடற்காட்சியில் நான் இல்லை, கவிஞர் இல்லை, டி.எம்.எஸ். இல்லை, ஆனால் சிவாஜி மட்டுமே இருந்தார். ரசிகர்கள் கைதட்டிய போது, நானும் அவர்களுடன் சேர்ந்து கைதட்டினேன். சில பேருக்கு வசதி வந்தால் அசதி வரும். அது இயற்கை. ஆனால் சிவாஜிக்கு, வசதிகள் வந்தாலும் அசதி வரவே இல்லை. இது அபூர்வம். அவர் என்னுடைய குடும்ப நண்பராவார். எனக்கு பல உதவிகளைச் செய்திருக்கிறார். அவரை வைத்து அமரகாவியம் என்ற பெயரில் சொந்தப்படம் எடுத்தேன். அப்பேர்ப்பட்ட மாபெரும் நடிகருடன் எனக்கு வேலை வாய்ப்புகள் கிடைத்ததை பெரும் பாக்கியமாகக் கருதுகிறேன்.

-மெல்லிசை மன்னர் **எம்.எஸ். விஸ்வநாதன்**
(தினபூமி, தீபாவளி மலர், 1997)

சிவாஜி - ஒரு வரலாற்றின் வரலாறு

ராஜராஜ சோழன்

ராஜராஜ சோழன் திரைப்படத்தில், நடிகர் திலகம் சிவாஜி கணேசன் அவர்கள் ராஜ ராஜ சோழனாகவே மாறி, அவர் வாழ்ந்த பொற்காலத்தை நமக்கு நினைவூட்டுகிறார்.

ஒரு விழாவில் நடிகர்திலகமும் குன்னக்குடியும்

அவருடைய அங்கங்களின் ஒவ்வொரு அசைவும், நமக்கு நடிப்பாகத் தோன்றாமல், அந்தக் கதாபாத்திரத்தையே, அதாவது ராஜராஜ சோழனையே நம் கண்முன் கொண்டு வந்து நிறகச் செய்கிறார்.

-வயலின் வித்தகர், இசையமைப்பாளர் **குன்னக்குடி வைத்தியநாதன்**
(ராஜராஜ சோழன் திரைப்பட சிறப்பு மலர், 1973, முருகன் ஏஜென்ஸி வெளியீடு

சிவாஜி ஒரு ஸ்பிரிட்

நடிப்புக்கு சிம்மாசனம் அமைத்துத் தந்தவர் சிவாஜி கணேசன். அந்தத் தமிழரால் தமிழகத்துக்குப் பெருமை. அவரே ஒரு ஸ்பிரிட். இந்த நாட்டின் சொத்து-பொக்கிஷம் என்று அவரைப் பற்றி கர்வமாக நாம் கூறிக் கொள்ளலாம். அவரது நடிப்பைப் பார்த்து கிண்டல் கேலி செய்தவர்களும் உண்டு. அவரின் பெருமையை, அவர் இறந்த போது தான் அவர்கள் அறிந்தார்கள். அவர்கள் ஒட்டு மொத்தமாக அழுது பாப விமோசனம்

கிழக்கே போகும் ரயில் 100வது நாள் விழாவில் இளையராஜாவிற்கு கேடயம் வழங்கும் நடிகர் திலகம்

பெற்றனர். அப்போது தான் அவர்களுக்கும் தெரிந்தது, இவர்களுகுள்ளும் சிவாஜி அற்புத நடிப்பால் வாழ்ந்து கொண்டிருக்கிறார் என்று. சிவாஜியின் நடிப்பைப் பார்த்துவிட்டு, அவரை மிஞ்ச வேண்டும் என்கின்ற ஆசையில் அல்லி நகரத்திலிருந்து திரையுலகுக்கு வந்தவர்கள் தான் நானும், பாரதிராஜாவும். அவருடைய மரணம் யாராலும் ஈடு செய்ய முடியாத இழப்பு.

- இசைஞானி **இளையராஜா**
(தினத்தந்தி, 30.7.2001)

பாடகர்கள்

இமயமலை போன்றவர்

இமயமலை போன்று ஈடு இணையில்லாத நடிகர் சிவாஜி ஒருவர்தான். அவருக்கு விருதுகளெல்லாம் மிகவும் தாமதமாகவே வழங்கப்படுகின்றன. அவருடன் பணியாற்றியதை நான் பெரும் பாக்கியமாகக் கருதுகிறேன். அவருக்குப் பின்னணி

சிவாஜி - ஒரு வரலாற்றின் வரலாறு

சிவாஜி பிறந்தநாள் விழாவில் கே. வீ. மகாதேவன் இசைக்குழுவில் பாடுகிறார்கள்
டி. எம். எஸ், பி. சுசிலா

பாடுவதே ஒரு மகிழ்ச்சியான அனுபவம் தான். தனது உணர்ச்சிகரமான, நேர்த்தியான நடிப்பால், பாடல் காட்சிகளில் தானே பாடுவது போன்ற தோற்றத்தை ஏற்படுத்தினார். கலைத்துறை அவரால் மிகுந்த பெருமையும், புகழும் அடைந்துள்ளது.

-பாடகர் திலகம் **டி.எம். சௌந்தர்ராஜன்**
(வாசுகி, 16-30, ஏப்ரல் 1995 & நியூஸ் டுடே, 22.7.2001)

உயர்ந்த ரசிகர்

இன்று உலக அரங்கிலேயே சிறந்த நடிகர்களில் ஒருவராகத் திகழ்கிறார் நடிகர் திலகம். அவர், தான் ஏற்றுக் கொள்ளும் பாத்திரத்தின் படைப்பு, அதன் இயல்பு ஆகியவற்றை நன்கு உணர்ந்து, பாத்திரத்தோடு ஒன்றிவிடும் தன்மையினால்தான், படம் பார்க்கும் மக்களின் உள்ளத்தில் நின்று நிலைத்து விடுகிறார். பாடல் காட்சிகளில்,

K. சந்திரசேகரன்

சிவாஜி - ஒரு வரலாற்றின் வரலாறு

நடிகர் திலகத்துடன் சீர்காழி கோவிந்தராஜன்

பின்னணியில் யார் பாடிய பாடலாக இருந்தாலும், இம்மியளவும் பிசகாத வாயசைப்பினால், பாடலை அவரே பாடுவது போல் தோன்றச் செய்வது, அவருடைய திறமைக்கு ஓர் எடுத்துக்காட்டு. அன்புடன் பழகும் பண்புடைய சிவாஜி அவர்கள், சிறந்த நடிகர் மட்டுமல்ல, உயர்ந்த ஓர் ரசிகரும் கூட என்பது பலரும் அறிந்த உண்மை.

-இசைமணி சீர்காழி **எஸ்.கோவிந்தராஜன்**

(நடிகன் குரல், நடிகர் திலகம் சிவாஜி கணேசன் உலக வெற்றி உலா மலர், ஆகஸ்ட் 1962)

நடிப்புக்கே ஆசான்

நடிகர் திலகம் சிவாஜி கணேசன் நடிப்புக்கே நடிப்பினை சொல்லிக் கொடுத்தவர்.

-பின்னணிப்பாடகர் **பி.பி.ஸ்ரீனிவாஸ்**

(டி.எம்.எஸ். அவர்களுக்கு நடந்த பாராட்டு விழா, 24.3.2006;
சென்னை நாரத கான சபா)

கடவுள் படைத்த கடவுள்

நான் இசைத் துறையைச் சேர்ந்தவன். ஒவ்வொரு துறைக்கும் தெய்வங்கள் உண்டு. நடிப்புத் துறைக்கு, கடவுள் படைத்த கடவுள் தான் சிவாஜி சார்.

-இசை மாமேதை **கே. ஜெ. ஜேசுதாஸ்**
(20.7.2002 அன்று சென்னை காமராஜர் அரங்கில் நடைபெற்ற ஒய்.ஜி. மகேந்திரா நடத்திய சிவாஜி அவர்களின் முதலாம் ஆண்டு நினைவஞ்சலியில் கூறியவை)

பல ஆஸ்கார் வாங்கியிருப்பார்

நடிகர் திலகம் தனக்கென தனி பாணி வகுத்து நடித்தார். அவரை அமெரிக்காவுக்கு அழைத்துச் சென்று, அங்குள்ள கலைஞர்களை அறிமுகப்படுத்தி அவரை கௌரவித்தார்கள். அந்த அமெரிக்க கௌரவம் பெற்ற ஒரே நடிகர் சிவாஜிதான். வேட்டி, சட்டை கட்டினால் ஒரு மாதிரி இருப்பார். சூட்டு, கோட்டு போட்டால் ஆளே மாறி விடுவார். அப்போதெல்லாம் தமிழ்ப்படங்கள் ஆஸ்கார் விருதுக்கு அனுப்பப்பட்டதில்லை. அப்படி அனுப்பி இருந்தால், எண்ணிக்கையில்லாத ஆஸ்கார் விருதுகளை சிவாஜி வாங்கியிருப்பார். தமிழ் இருக்கும் வரை சிவாஜி இருப்பார். நடிப்பு இருக்கும் வரை சிவாஜி புகழ் இருக்கும்.

-கந்தர்வக் குரலோன் **எஸ்.பி. பாலசுப்பிரமணியம்**
(தினகரன், 1.10.2003)

எத்தனை பாவங்கள்? எத்தனை உணர்ச்சிகள்?

இன்று விழாவின் ஓர் அங்கமாக, நடிகர் திலகம் நடித்த மறக்க இயலாத திரைக்காவியங்களில் சில முத்தான படங்களைத் தேர்ந்தெடுத்து, அவற்றில் இடம் பெற்ற உணர்ச்சிமயமான காட்சிகள் இங்கே ஒளிபரப்பாயின. ஒவ்வொரு காட்சியைப் பார்க்கும் பொழுதும் நான் விக்கித்து, வாய்ப்பேச முடியாமல், பிரமித்து நிற்கிறேன். எத்தனை விதமான வேடங்கள்? எத்தனை மாறுபட்ட முகபாவங்கள்? எத்தனை விதமான உணர்ச்சிகளை வெளிக்காட்டும், எத்தனை விதமான ஆற்றல்? இவை அனைத்தையும் வெளிப்படுத்தியது ஒரே ஒரு முகம் தான் என்பதை நினைக்கும்

256 K. சந்திரசேகரன்

சிவாஜி - ஒரு வரலாற்றின் வரலாறு

அண்ணன் ஒரு கோவில் வெற்றி விழாவில் நடிகர் திலகத்திடம் இருந்து கேடயம் பெறுகிறார் பாடகி வாணி ஜெயராம்

பொழுது, யாரால் தான் பிரமிப்பால் வியந்து நிற்க முடியாது என்கிற கேள்வியே மறுபடியும் மறுபடியும் என் நினைவில் நிற்கிறது.

மாபெரும் கலைஞனாகிய நடிகர் திலகத்தின் நினைவைப் போற்றும் இந்த விழாவில், அவரது பெயரால் எனக்கும் இன்று விருது கிடைத்ததை, நான் பெற்ற பெரும் பேறாகவே நினைக்கிறேன்.

அவரது எண்ணற்ற படங்களில் என் குரல் ஒலித்திருக்கிறது. நான் பாடிய முதல் பாடலான மல்லிகை என் மன்னன் மயங்கும் என்ற தீர்க்க சுமங்கலி திரைப்பாடலைக் கேட்டுவிட்டு, என்னை மனமாரப் பாராட்டியதை என்னால் என்றும் மறக்க இயலாது. அவர் மிக உயர்ந்த நடிகர் மட்டுமல்ல, மிக உயர்ந்த கலைரசனை உள்ள மிகச் சிறந்த ரசிகரும் ஆவார்.

-பின்னணிப் பாடகி **வாணி ஜெயராம்**
(30.09.2007ஆம் நாளன்று சென்னை மியூசிக் அகாடமியில் நடிகர் ஒய்.ஜி.மகேந்திரன் நடத்திய சிவாஜி விழாவில் பேசியது.

சிவாஜி அப்பா ஒரு ஜீனியஸ்

நடிகர் திலகம் அவர்களை நான் எப்பொழுதும் அப்பா ன்னுதான் அன்போடு அழைப்பேன். அவர் நடித்த எண்ணற்ற படங்களில் அஸோஸியேட் டைரக்டராக பணியாற்றியிருந்தாலும், எனது தந்தையார் பீம்சிங் இயக்கி, அப்பா சிவாஜி நடிப்பில் வெளியான முதல் படம் "ராஜா ராணி". இந்தப்படத்தில் இடம்பெற்ற, டாக்டர் கலைஞரின் வசனத்தில் அப்பா சிவாஜி பேசி நடித்த, மிக நீண்ட, சேரன் செங்குட்டுவன் ஓரங்க நாடகக் காட்சி, அன்றைய தினம் ரசிகர்கள், விமர்சகர்களால் பெரிதும் பாராட்டப்பட்ட காட்சியாகும். ஏறத்தாழ, திரையில் 15 நிமிடங்களுக்கும் மேலாக ஓடக்கூடிய இந்தக் காட்சியில், கலைஞர், பக்கம் பக்கமாக எழுதிய வசனத்தை, எந்தவித உச்சரிப்புப் பிழையுமின்றி, தக்க உணர்வுகளை வெளிப்படுத்தி, நடிகர் திலகம் ஒரே Take ஒரே Shot ல் நடித்து முடித்து Setல் உள்ள அனைவரின் பாராட்டையும் பெற்றார். இன்றுள்ளதைப் போல அன்றைய காலக்கட்டங்களில், இத்துணை தொழில் நுட்ப வசதிகள் இல்லாத ஒரு நேரம். படப்பிடிப்பு நடக்கும் பொழுதே Sound and Dialogue Recordingகும் ஒரே நேரத்தில் பதிவு செய்ய வேண்டிய கட்டாயம். சிவாஜி பேசி நடித்த காட்சி, Cameraவில் சரியாக Lighting Effects உடன் நன்றாக, பதிவு செய்யப்பட்டது. ஆனால் என்ன கோளாறு நடந்ததோ தெரியவில்லை, அவரது வசனம் ஒலிப்பதிவு ஆகாமல் போயிற்று. இதை நடிகர் திலகத்திடம் என் தந்தையார் பீம்சிங் "Audio சரியாக பதிவாகவில்லை, நீங்கள் மீண்டும் ஒருமுறை நடித்துக் கொடுக்க முடியுமா?" என்று கேட்டபொழுது, மறுப்பேதும் சொல்லாமல் "அதனாலென்ன பீம்பாய் (எனது தந்தை பீம்சிங்கை சிவாஜி அப்பா பீம்பாய் என்றுதான் அழைப்பார்) ஒலிப்பதிவிற்கு மறுபடியும் எல்லா ஏற்பாடுகளையும் செய்துவிட்டு என்னிடம் சொல்லி அனுப்புங்கள், நான் வந்து பேசிவிட்டுச் செல்கிறேன்" என பதிலளித்தார். அதுதான் சிவாஜியப்பாவின் பெருந்தன்மை. நடந்த தவறுக்கு தொழில் நுட்பக் கோளாறுதான் காரணம். ஆனால் தொழில்நுட்பக் கலைஞர்களையோ, தயாரிப்புத் தரப்பிலுள்ள மற்ற யாரையுமோ குறை கூறி, பழியை மற்றவர்கள் மீது போடாமல், சொன்னபடி, சொன்ன நேரத்தில் வந்து, ஒலிப்பதிவு வெற்றிகரமாக அமைய, தன்னுடைய முழு ஒத்துழைப்பையும் அளித்தார். அன்று சேரன் செங்குட்டுவனாகத் தோன்றி எப்படி முழங்கினாரோ, அதிலிருந்து

சிவாஜி - ஒரு வரலாற்றின் வரலாறு

இம்மியளவு கூட விலகாமல், மைக்குகள் பொருத்தப்பட்ட இடங்களுக்கு ஏற்றவாறு தன்னுடைய முகத்தைத் திருப்பி, தகுந்த ஏற்ற இறக்கங்களுடன் வசனத்தை எல்லோரும் பிரமிக்கும்படி பேசி முடித்தார். என்னைப் போன்ற சிலருக்கு, ஒரு சின்ன Curiosity இருந்தது. இந்தக் காட்சியில் அவர் பேசிய வசனம், அன்று அவர் நடித்த காட்சியோடு சரியாக Synchronise ஆகி இருக்குமா என்ற ஆவல்தான் அது. Editing தினத்தன்று சரியானபடி பொருந்துகிறதா? என்று ஆவலுடன் பார்த்துக்கொண்டு இருந்தோம். 100% ஒலியும் ஒளியும் சரியாக, அழகாக, அருமையாக இணைந்து, காட்சி மிகச்சிறப்பாக அமைந்திருந்தது. ஒரு இடத்தில் கூட not even one inch ஒலி கூட விலகவில்லை. What a Genius is சிவாஜியப்பா! He is really Great. தொழில்நுட்பக்கோளாறு ஏற்பட்டு, மறுஒலிபரப்பு செய்யப்பட்ட இந்த செய்தியை, முதன் முதலாக இன்றுதான், இந்த மேடையில்தான் நான் உங்களோடு பகிர்ந்து கொள்வதில் பெருமைப்படுகிறேன்.

-எடிட்டர் **லெனின்**

(2001ஆம் ஆண்டு செப்டம்பர் மாதம் சென்னை ராணிசீதை மன்றத்தில் தமிழ்நாடு முற்போக்கு எழுத்தாளர்கள் சங்கம் சார்பில் நடிகர்திலகம் மறைவிற்கு அஞ்சலி எனும் இரங்கல் கூட்டத்தில் பேசியதன் தொகுப்பு)

தியேட்டர் அதிபர்

அபிராமிக்கு கணேச கடாட்சம்

சினிமாத் துறையோடு சம்பந்தப்பட்டிருந்ததால், நடிகர் திலகம் சிவாஜியின் அன்புக்கும் உரியவனாக இருந்தேன். அபிராமி திரையரங்கை, நடிகர் திலகம் தான் 1976ம் ஆண்டு ஜூலை 2ந் தேதி அன்று திறந்து வைத்தார். என் மகள் திருமணத்தின் போது, முழு நாளும் கூடவே இருந்து எங்கள் குடும்பத்தை சந்தோஷப்படுத்தினார். அவரைப் பார்க்க வருவது தள்ளிப்போனால், உரிமையுடன் கோபித்துக் கொண்டு, "ஏண்டா ஏதாவது விஷயம் இருந்தால் தான் வருவியா?" என்று கேட்பார்.

-அபிராமி ராமநாதன்

(தினத்தந்தி, வரலாற்றுச்சுவடுகள், 28.11.2007)

சிவாஜி - ஒரு வரலாற்றின் வரலாறு

தென் இந்திய மொழிக் கலைஞர்கள்

நடிகர் திலகத்துடன் நாகேஸ்வரராவ்

ஆத்ம அனுபவம்

என்னைப் போலவே என் நண்பர் சிவாஜியும் கஷ்டப்பட்டு வாழ்க்கையில் முன்னுக்கு வந்தவர். நவராத்திரி படத்தில் அவரது பலவித பரிமாணங்களைக் கண்டு வியந்திருக்கிறேன். நடிப்பில் அவரை மிஞ்சுவதற்கு உலகில் எவரும் இல்லை. அவரது கம்பீரமான சிம்மக்குரலை கேட்டு பிரமித்துப் போயிருக்கிறேன். ஆனால், அப்பேர்ப்பட்ட சிம்மக்குரலோன் சிவாஜிதான், காதல் காட்சிகளில், மெல்லிய குரலில் நளினமாக, காதல் உணர்வுகளை வெளிப்படுத்துவார். ஒரே திரைப்படத்தில் பல்வேறு வகைப்பட்ட

நடிப்பை வெளிப்படுத்தும் ஆற்றல் அவர் ஒருவருக்குத்தான் உண்டு. அவருடைய நடிப்பைப் பற்றி நினைக்கும் பொழுது என் மனதில் எழும் சிந்தனை இதுதான். நம்முடைய ஐம்புலன்களும், நம்முடைய எண்ணம், செயல் மற்றும் நாம் அனுபவிக்கும், சுவைக்கும் அனைத்திற்கும் சாட்சிப் பொருட்களாக விளங்குகின்றன. நம்முடைய மனம், ஆத்மாவிற்கும், ஐம்புலன்களுக்கும் பாலமாயிருந்து செயல்படுகின்றது. மனம் வழி நின்று, ஐம்புலன்கள் மூலம் ஆத்மா அனுபவித்து ஆனந்தமடையும் பல்வேறு சுவைகளுள், நடிகர் திலகத்தின் ஒப்பற்ற நடிப்பும் ஒன்று என்றால் அது மிகையாகாது.

–தெலுங்கு நடிகர் **ஏ. நாகேஸ்வரராவ்**
(நடிகர் திலகத்தின் 76வது பிறந்தநாள் விழா,
1.10.2003; சென்னை மியூசிக் அகாடமி

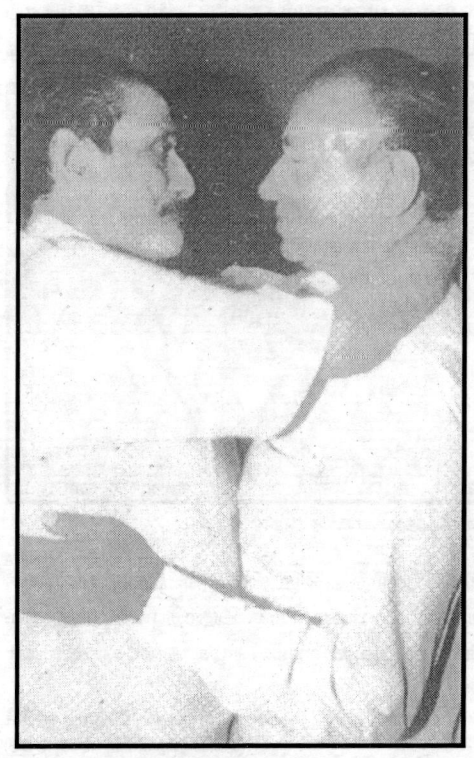

நடிகர் திலகத்துடன் ராஜ் குமார்

தலைசிறந்த நண்பர்

எந்தச் சூழ்நிலையில், யார் சிவாஜி கணேசனுக்கு நடிகர் திலகம் என்று பட்டம் சூட்டினார்களோ தெரியாது. அதற்கு அவர் முற்றிலும் பொருத்தமானவர். நடிப்பது சிரமம். ஆனால் நடிப்புலகில் அவர் கொடி கட்டிப் பறந்தார். ஒவ்வொரு வேடத்திலும் ஜொலித்தார். அவருடைய ரசிகன் நான். சிவாஜி முதன் முதலாக நடித்த பராசக்தி படத்தைப் பார்த்த பிறகு அவரைப் பார்க்க ஆசை. இதற்காக அவர் நடிக்கும் ஸ்டுடியோவுக்குச் சென்றேன்.

சிவாஜி - ஒரு வரலாற்றின் வரலாறு

ஆனால் அவரைப்பார்க்க பயமாக இருந்தது. பின்னர் அவருடன் பழகிய பிறகு தான் அவரது பழகும் எளிமைத்தன்மை எனக்குப் புரிந்தது. அதன் பிறகு தான், எனக்கும் நடிக்க ஆசை ஏற்பட்டது. அவரைப் பார்த்தாலே யாருக்கும் நடிப்பு வந்து விடும். நான் கன்னடத்தில் நடித்த சங்கர்குரு படம் தமிழில் திரிசூலம் என்று தயாரிக்கப்பட்டது. அந்தப் படத்தில் சிவாஜி நடித்தார் என்பது எனக்கு மகிழ்ச்சியாகவும், பெருமையாகவும் இருந்தது. நான் வீரப்பன் பிடியில் இருந்து காட்டை விட்டு வெளியே வந்த பிறகு, சென்னைக்கு வந்து நடிகர் திலகத்தை அவரது வீட்டில் சந்தித்தேன். அப்போது அவர் இரண்டு நிமிடங்களுக்கும் மேலாக எனது கன்னங்களை அவரது கைகளினால் பிடித்துக் கொண்டு, பிறகு என்னைக் கட்டியணைத்து கண்ணீர் விட்டு அழுதார். அப்படிப்பட்ட ஒரு மிகச் சிறந்த நண்பர் அவர்.-

-கன்னட சூப்பர் ஸ்டார் **ராஜ்குமார்**
(தினத்தந்தி, 23.7.2001)

அனைவரது உள்ளங்களையும் தன்பால் இழுத்தவர்

வீரபாண்டிய கட்டபொம்மன் என்கின்ற விடுதலை வீரனின் பாகத்தை ஏற்று நடித்து, இந்த நாட்டு மக்கள் அனைவரின் உள்ளங்களையும் தொட்டு தன்பால் இழுக்கும் திறமை சிவாஜி கணேசன் ஒருவருக்குத்தான் உண்டு. இவர் கட்டபொம்மனாக

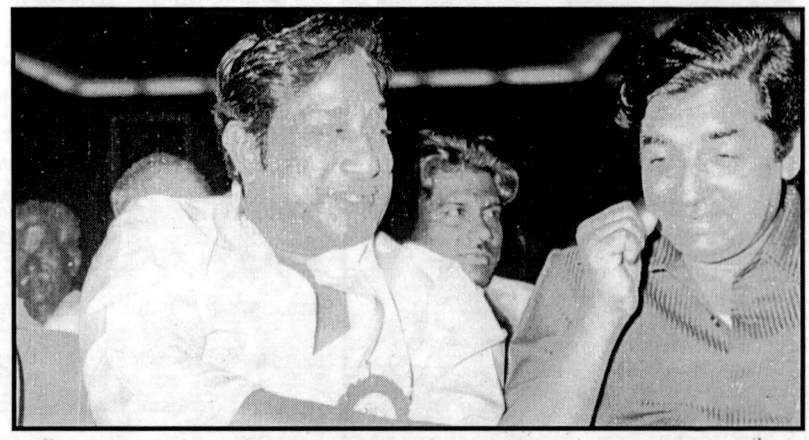

நடிகர் திலகத்துடன் பிரேம்நசீர்

நடித்ததை, அன்றைய கட்டபொம்மன் இருந்து இன்று கண்டால், இதயத்துடிப்பால், இன்பப் பெருக்கால் இறுக அணைத்துத் தழுவியிருப்பான். அதற்குப் பதிலாகத்தான், நாமும், நாடாள்வோரும் இன்று போற்றிப் புகழ்கிறோம். வாழ்க அவர் கலைப்பணி, வளர்க அவர் புகழ்.

-மலையாள நடிகர் **பிரேம் நசீர்**
(கலைத்தோட்டம், 15.6.1959)

K. சந்திரசேகரன்

வேறு யாரையும் ஒப்புக் கொள்ள முடியாது

உங்களுக்குப் பிடித்த நடிகர் யார்? சிறந்த நடிகர் என்று யாரை உங்களால் சொல்ல முடியும்? (இயக்குநர் கே. சுபாஷ் இந்தக் கேள்வியை மலையாள திரைப்பட நடிகர் திலகன் அவர்களிடம் கேட்டார். அதற்கு திலகன் அவர்கள் கூறிய பதில்)

இங்கே பக்கத்திலேயே நடிகர் திலகம் சிவாஜி கணேசனை வைத்துக் கொண்டு, பிடித்த நடிகர் யார், சிறந்த நடிகர் யார் என்று கேட்கிறீர்களே? அவரை விடச் சிறந்தவர்கள் யார் இருக்க முடியும்? என்னால் வேறு யாரையுமே ஒப்புக் கொள்ள முடியாது.

-மலையாள நடிகர் **திலகன்**
(சினிமா எக்ஸ்பிரஸ், 1-15 ஜூன் 1999)

அவரே ஆசான்..அவரே அப்பா..

சிவாஜி கணேசன் எனக்கு ஆசான். அப்பா போன்றவர். அவர் கடவுள் என்றால் நான் குழந்தை. அவர் கோவிலென்றால் நான் பக்தன். அப்படிப்பட்ட உயர்ந்த மனிதர் அவர்.

-மலையாள நடிகர் **மது**
(புதிய பார்வை, 1-15 மே 1995)

படங்கள்-பாடங்கள்

உலகின் பிரபல நடிகர்களான, மார்லன் பிராண்டோ, பீட்டர் ஓடுல், அலெக் கின்னஸ் போன்றவர்களை விட உயர்ந்தவர் நடிகர் திலகம். சிறிய பாத்திரமானாலும், பெரிய பாத்திரமானாலும் அந்தப் பாத்திரத்தில் தனது முத்திரையைப் பதித்து விடும் திறமை படைத்தவர் அவர். அவரது முகபாவங்கள் ஒவ்வொன்றும் ஆயிரம் கதைகள் சொல்லும். நடிப்புக் கல்லூரியில், நடிகர் திலகம் நடித்த படங்களை வைத்துப் பாடம் சொல்லிக் கொடுக்க வேண்டும். அவர் நடித்த படங்களைக் காட்டினாலே போதும், நடிப்புக் கல்லூரி மாணவர்கள் நல்ல நடிப்பைப் பயின்று விடுவார்கள். இதை இங்கு மட்டுமல்ல. எங்கும் சொல்வேன். ஒரு சமயம் ஹைதராபாத்தில் நடைபெற்ற ஒரு விழாவில், நடிப்புக் கல்லூரி பற்றிய விஷயம் பேசப்பட்ட போதும், இந்த கருத்தைத் தான் நான் சொன்னேன். நடிப்புக்கு நடிகர் திலகத்தைப் போன்றதோர் ஆசான் கிடைக்கவே முடியாது.

-தெலுங்கு நடிகர் **உம்முடி**
(மருதாணி, 10.10.86)

முகத்தைப் பார்த்தாலே நடிப்பு வரும்

சிவாஜி சார் புதிய பாணியை உருவாக்கி, அவருக்கென்று தனி வழியில் நடித்தார். தான் நடித்த ஒவ்வொரு படத்திலும் அந்தந்த பாத்திரங்களாகவே வாழ்ந்தார். அந்த நடிப்புக்கு ஈடாக யாரும் நடிக்க இயலாது. அவர் ஒரு நடிப்புப் பல்கலைக்கழகம். அவர் முகத்தைப் பார்த்தாலே நடிப்பு வந்து விடும்.

-மலையாள நடிகர் **மம்முட்டி**
(தினத்தந்தி, 23.7.2001 & ராணி, 15.4.2007)

செல்லுலாய்ட் அதிசயம்

ஒரு யாத்ரா மொழி (1996) திரைப்படத்தில் நடிகர் திலகத்துடன் மோகன்லால்

இமயத்திற்கு இந்திய அஞ்சலி! நடிப்புலகின் மாமேதை அமரர் நடிகர் திலகம் அவர்களுக்கு இந்நிகழ்ச்சி ஒரு சிறந்த அஞ்சலி! இத்தருணத்தில், எனது உணர்வுகளை வெளிப்படுத்த வார்த்தைகள் கிடைக்காது வியந்து நிற்கிறேன். நடிகர் திலகம் சிவாஜி கணேசன் அவர்கள் மிகுந்த அனுபவம் வாய்ந்த நடிகர். அவர் யாரோடும் ஒப்பிடமுடியாத, ஈடு இணையற்ற, முழுமையான நடிகர். அவர் புரிந்த சாதனைகளை எவராலும் எட்டிப் பிடிக்க முடியாது.

உலக அதிசயங்கள் ஏழு என்று வரலாறு கூறுகிறது. நாம் அதனை எட்டு என்று திருத்திக் கூறுவோம். ஏனென்றால் திரு. சிவாஜி கணேசன் ஒரு "செல்லுலாய்ட் அதிசயம்". அவர் என்றும் ஒரு சகாப்தமாகவும், இந்தியத் திரைப்படத் துறையினருக்கு, ஒரு வழிகாட்டும் நட்சத்திரமாகவும் வாழ்ந்து கொண்டேயிருப்பார். சிவாஜி கணேசன் அவர்கள் வாழ்ந்த காலத்திலே நாமும் வாழ்ந்தோம் என்கிற மிகப்பெரிய பெருமையை,

K. சந்திரசேகரன்

இத்தருணத்தில் நாம் அனைவரும் பகிர்ந்து கொள்ளக் கடமைப்பட்டுள்ளோம். அவரது நினைவுகளை என்றும் போற்றுவோம் ! நன்றி !

-மலையாள நடிகர் **மோகன்லால்**
(சென்னையில் 28.9.2001 அன்று ராஜ் டிவி நடத்திய இமயத்திற்கு இந்திய அஞ்சலி நிகழ்ச்சியில் கூறியவை)

சினிமாவுக்காகவே உழைத்தவர்

நடிப்பு என்றால் சிவாஜி. சிவாஜி என்றால் நடிப்பு. ஒன்றை ஒன்று பிரிக்கவே முடியாது. ஒவ்வொரு படத்திலும் ஒவ்வொரு சிவாஜியைப் பார்க்க முடியும். அவர் நடப்பது, பேசுவது எல்லாமே தனிச்சிறப்பு. அவரைப் போல் யாராலும் நடிக்க முடியாது. உலகிலேயே சிறந்த நடிகர் அவர். நவராத்திரி, பாகப்பிரிவினை என்று அவரது ஒவ்வொரு படமும் சிறப்பானது. அவருடன் நடிக்க முடியாமல் போய் விட்டதே என்கின்ற வருத்தம் எனக்கு எப்போதுமே உண்டு. பலமுறை வாய்ப்பு வந்த போது, கன்னடப் பட கால்ஷீட் காரணமாக, சிவாஜியுடன் நடிக்க முடியாமல் போய்விட்டது. தன்னால் எந்தப் படத்துக்கோ, தயாரிப்பாளருக்கோ கஷ்டம் ஏற்படக்கூடாது என்று கடைசி வரை சினிமாவுக்காகவே உழைத்தவர்.

-கன்னட நடிகர் **அம்பரீஷ்**
(தினத்தந்தி, 29.7.2001)

பிறவிப் பயனை அடைந்தேன்.

உலகத்திலேயே மிகச்சிறந்த நடிகர், நடிகர் திலகம் சிவாஜி தான். அவருடைய நடிப்பாற்றலைக் கண்டு பிரமித்துப் போய், அவரது இன்ஸ்பிரேஷனால் தான் நான் நடிகனானேன் என்பது சத்தியமான உண்மை. "நடிப்பு என்றால் சிவாஜி ஒருவர் மட்டுமே" என்று கூறி விட்டு, சிலரது வெறுப்புக்கு ஆளானேன்! ஆனால் சத்தியத்தை, உண்மையைப் பேசுவதில் எனக்கு என்றும் பயமில்லை. இன்றும், என்றும் அடித்துக் கூறுவேன், நடிப்பின் இலக்கணம் அவர், நடிப்பின் இமயம் அவர். அவரைத் தரிசித்து, நடிப்புலக மாமேதையான அவரது காலைத்தொட்டுக் கும்பிட்டு, நடிப்புக்கடவுளான அவரிடம் ஆசி பெற்றது, பிறவிப்பயனை அடைந்தது போலாகியது.

-கன்னட நடிகர் **சாய்குமார்**
(சினிமா எக்ஸ்பிரஸ், 1-15 நவம்பர் 1997)

சிவாஜி - ஒரு வரலாற்றின் வரலாறு

வட இந்திய மொழிக் கலைஞர்கள்

இந்திய நாட்டின் கலைப் பொக்கிஷம்

பல தரப்பட்ட பாகங்களை (பாத்திரங்களை) ஏற்று நடிப்பதில், சிவாஜி கணேசன் திறமைசாலி. அவர் நமது நாட்டின் சிறந்த நடிகர்களில் ஒருவர். தமிழ்ப்படவுலகுக்கு மட்டுமல்ல, இந்த நாட்டுக்கே கிடைத்துள்ள கலைப் பொக்கிஷம் அவர்.

-ஹிந்தி நடிகர் **திலீப்குமார்**
(பேசும் படம், செப். 1968)

பேசும் கண்கள்

பேச்சு சில இடங்களில் எனக்குப் புரியவில்லை. ஆனால் சிவாஜியின் கண்கள் பேசுவதிலிருந்து அனைத்தையும் புரிந்து கொண்டேன். ரயிலில் போகும் போது, சிவாஜியும், பத்மினியும் கண்களால் எல்லாவற்றையும் பேசிக்கொண்டு விட்டார்கள். சிவாஜியின் கண் பேசுவதை என் கண்ணால் கேட்டேன்.

-ஹிந்தி நடிகர், இயக்குநர் **குருதத்**
(பேசும் படம், ஏப்ரல் 1972)
(தில்லானா மோகனாம்பாள் திரைப்படத்தைக் கண்டு களித்து விட்டுக்கூறியவை)

அவர் ஒரு குழந்தை

அமரதீபம் என்றொரு படம். சிவாஜி கணேசனுக்காக நான் அந்தப்படத்தில் நடித்தேன். அன்று முதல், நானும் அவரும் நல்ல நண்பர்கள். சிவாஜி ஒரு சகாப்தம். நடிப்பில் ஈர்த்தவர். எல்லைகளைத் தொட்டவர். எந்தப்பாத்திரத்திலும் ஜொலித்தவர். ஆயிரம் ஆண்டுகளின் மிகச்சிறந்த நடிகருக்கான அவார்டை, ஒரு முறை சென்னையில் என் கையால் அவருக்கு வழங்கினேன். என் வாழ்நாளில் மறக்க முடியாத மனிதர் அவர். அவரது வீட்டுக்குச் சென்ற போது, எனக்கு ஆள் உயர மாலை

K. சந்திரசேகரன்

அணிவித்தார். அதன் கனம் தாங்காமல் நான் தலை குனிந்தேன். குழந்தையைப் போல் சிரித்தார் சிவாஜி. விழா முடிந்த பின்னர், நான் தங்கியிருந்த ஹோட்டலுக்கே வந்து என்னை வழியனுப்பினார். அவரது குடும்ப உறுப்பினர்களிடமும் எனக்குப் பாசம் உண்டு. அது இன்றும் தொடர்வது சந்தோஷம்.

-ஹிந்தி நடிகர் **தேவ் ஆனந்த்**
(குமுதம், 31.10.2007)

சிவாஜி போலப் பேசும் சக்தி கொடு

விண்ணுலக தேவதை ஏதாவது ஒன்று என்னிடம் வந்து, உங்களுக்கு என்ன வரம் வேண்டும் என்று கேட்டால், சிவாஜி கணேசனைப் போல பேசும் சக்தி வேண்டும் என்று கேட்பேன். சிவாஜி அவர்கள், பக்கம், பக்கமாக, வசனங்களை, தெளிவான ஒலியோடு, உச்சரிப்போடு, இணைப்போடு, ஒரே மூச்சில், ஒரே வீச்சில் பேசும் அபாரமான சக்தி கொண்டவர்.

-ஹிந்தி நடிகர் **சசிகபூர்**
(தி நியூ இண்டியன் எக்ஸ்பிரஸ், 21.2.2005)

விஷப்பரிட்சை வேண்டாம்.

கௌரவம் திரைப்படத்தை ஹிந்தியில் எடுப்பதற்காக எனக்குப் போட்டுக் காட்டினார்கள். படத்தைப் பார்த்து நான் பிரமித்துப் போய்விட்டேன். என்னால் இந்த மாதிரி நடிக்க முடியாது என்று மனதார ஒப்புக் கொண்டேன். சிவாஜி செய்த பாரிஸ்டர் ரஜினிகாந்த் ரோலை, உலகில் உள்ள வேறு எந்த நடிகராலும் செய்ய முடியாது என்பதையும் தயாரிப்பாளர்களிடம் கூறினேன். அதனால் இதனை ஹிந்தியில் எடுக்க வேண்டாம், விஷப்பரிட்சையாகிவிடும் என்பதையும் வலியுறுத்தினேன்.

-ஹிந்தி நடிகர் **ராஜேஷ் கன்னா**
(1973ம் ஆண்டு வெளியான மதிஒளி இதழில்)

சிவாஜி - ஒரு வரலாற்றின் வரலாறு

மனம் கவர்ந்த நடிகர்

நடிகர் திலகம் சிவாஜி கணேசன் அவர்கள் நம் எல்லோரையும் கவர்ந்த தலைசிறந்த நடிகர்.

-ஹிந்தி நடிகர் **தர்மேந்திரா**
(சிவாஜி அவர்களின் 43வது பிறந்தநாள் விழாவில் 1.10.1970 கூறியவை)

என் குருநாதர்

தமிழ்நாட்டில் எனக்கு இரண்டு சகோதரர்கள் உண்டு. மூத்தவர் என் குருநாதர் சிவாஜி!

-ஹிந்தி நடிகர் **அம்ஜத்கான்**
(வாசுகி, 15-31 ஜூலை 1997)

இருவகை நடிப்பிலும் இமயம்

கலையுலகில் இரண்டுவிதமான நடிகர்கள் உண்டு. முதல் வகை நடிகர்கள், எப்படிப்பட்ட கடினமான கதாபாத்திரம் என்றாலும், தங்களது நடிப்புத்திறமையை முழுவதுமாக வெளிப்படுத்தி சிறப்பாக நடிக்கும் ஆற்றல் உடையவர்கள். இரண்டாவது வகையினர், சிறப்பாக நடிக்கும் ஆற்றல் குறைவாக இருப்பினும், மற்றவர்களைப் போல நடிக்காமல், மற்றவர்களிடமிருந்து வேறுபட்டு வித்தியாசமாக நடிக்கும் திறமை உடையவர்கள். நான் இரண்டாவது வகையைச் சார்ந்தவன்.

ஆனால், உலகத்திலேயே இரண்டு விதமாகவும் நடிக்கும் ஆற்றலும், திறமையும் ஒருசேரப் பெற்ற ஒப்பற்ற நடிகர் ஒருவர் உண்டென்றால், அது நமது நடிகர் திலகம் சிவாஜி ஒருவர் தான். அவரால் தான் சத்ரபதி சிவாஜி, ராஜராஜ சோழன், சாக்ரடீஸ், கட்டபொம்மன் போன்ற காலத்தால் அழியாத காவிய நாயகர்களாக நடிக்க முடியும். சாதாரண பாத்திரத்தையும் வித்தியாசமாக நடித்துக்காட்டும் திறமை பெற்றவர்.

K. சந்திரசேகரன்

இந்த மாபெரும் கலைஞன் நினைவாக வெளியிடப்படும் அஞ்சல் தலை விழாவில் கலந்து கொண்டது என் பாக்கியம்.

-ஹிந்தி நடிகர் **சத்ருஹன் சின்ஹா**
(01.10.2001 ஆம் நாள் சென்னை மியூசிக் அகாடமியில் நடைபெற்ற சிவாஜி அஞ்சல்தலை வெளியீட்டு விழாவில் பேசியது.)

உலகப் பெரு நடிகர்

உலகப் பெரு நடிகர் சிவாஜி. நான் அவர் வழியைப் பின்பற்றும் ஒரு சிறு நடிகன்.

-ஹிந்தி நடிகர் **சஞ்சீவ் குமார்**
(கதிரவன், 22.7.2001)

நடிகர் திலகத்துடன் சஞ்சீவ் குமார்

| சிவாஜி - ஒரு வரலாற்றின் வரலாறு |

உலக நடிகர்கள்

உங்களைப் போல் என்னால் நடிக்கமுடியாது

நடிகர் திலகமும், மார்லன் பிராண்டோவும்

திரு. சிவாஜி கணேசன் அவர்களே! என்னைப் போல் உங்களால் நடிக்கமுடியும். உங்களைப் போல் என்னால் நடிக்க முடியாது.

–ஹாலிவுட் நடிகர் **மார்லன் பிராண்டோ**
(1962ல் அமெரிக்காவில் நடிகர் திலகத்திற்கு அளிக்கப்பட்ட வரவேற்பில் கூறியது)

என்னால் நம்பவே முடியவில்லை! இப்படியும் ஒருவர் நடிக்கமுடியுமா? அபாரம், அற்புதம்! இது போன்று வேறு எவராலும் நடிக்க முடியாது.

–ஹாலிவுட் நடிகர் **மார்லன் பிராண்டோ**
(1969ல் ஆஸ்கர் விருது - க்கு அனுப்பப்பட்ட முதன்முதல் தமிழ்ப்படமான தெய்வமகன் திரைப்படத்தைப் பார்த்து விட்டு கூறியது)

K. சந்திரசேகரன்

சிவாஜி - ஒரு வரலாற்றின் வரலாறு

பெருமைக்குரிய விருந்தினர்

சிவாஜி கணேசன் அவர்களை விருந்தினராகப் பெற்றிருப்பது குறித்துப் பெருமைப்படுகிறோம். அவரது வருகை, பல நாட்டு மக்களிடையேயும் நல்லுணர்வு வளரப் பெரிதும் உதவும்.

–ஹாலிவுட் நடிகர் **சார்ல்டன் ஹெஸ்டன்**
நடிகன் குரல், நடிகர் திலகம் சிவாஜி கணேசன் உலக வெற்றி உலா மலர், ஆகஸ்ட் 1962

ஹாலிவுட் நடிகர்களுடன்: இடமிருந்து வலம்– ஜிம் கார்னர், ஜாக் லேமன், சார்ல்டன் ஹெஸ்டன், உட்கார்ந்திருப்பவர்கள்: ஜார்ஜ் சான்ட்லர், நடிகர் திலகம், வால்டர் பீஜன்.

K. சந்திரசேகரன்

சிவாஜி - ஒரு வரலாற்றின் வரலாறு

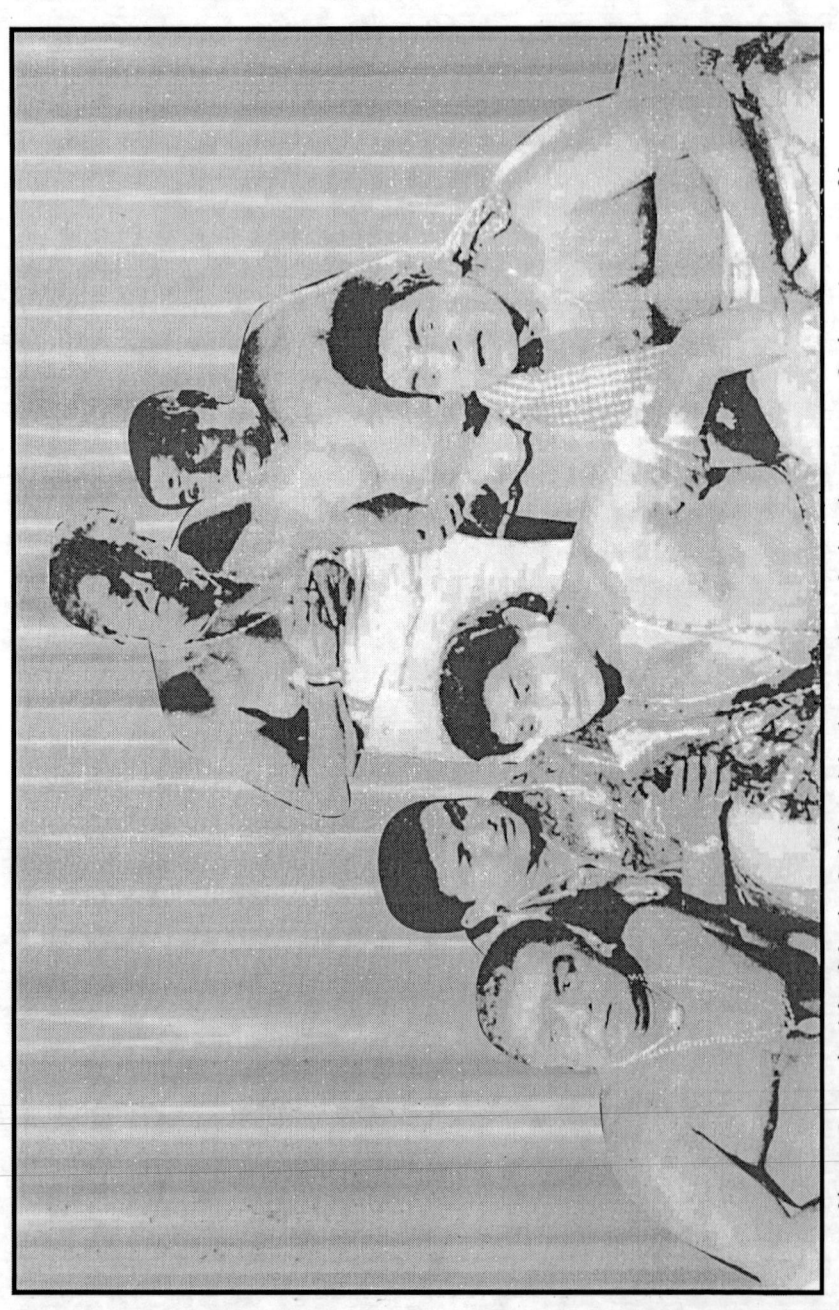

தில்லானா மோகனாம்பாள் (1968) திரைக்காவியத்தில் நடிகர் திலகத்துடன் சாரங்கபாணி, சம்பந்தம், பாலையா, ஏ. வி. எம். ராஜன், ஏ. கருணாநிதி

> சிவாஜி - ஒரு வரலாற்றின் வரலாறு

அரசியல்வாதி

தகுதியானவர் வேறு எவரும் இல்லை

சிவாஜி அவர்களுக்கு ராஜ்யசபை எம்.பி. பதவி வழங்கியிருப்பதில் எந்த அரசியல் உள்நோக்கமும் கிடையாது. காங்கிரஸ் கட்சிக்காக நாடெங்கும் சென்று ஒரு தாயைப் போல சேவை மனப்பான்மையுடன் தொண்டு புரிந்து வருபவர் நடிகர் திலகம் சிவாஜி கணேசன். அவரை விட இந்த எம்.பி. பதவிக்கு பொருத்தமானவர், தகுதியானவர் வேறு எவரும் இல்லை.

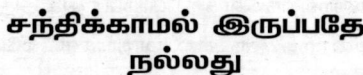
-பிரதமர் இந்திரா காந்தி
(சண்டே, ஆங்கில இதழ், 1982)

சந்திக்காமல் இருப்பதே நல்லது

நடிகர் திலகம் சிவாஜி, பசும்பொன் முத்துராமலிங்கத் தேவரை அடிக்கடி சந்தித்து பேசுவார், ஒரு நாள் தேவர் சிவாஜியிடம்:

"அய்யா! நீ வேறொரு கேம்ப்பில் இருக்கிறாய், அடிக்கடி என்னை வந்து பார்த்தால் நமக்குள் ஏதோ ரகசியத்

K. சந்திரசேகரன்

தொடர்பு இருப்பதாக நினைத்து உன்னுடைய சேவையில் களங்கம் கற்பிப்பார்கள். அதனால் என்னை நீ நேரில் சந்திக்காமல் இருப்பது உனக்கு நல்லது" என்று கூறினார்.

-பசும்பொன் முத்துராமலிங்கத்தேவர்

(மக்கள் தலைவர் சிவாஜி மணிவிழா மலர், ஆசிரியர்:ம.ச.பரதன், அக்டோபர் 1988)

கர்மவீரர் தோற்றார்! கணேசனார் நிலைகுலைந்தார்

தனது சொந்த வாழ்க்கையின் சுக துக்கங்கள் என்றுமே சிவாஜியின் நடிப்பிற்கு இடையூறு செய்ததில்லை. நடிப்பில் அவருக்கு இருந்த ஈடுபாடே அதற்குக் காரணம். என்றாலும் ஒரே ஒரு சமயம் அவர் செட்டில் கண்ணீர் மல்க நின்றிருக்கிறார். தேர்தலில் காமராஜர் அவர்கள் தோற்றுப் போனார் என்கின்ற செய்தி கேட்டு அவர் கண்ணீர் மல்க நின்றதை நான் பார்த்திருக்கிறேன்.

-இயக்குநர் கிருஷ்ணன்(பஞ்சு)

(சினிமா எக்ஸ்பிரஸ், சிவாஜி நினைவு மலர், 1.10.2001)

ஏழைகளின் இதயத்துடிப்பு

நடிகர்திலகம் சிவாஜி அவர்கள் விட்டுச்சென்ற இடத்தை யாராலும் நிரப்ப முடியாது. ஒரு தந்தையைப் போல எங்கள் குடும்பத்தினருக்கு நல்ல ஆலோசனைகள், அறிவுரைகள் வழங்கி எங்களை நல்ல வழியில் நடத்திச் சென்ற சிவாஜி அப்பாவின் மறைவு எங்களுக்கு பேரிழப்பாகும். அதுவும் என்னுடைய தந்தை என்.டி.ஆர் அவர்கள் மறைந்த ஒரு சில மாதங்களிலேயே அப்பா சிவாஜியும் மறைந்தது எங்கள் எல்லோருக்கும் இரண்டு மடங்கு துன்பத்தைக் கொடுத்தது.

சிவாஜி அவர்களின் நடிப்பு Over Acting என்பது ஒரு சிலரது தவறான கருத்து. Over Acting பற்றி சிவாஜி அவர்களே மிகத் தெளிவாக கூறியிருக்கிறார். "Acting ஐ பொறுத்தவரை Under Acting, Over Acting என்பதெல்லாம் எதுவும் கிடையாது. ஏனென்றால் Acting itself is unnatural. தாயாரை இழந்த ஒரு படிப்பறிவில்லாத கிராமத்து மனிதன் எப்படி தன் துக்கத்தை வெளிப்படுத்துவான்? கண்ணீர் விட்டு கதறி அழுவதுதான் உண்மையான உணர்ச்சி,. அப்படி அழாமல் மௌனமாக இரண்டு

சொட்டு கண்ணீர் வடிப்பது தான் உண்மையான உணர்ச்சி அப்படி மௌனமாக நடிப்பதுதான் உண்மையான Natural Acting என்பதை என்னால் ஏற்றுக் கொள்ள முடியாது". என்று சிவாஜியே கூறியுள்ளார். அவரைப்போல் எந்த நடிகராலும் நடிக்க இயலாது.

அவர் ஒரு நல்ல நடிகர் மட்டுமல்ல. நல்ல மனிதரும் தான். அவரது இதயம் எப்பொழுதுமே சமூகத்தில் மிகமிக பின்தங்கியவர்களுக்காகவும், மிகமிக தாழ்த்தப்பட்டவர்களுக்காகவும் தான் துடித்தது. அந்த இதயத்துடிப்பு பல்வேறு கால கட்டங்களில் ஏழைகளுக்காக துடித்ததை நாடே அறியும்.

இந்தியாவில் நடிகர் என்ற முறையில் முதன் முதலில் 1 லட்சம் ரூபாய் ஏழைக்குழந்தைகளின் பசிப்பிணி தீர்க்க மதிய உணவுத் திட்டத்திற்காக அன்றைய பிரதமர் பண்டித ஜவஹர்லால் நேருவிடம் நன்கொடையாகக் கொடுத்தபோது அந்த இதயத்துடிப்பை நாம் அறிந்தோம். அதே இதயம் தான் இந்திய-பாகிஸ்தான் போரின்போது அன்றைய பிரதமர் லால்பகதூர் சாஸ்திரியிடம் போர்நிதியாக தங்கள் வீட்டு நகைகள் அனைத்தையும் கொடுத்தபோது மீண்டும் துடித்தது. காஷ்மீர் மாநிலத்தின் அன்றைய முதல்வர் மீர்காசிம் அவர்களிடம் அம்மாநிலத்தில் வாழும் ஏழைக்குழந்தைகளின் கல்வி வளர்ச்சி நிதியாக ரூ.25,000/- கொடுத்தபோது அந்த இதயம் துடித்தது. அன்னை இந்திராகாந்தி அவர்கள் பாரதப்பிரதமராக பொறுப்பேற்றபொழுது தலைநகர் டில்லியில் தெருவோரம் வாழும் மக்களுக்காக நிரந்தரமாக வீடுகள் கட்டிக் கொடுப்பதற்கு ரூபாய் இரண்டு இலட்சம் கொடுத்தபோது அந்த இதயம் மீண்டும் துடித்தது. பீகார் மாநிலத்தில் வெள்ளம் வந்தபோது வெள்ள நிவாரண நிதியாக ரூ.1 லட்சம் தலைவர் காமராஜரிடம் கொடுத்தபோது அந்த இதயம் மீண்டும் துடித்தது.

இப்படிப் பலமுறை அவரது இதயம் ஏழைகளுக்காகத் துடித்து அள்ளி அள்ளிக் கொடுத்ததை நாடே அறியும்.

- புரந்தரேஸ்வரி

(இந்திய மனிதவள மேம்பாட்டுத்துறை இணையமைச்சர்)
(01.10.2007 அன்று சிவாஜி-பிரபு அறக்கட்டளை சார்பில் நடைபெற்ற சிவாஜி பிறந்தநாள் விழாவில் பேசியது)

சிவாஜி - ஒரு வரலாற்றின் வரலாறு

நடிகர் திலகத்துடன் M.P.S

இலட்சிய உணர்வோடு மன்ற மாநாடு

இந்த சிவாஜி ரசிகர் மன்ற மாநாடு ஒரு லட்சிய உணர்வோடு தொடங்குகிறது. சிவாஜியின் ஆணைப்படி, இந்திராவின் கரத்தை பலப்படுத்த உழைக்கும் மன்றத் தோழர்களை ஊக்கப்படுத்தும் மாநாடாக இது அமையும். இ.காங்கிரஸ் கட்சி மீண்டும் கோட்டையைப் பிடித்து கொடியைப் பறக்கவிடச் செய்யும் தருணம் நெருங்குகிறது. இதன் துவக்கம் தான் இந்த சிவாஜி மன்ற அரசியல் மாநாடாகும். இ.காங்கிரஸ் என்றால் அது எங்கே இருக்கிறது என்று கேட்பவர்களுக்கு விடை தரும் காட்சிதான் இந்த ஊர்வலமும் மாநாடும் ஆகும். இதன் மூலமாக சாதனைகள் பல உருவாக்க வேண்டிய சரித்திரக் கட்டாயம் வந்திருக்கிறது. அன்னை வழியில், அண்ணனின் ஆணைப்படி மன்றத் தோழர்கள் இயங்க, தூண்டுகோலாக அமையப் போவதே இந்த மாநாடு ஆகும். இத்தகு வழிமுறைகளைத் தடுக்க வரும் எதிரிகளைத் தூள்தூளாக்குவோம். சமுக அநீதிகளை அகற்றப் போராடுவோம். அண்ணனின் ஆணைப்படி அன்னை வழி சென்று கோட்டையைப் பிடிக்க வாரீர்!

- எம்.பி. சுப்பிரமணியம்

(தினமலர், 26.2.1984)

(1984ம் ஆண்டு சென்னையில் நடைபெற்ற சிவாஜி மன்ற அரசியல் மாநாட்டில் ஆற்றிய உரை)

சிவாஜி - ஒரு வரலாற்றின் வரலாறு

ஆருயிர் அண்ணனே! ஆணையிடுங்கள்

சிங்கப்பூர் சென்று திரும்பிய சிங்கத்தமிழன் சிவாஜி கணேசன் சிங்கப்பூர் இளைஞர்களை எல்லாம் அவருடனேயே அழைத்து வந்து விட்டார். சிங்கப்பூர் இளைஞர்கள் அண்ணன் மீது அவ்வளவு அன்பு வைத்திருக்கிறார்கள். அவர்கள் உள்ளத்தைக் கவர்ந்தவர் நமது அண்ணன் சிவாஜி ஒருவர் தான். தமிழக மக்கள் மட்டுமல்ல, மற்றவர்களும் அண்ணன் மீது அளவு கடந்த அன்பு கொண்டுள்ளனர். பெருந்தலைவர் காமராஜரின் அணித்தலைவராக விளங்கும் தானைத் தளபதி அண்ணன் சிவாஜி அவர்களே! ஆணையிடுங்கள்! அணி அணியாகத் திரள்கிறோம். எதிரிகளின் படைகளைத் தூள் தூளாக்குகிறோம். காத்திருக்கிறோம். கை ஜாடை காட்டுங்கள்! உங்கள் கண்ணிமை அசைந்தால் போதும், கயவர்கள் இருக்கும் இடமில்லாமல் ஆக்குகிறோம்!

— நடிகர் **சசிகுமார்**
(சிங்கப்பூர் சென்று திரும்பிய சிவாஜி அவர்களுக்கு பாராட்டு விழா, சென்னை தங்கசாலை கிரௌன் தியேட்டர், 1973)

கர்மவீரரின் உண்மைத் தொண்டர்

சிவாஜியும் சரி, நானும் சரி பெருந்தலைவர் காமராஜர் மீது மிக அதிகமான பற்றும், மரியாதையும் வைத்திருந்தோம். காமராஜரே எங்களின் நெருக்கத்திற்கு மூல காரணம் என்றும் சொல்லலாம். இதனால் அரசியல் மேடைகளில் அன்றாடம் காமராஜர் புகழ் பாடிப்பேசுவதும், சிவாஜியுடன் நடிப்பதும் ஒரே கால கட்டத்தில் எனக்கு நேர்ந்தது. சிவாஜியின் ரசிகர்கள் என்னை விரும்பி ஏற்றுக் கொண்டார்கள். அதனால் தான் தமிழகமெங்கும் சிவாஜி ரசிகர் மன்றக் கிளைகளை நான் திறந்து வைத்தேன். என்னோடு பிரேம்குமார், காலஞ்சென்ற நடிகர்கள் சசிகுமார், சுருளிராஜன் ஆகியோரும் சிவாஜி மன்றத் திறப்பு விழாவில் பங்கேற்பார்கள். இப்படியாக மதுரையில் மட்டும் இருநூறுக்கும் அதிகமான சிவாஜி ரசிகர் மன்றங்களை நானே திறந்து வைத்திருக்கிறேன். சிவாஜியின் ரசிகர் மன்றங்களைத் திறந்து வைக்க நான் விதித்த ஒரே நிபந்தனை – சிவாஜி ரசிகர் மன்றம் அருகிலேயே புதிதாக காமராஜர் நற்பணி மன்றத்தையும் நான் திறந்து வைக்க ரசிகர்கள் ஏற்பாடு செய்ய வேண்டும் என்பது

K. சந்திரசேகரன்

தான். அப்படியெல்லாம் காங்கிரஸ் கட்சியை வளர்த்தோம். அப்போதெல்லாம் சிவாஜி ரசிகர் மன்றத்தில் காங்கிரஸ் கொடி தான் பறக்கும். சிவாஜியும், நானும் ஒரே காலக்கட்டத்தில் சேர்ந்து படங்களில் நடித்துக் கொண்டும், மாலையில் காங்கிரஸ் கூட்டங்களில் சேர்ந்து பேசினோம், படப்பிடிப்பு செட்டில் சிவாஜி என்றுமே என்னிடம் அரசியல் பற்றிப் பேசியதேயில்லை. பேசவும் மாட்டார். சினிமா செட்டில் அவர் ஒரு நடிகர். அரசியல் மட்டுமல்ல, அனாவசியமாகக் கூட எதையும் பேச மாட்டார். எங்களது நண்பர் நடிகர் சசிகுமார் தீவிபத்தில் அகால மரணமடைந்தார். அவரது இரங்கல் கூட்டத்தில் காமராஜர் கலந்து கொண்டார். கர்மவீரர் காமராஜரின் தொண்டனாகத் தான் சிவாஜி அரசியலில் ஈடுபட்டார். காங்கிரஸ், தமிழ்நாட்டில் சிவாஜியை கறிவேப்பிலையாய் பயன்படுத்திக்கொண்டு பின்பு தூக்கி எறிந்தது. காங்கிரஸ் கட்சிக்காக வேலை பார்த்து, தங்கள் வாழ்க்கையையே இழந்தார்கள் சிவாஜி ரசிகர்கள். அவன் ஒரு சரித்திரம் ஷூட்டிங் சமயம் சென்னை அருகேயுள்ள ஆவடியில் நடைபெற்ற மாநாட்டில் எனது ரசிகர்கள் தற்கொலைப் படையினர் என்று சிவாஜி மிகுந்த கோபத்துடனும், ஆவேசத்துடனும் பேசினார். ஆனாலும், அவரைத் தொடர்ந்து பேசிய நான் அவரை சமாதானப்படுத்திப் பேசினேன். காமராஜரின் கொள்கைகளை முழக்கம் செய்யவும், காங்கிரஸில் தன்னை எதிர்த்தவர்களை எதிர்க்க வேண்டிய நிர்ப்பந்தத்திலும் தான் சிவாஜி தனிக்கட்சி ஆரம்பித்தார். வெளுத்ததெல்லாம் பால் என்று நினைக்கக்கூடியவர் அவர். சிவாஜியால் பல காரியங்களை சாதித்துக் கொண்டவர்கள் தலைவர் ஆனார்கள். எம்.எல்.ஏ., எம்.பி ஆனார்கள். ஆனால் சிவாஜியோ இந்தக் கபட அரசியல்வாதிகளால் பெரும் துன்பத்தைத்தான் அடைந்தார். சிவாஜி எந்தக் கட்சியிலும் சேராமல் இருந்திருந்தால், இன்னும் நீண்ட நாட்களுக்கு உயிர் வாழ்ந்திருப்பார் என்பது எனது கருத்து. காமராஜரின் மறைவுக்குப் பிறகு நான் ஜனதா கட்சியில் சேர்ந்தேன். பிறகு சிவாஜிக்கும் எனக்குமிருந்த நெருக்கம் குறைந்து விட்டது. எப்படி இருப்பினும், கடைசி வரை பெருந்தலைவரின் உண்மைத் தொண்டனாக வாழ்ந்து காட்டினார் சிவாஜி! அவரது புகழ் வாழ்க!

- நடிகர் ஸ்ரீகாந்த்

(வசந்த மாளிகை, ஆகஸ்ட் 2004)

சிவாஜிதான் காங்கிரஸ் - சிவாஜியால் தான் காங்கிரஸ்

காங்கிரசின் நெடுநாளைய சரித்திரத்தை ஊன்றிப்பார்த்தவர்களுக்கு ஒன்று நன்றாகப் புரியும். பிராந்திய அளவில் செல்வாக்கு பெற்றவர்களாகவும், அடிமட்டத்

தொண்டர்களின் அபிமானத்தைப் பெற்றவர்களாகவும் இருக்கும் தலைவர்களால் தான் காங்கிரஸ் வளர்ச்சியடையும் . இன்று இந்த அளவுகோலின்படி பார்த்தால் மூலை முடுக்கெல்லாம் அறிமுகமானவர், மக்கள் செல்வாக்குள்ள இ.காங்கிரஸ் தலைவர் சிவாஜி தான். ஒரு சினிமா நடிகர் தலைவராவதா? என்ற அடிமனத்துவேஷம் இன்னும் பெரிய புள்ளிகளுக்கு நீங்காமலிருக்கிறது. தற்காலிகமாக எத்தனை மூடி மறைத்தாலும் இன்று இ.காங்கிரசுக்கு சிவாஜியை விட்டால் ஒரு செல்வாக்குள்ள தலைவர் கிடைக்கப் போவதில்லை. திண்ணைப் பேச்சுத் தலைவர்கள் சற்று இடம் விட்டு ஒரு துடிப்பான இளைஞர் கூட்டத்தை செயல்படச்செய்வது விவேகம்! இதனால் தமிழக இ.காங்கிரசிலும் விறுவிறுப்பும், எழுச்சியும் ஏற்படக்கூடும்.

(இதயம் பேசுகிறது, 26.2.84 & 4.3.84)

காங்கிரசை வளர்த்த சிவாஜி

நான் சின்னப் பையனாக இருந்த போது எனது கண்களால் கண்ட காட்சியைச் சொல்கிறேன். வெயில், மழை என்றும் பாராது, பகலானாலும் சரி, இரவானாலும் சரி, காங்கிரஸ் கட்சிக்காக சிவாஜி கணேசன் ஆதரவு திரட்டி, அந்தக் கட்சியை வளர்த்ததை நான் பார்த்திருக்கிறேன். கட்சியின் அடிமட்டத் தொண்டர்களைச் சந்திப்பவர் சிவாஜி மட்டும் தான்.

தாவணிக்கனவுகள் (1984) படத்தில் நடிகர் திலகத்துடன் கே. பாக்கியராஜ்

எம்.ஜி.ஆர் மறைந்தபோதுகூட, அ.தி.மு.க தலைவர்களைப் பார்த்து, ஒற்றுமையாகக் கூடி முடிவை எடுங்கள், உங்களுக்குள் பிரிவினை ஏற்பட்டுவிடக்கூடாது, அப்படி ஏற்பட்டால் எங்கள் (இ.காங்கிரஸ்) நிலைமை தர்மசங்கடமாகிவிடும். எனவே ஒன்று கூடி ஒருமித்த கருத்துடன் செயல்படுங்கள் என்று சிவாஜி கூறினார், நான் அப்போது அருகில் இருந்தேன்.

–இயக்குநர், நடிகர் **கே. பாக்கியராஜ்**
(மக்கள் தலைவர் சிவாஜி மணிவிழா மலர் - 1988)

தேசியம் வளர்த்த ஒரே நடிகர்

அரசியலில் சிவாஜியைப் போல் உழைப்பை, பணத்தை செலவு செய்து ஏமாந்தவர் எவரும் இருக்க முடியாது. தி.மு.க. வில் இருந்த வரை அதன் வளர்ச்சிக்காக அரும்பாடுபட்டவர் அவர். ஆனால் உட்கட்சிப் பொறாமையில் சிக்குண்டு அவர் அதிலிருந்து வெளியேறும்படி ஆனது. காங்கிரஸில் சேர்ந்து காமராஜரின் அன்பைப் பெற்ற பின் சிவாஜி தன் படங்களில், வசனத்தில், படக்காட்சிகளில், பாடல் காட்சிகளில் தன் அரசியல் உணர்வை வெளிப்படுத்தத் தவறவில்லை. தனது மன்றத்தினரையும், காங்கிரஸின் வளர்ச்சிக்கு, வெற்றிக்கு முழுமையாகப் பாடுபட வைத்தார். காமராஜர் இருந்த வரை காங்கிரஸில் செல்லப்பிள்ளை போல இருந்தவரை, காமராஜரின் மறைவுக்குப் பின் பல விதங்களிலும் குழப்பத்திற்கு உள்ளாக்கி விட்டார்கள், என்றாலும், இந்திராவின் தலைமையை ஏற்று அவரது மறைவு வரையிலும் காங்கிரஸில் தீவிரம் காட்டினார். பின் கருத்து வேறுபாடுகளால் தமிழக முன்னேற்ற முன்னணி என்ற கட்சியைத் தொடங்கினார். அதனால், கடினப்பட்டு சம்பாதித்த சொத்துகளில் பலவற்றை அவர் விற்கும்படி ஆனது. அப்புறம் ஜனதா தளத்தில் சேர்ந்து அதன் தலைமைப் பொறுப்பை ஏற்றார். அங்கும் ஏமாற்றம் நேரிட்ட பின் அரசியலுக்கே முழுக்கு போட்டார். அரசியலால் பலன் பெறாத ஒரு நடிகர் உண்டென்றால் அது சிவாஜியே. அதனால் அவருக்கு தேசிய அளவில் சரியான அங்கீகாரம் கூடக் கிடைக்காமல் போனது. அவர் நடிப்பினால் மட்டுமே பணம், புகழ், பெருமை எல்லாம் சேர்த்தார். அவரது மரணத்தின் போது அவருக்குக் கூடிய கூட்டமெல்லாம் அவரது நடிப்புத்திறமையினால் ஈர்க்கப்பட்ட கூட்டமே. சினிமாவில் தேசியம் வளர்த்த ஒரே நடிகர் அவர்.

- பத்திரிகையாளர் இதயக்கனி **எஸ்.விஜயன்**
(ஹெர்குலிஸ், ஆகஸ்ட் 2001)

சிவாஜி - ஒரு வரலாற்றின் வரலாறு

ஜனதா தளத்திற்கு செலவு செய்த சிவாஜி

1989ம் ஆண்டு டிசம்பர் மாதம், தமிழக ஜனதா தள தலைவராக பொறுப்பேற்ற பிறகு சிவாஜி கணேசன் கட்சியை வளர்க்க அயராது பாடுபட்டார். கட்சி வளர்ச்சிக்கு செலவிட ஜனதா தள மேலிடத்தில் இருந்து எந்தவித பணமும் வரவில்லை. அலுவலகத்துக்கு ஒன்றரை லட்ச ரூபாய் முன்பணம் கொடுத்து, மாத வாடகையாக

நடிகர் திலகத்துடன் சந்திரசேகரன்

ரூ. 5 ஆயிரம் கொடுத்து வந்த தலைவர் சிவாஜி கணேசன், தனது சொந்தப்பணத்தை கட்சிக்காக செலவிட்டார். மேலிடத் தலைவர்கள் சென்னை வரும் போது, விமான டிக்கெட், ஹோட்டல் செலவு கூட சிவாஜி கணேசனின் சொந்தப் பணத்தில் தான் செலவு செய்யப்பட்டது. இது வரையிலும் கட்சிக்காக ரூ.55 லட்சத்தை அவர் செலவு செய்துள்ளார். 1992ம் ஆண்டு டிசம்பர் மாதம் வி.பி.சிங் சென்னை வந்த போது கட்சி நிதி ரூ. 4 1/2 லட்சம் வசூல் செய்து செலவிடப்பட்டது. இந்தத் தொகையைக் கழித்தால், சிவாஜி கணேசன் ரூ. 50 லட்சத்து 50 ஆயிரம் சொந்தப்பணத்தை ஜனதாதள கட்சிக்காக செலவிட்டுள்ளார். சமீபத்தில் காலி செய்யப்பட்ட ஜனதா தள தலைமை அலுவலகத்தில் ஒரு குண்டூசி கூட ஜனதா தள மேலிடத்திற்குச் சொந்தமானது கிடையாது.

- கே. சந்திரசேகரன்
(ஜனதாதள அலுவலக நிர்வாகி)
(தினத்தந்தி, 7.7.1993)

K. சந்திரசேகரன்

இங்கே காங்கிரஸ் என்றால் காமராஜரும் சிவாஜியும் தான்

இந்திய தேசிய காங்கிரஸ் பேரியக்கம் இன்றும் தமிழ்நாட்டில் வலிமையுள்ள ஒரு இயக்கமாக இருப்பதற்கு இரண்டு பேர்தான் காரணம். ஒருவர் பெருந்தலைவர் காமராஜர். மற்றொருவர் நமது நடிகர் திலகம் சிவாஜி அவர்கள்தான். சிவாஜி அவர்கள் காங்கிரஸ் கட்சியில் கடைசிவரை கர்மவீரர் காமராஜரின் லட்சியங்களை நிறைவேற்றும் ஒரு சாதாரணத் தொண்டராகத்தான் பணியாற்றினார். கட்சியில் எந்த உயர்ந்த பதவியில் இல்லாதுபோயினும், இயக்கத்தின் முன்னேற்றத்திற்காக தன்னை முழுமையாக ஈடுபடுத்திக் கொண்டு அரும்பாடுபட்டு உழைத்தார். தேர்தல் காலங்களில் அவர் மேற்கொண்ட சுற்றுப்பயணங்களால் இயக்கம் பல இடங்களில் வெற்றிகண்டது. அவரால் எம்.எல்.ஏ, எம்.பி. ஆனவர்கள் பலபேர். ஆனால் காங்கிரஸ் பேரியக்கம் அவரை உரிய முறையில் பயன்படுத்திக் கொண்டதே அன்றி அவருக்கு உரிய அங்கீகாரத்தை அளிக்க வில்லை. இதனை என்னைப் போன்றவர்கள் தான் நினைத்து வருத்தப்படுகிறோம். ஆனால் அவர் அதைப்பற்றி கொஞ்சம் கூட கவலைப்பட்டது கிடையாது. அரசியலை விட்டு அவர் ஒதுங்கியபிறகு, பலமுறை அவரை அவரது இல்லத்தில் சந்தித்து மணிக்கணக்கில் பேசி இருக்கிறேன். அப்பொழுதெல்லாம் கூட அவர் காங்கிரஸ் கட்சியை பலவீனப்படுத்தும் கோஷ்டி சண்டைகளைப் பற்றித்தான் அதிகமாக தன்னுடைய கவலையை வெளிப்படுத்தி இருக்கிறார். “நம்ம நாட்டுக்கே சுதந்திரம் பெற்றுத் தந்த கட்சி. அந்தக் கட்சியில் முக்கிய பொறுப்பில் உள்ளவர்களே ஒற்றுமையில்லாமல் இருப்பது கட்சிக்குத்தான் பலவீனம். ஏம்மா உங்களைப் போன்றவர்களாவது இதைத் தடுத்து நிறுத்தக்கூடாதா?” என உள்ளார்ந்த ஆதங்கத்துடன் கேட்டார். காங்கிரஸ் இயக்கம் சிவாஜி அவர்களிடம் தமிழகத்தின் தலைமை பொறுப்பை ஒப்படைத்திருந்தால் இன்று காங்கிரஸ் ஆட்சி பீடத்தில் அமர்ந்திருக்கும்.

சிவாஜி வாழ்ந்த காலத்தில் இருந்த திரைக்கலைஞர்களுக்கு மட்டுமல்ல, இன்றைய தலைமுறையினருக்கும் நடிப்பென்றால் சிவாஜி தான் குரு.

-நடிகை **ஜெயசித்ரா**

(24.07.2003 அன்று சென்னை சர்.பி.டி தியாகராயர் அரங்கில் நடைபெற்ற சிவாஜி நினைவுநாள் கூட்டத்தில் பேசியது)

K. சந்திரசேகரன்

குடும்பத்தலைவர்

அன்னை இல்லம்

என் மகனால் எனக்குப் பெருமை

K. சந்திரசேகரன்

என் மகனைப் பற்றிய செய்திகள் அடுக்கடுக்காக பத்திரிகைகளில் பிரசுரமாகி வருகின்றன. தலைமுறை தலைமுறையாக வரும் பெண்ணினத்தில், தன் மகன் சான்றோன் எனக்கேட்ட தாயின் நிலை எல்லோருக்குமே ஏற்பட்டு விடுகிறதா? நான் பாக்கியசாலி. நான் புண்ணியம் செய்தவள். இந்த நிலைக்கு நான் வர பட்ட கஷ்டங்கள்! என் நினைவு பின்னோக்கிச் செல்கிறது. எனக்கு

சிவாஜி - ஒரு வரலாற்றின் வரலாறு

அப்போது வயது 26 இருக்கும். நான் நிறை மாத கர்ப்பிணியாக இருக்கும் போது அந்தத் துயரச் செய்தி என் காதுகளுக்கு எட்டியது. ரயில்வே தொழிலாளியான என் கணவர் வெள்ளையனை எதிர்த்து நடத்திய போராட்டத்தில் சிறை சென்றார் என்ற செய்தி தான் அது. கணவன் சிறையில் இருக்கும் போது எனக்கு கணேசன் பிறந்தான். குழந்தை பிறந்தவுடன் அவனைப் பார்த்தேன். கணவன் சிறையில் இருக்கும் போதும் கூட எனக்கு மகன் பிறந்ததும் அளவிட முடியாத மகிழ்ச்சி ஏற்படத்தான் செய்தது. 4 மாதம் சென்றதும் குழந்தை கணேசனுடன் நான் திருச்சி சென்றேன். அப்போது திருச்சிக்கு வட பண்டரிபுரம் பஜனை கோஷ்டி வரும். சிறு வயதிலேயே அந்த பஜனை கோஷ்டியுடன் கிளம்பிப் போய் விட்டு திரும்புவான் கணேசன். பின்னர் எட்டயபுரத்திலிருந்து கூத்து நடத்த கம்பளத்தார் வந்தனர். அவர்கள் கட்டபொம்மன் கூத்து நடத்தினார்கள். இன்று வீரபாண்டிய கட்டபொம்மனாக நடித்துப் புகழ் பெற்றிருக்கும் என் மகன் கலையுலகில் புகக் காரணமாயிருந்ததே, கம்பளத்தார் நடத்திய கட்டபொம்மன் கூத்து தான். அதன் பின்னர் மதுரை “ஸ்ரீ பாலகானசபா” என்ற பெயரில் யதார்த்தம் பொன்னுசாமி பிள்ளை நடத்திய நாடகக்கம்பெனியில் கணேசன் சேர்ந்தான். அதன் பின் எம்.ஆர்.ராதாவின் “சரஸ்வதி கான சபா” என்ற கம்பெனியில் சில காலம் இருந்தான். மங்கள பால கான சபா, என்.எஸ்.கே. நாடக மன்றம், சக்தி

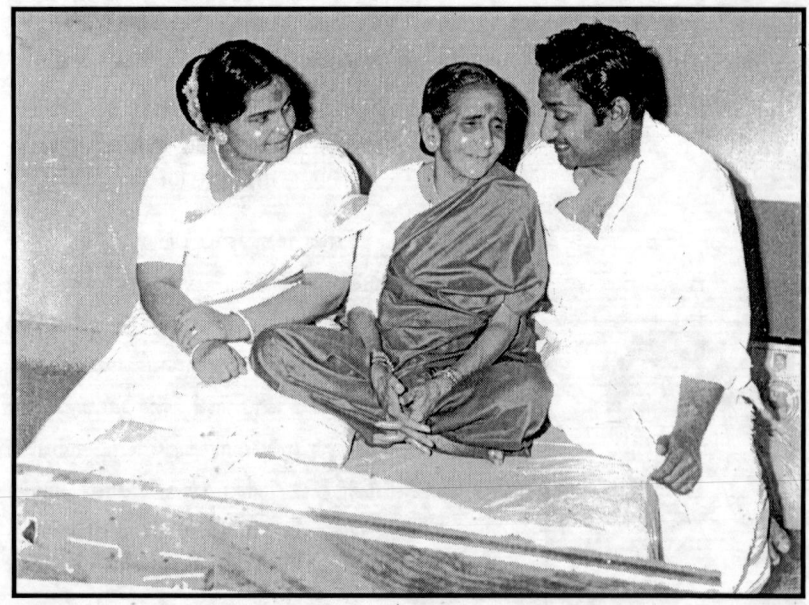

மகன் மருமகளுடன் ராஜாமணி அம்மையார்

நாடக சபா என்று பல நாடகக் கம்பெனிகளில் அவன் சேர்ந்தது அவனது திறமையை பட்டை தீட்டிக் கொள்ள உதவியது. அண்ணா எழுதிய சிவாஜி கண்ட இந்து சாம்ராஜ்யம் நாடகத்தில் கணேசன் நடித்தான். பெரியார் சிவாஜிகணேசன் என்றார். அதன்பிறகு அண்ணாவுடன் அவரது வீட்டிலேயே தங்கி இருந்தான். 1950ல் சக்தி நாடக சபா திருச்சியில் நடக்கும் போது, நேஷனல் பிக்சர்ஸ் பெருமாள் உடனே சென்னை வருமாறு கணேசனுக்குத் தந்தி கொடுத்தார். சென்னை வந்து மேக்கப் டெஸ்ட் எடுத்து முடித்து திரும்பினான். சிறிது நாளில் சென்னை வந்து நிரந்தரமாகத் தங்கி விட்டான். அந்த வருடம் அதாவது 1952ம் ஆண்டு தீபாவளியன்று பராசக்தி படம் பார்த்தேன். என் மனம் பூரித்தது. என் மகனை எல்லோரும் பாராட்டுகிறார்கள், நல்ல நடிகன் என்று. இதுதான் என் உள்ளத்தில் ஏற்பட்ட முதல் பெருமகிழ்ச்சி. அதன் பின் நடந்தவை என்னை விட உங்களுக்கு அதிகம் தெரியும். கணேசன், நாடகக் கம்பெனிகளில் இருக்கும் போதே, கிடைக்கிற காசை எல்லாம் தர்மம் பண்ணி விடுவான். சாப்பாடு இல்லை என்ற கவலை அவனுக்கு எப்போதும் கிடையாது. சாப்பாடே இல்லாமல் அவன் தண்ணீர் குடித்து வயிறை நிரப்பிய நாட்கள் பலவுண்டு. இன்று அவன் பலருக்கு வாழ்வளிக்கிறான். தான் பெற முடியாத கல்வியைப் பயில பலருக்கு வசதி செய்து தருகிறான். தான் நேரத்தோடு உணவு உண்ண முடியாத நிலையிலிருந்தவன் இன்று பலருக்கு சாப்பாடு போடுகிறான். அந்தப் பணியில் நான் பெற்ற செல்வங்களான தங்கவேலுவும், ஷண்முகமும் சேர்ந்து உழைக்கிறார்கள். கலைஞனால் பலருக்கு உணவு கிடைக்கிறது. தொழில் கிடைக்கிறது, நிதி உதவி கிடைக்கிறது. இவை எல்லாம் என் மகன் மூலம் எனக்குப் பெருமை தரும் செய்திகள்.

-அன்னை **ராஜாமணி அம்மையார்**
(பேசும் படம், செப்டம்பர் 1959)

பூரணத்துவம் பெற்ற குடும்பம்

அம்மா என்று அகம் குளிர அழைத்து மகிழ அன்னையும், அப்பா என்று கம்பீரமாகச் சொல்ல தந்தையும், அண்ணன் என்று மரியாதை செலுத்த மூத்த சகோதரரும், தம்பி என்று அன்பு செலுத்த சின்னவரும், தங்கை என்று பிரியம் காட்டச் சகோதரியும், பேணும் மனைவியும், மாமா என்று எப்பொழுதும் நலம் கேட்கும் மருமக்களும், சுற்றி மகிழ புதல்வர்களும், புதல்விகளும், இத்தனைக்கும் மேலாக தாத்தா என்று குழைந்து மழலை மொழி பேசி அன்பைச் சொரியும் பேத்தியும்

| சிவாஜி - ஒரு வரலாற்றின் வரலாறு |

மற்றும், சுற்றமும் சொந்தமும் நிறைந்து, பூரணத்துவம் பெற்ற குடும்பத்தைப் பெற்றிருக்கும் ஒரே நடிகர், சிவாஜி கணேசன் அவர்கள் தான்.

-தியாகி **சின்ன அண்ணாமலை**
(பேசும்படம், ஜனவரி 1972)

சிவாஜி, கமலா தம்பதியர்

திருக்குறள் முழங்க திருமணம்

பராசக்தியில் கணேசன் நடித்துக் கொண்டிருக்கும்போதே, 1952, மே மாதம் 1ம் தேதி சுவாமி மலையில் அவருக்குத் திருமணம் நடைபெற்றது. அந்தத் தினம் அவரது வாழ்க்கையில் மறக்க முடியாததாகும். மே தினம், அவரது மனதுக்குகந்த நாள். அந்தத் தினத்திலே தமிழ்த்திருமணம். அவரது பெரியம்மாவின் பேத்தியும், பாபநாசம் பிச்சையா பிள்ளையின் குமாரியுமான திருநிறைச் செல்வி கமலாவை குறள் படித்துத் திருமணம் செய்து கொண்டார். அவரது வாழ்க்கையின் பொன்னாள் அந்த மே தினம். பொன்னையா உயர் நிலைப் பள்ளித் தமிழ்ப் பண்டிதர் ரத்னம் பிள்ளை அவர்கள்

K. **சந்திரசேகரன்**

இத்திருமணத்திற்குத் தலைமை வகித்தார்கள். கலைஞர் மு.கருணாநிதி முதலிய ஏனையோர் சொற்பொழிவாற்றினார்கள்.

- பத்திரிகையாளர் **எஸ்.வி. சம்பத்குமார்**
(பேசும் படம், ஜுலை 1953)

பாசமலர் பத்மாவதி

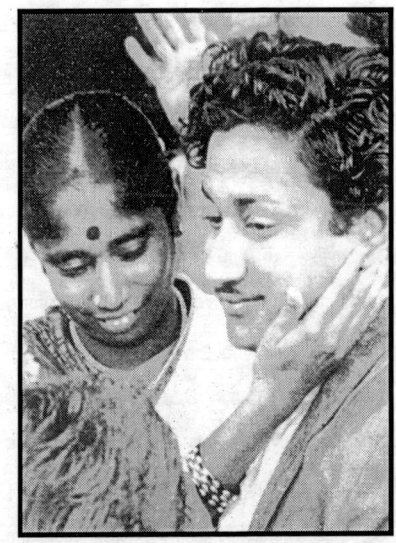

தங்கை பத்மாவதியுடன் சிவாஜி

முதன் முதலாக சிவாஜியை என் கல்யாணத்துக்கு முதல் நாள் தான் நேருக்கு நேராகப் பார்த்தேன். அவரது ஒரே தங்கை பத்மாவதிக்கும் எனக்கும் திருச்சி சங்கிலியாண்டபுரத்தில், 1954ல் கல்யாணம் நடந்தது. சிவாஜியை மட்டுமல்ல, என் மனைவியையும் கல்யாணத்தின் போதுதான் முதன் முதலாகப் பார்த்தேன். நான் அப்போது ஆர்மியில் இருந்தேன். பெங்களூரில் பணியாற்றிய போது நட்சத்திரக் கிரிக்கெட்டுக்காக பெங்களூர் வந்திருந்தார் சிவாஜி. மைதானத்தில் பராசக்தி கணேசன் இவர்தான் என்று ஒரே பரபரப்பு. அப்படிப்பட்ட சிவாஜியின் ஒரே தங்கையைக் கல்யாணம் செய்து கொள்ளப் போகிறோம் என்ற பெருமிதம், மரியாதை எனக்குள் சிவாஜியைப் பார்த்ததும் ஏற்பட்டது. கல்யாணத்துக்கு வந்திருந்தவர்களை வரவேற்றவர் எம்.கே. தியாகராஜ பாகவதர். அன்றைய தி.மு.க. தலைவர்கள், எம்.ஜி.ஆர் போன்றவர்கள், சேவா ஸ்டேஜ் எஸ்.வி. சகஸ்ரநாமம் குடும்பத்தினரின் முழு ஒத்துழைப்போடும், குசலகுமாரி நடனத்தோடும், எங்கள் கல்யாணம் ஜாம் ஜாம் என்று நடந்தது. இத்தனைக்கும் அப்போதைய சிவாஜியின் பரபரப்பான உச்சக்கட்ட புகழுக்கு முன் நான் எளிய மனிதன் தான். என்னுடைய தாய் மாமனின் மனைவியாக வந்தவர் சிவாஜியின் மாமன் மகள். அந்த உறவு முறையில் தான் நான் சிவாஜி வீட்டு மாப்பிள்ளையானேன். சிவாஜி என்னை விட ஒன்பது மாதங்கள் மூத்தவர். ஆரம்பத்தில் அவரை சிவாஜி என்று பெயர்

சொல்லியே கூப்பிட்டேன். பின்பு அத்தான் என்று கூப்பிடலானேன். சிவாஜி என்னை மாப்பிள்ளை என்று கூப்பிடுவார். காலம் செல்லச் செல்ல, வாடா, போடா என்று செல்லமாகவும், உரிமையாகவும் அழைக்கும் அளவுக்கு நெருக்கம் அதிகரித்தது. பிறகு அவரது மூத்தமகன் ராம்குமாருக்கு என் ஒரே மகளைக் கல்யாணம் செய்து கொடுத்து சிவாஜியின் சம்பந்தியுமானேன். நான் பெங்களூரில் ஆர்மியில் ஹவில்தாராய் இருந்தபோது தான் சிவாஜி, அவரது அண்ணன் தங்கவேலு, தம்பி சண்முகம் ஆகியோரின் பிள்ளைகள் எல்லோரும் பெங்களூர் பிஷப் கார்டன் பள்ளியில் படிக்க வந்தார்கள். அப்போது என் வீடே ஹாஸ்டல் மாதிரி இருக்கும். சிவாஜிக்கு ஷூட்டிங் இல்லையென்றால் காலையில் விமானம் ஏறி பெங்களூர் வந்து பிள்ளைகளுடன் இருந்து விட்டு, மாலை விமானத்தில் சென்னை திரும்புவார். குடும்பத்தில் எல்லோரும் அவருக்கு ஒன்று தான். எல்லோரிடமும் அன்பாகப் பழகுவார். நான் பார்த்த முதல் சிவாஜி பட ஷூட்டிங் "காவேரி". ஷூட்டிங் சமயத்தில் பேசிக் கொண்டிருந்தாலும், காட்சியை விட்டு அவரது கவனம் திரும்பாது. அவரது ஷாட் வந்ததும் பிரமாதமாய் நடித்து முடித்து விட்டுவந்து, நம்முடன் விட்ட இடத்திலிருந்து பேச்சைத் தொடர்வார். படத்தயாரிப்பாளர்கள் எளிதில் அணுகுகிற பந்தா இல்லாத நடிகராய்த் திகழ்ந்தார் சிவாஜி. ஓய்வில்லாமல் நடித்தார். ஷூட்டிங் முடிந்தவுடன் நாடக ஒத்திகை, மாலையில் நாடகம் என்று தொடர்ந்து நடித்தாலும், களைப்படைந்ததாகக் காட்டி கொள்ளவே மாட்டார். வேலைதான் அவருக்கு முக்கியம். நான் 1967ல் சாந்தி தியேட்டர் நிர்வாகப் பொறுப்பை ஏற்றேன். சாந்தி தியேட்டருக்கு இரவு நேரங்களில் தான் சிவாஜி வருவார். மக்களோடு மக்களாக அமர்ந்து படம் பார்ப்பார். இன்னும் இப்படிச் செய்திருக்கலாம், அப்படி செய்திருக்கலாம் என்று கூறுவார். தீபாவளி, பொங்கல், தமிழ்ப்புத்தாண்டு என்று பண்டிகைகள் வந்து விட்டால், தனது தங்கைக்காக வீட்டில் காத்திருப்பார். பலகாரங்களுடன், நானும் என் மனைவியும் சென்று அவரது கால்களில் விழுந்து ஆசிர்வாதம் பெற்ற பின்பு தான் அவருக்கு திருப்தி ஏற்படும். சினிமா உலகத் தொழில் முறைகளைக் கடந்தும், சிவாஜியிடம் நாம் கடைபிடிக்க வேண்டிய சிறந்த பண்புகள் நிறையவே இருந்தன. தாய்ப்பாசத்தில் அவருக்கு நிகர் அவரே. அவரது தாயார் மறைந்த போதும், தம்பி ஷண்முகம் மறைந்த போதும், சிவாஜி அடைந்த துயரம் யாரும் தேற்ற முடியாததாக இருந்தது. அவர் மறைவதற்கு முன்னர் சென்னை அப்போலோ மருத்துவமனையில் 62ம் நம்பர் அறையில் இருந்தார். அவரது தங்கையும் என்

288 K. சந்திரசேகரன்

மனைவியுமான பத்மாவதி 72ம் நம்பர் அறையில் இருந்தார். மரணம் தன்னை நெருங்கி விட்டதை சிவாஜி நன்கு உணர்ந்திருந்தார். தானா, தன் தங்கையா யார் முந்திக் கொள்வது என்கிற மாதிரியும் பேசுவார். சிவாஜி மறைந்து சில மாதங்களிலேயே என் மனைவியும் மறைந்து விட்டார்.

- வேணுகோபால்
(சிவாஜியின் தங்கை பத்மாவதியின் கணவர்)
(தினமணி கதிர், 20.7.2003)

அப்பா.. என் அப்பா..

1952ம் வருடம் மே மாதம் ஒன்றாம் தேதி சுவாமி மலையில் எங்க அப்பாவுக்கும் அம்மாவுக்கும் சீர்திருத்த முறையில் மிகவும் சிம்பிளாகத் திருமணம் நடந்ததாம். அந்த இனிய தம்பதிகளுக்கு நாங்கள் செல்வங்களாகப் பிறந்ததை மிகவும் பாக்கியமாகக் கருதுகிறோம். எங்க குடும்பம் ரொம்ப ரொம்பப் பெரியது. தினமும் நூறு பேருக்கு மேல் சாப்பிடுவார்கள். சமையல் தடபுடலாக நடக்கும். எங்கள் கூட்டுக்குடும்பத்தைப் பார்த்து அன்றும் இன்றும் வியந்து பாராட்டியவர்கள் பலர். அப்பா எங்கள் எல்லோரையும் நன்றாகப் படிக்க வைக்க வேண்டும் என்று உறுதியாக இருந்தார். எங்கள் அன்னை இல்லத்தின் மேல் ஒரு சிறுவன் கையில் புத்தகத்தை வைத்துக் கொண்டு படிப்பது போல் ஒரு சிலையை வைத்தார். என்னையும் என் தம்பி பிரபுவையும் பெங்களூரில் படிக்க வைத்தார். அதனால் அப்பாவை, ஸ்கூல் விடுமுறை விடும் போது மட்டும் தான் இங்கே வந்து பார்ப்போம். அதே மாதிரி தசராவிற்கு 10 நாட்கள் லீவு கிடைக்கும். அப்போதும் வந்து பார்ப்போம். அவரோடு டின்னர் சாப்பிடுவோம். எங்க ஸ்கூலுக்கெல்லாம் அவர் வந்ததே கிடையாது. சென்னையிலே நாங்க இருக்கும் போது லேட்டாத்தான் எழுந்திருப்போம். அவர் சீக்கிரமே ஷூட்டிங் போயிடுவார். அவர் ராத்திரி ஷூட்டிங் முடிஞ்சு திரும்பி வரும் போது நாங்க தூங்கிப்போயிருப்போம். வெள்ளி, சனி என்றால் சீக்கிரம் வந்து விடுவார். போகும் போதே சொல்லி வைத்து விட்டுப் போயிருப்பார். "பசங்களையெல்லாம் ரெடியா இருக்கச் சொல்லு, நைட் இங்கிலீஷ் படம் போகணும்" என்பார். வெள்ளி தோறும் நிறைய இங்கிலீஷ் படம் ரிலீஸ் ஆகும். இங்கிலீஷ் படத்தை முதல் நாளே நைட்ஷோ பார்த்தாகணும் அவருக்கு. இது அப்பாவுக்கு சிறு

பிறந்தநாள் விழாவில் கேக் வெட்டும் நடிகர் திலகம் உடன் சிறு வயது ராம்குமார், பிரபு

வயதிலிருந்தே பழக்கம். அப்பாவோட ஃபேவரைட் தியேட்டர்கள் காஸினோ, சபையர். மறுநாள் படத்தைப் பற்றி விவாதிப்பார். நாங்களும் கருத்துக்களைச் சொல்லணும். அப்பாவின் படங்கள் பெங்களூரிலும் ரிலீஸ் ஆகும். சில நண்பர்களோடு சென்று கியூவில் நின்று டிக்கட் வாங்கிப் படங்களைப் பார்த்துவிட்டு வருவேன். அப்படிப் பார்த்த படங்கள் புதிய பறவை, திருவிளையாடல், சிவந்த மண். காலேஜ் படிக்கிறதுக்கு மெட்ராஸ் வந்துட்டேன். விவேகானந்தா காலேஜில் சேர்ந்து படித்தேன். சிவாஜியோட பையன் என்ற பந்தாவெல்லாம் பண்ணியதே கிடையாது. சிலர் ஆசையாக வந்து என்னிடம் பேசுவார்கள். அப்பாவைப் பற்றிப் பேசும் போதும், அவர்கள் கூறும் போதும் எனக்கு ரொம்பப் பெருமையாக இருக்கும். 1986 வரையில் அப்பா-அம்மாவை விட, சித்தப்பா-சித்தி கூடத்தான் அதிகம் இருந்தேன். எங்க சித்தப்பா தான் அப்பாவைக் கண்ணும் கருத்துமாக கவனித்து வந்தார். சித்தப்பா இறந்த பிறகு, 1986க்குப் பின், நான் தான் அப்பாவோட கடைசி காலம் வரையில் அவர் பக்கத்திலேயே இருந்து கவனித்து வந்தேன். டைரக்டர் ஜி.எம்.குமாரும், லிவிங்ஸ்டனும் சேர்ந்து வலியுறுத்தியதால் எங்கள் சொந்தப்படமான அறுவடை நாளில் நடித்தேன். எங்கப்பா படத்தை பார்த்து விட்டு கொஞ்சம் பெட்டரா பண்ணிருக்கே என்றார். பிறகு படங்களில் நடிப்பதை எல்லாம் மூட்டை கட்டி விட்டு அப்பாவைக் கவனித்துக் கொள்ள ஆரம்பித்தேன். காங்கிரஸ்

290 K. சந்திரசேகரன்

கட்சியில் ஏற்பட்ட மனக்கசப்பால் அப்பா "தமிழக முன்னேற்ற முன்னணி" ன்னு ஒரு தனிக்கட்சி ஆரம்பித்தார். நான் டிரஷரராக இருந்தேன். நாங்களே செலவு பண்ணி சொந்தமாக நடத்தினோம். பிறகு கட்சியை ஜனதாதளத்தில் இணைத்தோம். அந்தக் கட்சியையும் இங்கே நாங்க தான் செலவு பண்ணி நடத்திக்கிட்டு இருந்தோம். அப்பா எல்லோரையும் எளிதில் நம்பி விடுவார். எல்லார் வீட்டிலும் குழந்தைகளை அவர்களது அப்பா கட்டித் தழுவிக் கொண்டு மகிழ்வார்கள். அது மாதிரி என் அப்பா என்னைக் கட்டித்தழுவிக் கொஞ்சியதே இல்லை. சந்தர்ப்பமும் கிடைக்கவில்லை. அவர் இறந்த பிறகுதான் நான் அவரை கட்டித் தழுவிக் கொண்டு அழுதேன். அப்பா இறந்து வருடங்கள் இரண்டு உருண்டோடி விட்டன. ஆனால் அவர் எங்களோடு மட்டுமல்ல, எல்லோருடைய இதயங்களிலும் குடிகொண்டு இன்னும் வாழ்ந்துகொண்டுதான் இருக்கிறார்.

-தளபதி **ராம்குமார்**
(குமுதம் ஜங்ஷன், 15.7.2003 & 22.7.2003)

அன்புள்ள அப்பா

எங்க வீட்டுக்கு வர்றவங்க, அப்பா மேல பிரியம் உள்ளவங்க, நண்பர்கள், சக நடிகர்கள், பத்திரிகை நண்பர்கள், வெளிநாட்டு ரசிகர்கள், அப்பாவின் இதயங்களாகிய ரசிகர்கள், சொந்தக்காரர்கள், அத்தனை பேரும் அப்பாவைப் பற்றிப் பேசப்பேச.. அப்பாவை நினைச்சு வருந்தும் போதெல்லாம், அப்பா எப்படிப் பாசத்தைக் காட்டினாரு.. அன்பைக் காட்டினாரு.. அவர் நடித்த படங்களை தினசரி பார்த்து.. அப்பாவைப்பற்றி எப்படி நினைக்கிறாங்களோ..அப்பா இருந்திருக்கலாமோன்னு எப்படி ஏக்கப்படறாங்களோ.. அதையெல்லாம் எங்கிட்ட சொல்லச்சொல்ல, இன்னமும் அப்பா கூட தான் வாழ்ந்துட்டு இருக்கிறோம்ற ஃபீலிங் ஏற்படுது. நிச்சயமாக அப்பா இல்லாத "அன்னை இல்லம்" வீடு வீடாகவே தெரியலை. ஆனா, எங்க அம்மா கொடுக்கிற தைரியத்துலதான் இருக்கிறோம். அம்மா அடிக்கடி சொல்லுவாங்க.. அப்பா சொல்லுவாராம், "கமலா, நான் இல்லேன்னாலும் இந்த வீடு நல்லபடியா இருக்கணும். நீதான் பசங்களையெல்லாம் தைரியம் கொடுத்து பாத்துக்கணும்" என்று. எப்பவுமே நான் வீட்டுக்குப் போனதுக்கு அப்புறம் அப்பா என்னை, "டேய் பிரபு!" ன்னு சத்தமா கூப்பிட்டு, "என்னடா நல்லாருக்கியா" ன்னு கேட்பார். இல்லைன்னா காலையில தொழிலுக்கு வர்றதுக்கு முன்னாடி அப்பாவை கும்பிட்டுட்டு வருவேன். வீட்டுக்குப் போனதுக்கு

சந்திப்பு (1983) திரைக்காவியத்தில் நடிகர் திலகத்துடன் இளையதிலகம்

அப்புறம் ஒன்பது மணிக்கு மேல போனா, அப்பாவோட ரூமுக்கு போறது இல்லை. அதுக்கு முன்னாடி வீட்டுக்குப் போயிட்டேன்னா, கண்டிப்பா போயி கொஞ்ச நேரம் அப்பாவுடன் உட்கார்ந்து பேசிட்டு வருவேன். அவரு இல்லாததாலே இருக்கும் ஏக்கம் எனக்கு எப்பவுமே இருக்கும். அவரு நெனைப்புல நாங்க எல்லோரும் வாடிக்கொண்டு இருக்கோம். நாங்க நல்லபடியா வாழணும்கிறது தான் அவரோட எண்ணம். அவர் மறைஞ்சு ஒரு வருடம் ஓடிடுச்சு. ஒவ்வொரு குடும்பத்துலயும் ஒருவரை இழந்த மாதிரிதான் எல்லோரும் நினைக்கிறாங்க. அந்த நினைப்பே போதும். அந்த அன்பே போதும். நேற்றுதான் மறைந்த மாதிரி இருக்குது. அந்த நேரத்துல அவர் அரசியல் பொறுப்பிலேயும் இல்லை, அரசியல் தலைவரும் இல்லை, படங்களில் கூட நடிக்கலை. ஆனா அவர் மேல அன்பும், பாசமும் வைத்திருக்கிற கூட்டம்தான் அன்னிக்கு வந்தது. அப்பாவைப் பொறுத்த வரையில், மத்தவங்களுக்கு நிறைய உதவி பண்ணியிருக்காரு. எனக்குத் தெரிஞ்சு எத்தனையோ பேருக்குக் கல்யாணம் பண்ணி வைச்சிருக்காரு. அவரால் உதவி கிடைச்சவங்க எங்ககிட்ட வந்து சொல்லியிருக்காங்க. நானும் நிறைய உதவி பண்ணிக்கிட்டுத்தான் இருக்கிறேன். ஆனா பப்ளிசிட்டி எதிர்பார்க்கறதில்லை.

நடிகர் திலகம் இறந்தப்போ மொட்டை அடிச்சவங்க எத்தனையோ பேர், ஏன் பிரபு மொட்டை அடிக்கலைன்னு கேட்டவங்க நிறைய பேர். நடிகர் திலகம் எங்க கூட எப்பவுமே ஜாலியா, ஃபிரீயா பழகினாரு. ரொம்ப ஃப்ரண்ட்லியா பேசுவாரு. எதுவா இருந்தாலும், அவர்கிட்ட சொல்லலாம், நல்லதா, கெட்டதான்னு சொல்லுவாரு. தன் குடும்பத்துக்காக பயப்படுவார். மானத்துக்காக பயப்படுவார். தொழிலுக்காக பயப்படுவார். வேறு யாருக்காகவும், எதுக்காகவும் அவர் பயப்படமாட்டார். பல பேரு அவரைப் பாராட்டுறாங்க, அப்பாவைப் பற்றி ஒவ்வொருத்தரும் புகழ்றாங்க.. எனக்கு உண்மையிலேயே ஆண்டவன் சக்தி மட்டும் கொடுத்தார்ன்னா வானத்தைப் பொத்துக்கிட்டுப் போய், அப்பா! நாங்களெல்லாம் எவ்வளவு அன்பா இருக்கோம்! உங்களை ரொம்ப மிஸ் பண்றோம்... அப்படின்னு கண்டிப்பா சத்தம் போட்டுச் சொல்லுவேன். என்னை விட ரசிகர்கள் ஆவலா இருக்காங்க அவர் மீது அன்பைக் காட்ட. அப்பேர்ப்பட்ட எத்தனையோ பேர் மத்தியிலே நானும் ஒருவன். அவ்வளவுதான். இந்த அன்பு இருக்கிற வரைக்கும், நடிகர் திலகம் எங்கள் மத்தியிலேதான் வாழ்ந்து கொண்டிருப்பார்.

- இளைய திலகம் **பிரபு**
(தினமலர், 21.7.2002)

உடன் பிறவாச் சகோதரர்

அண்ணன் சிவாஜிக்கும் எனக்கும் நட்பு ஏற்பட்டு சுமார் 30 வருடங்களுக்கும் மேலிருக்கும். என்னுடைய நண்பர் அவர் என்கிறதைவிட, அவருடைய நெருங்கிய நண்பர்களில் நானும் ஒருவனாக இருந்தது தான் எனக்குக் கிடைத்த பெருமை. எங்களுக்குள் எந்த வியாபாரத் தொடர்பும் இல்லை. நான் படம் எடுத்ததும் கிடையாது. பணம் கொடுத்ததும் கிடையாது. எங்களுக்குள் இருந்ததெல்லாம் நட்பு, நட்பு, நட்பு மட்டும் தான். சிவாஜிக்கு நண்பர் என்றதாலேயே எனக்குப் பல இடங்களில் மரியாதை கிடைச்சிருக்கு. எல்லோரும், குறிப்பா சினிமாவைச் சேர்ந்தவங்க, சிவாஜி தங்களுக்கு நடிப்பு கத்துக் கொடுத்ததா மட்டுமே சொல்றாங்க. பேசறாங்க. ஆனா அவர்களுக்கு நடிப்பை மட்டுமல்ல, ஒரு குடும்பம்னா எப்படி இருக்கணும்னும் கத்துக் கொடுத்திருக்கிறார்னுதான் நான் நினைக்கிறேன். திரை உலகத்தார்க்கு மட்டுமல்ல, சிவாஜியின் குடும்ப வாழ்க்கை எல்லோருக்கும் ஒரு பாடம். இந்தக் காலகட்டத்திலேயும்,

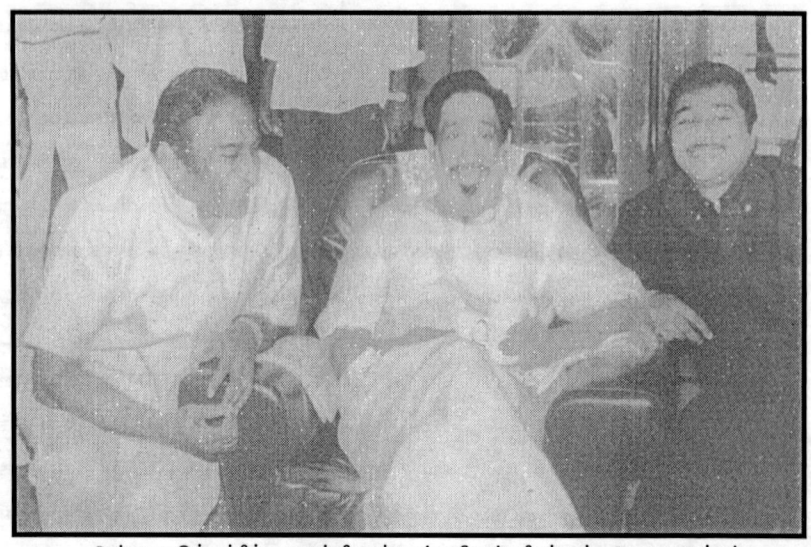

அன்னை இல்லத்தில், நடிகர் திலகத்துடன் வி.என். சிதம்பரம், அவரது புதல்வர்

கூட்டுக்குடும்ப வாழ்க்கையை நடத்துற அன்னை இல்லம் உண்மையிலேயே ஒரு கோவில். நல்ல குடும்பம் ஒரு பல்கலைக்கழகம். குடும்பம் ஒரு கோவில் அப்படிங்கிற வார்த்தைகளெல்லாம் சிவாஜியின் குடும்பத்திற்குத்தான் பொருந்தும். அண்ணன் சிவாஜி தான்சேர்த்த கோடிக்கணக்கான பணம், காசைவிட, தன்னுடைய உறவுகளை, பேரப்பிள்ளைகளைத்தான் சொத்தா, செல்வமா, நினைச்சாரு. அந்த மனசு தான் சிவாஜியை ஒரு சிறந்த குடும்பத் தலைவனா வாழ வச்சுது.சிவாஜி இறந்துட்டார்ங்கிறதை யாரால் நம்ப முடியும்? அந்த சிங்கத்தின் கம்பீரமும், குரலும் என் காதிலே ஒலிச்சுக்கிட்டே தானிருக்கு. உலகம் ஒப்பற்ற நடிகனை இழந்தது.நான் உடன் பிறவாச் சகோதரனை இழந்து தவிக்கிறேன்.

-சென்னை கமலா தியேட்டர் அதிபர் **வி.என். சிதம்பரம்**
(தினத்தந்தி, 7.10.2001)

ஈருடல் ஓர் உயிர்

"மனைவி அமைவதெல்லாம் இறைவன் கொடுத்த வரம்".

"இன்னார்க்கு இன்னார் என்று எழுதி வைத்தானே தேவன்அன்று".

K. சந்திரசேகரன்

சிவாஜி – ஒரு வரலாற்றின் வரலாறு

நடிகர் திலகத்துடன் ஆரூர் தாஸ்

ஆகிய கண்ணதாசன் எழுதிய இரண்டு பாடல்களுக்கும் பொருத்தமானவர்கள் கமலா அம்மையாரும் ஆருயிர் அண்ணன் சிவாஜி அவர்களும் தான். அந்த அளவுக்கு ஒருத்தர் மேல் ஒருத்தர் உயிரையே வைத்திருந்தனர். ஒருவரை விட்டு ஒருவர் நீண்டநாள் பிரியாமல் அவர்கள் இயங்கியதும் இல்லை, இயங்கவும் முடியாது. அதனால் தான் அண்ணன் மறைந்து சில ஆண்டுகளுக்குள் கமலா அம்மையாரும் அவரைப் பார்ப்பதற்காக ஆகாயத்தில் பயணமானார்.

1952ஆம் வருடம், கமலா என்ற பேர் கொண்ட தாமரையாகிய அம்மையாரின் முகம் பார்த்துத்தான் சூரியனாகிய கணேசன் உதித்து வெளிச்சத்திற்கு வந்தார். அம்மையார் சிவாஜி வீட்டிற்கு வந்து விளக்கேற்றிய பிறகுதான் பராசக்தி திரைப்படம் வெளிவந்து அவர் வாழ்க்கையில் விளக்கேற்றி வைத்து, அம்மையார் புன்னகை புரியப் புரிய அவருக்குப் புகழ் பொங்கியது. அவர் சிரிக்கச்சிரிக்க சிவாஜிக்கு செல்வம் சேர்ந்தது.

விதம்விதமா வேஷம் போட்டு நடிக்க மட்டுமே தெரிந்து கொண்டு, இந்த உலகத்தைப்பற்றியும், நல்லது எது? கெட்டது எது என்பது தெரியாமல் வளர்ந்த சிவாஜி கணேசன் என்கிற சின்னக்குழந்தையை, தாயார் ராஜாமணி அம்மையாருக்குப் பிறகு,

K. சந்திரசேகரன்

சிவாஜி - ஒரு வரலாற்றின் வரலாறு

வளர்த்து கண்ணிற்குள்ளே வைத்து காப்பாற்றிய மற்றொரு தாயார் கமலா அம்மையார்.

பாசமலர் படத்திற்கு நான் வசனம் எழுதியபோது அன்னை இல்லம் சென்று அண்ணனைப் பார்க்கப்போகும்பொழுது, இவன்தான் ஆரூரான் என்று அம்மையாரிடம் என்னை அறிமுகப்படுத்திய நாள் முதல் என்னுடைய புத்தகங்கள் வெளியீட்டு விழாவிற்கு அம்மையாரை அழைத்த நாள் வரை மணக்க மணக்க தஞ்சாவூர் கைப்பக்குவத்தில் சமைத்து என் பசியாற்றிய பண்பை என்னால் என்றும் மறக்க இயலாது.

கமலா அம்மையாரும் அண்ணன் சிவாஜியும், மீண்டும் அன்னை இல்லத்தில், பேரன், பேத்தி யாருடைய கருவிலேயாவது உருவாகி வருவார்கள்.

-வசனகர்த்தா **ஆரூர்தாஸ்**
(கமலா அம்மையார் மறைந்த பொழுது எழுதிய இரங்கற்கட்டுரை, ஜீனியர் விகடன் 11.11.2007)

நடிகர் திலகத்துடன் சகோதரர்கள் V.C. சண்முகம், V.C. தங்கவேலு

சிவாஜி - ஒரு வரலாற்றின் வரலாறு

கர்ணன் – படத்திலும் நிஜத்திலும்

கர்ணனாக நடிகர் திலகம்

இடது கை கொடுப்பது வலது கைக்குத் தெரியாது என்பது போல, நடிகர் திலகம் சிவாஜி அவர்கள் விளம்பரமின்றி சேவையாற்றுவதில் முதன்மையாக விளங்கினார்.

கலியுகக் கர்ணனாக வாழ்ந்தவரின் வள்ளல் தன்மைக்கு, குறிப்பிடத்தக்க சிலவற்றை மட்டும், ஆதாரங்களின் அடிப்படையில் அளிக்கிறோம்.

K. சந்திரசேகரன்

1. போர்நிதி

1 a) 1962ஆம் ஆண்டு நடைபெற்ற இந்தியா-சீனப் போரின் போது பாரதப் பிரதமர் பண்டித ஜவஹர்லால் நேருவை சந்தித்து ரூ. 40,000 கொடுத்த முதல் இந்தியர் சிவாஜி.

b) சிவாஜி பிலிம்ஸ் தயாரித்து வெளியிட்ட ராக்கி திரைப்படத்தின் அகில இந்தியாவின் ஒரு நாள் வசூல் முழுவதையும் யுத்த நிதியாக கொடுத்தார்.

2. a) 1965ஆம் ஆண்டு பாகிஸ்தான் போரிட்ட போது அப்போதைய பிரதமர் லால் பகதூர் சாஸ்திரியிடம் தன்னுடைய நகைகள் அனைத்தையும் (தாலியைத் தவிர) திருமதி கமலா அம்மையார் கழற்றி கொடுத்தார். அவை 400 பவுனாகும்.

b) அதே நேரம் சிவாஜி அவர்கள் தனக்குப் பரிசாக கிடைத்த 200 பவுன் தங்கப் பேனாவைக் கொடுத்தார்.

c) 1965ஆம் ஆண்டு செப்டம்பர் மாதம் 17, 18, தேதிகளில் நீதியின் நிழல், களம் கண்ட கவிஞன் நாடகங்கள் நடத்தி வசூலான ரூ. 1 லட்சத்தை யுத்த நிதியாக தமிழக முதல்வர் பக்தவச்சலத்திடம் கொடுத்தார்.

d) துணைக் குடியரசுத் தலைவர் ஜாகிர் உசேனிடம் இந்திய-பாகிஸ்தான் போர் நிதியாக ரூ. 15,000 கொடுத்தார்.

3. 1999ஆம் ஆண்டு கார்கில் போர் நிதியாக தமிழக முதல்வர் டாக்டர் கலைஞரிடம் ரூ. 1 லட்சம் கொடுத்தார்.

2. இராணுவ, விடுதலை வீரர்களைப் போற்றும் பணி

1. 1965ஆம் ஆண்டு இந்திய-பாகிஸ்தான் போரின் போது, போரில் ஈடுபட்டுக் காயமுற்ற வீரர்களை ஊக்குவித்து உற்சாகப்படுத்த சிவாஜி அவர்கள் தமிழகத்தின் முன்னணிக் கலைஞர்களை போர்முனைக்கே அழைத்துச் சென்று கலைநிகழ்ச்சிகள் நடத்தி மகிழ்வித்தார்.
2. நேதாஜி சுபாஷ் சந்திரபோஸின் இந்திய ராணுவத்தில் பணியாற்றிய திரு.பி.என் பிள்ளை அவர்களை சாந்தி திரையரங்கின் நிர்வாகியாக நியமித்தார்.
3. சாந்தி திரையரங்கில் நிர்வாகியாக இருக்கும் திரு.வேணுகோபால் அவர்களும் ஓய்வு பெற்ற ராணுவ வீரராவார்.

4. கார்கில் போரில் உயிர்நீத்த தியாகிகளுக்கு அஞ்சலி செலுத்தும் வகையில் ஒவ்வொரு ஆண்டும் ஜுலை மாதம் 26ஆம் தேதி கார்கில் தீபமேற்றி தியாகிகளைப் போற்றினார்.

5. 1972ஆம் ஆண்டு ராஜா திரைப்படம் மூலம் சென்னை நகரில் வசூலான ஒரு நாள் தொகையை விமானப் படையில் உயிர்நீத்த வீரர்களின் குடும்பத்திற்கு அர்ப்பணித்தார்.

6. நாடறிந்த நல்ல பேச்சாளர், உயர்ந்த இலக்கியவாதி, விடுதலைப் போராட்ட வீரர் தியாகி சின்ன அண்ணாமலை அவர்களிடத்தில் அகில இந்திய சிவாஜி மன்றத்தின் தலைமைப் பதவியை ஒப்படைத்தார்.

3. கல்விப்பணி

1. 1958ஆம் ஆண்டு முதல் 1961 வரை வீரபாண்டிய கட்டபொம்மன் நாடகம் நடித்து. (112 முறை) அதன் மூலம் வசூலான தொகையில் நாடகச் செலவு, உறுப்பினர்கள் சம்பளம் போக ரூபாய் 32 இலட்சத்தை, பல கல்லூரிகளுக்கும், நூலகங்களுக்கும் கொடுத்தார்.

2. 1968ஆம் ஆண்டு மயிலாப்பூரிலுள்ள விவேகானந்தா கல்லூரியின் கட்டிட நிதிக்காக ரூ. 40,000/- அளித்தார்.

3. திருச்சியிலுள்ள ஜமால்-முகம்மது கல்லூரி கட்டிட நிதிக்காக ரூ.1,30,000/-, வியட்நாம் வீடு நாடகம் நடத்தி, 1968 ஆம் ஆண்டு கொடுத்தார்.

4. சிவாஜி-பிரபு அறக்கட்டளை அமைத்து, திரையுலகில் நலிந்த பிரிவிலுள்ள கலைஞர்களின் பிள்ளைகள் பள்ளிப்படிப்பைத் தொடர வழிவகுத்தார். மாநகராட்சி, நகராட்சி, கிராமப் பஞ்சாயத்தினர் நடத்தும் பள்ளிகளில் பயிலும் மாணவர்களுக்கு இத்திட்டம் முன்னுரிமை அளிக்கிறது. இதுவரை பல லட்சக்கணக்காண பணம் செலவிடப்பட்டு ஏராளமான ஏழை, எளியவர் பயன் பெற்றுள்ளனர்.

மதிய உணவுத் திட்ட நிதியுதவி

1. 1959ஆம் ஆண்டு பாரதப் பிரதமர் நேருவிடம் மதிய உணவுத் திட்டத்திற்கு ரூ.1 லட்சம் கொடுத்தார்.

2. 1982ஆம் ஆண்டு தமிழக முதல்வர் எம்.ஜி.ஆர். அவர்களை இளைய திலகம் பிரபு நேரில் சந்தித்து தன் சார்பில் ரூ.25, 000/- நடிகர் திலகம் சார்பில் ரூ. 1 லட்சம் சத்துணவு திட்டத்திற்கு கொடுத்தார்.

4.புயல், வெள்ள, பூகம்ப நிதி

1. 1960இல் தமிழகம் பெரும்புயல், வெள்ளத்தால் தாக்கப்பட்ட பொழுது தமிழக முதல்வர் பெருந்தலைவர் காமராஜரின் மேற்பார்வையில், சிவாஜி அவர்கள் தனிமனிதனாக 1 லட்சம் உணவுப் பொட்டலங்களையும், 800 மூட்டை அரிசியையும் தானமாகக் கொடுத்தார்.

2. 1957லிருந்து 1961 வரை பம்பாயில் நாடகங்கள் நடத்தி, குழந்தைகளின் கல்விச் செலவிற்கு ரூ. 5 இலட்சம் நிதி கொடுத்தார்.

3. 1964ல் மஹாராஷ்டிராவில் கொய்னா பூகம்ப நிதியாக அம்மாநில முதல்வர் ஒய்.பி. சவான் அவர்களிடம் ரூ. 1 இலட்சம் கொடுத்த முதல் இந்திய நடிகர் சிவாஜி தான்.

4. 1966ஆம் ஆண்டு ஆகஸ்ட் மாதம் சென்னையில் பயங்கர தீ விபத்து ஏற்பட்ட பொழுது நிதியுதவியாக ரூ.10,000/- அளித்தார்.

5. 1975இல் இராமநாதபுரம் மாவட்டத்தில் பெரும் வறட்சி ஏற்பட்ட பொழுது நிதியுதவியாக ரூ. 1 லட்சம் கொடுத்தார்.

6. 1953ஆம் ஆண்டு நவம்பர் மாதம் புயல் நிவாரண நிதிக்காக, விருது நகரில் தெருத்தெருவாகச் சென்று பராசக்தி வசனங்களைப் பேசி, ரு. 12,000/- வசூலித்துக் கொடுத்தார்.

7. பீகார் வெள்ள நிவாரண நிதியாக, 01.10.1975 ஆம் ஆண்டு தன் வீட்டிற்கு வந்து ஆசீர்வதித்த பெருந்தலைவர் காமராஜரிடம் ரூ.1 லட்சம் கொடுத்தார். ரசிகர்கள் மாலை, சால்வைக்கு பதிலாகக் கொடுத்த பெரும் தொகையையும் கொடுத்தார்.

8. 1993ஆம் ஆண்டு மஹாராஷ்டிர மாநிலம் லாட்டூரில் ஏற்பட்ட பூகம்பத்திற்கு ரூ. 1 லட்சம் கொடுத்தார்.

5. தாழ்த்தப்பட்டோர் நலன்

1. இந்திய விடுதலைப் போராட்ட வீரர் தலித் தலைவர் தளபதி சண்முகத்தை அகில இந்திய சிவாஜி மன்றத் தலைவராக்கி அழகு பார்த்தார்.

2. சென்னை கோடம்பாக்கம் பவர் அவுஸ் பகுதியில் அண்ணல் அம்பேத்காருக்கு சிலை அமைத்தார். தமிழகத்தில் பல பகுதிகளில் அம்பேத்கார் சிலை அமைய தாராளமாக நிதியுதவி செய்துள்ளார்.

3. தியாகி கக்கன்ஜியின் குடும்பத்திற்கு, 1973ஆம் ஆண்டு சேலத்தில் தங்கப்பதக்கம் நாடகம் நடத்தி, தங்கப் பதக்கத்தை ஏலம் விட்டு பெற்ற ரூ. 15,000/-ஐ கொடுத்தார்.

4. 1972-காஷ்மீர் மாநில முதலமைச்சர் மீர்-கசிம் அவர்களிடம் அம்மாநில தாழ்த்தப்பட்ட மாணவர்கள் கல்வி நிதிக்காக ரூ.25,000/- கொடுத்தார்.

5. தமிழக ஜனதா தள தலைவராக சிவாஜி பொறுப்பேற்றபோது, பாரதப் பிரதமர் வி.பி.சிங் கட்டளையை ஏற்று தமிழகம் முழுவதும் சூறாவளி சுற்றுப்பயணம் செய்து மண்டல் கமிஷன் பரிந்துரைகளை நடைமுறைப்படுத்த வேண்டியதன் அவசியம் குறித்து தீவிரமாகப் பிரச்சாரம் செய்தார்.

6. சமுதாயப் பணிகள்

1. 1961-ல் பாரதப் பிரதமர் நேருவிடம், கிழக்கு தாம்பரத்தில் டிபி ஆஸ்பிடல் கட்டுவதற்கு ரூ.1 லட்சம் கொடுத்தார்.

2. 1964ல் பம்பாயில் வீர சிவாஜி சிலை, 1968ல் சென்னையில் திருவள்ளுவர் சிலை, 1971ல் கயத்தாரில் கட்டபொம்மன் தூக்கிலிடப்பட்ட இடத்தில் 47 சென்ட் நிலம் வாங்கி அதில் கட்டபொம்மன் சிலை, 1972ல் ஆப்பனூரில் பசும்பொன் முத்துராமலிங்கத் தேவர் சிலை, பல இடங்களில் கர்மவீரர் காமராஜர் சிலை இவற்றைத் தன் சொந்த செலவில் நிறுவினார்.

3. சென்னை, பெசன்ட் நகரிலுள்ள மங்கையர்க்கரசி மகளிர் மன்றக் கட்டிடத்திற்காக, தங்கப்பதக்கம் நாடகத்தின் ஒரு நாள் வசூலைக் கொடுத்தார்.

4. சென்னையில் பசும்பொன் முத்துராமலிங்கத் தேவர் திருமண மண்டபத்தின் கட்டிட நிதிக்காக தங்கப்பதக்கம் நாடகத்தின் ஒரு நாள் வசூலை அளித்தார்.

7. ஆன்மீகப் பணிகள்

1. நாகை மாவட்டம் அன்னை வேளாங்கண்ணி ஆலயத்திற்கு கோவில் மணி அமைக்கும் முழுச் செலவையும் ஏற்றார்.

2. திருச்சி திருவானைக்காவல் கோயில், தஞ்சை முத்துமாரியம்மன் கோவில் மதுரை மீனாட்சியம்மன் கோவில்களுக்கு யானைகள் வாங்கி அர்ப்பணித்தார்.

3. வல்லக்கோட்டை முருகன் கோவில் திருப்பணிக்காக ரூ. 10,001/- திருமுருககிருபானந்த வாரியாரிடம் அளித்தார்.

4. சென்னை, கொசப்பேட்டை கந்தசாமி கோவில் தெப்பக்குளத்தில் திருப்பணி செலவு முழுவதையும் ஏற்றார்.

திருவானைக்காவல் கோயிலுக்கு வழங்கப்பட்ட யானையுடன் (பெயர் சாந்தி
நடிகர் திலகம், கமலாம்மாள்

வீரபாண்டிய கட்டபொம்மன் படம் வெளிவந்த அன்று (1959) தஞ்சை, புன்னை நல்லூர் முத்து மாரியம்மன் கோவிலுக்கு "வெள்ளையம்மா" என்று பெயர் சூட்டி வழங்கிய யானையின் தற்போதைய தோற்றம் (2008)

நடிகர் திலகம், தாயார் ராஜாமணி அம்மையார் பெயரில், தன்னுடைய சொந்த செலவில் கட்டிக் கொடுத்த கால்நடை மருத்துவமனை (மம்சாபுரம், விருதுநகர் மாவட்டம்-1964)

அமெரிக்கக் குழநதைகளுக்காக யானை பரிசளிக்கும் நடிகர் திலகம், உடன் கமலாம்மாள், அமெரிக்க அதிகாரி (அன்னை இல்லம்-1966)

ஆதாரங்கள்:

- தனி அரசு - 12.11. 1960 இதழ் சினிமா செய்தி
- குயில் பத்திரிகையில் 1961இல் பாரதிதாசனார் எழுதியது
- உயர்ந்த மனிதன் விழா மலர் ஏவிஎம் வெளியீடு 1968
- முத்தாரம் பத்திரிகை - 1.09.1966 இதழ்
- Aside ஆங்கிலப் பத்திரிகை 1991
- 02.10.1975 தினத்தந்தி நாளிதழ்
- தினமணி நாளிதழ் - 5.11.1961
- திரு. வி.எம். ராமசாமி, வி.எம்.ஆர்.அரங்கம், சேலம் (செவாலியே விருது விழா மலரில்)
- நடிகன், 1983 பதிப்பு, பேராசிரியர் என். வேலுச்சாமி எழுதியது.
- ஆனந்தவிகடன் - 2006
- மதிஒளி - 1962
- The Hindu Advt - 1973

நடிகர் திலகம் திறந்துவைத்த / வழங்கிய தலைவர்களின் சிலைகள்

திருவள்ளுவர் (02-01-1968) (சென்னை கடற்கரை)
நடிகர் திலகம் வழங்கிய சிலை

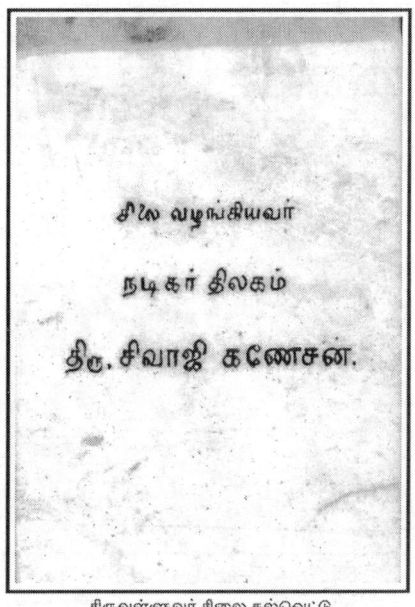

திருவள்ளுவர் சிலை கல்வெட்டு

வீரபாண்டிய கட்டபொம்மன் (16-07-1970) (கயத்தார்)
(நடிகர் திலகத்தால் நிறுவப்பட்ட சிலையை
பெருந்தலைவர் திறந்து வைத்தார்)

வீர பாண்டிய கட்டபொம்மன் சிலை கல்வெட்டு

நடிகர் திலகம் திறந்துவைத்த / வழங்கிய தலைவர்களின் சிலைகள்

அண்ணல் காந்தி (28-01-1973) (சின்ன சேலம்)

அவன் ஒரு சரித்திரம் (1977) மகாத்மாவின் சிலை அருகே நடிகர் திலகம்

பண்டித நேரு 15-12-1984 (கருங்குளம், நெல்லை மாவட்டம்)

நேரு சிலை கல்வெட்டு

நடிகர் திலகம் திறந்துவைத்த / வழங்கிய தலைவர்களின் சிலைகள்

தந்தை பெரியார் (17-09-1967) (திருச்சி) நடிகர் திலகம் புரவலராக இருந்து அறிஞர் அண்ணா திறந்து வைத்தது)

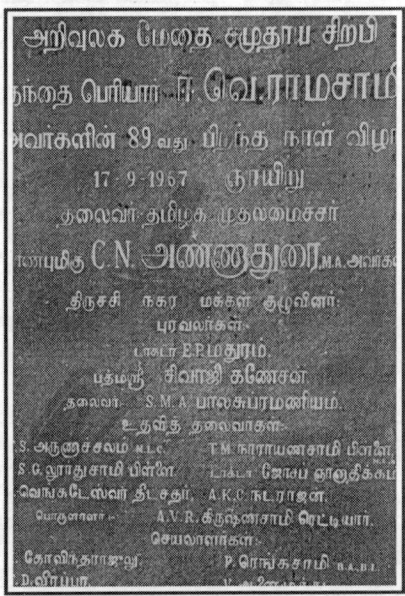

பெரியார் சிலை கல்வெட்டு

அண்ணல் அம்பேத்கர் (03-10-1971) சென்னை, கோடம்பாக்கம்

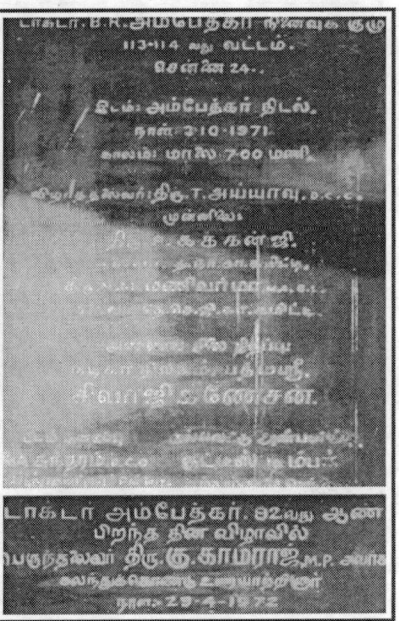

அம்பேத்கர் சிலை கல்வெட்டு

நடிகர் திலகம் திறந்துவைத்த / வழங்கிய தலைவர்களின் சிலைகள்

குமரித்தந்தை நேசமணி (09-01-1972) (நாகர் கோவில்)

நேசமணி சிலை கல்வெட்டு

ரெங்கசாமி ராஜா, ராஜபாளையம் (05-12-1973)

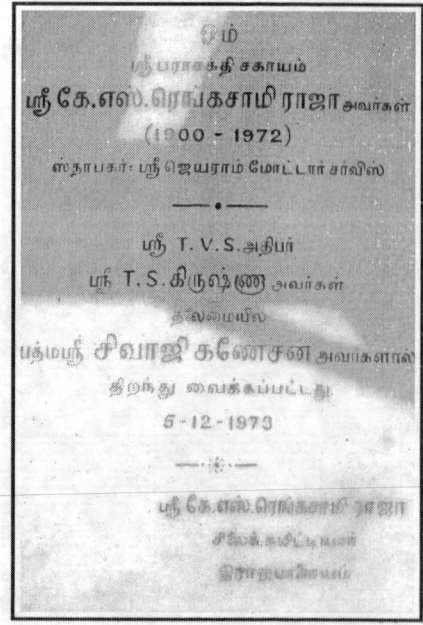

ரெங்கசாமி ராஜாசிலை கல்வெட்டு

அங்கீகாரங்கள்

பத்மஸ்ரீ பட்டம் (1966) 　　　பத்மபூஷன் பட்டம் (1984)

டாக்டர் பட்டம் (1986)

செவாலியே விருது (1995)

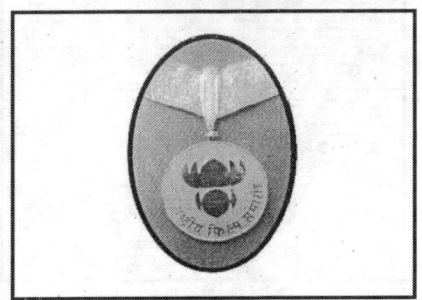

பால்கே விருது (1997)

தபால் தலை (2001)

படம் சொல்லும் தகவல்

கர்மவீரருடன் நடிகர் திலகம் மற்றும் பா.ராமச்சந்திரன்

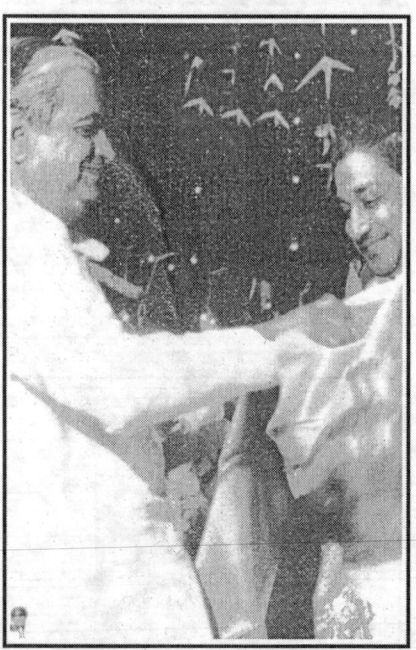

1-10-1976 அன்று நடிகர் திலகத்தின் பிறந்த நாள் விழாவில் நடிகர் திலகத்திற்கு பொன்னாடை அணிவித்து வாழ்த்தும் தமிழக ஆளுநர் மோகன்லால் சுகாதியா

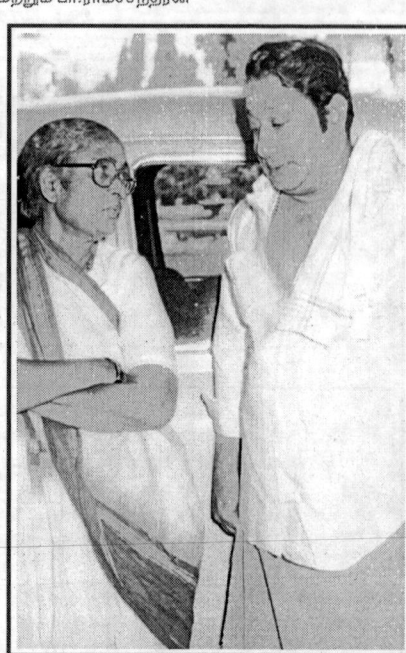

நடிகர் திலகத்துடன் மரகதம் சந்திர சேகர்

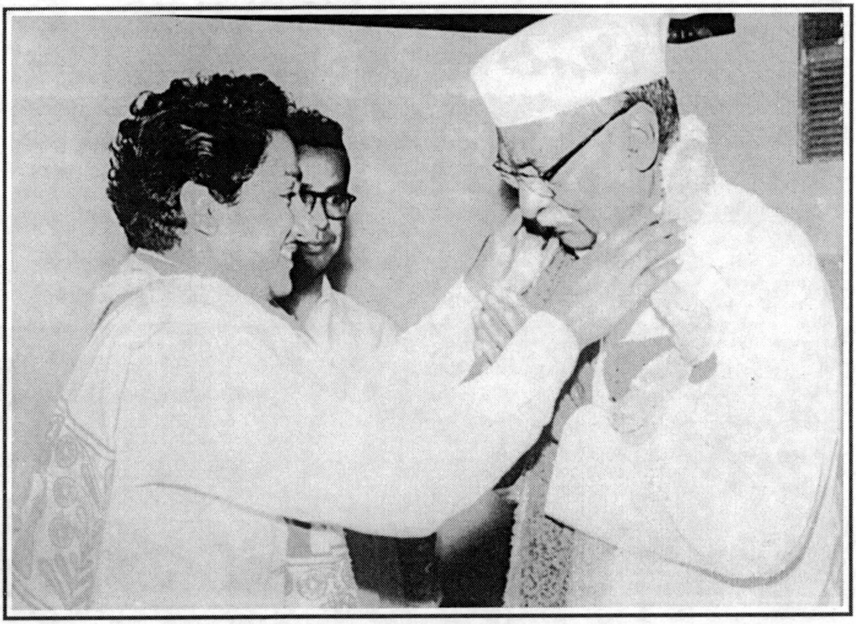

படம் சொல்லும் தகவல்

இந்திய முதல் ஜனாதிபதி டாக்டர் ராஜேந்திர பிரசாத் அவர்களுக்கு மாலை அணிவிக்கும் நடிகர் திலகம்

வி.பி.சிங் அவர்களின் அன்புப் பிடியில் நடிகர் திலகம் உடன் ராஜசேகரன்

படம் சொல்லும் தகவல்

நடிகர் திலகத்துடன் உரையாடுகிறார் ராம் விலாஸ் பஸ்வான்

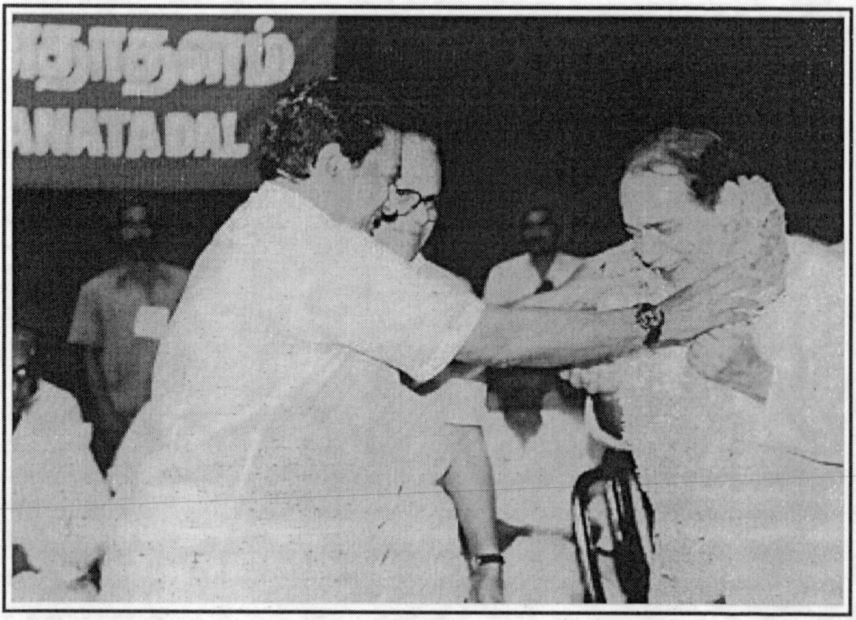

ராமகிருஷ்ண ஹெக்டேவுக்கு மாலை அணிவிக்கும் நடிகர் திலகம் உடன் எஸ். ஆர். பொம்மை

எம்மதமும் சம்மதம்

பிரஸ்டிஜ் பத்மநாப ஐயர்

வியட்நாம் வீடு (1970)

ரஹீம்

பாவ மன்னிப்பு (1961)

கிறிஸ்தவ பாதிரியார்

முத்துக்கள் மூன்று (1987)

சாமுண்டி கிராமணி

காவல் தெய்வம் (1969)

எம்மதமும் சம்மதம்
மூக்கையா சேர்வை

பட்டிக்காடா பட்டணமா (1972)

கவுண்டர்

நரிக்குறவர்

கல்தூண் (1981)

குறவஞ்சி (1960)

செய்யும் தொழிலே தெய்வம்

விவசாயி

பழனி (1965)

இராணுவ வீரர்

இரத்தத் திலகம் (1963)

மருத்துவர்

நவராத்திரி (1964)

நீதிபதி

எதிரொலி (1970)

செய்யும் தொழிலே தெய்வம்

காவல் துறை ஏட்டு   **விமான ஓட்டி (பைலட்)**

எ‌ன். மகன் (1974)   சிவகாமியின் செல்வன் (1974)

இசை கேட்டால் புவி அசைந்தாடும்...

நாதஸ்வரம்   **மிருதங்கம்**

தில்லானா மோகனாம்பாள் (1968)   மிருதங்கச் சக்கரவர்த்தி (1983)

இசை கேட்டால் புவி அசைந்தாடும்...

தப்பு

பாவமன்னிப்பு (1961)

சிதார்

தெய்வமகன் (1969)

சாக்ஸோஃபோன்

புதியபறவை (1964)

புல்லாங்குழல்

கௌரவம் (1973)

விளையாட்டுப்பிள்ளை

சதுரங்கம்

அந்த நாள் (1954)

ஹாக்கி

தெய்வமகன் (1969)

டென்னிஸ்

ராஜா (1972)

வாள்வீச்சு

என் தம்பி (1968)

உலக வரலாற்று நாயகர்களாக...
ஐந்தாம் ஜார்ஜ் மன்னர்

கௌரவம் (1973)

ஜூலியஸ் சீசர்

சொர்க்கம் (1970)

ஷாஜஹான்

பாவை விளக்கு (1960)

உலக வரலாற்று நாயகர்களாக...

சாக்ரடீஸ்

ராஜா ராணி (1956)

ஹேம்லட்

ராஜபார்ட் ரங்கதுரை (1973)

கிறிஸ்துமஸ் தாத்தா (சாண்டா கிளாஸ்)

தவப்புதல்வன் (1972)

ஒத்தெல்லோ

அன்பு (1953)

சிவாஜி - ஒரு வரலாற்றின் வரலாறு

தமிழகத் தலைவர்கள் போற்றிய தமிழன்

மூதறிஞர் ராஜாஜியுடன் நடிகர் திலகம்

உலகப்பெருநடிகர்

தன்னுடைய கைவிரல் அசைப்பின் மூலமே நம்மையெல்லாம் கவர்ந்து விட்ட சிவாஜி கணேசன் ஓர் உலகப் பெரு நடிகர். முற்றும் சினிமா பார்க்கும் பழக்கம் இல்லாத என் உள்ளத்தையே சினிமா பார்க்கத்தூண்டி விட்டார், சிறந்த நடிகர் சிவாஜி கணேசன்!.

-மூதறிஞர் ராஜாஜி

(பொம்மை, அக்டோபர் 1984,
நடிகர் திலகம் சிறப்பு மலர், 8.6.69)

தந்தை பெரியாருடன் நடிகர் திலகம்

தமிழகத்தின் பாக்கியம்

உலகிலேயே சிறந்த நடிகரான சிவாஜி கணேசன் தமிழ்நாட்டில் இருப்பது நாம் பெற்ற பாக்கியமாகும்.மேலும் சிவாஜி கணேசன் அவர்களிடத்தில் எனக்கு மெத்தவும் மதிப்புண்டு. அவர் நடிப்புக் கலையில் தேர்ச்சி பெற்று, நடிகர் திலகமாகி உச்ச வரிசையிலிருப்பவர். மற்றும் அவரொரு தமிழருமாவார்.

-தந்தை பெரியார்
(பொம்மை, அக்டோபர் 84,
நடிகர் திலகம் சிறப்பு மலர், 8.6.69)

நடிகர் திலகத்திற்கு மாலை அணிவித்துப் பிறந்தநாள் வாழ்த்துக்கூறும் பெருந்தலைவர்

நாட்டின் பெருமிதம்

நடிப்பிற்கு இலக்கணம் வகுத்தவரே நடிகர் திலகம் சிவாஜி கணேசன் தான். நம் பாரத நாட்டிற்கு, அவர் தம் நடிப்பின் மூலம் மகத்தான பெயரைத் தேடித் தந்திருக்கிறார். அவரைப் பெற்றதால் இந்த நாடே பெருமையடைகிறது. பாரதத்தாய் பூரிப்படைகிறாள்.

-பெருந்தலைவர் காமராஜர்
(பொம்மை, அக்டோபர் 1984, நடிகர் திலகத்தின் நடிப்புலகப் பொன் விழா மலர்)

சிவாஜி - ஒரு வரலாற்றின் வரலாறு

பேரறிஞர் அண்ணாவுடன் நடிகர் திலகம்

ஒளிவீசும் வைரம்

சிவாஜி கணேசனின் நடிப்புத்திறமையை, நான் எடுத்துச் சொல்லித்தான் தெரிந்து கொள்ள வேண்டும் என்ற நிலையில் யாருமே இல்லை. அது உலகமே ஒப்புக் கொண்டு விட்ட உண்மையாகும். பராசக்தி படத்தில் சிவாஜி கணேசன் நடிக்காமல் இருந்திருந்தால் என்ன ஆகி இருக்கும்? என்று சிலர் கேட்கலாம். அந்தப் படத்தின் மூலமாக இல்லாவிட்டாலும், இதற்குச் சில காலம் கழித்து அவர் திரையுலகுக்கு வந்தே இருப்பார். ஒளி வீசும் வைரம் சுரங்கத்தில் நீண்ட நாள் தங்காது! தங்கி இருக்கவும் முடியாது!!

-பேரறிஞர் அண்ணா
(பொம்மை, ஜனவரி 1969)

நண்பர் கணேசன்

நடிகர் திலகம் கணேசன், நவரசத் திலகம் கணேசன், கலைக்குரிசில் கணேசன், பத்மஸ்ரீ கணேசன், சிம்மக்குரலோன் கணேசன், சிவாஜி கணேசன் என்றெல்லாம் அழைப்பதைவிட, "நண்பர் கணேசன்" என்று அழைப்பதில்தான் நான் மிக்க மகிழ்ச்சி அடைகிறேன். எனது திரைக்கதை, உரையாடல்களுக்கு உயிரோட்டம் தந்தவர் சிவாஜி.

K. சந்திரசேகரன்

| சிவாஜி - ஒரு வரலாற்றின் வரலாறு |

கலைஞருடன் நடிகர் திலகம்

எத்தனையோ நிகழ்ச்சிகள், அரசியலில் மற்றும் கலையுலகில்! ஆனால் எங்களுடைய நட்பில் எந்த நிகழ்ச்சியும் எங்களை இடரவில்லை. எங்களுக்குக் குறுக்கே நிற்கவில்லை. எங்கள் நட்பு தழைக்க, எல்லா நிகழ்ச்சிகளும் எருவாகப் பயன்பட்டதே அல்லாமல் எதுவும் இடையூறாக இல்லை. என்றும் கதாபாத்திரத்திற்கு உயிரூட்டக்கூடிய சிவாஜி, என்றும் தமிழாக, தமிழ் உரைநடையாக வாழக்கூடியவர்.

–கலைஞர் மு.கருணாநிதி
தமிழக முதல்வர்
(முரசொலி, 22.7.2006)

தொடரும் வெற்றி

பிறர் பாராட்டும் வகையில் படத்தில் நடித்தவர்கள், அதிலும் நீண்ட காலம் தொடர்ந்து மக்களின் ஆதரவைப் பெற்றவர்கள் ஒரு சிலர் தான் என்று மக்கள் பேசும் இந்தக் காலத்தில், தான் நடித்த முதல் படத்திலேயே கதாநாயகனாக நடித்து, அதிலிருந்து தொடர்ந்து அந்தத் தகுதிகளைக் காத்துக் கொள்வது மட்டுமல்லாமல், குறைந்த வருடங்களில் ஏராளமான படங்களில் நடித்து முடிப்பது என்பது சாதாரண

K. சந்திரசேகரன்

சிவாஜி - ஒரு வரலாற்றின் வரலாறு

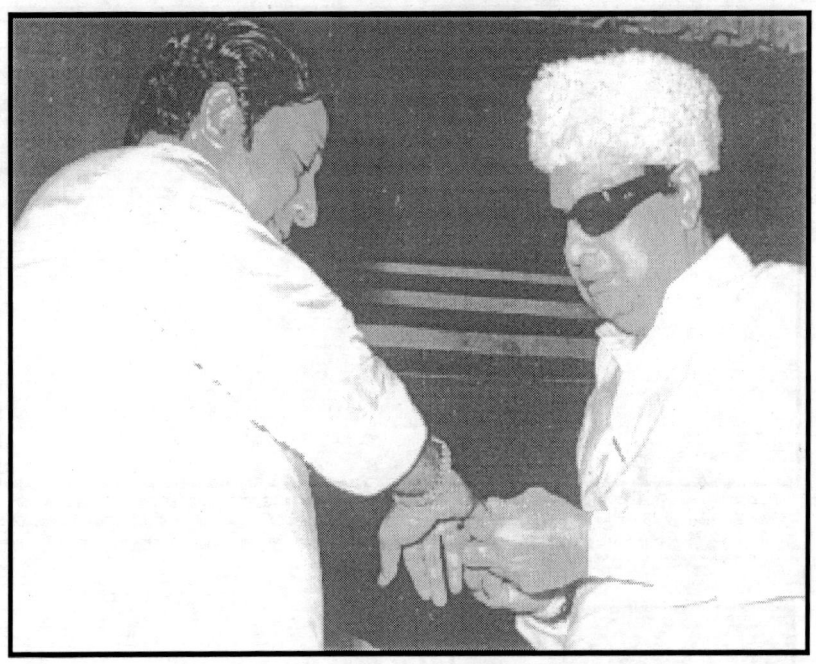

நடிகர் திலகத்திற்கு மோதிரம் அணிவிக்கும் எம்.ஜி.ஆர்

விஷயமல்ல. அப்படிப்பட்ட மிகப்பெரிய சாதனையைச் செய்ததோடு, தமிழகம் பெருமைப்படும் வகையில், தனது திறமையின் மூலம் புகழ் பெற்று வாழ்பவர் அறிஞர் போற்றிய என் அன்புத் தம்பியான கணேசன்.

-மக்கள் திலகம் **எம்.ஜி.ஆர்**
தமிழக முதல்வர்
(பொம்மை, அக்டோபர் 1984, நடிகர் திலகத்தின் நடிப்புலக பொன்விழா மலர்)

கலையுலகத் தூதுவர்

தாய்நாட்டைப் போலவே, அயல் நாடுகளிலும் திரு.சிவாஜி கணேசன் அவர்கள் பெருமதிப்பு பெற்றுள்ளார். நமது நாட்டின் கலைத்திறனுக்கும், கலைஞர்களுக்கும், மிகச் சிறந்த நல்லெண்ணத்தை, வெளி நாடுகளில் விளைவித்திருக்கும் அவரது சாதனைகளை, உண்மையிலேயே நன்றியோடு பாராட்டக் கடமைப்பட்டுள்ளோம்.

-**M. பக்தவத்சலம்**
தமிழக அமைச்சர்
(நடிகர் திலகம் சிவாஜி கணேசன் உலக வெற்றி உலா மலர், ஆகஸ்ட் 1962)

சிவாஜி - ஒரு வரலாற்றின் வரலாறு

வீரபாண்டிய கட்டபொம்மன் திரைக்காவியத்திற்காக ஆசிய ஆப்பிரிக்க படவிழாவில் சிறந்த நடிகர் விருது பெற்ற நடிகர் திலகம் மற்றும் சிறந்த இசையமைப்பாளர் விருது பெற்ற ஜி.ராமநாதன் ஆகியோருக்கு நடைபெற்ற பாராட்டு விழாவில் தயாரிப்பாளர் பி.ஆர்.பந்துலு, தமிழக அமைச்சர் எம்.பக்தவச்சலம்

நாடக விழாவில் ம.பொ.சி. பேசுகிறார் உடன் சி.சுப்பிரமணியம்

ஒப்பற்ற நடிப்பாற்றல்

சிவாஜி கணேசன் எப்பாத்திரத்தையும் ஏற்று நடிக்க வல்லவர். பேசாமலேயே விழிகள், அதரங்கள் போன்ற உறுப்பு அசைவுகளாலேயே நடிக்கும் ஆற்றலைப் பெற்றவர்.

–சிலம்புச் செல்வர் **ம.பொ.சி**
(சினிமா ஸ்டார், 1965)

நடிப்புத்துறையின் அட்சயபாத்திரம்

நடிப்புக் கலையின் அத்தனை பரிமாணங்களையும், தனது ஒப்புயர்வற்ற நடிப்பாற்றலால் வெள்ளித் திரையில் கொண்டு வந்தவர், வெற்றி நாயகன், டாக்டர் சிவாஜி கணேசன் அவர்கள். அவர் கலைத்தாயின் மூத்தமகன், தமிழ்த்தாயின் தவப்புதல்வன். அவர் ஏற்று நடிக்காத பாத்திரங்களே இல்லை. அவர் நடிப்புத் துறையின் அட்சய பாத்திரம். கலையுலகின் பீஷ்மர். வரலாற்று நாயகர்கள் ஆனாலும், சம

K. சந்திரசேகரன்

சிவாஜி - ஒரு வரலாற்றின் வரலாறு

செவாலியே விருது வழங்கும் விழாவில் நடிகர் திலகம், ஜெயலலிதா மற்றும் பிரான்ஸ் தூதர் பிலிப்பெடிட்

காலத்துக் கதாபாத்திரங்கள் ஆனாலும், அத்தகைய உயிர்த் துடிப்புள்ள கதாபாத்திரங்களாகவே மாறி விடுகின்ற திறமை படைத்தவர் ஒருவர் உண்டு என்றால், அது நடிகர் திலகம் சிவாஜி கணேசன் அவர்களாகத்தான் இருக்க முடியும். புராண, சரித்திர காலத்துப் பாத்திரங்களை நாம் கற்பனை செய்து பார்க்கும் போது, நம் மனக்கண் முன் தோன்றுவது, அப்பாத்திரங்களில் தோன்றி நடித்த நடிகர் திலகம் சிவாஜி அவர்களின் உருவம் தான். உலகப் பெரு நடிகர்களின் வரிசையில் வைத்து போற்றத்தக்க ஒரு தலைசிறந்த நடிகர். தமிழகத்திற்கு மட்டுமின்றி, இந்தியாவிற்கே கிடைத்த ஓர் அரிய கலைப்பொக்கிஷம் அவர். இன்றைய, புதிய தலைமுறை நடிக-நடிகையர், நடிப்பைப் பற்றித் தெரிந்து கொள்ள வேண்டும் என்றால், சிவாஜி அவர்கள் நடித்த படங்களைப் பார்த்தாலே போதும், ஒரு பல்கலைக் கழகத்தில் பயின்றது போன்ற ஒரு உணர்வு ஏற்படும்.

-செல்வி ஜெ. ஜெயலலிதா
தமிழக முதல்வர்
(தினத்தந்தி, 23.4.1995)

சிகரம் தொட்ட நடிப்பு

நடிகர் திலகம் சிவாஜி கணேசன் நடிப்பின் சிகரத்தை எட்டி விட்டவர். அத்துடன் தெய்வ பக்தியும், தேச பக்தியும் நிரம்பியவர்.

-கக்கன்
தமிழக முன்னாள் அமைச்சர்
(நடிகர் திலகத்தின் 175வது திரைப்படமான அவன் தான் மனிதன் திரைப்பட சிறப்பு மலர், புதுவை, 1975)

போடாத வேடமில்லை

சிவாஜி கணேசன் போடாத வேடம், அவர் தொட்டுத் துலங்காத பாத்திரம் எதுவும் கிடையாது. அவர் கண்கள் பேசும், நிற்கும் தன்மை பேசும், அவர் விடும் பெருமூச்சு கூடப் பெருங்கதை பேசும்.

–நாவலர் **இரா. நெடுஞ்செழியன்.**
திரைக் கலைஞர்கள் வரிசை: நடிகர் திலகம் சிவாஜி கணேசன் என்ற புத்தகம், மணிமேகலைப் பிரசுரம் வெளியீடு

தலைசிறந்த சேவகர்

பொறாமை, பொச்சரிப்பு இல்லாமல், ஆசாபாசங்களுக்கு அப்பாற்பட்டு, தர்ம உள்ளத்தோடு சமுதாயத்திற்கு சிறந்த சேவை செய்து வருபவர் நடிகர் திலகம் சிவாஜி கணேசன்.

–சொல்லின் செல்வர் **ஈ.வி.கே. சம்பத்**
(நடிகர் திலகத்தின் மணிவிழா மலர்; 1.10.1988)

ஒப்பாரும் இல்லார், மிக்காரும் இல்லார்.

நடிகர் திலகம் சிவாஜி கணேசன் நடிப்புத்துறையில் ஒப்பாரும் மிக்காரும் இல்லாமல் இறுதிவரை திகழ்ந்தார். கலைத்தாயின் தலைமகனாக விளங்குகிற அவர், தனது நடிப்பாற்றலின் மூலம் தமிழர் பெருமையை உலகறியச் செய்தார்.

–பழ. **நெடுமாறன்**
(தினகரன், 23.7.2001)

மொழிக்குப் பெருமை சேர்த்த உச்சரிப்பு

திரை உலகில் தமிழ் உச்சரிப்பு, நடிகர் திலகம் சிவாஜி அவர்களால் தனித்தன்மையும், பெரும் பெருமையும் பெற்றது.

–தமிழர் தந்தை **சி.பா. ஆதித்தனார்.**
நடிகர் திலகம் சிவாஜி அவர்களின் பவள விழா சிறப்பு மலர், 2003, பெங்களூர் டாக்டர் சிவாஜி கணேசன் மெமோரியல் டிரஸ்ட் வெளியீடு

பாத்திரங்களல்ல - உயிர் வார்ப்புகள்

நடிகர் திலகம் தமது சிறந்த நடிப்பாற்றலால் நம் நெஞ்சை ஆக்கிரமித்துக் கொண்டவர். அவர் நடித்தவை வெள்ளித் திரையின் வெறும் கதாபாத்திரங்கள் அல்ல. நம் நெஞ்சை முழுவதும் ஆக்கிரமித்துக் கொண்ட உயிர் வார்ப்புகள். பராசக்தி குணசேகரனாக, கொற்றவன் தர்பாரை நடுங்க வைத்த மனோகரனாக, மெய் சிலிர்க்க வைத்த பாஞ்சைப் பெரு வேந்தன் கட்டபொம்மனாக, செக்கிழுத்த செம்மல் சிதம்பரமாக, மகாகவி பாரதியாராக, கொடை வீரன் கர்ணனாக, பாசமலர் ராஜசேகரனாக, பாகப்பிரிவினை கன்னையாவாக, படிக்காத மேதை ரங்கனாக, பாலும் பழமும் டாக்டர் ரவியாக, பாவமன்னிப்பு ரஹீமாக, ஞான ஒளி அந்தோணியாக, நவராத்திரியின் நவரச நாயகனாக, சேரன் செங்குட்டுவனாக, கிரேக்கத்து சாக்ரடீசாக, சாம்ராட் அசோகனாக, ஷேக்ஸ்பியரின் ஒத்தெல்லோவாக, ஆலயமணி தியாகுவாக, தங்கப்பதக்கம் சௌத்திரியாக, நாதஸ்வரச் சக்ரவர்த்தி சண்முகசுந்தரமாக, திருவிளையாடலில் முக்கண் முதல்வனாக, முதல் மரியாதை பெற்ற மாமனிதராக, தேவர் திருமகனாக, கிரகங்களின் உச்சியில் காலங்களைக் கடந்தும் அவர் கலையுலகின் உள்ளொளியாய் அழியாப் புகழுடன் என்றும் வாழ்வார்.

-வை.கோ
(பொதுச்செயலாளர், ம.தி.மு.க)
(மாலைமுரசு, 22.7.2001)

அகிலமே வாழ்த்தும் அய்யா தந்த பட்டம்

நண்பர் சிவாஜி கணேசன் நடிப்புலகின் நாயகர். நடிப்பின் இலக்கணம். நடமாடிய நடிப்புப் பல்கலைக் கழகம். சிவாஜி கண்ட இந்து ராஜ்யம் என்று அண்ணா எழுதிய சமுக சீர்திருத்த நாடகத்திற்குத் தலைமை வகித்த தந்தை பெரியார் அதில் நடித்த நடிகரான வி.சி. கணேசனை சிவாஜி கணேசன் என்றே வாழ்த்தினார். அய்யா தந்த பட்டம் அகிலமும் அவரை அறியச்செய்ததாகி விட்டது.

-கி.வீரமணி
பொதுச்செயலாளர், திராவிட கழகம்
(மக்கள் குரல், 22.7.2001)

சிவாஜி தலைமையே காங்கிரசிற்குத் தேவை

இங்கே இந்தப் பொதுக்கூட்டம் துவங்குவதற்கு முன்பு, பல்லாயிரக்கணக்கில் தேசிய இயக்கத் தோழர்கள் பங்கு கொண்ட மிகப் பிரம்மாண்டமான பேரணியைக் கண்டு நான் நெகிழ்ந்து போனேன். தலைவர் சிவாஜியின் தீவிர முயற்சியாலும், அவரது

சிவாஜி - ஒரு வரலாற்றின் வரலாறு

ரசிகர்களின் அயராத உழைப்பாலும் தான் இவ்வளவு பெரிய பேரணியை சென்னை மாநகரில் நடத்திக் காட்ட முடியும். சிவாஜியும் அவரது ரசிகர்களும் இருக்கும் வரை தமிழகத்தில் காங்கிரஸ் பேரியக்கத்தை யாராலும் வீழ்த்த முடியாது.

நடிகர் திலகம் சிவாஜி அவர்களை காங்கிரஸ் பேரியக்கத்தின் தமிழகத் தலைவராக பொறுப்பேற்கச் செய்ய வேண்டும். அவர் தலைமையேற்றால் சென்னை ஜார்ஜ் கோட்டையில் காங்கிரஸ் பேரியக்கத்தின் மூவர்ணக்கொடி பட்டொளி வீசிப் பறக்கும். என்னைப் போன்ற லட்சோபலட்ச தேசிய இயக்கத் தோழர்களின் கனவை நினைவாக்க, சிவாஜி தலைமையே காங்கிரசின் இன்றைய தேவை. வாழ்க சிவாஜி! வளர்க காங்கிரஸ்! ஜெய்ஹிந்த்.

-செங்கல்வராயன்
முதுபெரும் காங்கிரஸ் தலைவர், விடுதலைப் போராட்ட வீரர்
(1986 ஆம் ஆண்டு ஆகஸ்ட் மாதம் சென்னை மந்தைவெளியில் நடைபெற்ற காங்கிரஸ் பொதுக்கூட்டத்தில் பேசியது)

பெருந்தலைவரின் தளபதி

பெருந்தலைவர் காமராஜரின் தளபதியாக, தமிழ்நாடெங்கும் முழக்கமிட்ட ஒரு லட்சிய வீரர், சிவாஜி. 1975 அக்டோபர் 1ந் தேதி நடிகர் திலகத்தின் பிறந்த நாள் விழாவில் கலந்து கொண்டது தான் காமராஜர் கலந்து கொண்ட கடைசி நிகழ்ச்சி. வ.உ. சிதம்பரனாராக, வீரபாண்டிய கட்டபொம்மனாக சிவாஜியைப் பார்த்தவர்கள் தேசப்பற்றும், வீர உணர்வும் கொண்டு எழுச்சி பெற்றார்கள். திருவருட்செல்வரில் அப்பராக சிவாஜி நடித்தபோது, திருநாவுக்கரசரை மனதில் பாடமாக்கிக் கொண்டோம். தேசபக்தி, தெய்வபக்தி இரண்டையும் நடிப்பால் பரப்பிய சிவாஜியைப் போல் இன்னொரு நடிகரைப் பார்க்க முடியாது.

-இலக்கியச் செல்வர் குமரி அனந்தன்
(தினத்தந்தி, 22.7.2001)

அன்னை இல்லத்தில் நடிகர் திலகத்துடன் குமரி அனந்தன்

சிவாஜி - ஒரு வரலாற்றின் வரலாறு

நடிகர் திலகத்துடன் அளவளாவும் வாழப்பாடி ராமமூர்த்தி

காங்கிரஸ் கட்சிக்குத் தொண்டர்களைத்தந்தவர் சிவாஜி

தமிழகத்தில் காங்கிரஸ் கட்சி வளர வேண்டும் என்று உளப்பூர்வமாக விரும்பியவர் நடிகர் திலகம் சிவாஜி அவர்கள். காமராஜருக்குப் பிறகு காங்கிரஸ் கட்சியைக் காப்பாற்ற யார் இருக்கிறார்கள் என்ற கேள்வி எழுந்த போது, காமராஜரின் பெயரை உச்சரித்துக் கொண்டே, தனது உழைப்பைத் தந்து காங்கிரசை வளர்த்தவர் சிவாஜி.

பிரதிபலனை, பதவியை, எதிர்பார்க்காமல் காங்கிரஸ் கட்சிக்காக உழைத்தவர் சிவாஜி. ஆனால் அவரை காங்கிரஸ் கட்சி சரியாகப் பயன்படுத்திக் கொள்ளவும் இல்லை. அவருக்கு உரிய மரியாதையை அளிக்கவும் இல்லை என்ற மனக்குறை எனக்கும் உண்டு.

கட்சியின் அடிமட்டத்திலிருந்து வந்த தொண்டனுக்கும் மரியாதை கிடைக்க வேண்டும் என்று நடிகர் திலகம் சிவாஜி பாடுபட்டார். தலைவர்கள் நிரம்பியிருந்த தமிழக காங்கிரஸ் கட்சியில், கொடி கட்டவும், போஸ்டர் ஒட்டவும் தனது ரசிகர்களை, தொண்டர்களைத் தந்தவர் சிவாஜி.

-வாழப்பாடி **ராமமூர்த்தி**
(தமிழ்நாடு காங்கிரஸ் (திவாரி) கூட்டத்தில் பேசியது - 1995)

அன்னை இல்லத்தில் மூப்பனார், கலைஞர், நடிகர் திலகம்

தமிழ் மண்ணுக்குப் பெருமை சேர்த்தவர்

பெருந்தலைவர் காமராஜரின் அன்புக்குப் பாத்திரமாகி, தேசிய இயக்கத்தில் தன்னை ஈடுபடுத்திக் கொண்டவர் செவாலியே சிவாஜி அவர்கள். நடிப்புக்கு அவர் பல்கலைக்கழகம். தமிழ்மொழி அவர் வாயில் வசனங்களாக உச்சரிக்கப்படுகிறபோது ஒரு புதுப்பொலிவு பெற்றது. அவர் நடித்த வீரபாண்டிய கட்டபொம்மனும், கப்பலோட்டிய தமிழனும், தமிழ் மண்ணில் இளைஞர்களை ஈர்த்து, தேசிய பாசறையில் அவர்களைக் கொண்டு வந்து சேர்த்தது. உலகப் புகழ் பெற்ற நடிகராகவும், தமிழ் மண்ணுக்கு பெருமை சேர்த்தவராகவும், தேசிய குடும்பத்தில் ஒருவராகவும் திகழ்ந்தவர்.

-ஜி.கே. மூப்பனார்.
(தலைவர், தமிழ் மாநில காங்கிரஸ்)
(தினத்தந்தி, 22.7.2001)

இயற்கை தந்த வரப்பிரசாதம்

சிவாஜி கணேசன் காலத்தின் கண்டுபிடிப்பு. நடிப்பின் துடிப்பு! துடிப்பின் படப்பிடிப்பு! இயற்கையின் இயல்போடு அவர் நடிப்பு தன்னை இணைத்துக் கொண்டது. செயற்கையின் பலாத்காரப் பிணைப்பில் அவர் ஒன்றவில்லை. அவரது அங்க அசைவுகள்-நடிப்பின் கவிதை. அவை புதுக்கவிதை பாடும். உணர்ச்சிகளை, உள்ளத்து உணர்வுகளை, அவரது கண்கள் வெளிப்படுத்தும், கன்னங்கள் வெளிப்படுத்தும், உதடுகள் உரை நடத்தும், சிரிப்புகள் சிறப்புரை தீட்டும். தலைதொட்டு,

கால்வரை, புருவம் தொட்டுப் போடுகின்ற நடை வரை, நடிப்பு களி நடனம் புரியும். கதாநாயகனாக, வீரனாக, தனயனாக, தந்தையாக, ஏழையாக, பணக்காரனாக, வியர்வைக்குச் சொந்தக்காரனாக, கண்ணீரின் கருமத்திற்குரியவனாக, பன்னீர் குளத்தின் நீச்சல் வீரனாக, சொற்போர் மறவனாக, விற்போர் வீரனாக, விகடத்தின் வித்தனாக, விவேகத்தின் தூதுவனாக, பக்குவமான பண்பாளனாக, எத்தகைய கதாபாத்திரங்களாயினும், சவால் விட்டு நடிக்கும் திறமையின் பேராற்றல், சிவாஜி கணேசனுக்கு இயற்கை தந்த வரப்பிரசாதம். உலக நடிகர்களின் வரிசையில் முன்னணியிடம் சிவாஜிக்கு உண்டு.

-நாஞ்சில் கி. மனோகரன்.
(சிவாஜி 55வது பிறந்த தின விழா மலர், 1.10.1982)

நடிகர் திலகத்துடன் இரா.செழியன்

காலம் உள்ளவரை புகழ் நிலைக்கும்

சிவாஜி கணேசன் மாபெரும் நடிகர், பல்வேறு உயர்ந்த விருதுகளைப் பெற்றவர். 300 ஆண்டுகளுக்கு முன்பு வாழ்ந்த மராட்டிய சிவாஜியின் வாழ்க்கையை நம் கண்முன்னே தத்ரூபமாக நிறுத்தியவர். காலம் உள்ள வரை சிவாஜி கணேசனின் புகழ் நிலைக்கும்.

-இரா. செழியன்
பாராளுமன்ற முன்னாள் உறுப்பினர்
(தினமணி, 7.8.2001)

கட்சிகளுக்கு அப்பாற்பட்ட கலைஞர்

ஐம்பது ஆண்டுகளுக்கு முன்பு ஒரு கலைப்பயணம் தொடங்கியது. அந்தப் பயணம், நடிப்பு, நாடகம், திரைப்படம் ஆகிய துறைகளில் ஒரு பெரும் புரட்சியை ஏற்படுத்தியது. அப்படிப் பயணித்தவர் நடிகர் திலகம் சிவாஜி கணேசன். அவர் ஒரு நடிகர் மட்டுமல்ல. ஒரு பல்கலைக்கழகமாக விளங்கியவர். அப்பல்கலைக்கழகத்தில்,

சிவாஜி - ஒரு வரலாற்றின் வரலாறு

மூன்று தலைமுறை நடிகர்களும், நடிகைகளும், திரைப்படத் தொழில் நுட்ப வல்லுநர்களும் பயிற்சி பெற்றார்கள். சிவாஜி கணேசன் திராவிட இயக்கத்திற்கும் சொந்தமானவர். கடந்த நாற்பது ஆண்டு காலமாக காங்கிரஸ் இயக்கத்திற்கும் சொந்தமானவர்.

–ப.சிதம்பரம்
(தலைவர், காங்கிரஸ் ஜனநாயக பேரவை)
(தினத்தந்தி, 23.7.2001)

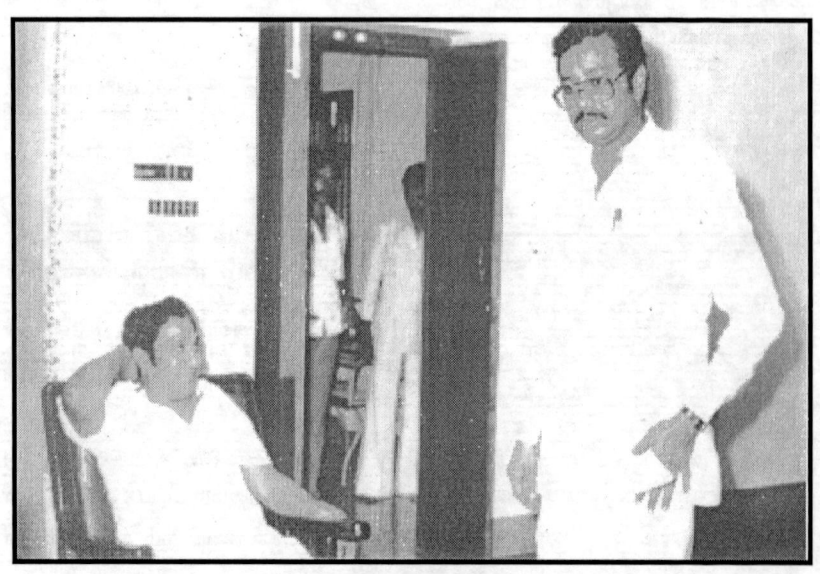

நடிகர் திலகத்துடன் ஈ.வி.கே.எஸ். இளங்கோவன்

அரசியல் அரிச்சுவடியைப் பயின்றேன்

அண்ணன் நடிகர் திலகம், நடிப்புக்கு இலக்கணம் வகுத்து, கலையுலகின் இமயமாய் உயர்ந்து ஒளி வீசியவர். பெருந்தலைவரின் இதயத்தில் இடம் பிடித்தவர். நேரு, இந்திரா காந்தி, ராஜீவ் காந்தி ஆகியோரின் அன்பைப் பெற்றவர்.

என்னுடைய குடும்பத்தில் பல பிரச்சனைகள், குழப்பங்கள் ஏற்பட்ட நேரத்தில், என்னை அரவணைத்து ஆதரித்த ஒரே தலைவர் அண்ணன் சிவாஜி அவர்கள் தான். என்னை சத்தியமங்கலம் தொகுதியில் நிற்க வைத்து, தமிழக சட்டமன்ற உறுப்பினராக்கி அழகு பார்த்தார். அவரிடமிருந்து தான் நான் அரசியல் அரிச்சுவடியைப் பயின்றேன். காங்கிரஸ் பேரியக்கத்தில், பெரிய பெரிய பொறுப்பில், பதவியில் இருப்பவர்கள் அனைவரும் சிவாஜி மன்றத்தில் பயிற்சி பெற்று உருவானவர்களே. நான் அண்ணன் அவர்களை பாசமுள்ள குடும்பத்தலைவனாக, சாதனைகள் பல புரிந்த கலையுலக மன்னனாக, உன்னதமான லட்சியங்களுக்கு செயல்வடிவம் கொடுக்கப் போராடிய

K. சந்திரசேகரன்

அப்பழுக்கற்ற மிகச் சிறந்த அரசியல்வாதியாக மூன்று கோணங்களில் மிக அருசில் இருந்து பார்த்து வியந்திருக்கிறேன்.

-ஈ.வி.கே.எஸ். இளங்கோவன்
மத்திய ஜவுளித்துறை இணை அமைச்சர்
(சிவாஜி அவர்களின் மூன்றாம் ஆண்டு நினைவு நாள் நிகழ்ச்சி 25.7.2004;
சென்னை வாணி மஹால்)

கலைத்துறையின் சாதனையாளர்

கலை உலகில் 60 ஆண்டு காலம் இடைவிடாது உழைத்து நடிப்புக்கு இலக்கணம் வகுத்தவர் நடிகர் திலகம் சிவாஜி கணேசன். கலைத்துறையின் சாதனையாளராகிய அவர் மிகச்சிறந்த விருதுகளையும், பல்வேறு சிறப்பு பட்டங்களையும் பெற்றவர்.

-ஜி.கே. வாசன்
தலைவர், தமிழ்நாடு காங்கிரஸ் கமிட்டி
(மாலை மலர், 1.10.2004)

சிறந்த தேசியவாதி

நடிகர் திலகம் சிறந்த தேசியவாதி. கடந்த 45 ஆண்டுகளாகக் கலை உலகிற்கு சிறப்பான சேவை ஆற்றி வருகிறார். அவரது அபரிமிதமான நடிப்பாற்றலைப் பாராட்டி இந்தியத் திரைப்படத்துறையின் மிக உயர்ந்த விருதான தாதா சாகேப் பால்கே விருது அவருக்கு வழங்கப்பட்டுள்ளது.

-கே.வி.தங்கபாலு
தலைவர், தமிழ்நாடு காங்கிரஸ் கமிட்டி
(கதிரவன், 5.7.1997)

தன்னகரில்லா சாதனை

நடிகர் திலகம் சிவாஜி கணேசன் கலையுலகில் தன்னகரில்லாத சாதனை படைத்தவர். மிகவும் பிரசித்தி பெற்ற செவாலியே போன்ற விருதுகளைப் பெற்று, குழந்தைகள் முதல் முதியோர் வரை அனைத்து தரப்பினரும் பாராட்டும் அளவிற்கு அனைவர் மனதிலும் நிலைத்த இடம் பிடித்தவர். உலக அளவில் தலைசிறந்த நடிப்புத்திறன் கொண்ட அவர், கலைத்துறையோடு பொது வாழ்க்கையிலும் தன்னை இணைத்துக் கொண்டவர்.

-டாக்டர் **ராமதாஸ்**
நிறுவனர், பாட்டாளி மக்கள் கட்சி
(தினத்தந்தி, 22.7.2001)

சிவாஜி - ஒரு வரலாற்றின் வரலாறு

என்றும் முதலிடம்

நடிகர் திலகம் சிவாஜி ஒரு பிறவிக் கலைஞர். ஈடு இணையற்ற நடிகராக விளங்கி, தமிழ்நாட்டிற்கும், இந்தியத் துணைக் கண்டத்திற்கும் பெருமை சேர்த்துக் கொண்டிருப்பவர். சிவாஜியைப் போல எல்லாத் திறமையும் பெற்ற ஒரு நடிகரை, எந்த மொழியில், எந்த நாடு பெற்றுக் கொண்டிருக்கிறது என்பதை யாராலும் சொல்ல முடியாது. இளம் வயதிலேயே வயது முதிர்ந்த கிழவர் வேடத்தை ஏற்று, அதிலேயே தனது நடிப்பு முத்திரையை சிறப்பாகப் பதித்து, பாராட்டைப் பெற்ற நடிகர், சகோதரர் சிவாஜி அவர்கள் அறுபது வயதைக் கடந்து இன்றும் நடித்துக் கொண்டிருக்கிறார் - அவரது இடத்தை யாரும் பிடிக்க முடியாத அளவிற்கு.

–ஜானகி ராமச்சந்திரன்
தமிழக முன்னாள் முதல்வர்
(பொம்மை, அக்டோபர் 1988)

நடிகர் திலகத்திற்கு பிறந்தநாள் வாழ்த்துக்கூறும் முரசொலி மாறன் உடன் கலைஞர், பேராசிரியர் அன்பழகன்

இணையாகச் சொல்ல எவருமில்லை

ஷேக்ஸ்பியரைப் பற்றிச் சொல்லும் போது, அவர்கட்குச் சமமானவர்களும் இல்லை - அடுத்தாற் போல் சிறந்தவரும் இல்லை என்பார்கள். அது போல நடிப்புலகில் சிவாஜிக்கு இணையாகச் சொல்ல உலக அரங்கில் எவருமே இல்லை.

–முரசொலி மாறன்
எம்.பி.
(திரைக் கலைஞர்கள் வரிசை: நடிகர் திலகம் சிவாஜி கணேசன் என்ற புத்தகம், மணிமேகலைப் பிரசுரம் வெளியீடு)

K. சந்திரசேகரன்

சிவாஜி - ஒரு வரலாற்றின் வரலாறு

தமிழகத்தின் பெருமை

சிவாஜி அவர்கள் தனது சிறந்த நடிப்பின் மூலம் தமிழகத்துக்குப் பெருமை தேடித்தந்தவர்.

–ஆர்.நல்லக்கண்ணு
இந்திய கம்யூனிஸ்ட் மூத்த தலைவர்
(தினத்தந்தி, 22.7.2001)

கலையுலகின் அருட்கொடை

சிவாஜி கணேசன் நடிப்புத்துறையில் மிகச் சிறந்த சாதனை படைத்தவர். கலை உலகத்திற்கு அவர் அளித்துள்ள அருட்கொடை காலத்தால் வெல்ல முடியாதது. சாதி மத, பேதம் களைய வேண்டும் என்ற அற்புதக் கருத்துக்களை சினிமா படங்கள் மூலம் பரப்பி வந்தவர். சக நடிகர்-நடிகையருக்கு உறுதுணையாக இருந்து அவர்களை திரையுலகில் முன்னேறச் செய்தவர். நாடகத்துறையின் முன்னேற்றத்திற்கு அரும்பாடுபட்டவர். நாடாளுமன்ற மாநிலங்களவை உறுப்பினராய் சிறப்பாக பணியாற்றியவர். அரசியல் பணி மூலம் மக்களுக்கு தொண்டு புரிந்தவர்.

–என்.சங்கரய்யா
கம்யூனிஸ்ட்(மார்க்சிஸ்ட்) மூத்த தலைவர்
(தினத்தந்தி, 22.7.2001)

பெருந்தலைவரின் அருந்தொண்டர்

திரையுலகில் நிகரில்லாப் புகழ் பெற்றவர் நடிகர் திலகம். கலையுலகின் முடிசூடா மன்னனாக விளங்கிய அவர், தனது நடிப்புத்திறனால், மராட்டிய மன்னர் சிவாஜியையும், வீரபாண்டிய கட்டபொம்மனையும், செக்கிழுத்த செம்மல் வ.உ.சி. யையும் மக்கள் கண்முன்னே கொண்டு வந்து காட்டியவர். அரசியல் பணியில் அவர் பெருந்தலைவர் காமராஜர் அவர்களின் அடியொற்றி செயலாற்றியவர்.

–எம். கிருஷ்ணசாமி
தலைவர், தமிழ்நாடு காங்கிரஸ் கமிட்டி
(மாலை முரசு, 20.7.2006)

K. சந்திரசேகரன்

மக்கள் இதய சிம்மாசனத்தில் வீற்றிருப்பார்

நடிகர் திலகம், தமிழ்த்தாயின் சிறந்த தலைமகன்; தமிழ்த் திரையுலகின் மூத்த மகன். சிவாஜி கணேசன் எனும் நடிப்புலக இமயத்தின், ஒப்புயர்வற்ற நடிகரின் திரையுலக வரலாறு, தமிழ் மொழி உள்ள வரை, உலகின் கடைசி தமிழன் உள்ள வரை, காலா காலத்திற்கும் இவரது சாதனைகள் என்றும் இமயம் போல் உயர்ந்து பசுமையாக நினைவில் நிற்கும். எவ்வளவு ஆண்டுகள் ஆனாலும், சிவாஜி அவர்களின் நினைவுகள் போற்றப்பட்டுக் கொண்டே இருக்கும். மக்களின் இதய சிம்மாசனத்தில் எப்பொழுதும் அவர் தான் கம்பீரமாக வீற்றிருப்பார்.

-சு. திருநாவுக்கரசர்
மத்திய தகவல் தொழில்நுட்பத்துறை இணை அமைச்சர்
(சிவாஜி அவர்களின் இரண்டாம் ஆண்டு நினைவு நாள் நிகழ்ச்சி; 21.7.2003; சென்னை தியாகராயர் அரங்கம்.)

அவருடைய வாழ்த்தே பெருமை

நடிகர் திலகம் சிவாஜி கணேசன் ஒரு மலை. அதன் முன் நின்று வியக்கும் ஒரு ரசிகன் நான்.பள்ளி மாணவனாக இருந்தபோது, அந்தப் பருவத்துக்கே உரிய முறையில் சிவாஜியின் படங்களை வெட்டி நோட்டுப் புத்தகத்தில் ஒட்டிப் பாதுகாத்தவன். திரைப்படத்தில் மட்டுமே பார்த்த அந்த சிகரத்தின் சொந்த கிராமமான, சூரக்கோட்டைக்கு ரெவென்யூ இன்ஸ்பெக்டராகச் சென்ற போது, அவரது பெயரிலும், அவரது தகப்பனாரது பெயரிலும் இருந்த பட்டாக்களை ஆய்வு செய்ததே ஒரு சிலிர்ப்பு தந்தது. ஆர்.எஸ்.எஸ். பேரியக்கத்தின் சார்பாக ஒரு பிரசாரம் மேற்கொள்ளத் திட்டமிட்டோம். அதற்காக தொகுத்து ஒரு வீடியோ கேஸட் – அமெச்சூராக – தயாரித்தோம். அதில் வரும் காட்சிகள் எல்லாமே சிவாஜி கணேசன் நடித்தவை.இன்று கட்டபொம்மனை, வ.உ.சிதம்பரத்தை மக்களுக்கு இவர் இப்படித்தான் இருந்திருப்பார் என்று அடையாளம் காட்டும் வகையில் அமைந்து விட்ட தோற்றமும் நடிப்பும் நடிகர் திலகம் சிவாஜி கணேசன் அவர்களுடையது.வயதான காலத்திலும், சற்றும் கம்பீரம் குறையாத நிறைவான தோற்றமாக "தேவர்" தோற்றத்தில் கண் நிறைந்து இன்றும் காட்சி தருகிறார் அவர். தி.நகர் இல்லத்தில் அவரை நான் ஓரிரு முறை மட்டுமே சந்தித்துப் பேசியுள்ளேன். என்னைப் பாராட்டி அவர் வாழ்த்தியதை நான் பெருமையாக கருதுகிறேன்.

-இல.கணேசன்
தலைவர், தமிழக பாரதீய ஜனதா கட்சி
(சிவாஜி -ஒரு வரலாற்றின் வரலாறு நூலிற்காக)

என் இதயத் துடிப்பு

1957 ஆம் வருடம், எனக்கு அப்போது 17 வயது. சிவகங்கையில் சிவாஜி மன்றத்தின் தலைவராக இருந்தபோது, அண்ணன் சிவாஜி அவர்கள் காளையார்கோவில் நிகழ்ச்சி முடிந்து சிவகங்கை வழியாகச் சென்றார். சிவகங்கையிலுள்ள பெரிய மனிதர்கள், அவருக்கு வரவேற்பு கொடுக்க ஏற்பாடு செய்திருந்தார்கள். எனக்கு அந்தத் தகவல் தெரியவர, நான் எங்களது மன்றத்தின் சார்பாகவும் ஒரு வரவேற்பு கொடுக்க வேண்டும் என்று விரும்பினேன். ஆனால் நாங்கள் அந்த ஊர்ப் பெரியவர்களை அணுகவே இயலாத சூழ்நிலை இருந்தது. அப்போது சிவாஜி மன்றம் எந்தக் கட்சி சார்பும் இல்லாமல் இருந்தது.

எனவே, நேரடியாகவே நடிகர் திலகத்தை சந்தித்து அனுமதி வாங்குவது என்று தீர்மானித்தோம். இதற்கு முன்பு நான் நடிகர்திலகத்தை சந்தித்ததே இல்லை. ஆனாலும், நான் தனி ஆளாக ரயிலேறி சென்னைக்கு வந்தேன். சென்னை, ராயப்பேட்டை, சிவாஜி பிலிம்ஸ் அலுவலகத்திற்குச் சென்றேன். அங்கு நடிகர் திலகத்தின் அண்ணன் தங்கவேலு அவர்கள் இருந்தார். அவர் என்னிடம் விபரம் கேட்டார். பின்னர் ஷூட்டிங்கில் இருந்த நடிகர் திலகத்துடன் போனில் பேசிவிட்டு, என்னிடம் ஏவிஎம் ஸ்டுடியோ தெரியுமா? என்று கேட்டார். நான் தெரியாது என்றவுடன், பெட்டியை அங்கு அலுவலகத்திலேயே வைக்கச் சொல்லிவிட்டு, என்னை ஒரு ஜீப்பில் ஏற்றி அனுப்பினார். படப்பிடிப்பில் இருந்த

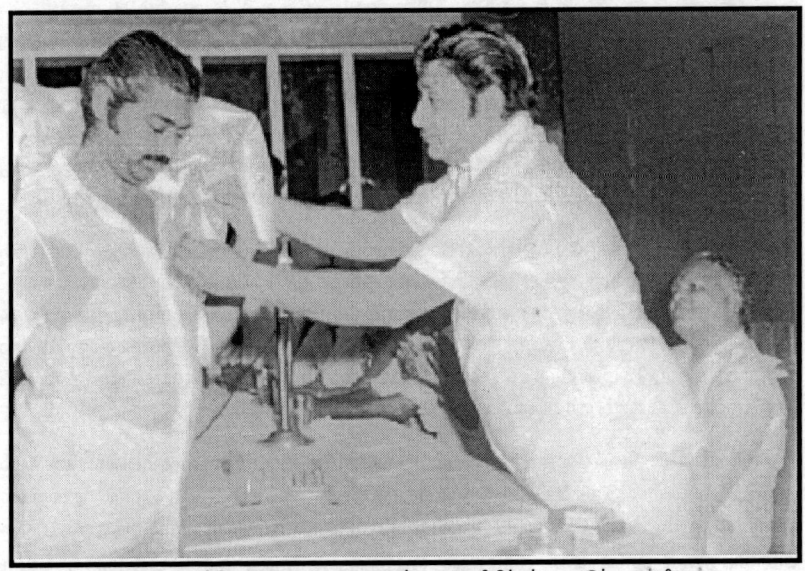

சட்டமன்ற உறுப்பினரான ராஜசேகரனை சால்வை அணிவித்துப் பாராட்டும் நடிகர் திலகம்

அண்ணன் சிவாஜியிடம், நான் வந்த விபரம் தெரிவித்து, வரவேற்பு நிகழ்ச்சிக்கு அனுமதி கொடுத்தே தீரவேண்டும் என்று வற்புறுத்தினேன். உடனே அவரும் நான் வருகிறேன் போ என்றார். அப்போது நான் தயங்கித்தயங்கி நின்றேன். "நான்தான் வருவதாகக் கூறிவிட்டேனே, வேறென்ன"என்று கேட்டார். "தாங்கள் வருவதாக எனக்குக் கடிதம் தந்தால்தான் என்னை நம்புவார்கள்" என்று கூறினேன். உடனே அவரும் தொலைபேசியில் அலுவலகத்திற்குத் தெரிவித்தார். பின்னர் சிவாஜி பிலிம்ஸ் அலுவலகத்திற்கு வந்து, தங்கவேலு அண்ணன் அவர்களிடம் கடிதத்தைப் பெற்றுக்கொண்டு சிவகங்கை திரும்பினேன்.

சிவகங்கை சென்று வரவேற்பு நிகழ்ச்சிக்கு ஏற்பாடு செய்தபோதுதான் தெரிந்தது, நான் மட்டும் கடிதம் வாங்கிக் கொண்டு சென்றிருக்காவிட்டால், அந்த நிகழ்ச்சியையே நடத்த விட்டிருப்பார்களா என்பது சந்தேகம் தான். அந்த அளவிற்கு இடையூறுகள் செய்தனர். அதனாலேயே இன்னும் சிறப்பாகச் செய்ய வேண்டும் என்ற உணர்வு தூண்டப்பட்டு, விறுவிறுப்பாக வேலை நடந்தது. ஹைவேஸ் சாலையில் குழி தோண்ட அனுமதி அளிக்கப்படாததால், பெரிய தார் டின்களை வாங்கி, அதில் மணலை நிரப்பி, குறுகிய இடைவெளியில், ஒரே தெருவில், 50 வரவேற்பு வளைவுகள் போட்டோம். நுழைவாயிலில், மறுபகுதி தெரியாதபடி முழுமையான மலர் திரையை புதுமையான முறையில் அமைத்தோம்.

அந்த நாளும் வந்தது. ஊர்ப்பெரியவர்களால் அளிக்கப்பட்ட சாதாரண ஒரு வரவேற்பை முடித்துக்கொண்டு, எங்கள் பகுதிக்கு வந்தார் நடிகர் திலகம். மறைத்துக் கொண்டிருந்த மலர் திரையை விலக்கி மறுபுறம் வந்தவுடன், யானை, கரகாட்டம், ஒயிலாட்டம் இவற்றுடன், பெண்கள், இளைஞர்கள் என்று திருவிழாக் கூட்டத்துடன், திறந்த ஜீப்பில் ஊர்ந்து சென்று, சிவகங்கைச் சீமையின் மரியாதைக்குரிய திரு.ராஜ்குமார் சுப்பிரமணிய ராஜா தலைமையில் (ராஜா மீது ஏற்கனவே நடிகர் திலகத்திற்கு மிகுந்த மரியாதை உண்டு. மேலும் நாங்கள் எல்லோரும் சிறுவயதினராக இருந்ததால் இவர் தலைமையில் வரவேற்பு அளித்தோம்) நாங்கள் அளித்த வரவேற்பைக் கண்டு மிகுந்த மகிழ்ச்சியடைந்தார் நடிகர் திலகம்.

இந்த முதல் சந்திப்பே, அண்ணன் சிவாஜியின் மனதில் இடம் பிடிக்கும் விதத்தில் முத்தாய்ப்பாக அமைந்தது. அதன் பின்னர் , தமிழகத்திலேயே முதன்முதலாக, மாவட்ட அளவில் தலைமை மன்றமாக எங்கள் மன்றம் செயல்பட்டது. பின்னர் தூத்துக்குடியில், அகில இந்திய சிவாஜி மன்றத்தின் ஆரம்பக்கூட்டம் நடந்தது. பிற்காலத்தில் அகில இந்திய சிவாஜி மன்றத்தின் பொதுச்செயலாளராகி, அண்ணனின் அன்பை நிரந்தரமாகப் பெறும் வாய்ப்பைப் பெற்றேன்.

அண்ணன் அவர்களைப் பற்றியும், அவரோடு தொடர்புடைய சம்பவங்களையும் குறிப்பிடுவதனால் இந்தப் புத்தகமே போதாது. என்னைப் பற்றி யார் என்ன குறைகள் சொன்னாலும், அதைக் கேட்டுக்கொள்வார். ஆனால் நம்பமாட்டார். அத்தகைய ஒரு பாக்கியத்தை நான் என் வாழ்வில் பெற்றிருக்கிறேன். நான் பலமுறை தவறு

சிவாஜி - ஒரு வரலாற்றின் வரலாறு

செய்திருக்கிறேன். ஆனால் உடனேயே என்னை மன்னித்துவிடுவார். என் உயிர் உள்ளவரை, அண்ணன் சிவாஜியின் பெயரைச் சொல்லித்தான் என்னுடைய இதயம் துடித்துக் கொண்டிருக்கும்.

-வி. இராஜசேகரன்
(முன்னாள் எம்.எல்.ஏ)
(சிவாஜி-ஒரு வரலாற்றின் வரலாறு நூலிற்காக)

அன்னை இல்லத்தில் நடிகர் திலகத்துடன் வசந்தகுமார்

உலகை ஈர்த்தவர்

ஐம்பது ஆண்டுகளாக, பல மொழிகளில் 300 படங்களுக்கும் மேல் நடித்தவர் நடிகர் திலகம். தமிழ்நாட்டில் மட்டுமல்ல, இந்தியாவில் மட்டுமல்ல, உலக மக்களையே தனது நடிப்பால் கவர்ந்தவர் சிவாஜி.

-எச்.வசந்தகுமார்
தமிழக காங்கிரஸ் வர்த்தகர் பிரிவு தலைவர்
(தினகரன், 23.7.2001)

தமிழரின் முகமும், முகவரியும்

நடிப்பால் அகில உலக அரங்கில் தமிழனுக்கு முகமும், முகவரியும் தந்தவர் நடிகர் திலகம், இலக்கணமாம், நடிப்பையே தொகுத்தவர். திரையுலகின் பீஷ்மராகவும், முடிசூடா மன்னராகவும் திகழ்ந்தவர். 40 ஆண்டு காலமாக, எங்கள் சுக துக்கங்களில்

பங்கு கொண்டு, எங்களை வழி நடத்தியவர். முக்குலத்தின் காவலராய் விளங்கியதோடு, இனத்தை அடையாளம் காட்டும் சின்னமாகத் திகழ்ந்தவர். இன்றைய தமிழன் ஒவ்வொருவனும், சிவாஜி வாழ்ந்த காலத்தில் இருந்த மண்ணில் தானும் இருந்ததாகப் பெருமைப்பட வேண்டும்.

–என். சேதுராமன்
(தலைவர், மூவேந்தர் முன்னேற்றக்கழகம்)
(தினமலர் 22.7.2001)

பொற்கால சாதனை

நடிகர் திலகம் சிவாஜி கணேசன் நடிப்பிற்கு இலக்கணமாக விளங்கியதோடு மட்டுமல்லாமல், தமிழ்த் திரையுலகில் 50 ஆண்டு காலம் அளவிற்கரிய சாதனைகளை நிகழ்த்தியவர்

–டாக்டர் கிருஷ்ணசாமி
தலைவர், புதிய தமிழகம்
(மக்கள் குரல், 22.7.2001)

கலை சுரக்கும் கங்கை

நடிகர் திலகம் சிவாஜி அவர்கள் தென்னாட்டின் இமயம். அவர் கலை சுரக்கும் கங்கையின் ஊற்றாகவும், திரை அறிவியலின் பல்கலைக் கழகமாகவும் திகழ்ந்தவர். அவரால் உருவான வெறுமையை நிரப்ப எவரால் முடியும்? அவரது கலை வாழ்வுக்கு, தொண்டுக்கு, எமது வீர வணக்கம்.

–தொல்.திருமாவளவன்
பொதுச்செயலாளர், விடுதலை சிறுத்தைகள்
(தினத்தந்தி, 23.7.2001)

உயர்ந்த மானுடர்

நடிகர் திலகம் சிவாஜி கணேசன் கலையுலகைச் சேர்ந்தவராக இருந்தாலும், மானிட இயலின் அத்தனை பரிமாணங்களையும் தொட்டுப் பார்த்த ஓர் உயர்ந்த மானுடர். மனித சமுதாயத்திற்கு, குறிப்பாக தமிழ்ச் சமுதாயத்திற்கு அருந்தொண்டு ஆற்றியவர்.

–எஸ்.ஜெகத்ரட்சகன்
(தலைவர், வீர வன்னியர் பேரவை)
(தினத்தந்தி, 23.7.2001)

சிவாஜி - ஒரு வரலாற்றின் வரலாறு

பிற மாநிலத் தலைவர்கள் பார்வையில்

சாணக்ய சந்திரகுப்தா தெலுங்கு (1977) பட துவக்க விழாவில் நடிகர் திலகத்துடன் N.T.R. நாகேஸ்வரராவ்

தலைசிறந்த கலைஞர்

சிவாஜியின் நடிப்பாற்றலை நேரில் காணும் வாய்ப்பை, சம்பூர்ண ராமாயணம் படத்தின் மூலமாக எம்.ஏ. வேணு எனக்களித்தார். அது எனக்கொரு நல்ல வாய்ப்பு. தலைசிறந்த கலைஞனோடு நான் நடித்தது எனது பாக்கியம்.

- **என்.டி.ராமராவ்**
ஆந்திர முதல்வர்
(நடிகர் திலகம் டாக்டர் சிவாஜி கணேசனின் பவளவிழா சிறப்பு மலர், டாக்டர் சிவாஜி கணேசன் மெமோரியல் ட்ரஸ்ட் வெளியீடு, பெங்களூர், 2003)

K. சந்திரசேகரன்

ஒப்பற்ற சேவை

நடிப்புலகிற்கு சிறந்த சேவை புரிந்துள்ளவர் சிவாஜி.

- ஜே. ஹெச். படேல்
கர்நாடக முதல்வர்
(தினகரன், 5.7.1997)

சிறந்த தலைவர்

சிவாஜி கணேசன் மிகச் சிறந்த, பிரபலமான நடிகர். இந்தியா முழுவதும் அவர் பிரசித்தி பெற்றவர். அவர் பிரபல நடிகர் மட்டுமல்ல, சிறந்த தலைவரும் ஆவார். ஏழை எளிய மக்களின் நம்பிக்கை நட்சத்திரமாக அவர் திகழ்ந்ததால். என்.டி.ராமாராவின் நெருங்கிய நண்பராக விளங்கிய அவருக்கு, என்.டி.ராமராவ் விருது வழங்கப்பட்டுள்ளது.

-சந்திரபாபு நாயுடு
ஆந்திர முதல்வர்
(கதிரவன், 22.7.2001)

ஆச்சாரியார்

இந்திய சினிமா உலகுக்கு சிவாஜி கணேசன் ஓர் தலைசிறந்த ஆச்சாரியார் (குரு) ஆவார். அவர் ஓர் சிறந்த நடிகர் என்பதுடன், இறுதி காலம் வரை அதே துறையில் தன்னை ஈடுபடுத்திக் கொண்டவர், நீடித்த புகழுடன் விளங்கியவர்.

-ஏ.கே. அந்தோணி
கேரள முதல்வர்,
(தினத்தந்தி, தினமலர், 22.7.2001)

ரசிகன்-தொண்டன்-முதல்வர்

நான் இன்று புதுச்சேரி மாநிலத்தின் முதல்வர் பொறுப்பிலிருக்கிறேன். நான் என்னுடைய பொது வாழ்வை ஒரு சிவாஜி ரசிகனாகத்தான் துவங்கினேன். புதுவை மாநிலத்தில், நானும் என்னைப் போன்று சிவாஜி அவர்களின் மீது ஈர்ப்பு கொண்ட நண்பர்களும் சேர்ந்து, "கலைத்தாயின் தலைமகன் சிவாஜி ரசிகர் மன்றம்" துவக்கினோம். நான் ரசிகர் மன்றத் தலைவராகப் பொறுப்பேற்றுக் கொண்டேன். அவர் நடித்த படங்கள் மட்டும் தான் நன்றாக ஓட வேண்டும், அவருக்குப் போட்டி என்று சொல்லிக் கொள்பவர்களின் படங்கள் படுதோல்வி அடைய வேண்டும் என்ற நினைப்போடும், முனைப்போடும் செயல்பட்ட லட்சக்கணக்கான ரசிகர்களில் நானும்

சிவாஜி - ஒரு வரலாற்றின் வரலாறு

11.02.2006 ஆம் நாள் புதுவை கருவடிக் குப்பத்தில், -புதுச்சேரி மாநில முதல்வர் N. ரங்கசாமி நடிகர் திலகம் சிவாஜி சிலையைத் திறந்து வைத்தபோது எடுத்தப்படம்

ஒருவன். ஒரு பாமரத்தனமான ரசனை உடைய ரசிகராயிருந்து, தேசிய இயக்கமாகிய இந்திய தேசிய காங்கிரசில் இணைந்து, பெருந்தலைவர் காமராஜரின் கொள்கைகளை, லட்சியங்களை, மக்களிடையே பரப்ப வேண்டும் என்ற சிந்தனை எனக்கு எழுந்தது. எனக்கு மட்டுமல்லாமல் தமிழகத்திலும், புதுவையிலும் லட்சக்கணக்கான ரசிகர்களிடையே, காங்கிரசையும், அந்த இயக்கத்தை வழிநடத்திச் செல்கின்ற ஒப்பற்ற தலைவர் காமராஜரையும் ஆதரிக்க வேண்டும் என்ற சிந்தனைக்கு, செயல்வடிவம் கொடுத்தவர் ஆருயிர் அண்ணன் சிவாஜி அவர்கள் தான்.

அவர் புதுவை மாநிலத்திற்குத் தேர்தல் பிரச்சாரத்திற்கு வரும் காலங்களில், நான் தொடர்ந்து பல நாட்கள் அவர் பேசும் கூட்டங்களில் தவறாமல் கலந்து கொள்வேன். இன்றைக்கும் புதுவை மாநிலத்தில் காங்கிரஸ் பேரியக்கம் வலிமையாக இருப்பதற்கு ஆருயிர் அண்ணன் நடிகர் திலகம் சிவாஜி அவர்கள் தான் முக்கியமான காரணமாகும்.

இளைய திலகம் பிரபு அவர்களிடம் என்னை நான் அறிமுகப்படுத்திக் கொண்டபோது கூட, நான் "கலைத்தாயின் தலைமகன் சிவாஜி ரசிகர் மன்றத் தலைவர் ரங்கசாமி" என்றுதான் அறிமுகப்படுத்திக் கொண்டேன்.

இங்கே சிவாஜிக்கு சிலை அமைத்ததைப் போலவே, அவரது நினைவைப் போற்றும் வகையில், அவரது பெயரால், பலகோடி ரூபாய் செலவில், ஒரு பெரிய நடிப்புக்கல்லூரி

அமைக்கப்படும் என்பதையும் உறுதிமொழியாக அறிவிக்கிறேன்.

மிக மிக எளிய நிலையில் ஒரு ரசிகராகப் பொது வாழ்வைத் தொடங்கிய இந்த ரங்கசாமி, இன்று புதுவை மாநிலத்தின் முதல்வராக, மக்களால், உயர்ந்த நிலைக்கு வந்துள்ளேன். தூரத்திலிருந்து தரிசித்துப் பார்த்த அந்த உயர்ந்த மனிதனுக்குச் சிலை அமைத்ததையும், அந்த சிலை திறப்பு விழாவை நானே தலைமையேற்று நடத்துவதையும் என்னுடைய பெரிய பாக்கியமாகக் கருதுகிறேன்.

-புதுச்சேரி மாநில முதல்வர் **N. ரங்கசாமி**
(11.02.2006 ஆம் நாள் புதுவை கருவடிக் குப்பத்தில், நடிகர் திலகம் சிவாஜி சிலையைத் திறந்து வைத்தபோதும், 01.10.2006 ஆம் நாள் சென்னை காமராஜா அரங்கில் சிவாஜி-பிரபு அறக்கட்டளை சார்பில் நடந்த நடிகர் திலகம் பிறந்த நாள் விழாவின் போதும்பேசியதன் தொகுப்பு)

சிவாஜி காலடி படாத இடம் இல்லை

நடிகர் திலகம் சிவாஜியை மாபெரும் நடிகராக மட்டுமல்லாமல், தன்னலம் கருதாமல் காங்கிரஸ் பேரியக்கத்தினை வளர்க்க அரும்பாடுபட்ட உன்னதமான தலைவராகவும் நான் அறிவேன். கர்மவீரர், பெருந்தலைவர் காமராஜரின் கொள்கைகளால் ஈர்க்கப்பட்ட சிவாஜி, பெருந்தலைவர் தலைமை ஏற்ற காங்கிரஸ் பேரியக்கத்தை, தமிழகத்திலும், எங்கள் மாநிலமாகிய புதுச்சேரியிலும், வலிமைமிக்க இயக்கமாக வளர்க்க, அல்லும், பகலும் அரும்பாடுபட்டார். தேர்தல் நேரங்களில், அவர் காங்கிரஸ் கட்சிக்கும், அதன் கூட்டணிக் கட்சிகளின் வேட்பாளர்களுக்காகவும், இரவு, பகல் பாராது, பசி, தூக்கம் மறந்து, சூறாவளிச் சுற்றுப்பயணம் மேற்கொள்வார். புதுச்சேரியைப் பொறுத்தவரை, இங்குள்ள முப்பது சட்டமன்ற தொகுதிகளிலுள்ள ஒவ்வொரு தெருவும் அவருக்கு அத்துப்படி. அவரது காலடி படாத தெருவோ, தொகுதியோ ஒன்றுகூட கிடையாது. இன்று இம்மாநிலத்தில் காங்கிரஸ் ஆளுங்கட்சியாக இருப்பதற்கும், ஆட்சியை வழிநடத்தும் முதல்வராக இருக்கும் மாண்புமிகு ரங்கசாமி அவர்கள், தன்னுடைய பொதுவாழ்க்கையை ஒரு சிவாஜி ரசிகராகத்தான் தொடங்கினார் என்பதில் இருந்தும் சிவாஜி அவர்களின் உழைப்பு எந்த அளவிற்கு ஒரு ரசிகரையும் உயர்த்தியுள்ளது என்பதும், அவர் சார்ந்த இயக்கத்தை வலிமை பெறச் செய்துள்ளதும் நாடறிந்த உண்மை. அவருக்கு இங்கே சிலை அமைவது நாம் அவர் மீது வைத்திருக்கும் அன்பிற்கும், மரியாதைக்கும் அளிக்கும் அங்கீகாரம்.

-ப. **சண்முகம்**
புதுச்சேரி முன்னாள் முதல்வர் .
(புதுச்சேரியில் சிவாஜி சிலைதிறப்பு விழாவின் போது பேசியது, 11.02.2006)

சிவாஜி - ஒரு வரலாற்றின் வரலாறு

அகில இந்தியத் தலைவர்கள் பார்வையில்

பண்டித நேருவிற்கு மலர்ச்செண்டு அளிக்கும் நடிகர் திலகம்

நாடு போற்றும் நடிகர்

பாரதத்தின் புகழுக்காகப் பாடுபட்டவர்கள் வரிசையில், சிவாஜி கணேசன் குறிப்பிடத்தக்கவர். தம் நடிப்புத் திறனால் தமிழ் நாட்டில் மட்டுமின்றி, பாரதம் முழுவதும் மேன்மை அடைந்திருக்கிறார் சிவாஜி கணேசன். நடிப்பிலே இவரை மிஞ்சியவரைக் காண்பது அரிது.

-பண்டித ஜவஹர்லால் நேரு
இந்தியப் பிரதமர்
(பொம்மை, அக்டோபர் 1984, நடிகர் திலகத்தின் நடிப்புலகப் பொன்விழா மலர்)

K. சந்திரசேகரன்

சிவாஜி - ஒரு வரலாற்றின் வரலாறு

அன்னை இந்திராவிற்கு மாலை அணிவிக்கும் கமலாம்மாள், உடன் நடிகர் திலகம்

நாடு செய்த தவப்பயன்

நடிப்புக் கலையின் நாயகமாக விளங்கும் நடிகர் திலகம், தாய் நாட்டுப் பற்றிலும் தலைசிறந்து விளங்குகிறார். சிவாஜி போன்ற கலைஞர்கள் தோன்றியிருப்பது இந்நாடு செய்த தவப்பயனேயாகும்.

-**அன்னை இந்திரா காந்தி**
இந்தியப் பிரதமர்
(பொம்மை, அக்டோபர் 1984, நடிகர் திலகத்தின் நடிப்புலக பொன்விழா மலர்)

கொடையாளி

சிவாஜி கணேசன் நடித்த நாடகமொன்றை நான் பம்பாயில் பார்த்தேன். எனக்குத் தமிழ் தெரியாது என்றாலும், அதில் அவரது சிறந்த நடிப்பைக் கண்டு மகிழ்ந்தேன். சிவாஜி பிறந்த மராட்டிய மாநிலத்தைச் சேர்ந்த நான், சிவாஜி கணேசனைப் பாராட்டுவதில் பெருமைப்படுகிறேன். சிவாஜி கணேசன் சிறந்த நடிகர் மட்டுமல்ல, பல பொதுப் பணிகளுக்கு உதவி வரும் மனப்பான்மையும் கொண்ட, கொடையாளியும் கூட. 1961ஆம் ஆண்டு பூனாவில் ஏற்பட்ட பயங்கர வெள்ளச் சேதத்திற்கு,

K. சந்திரசேகரன்

நாடெங்கிலுமிருந்து நன்கொடைகள் கிடைத்தன. அந்த நிவாரண நிதிக்கு நான் பெற்ற முதல் செக் சிவாஜி கணேசன் அனுப்பி இருந்தது தான். எல்லோராலும் விரும்பத்தக்க இளைஞராக உள்ள சிவாஜி கணேசன், தமிழ்நாட்டிற்கு மட்டுமல்ல, இந்தியாவிற்கே பெருமை தேடித்தரும் பெரும் நடிகர்.

-ஒய்.பி.சவான்
மத்திய அமைச்சர்
(பொம்மை, ஜனவரி 1969)

டாக்டர் ராதாகிருஷ்ணனுடன் கைகுலுக்கும் நடிகர்திலகம்

பண்பாட்டின் சின்னம்

இந்தியப் பண்பாட்டை, கலாச்சாரத்தை, நாகரீகத்தை, சமுதாயப் பின்னணியை, பல கோணங்களில் திரையிலே வடித்த பெருமை நடிகர் திலகம் சிவாஜிக்கு மட்டுமே உண்டு.

-சர்வபள்ளி
டாக்டர் **எஸ். ராதா கிருஷ்ணன்**
(இந்திய ஜனாதிபதி-1966)
(நடிகர் திலகம், டாக்டர் சிவாஜி கணேசனின் பவள விழா சிறப்பு மலர், பெங்களூர் டாக்டர் சிவாஜி கணேசன் மெமோரியல் டிரஸ்ட் வெளியீடு, 2003)

காங்கிரசின் கல்தூண்

காங்கிரஸ் பேரியக்கத்தின் வளர்ச்சிக்கு, நடிகர் திலகம் சிவாஜி அவர்களின் உழைப்பும், அவரது கட்டளையை ஏற்றுச் செயலாற்றும் ரசிகர்களின் பங்களிப்பும் மகத்தானது. நான் 1977ஆம் ஆண்டும், 1980ஆம் ஆண்டும் நடைபெற்ற நாடாளுமன்றத் தேர்தல்களில், தென்சென்னை நாடாளுமன்ற உறுப்பினராகத் தேர்வு செய்யப்பட்டதற்கு, சிவாஜிக்கும் அவரது ரசிகர்களுக்கும் மிகவும் கடமைப்பட்டுள்ளேன். சிவாஜி ரசிகர்கள், தேர்தல் தேதி அறிவித்த உடனேயே, சுவர்களில் காங்கிரஸ் பேரியக்கத்தின் சின்னம் வரைந்து, வீதிவீதியாக சைக்கிள் ஊர்வலங்கள் நடத்தி, இரவு,

சிவாஜி – ஒரு வரலாற்றின் வரலாறு

விழாமேடையில் ஆர்.வி.யுடன் நடிகர் திலகம், உடன் எம்.பி. சுப்பிரமணியம்

பகல் பாராது பம்பரமாகத் தொகுதியைச் சுற்றி வந்து, எனக்காகப் பிரச்சாரம் செய்தார்கள். நான் பெருவாரியான வாக்குகள் வித்தியாசத்தில் வெற்றி பெறுவதற்கு, சிவாஜி ரசிகர்களின் அயராத உழைப்பும், இடையறாத பிரச்சாரமும் முக்கிய காரணம். அத்தகைய ரசிகர்களின் மாநாட்டில் சிறப்பு விருந்தினராகக் கலந்து கொள்வதில் நான் பெருமை அடைகிறேன். நான் இப்பொழுது, இந்தியாவின் இராணுவ அமைச்சராக, உயர்ந்த பொறுப்பில் அமர்ந்திருக்கிறேன். இராணுவ அமைச்சர் என்றால் தகுதியான தளபதி வேண்டாமா? அதனால் தான், சிப்பாய்கள் போல், கட்டுப்பாட்டுடன் பணியாற்றும் சிவாஜி ரசிகர்களை வழிநடத்தும் விதமாக, அகில இந்திய சிவாஜி மன்றத்தின் தலைமைப் பொறுப்பை தளபதி சண்முகம் ஏற்றுள்ளார். லட்சக்கணக்கில் இங்கே திரண்டிருக்கும் சிவாஜி ரசிகர்களைப் பார்க்கும் பொழுது, நம்முடைய தேசமும், இயக்கமும் என்றும் வலிமையோடும், பாதுகாப்போடும் இருக்கும் என்ற உணர்வுதான் மேலோங்கி நிற்கிறது.

-ஆர்.வெங்கட்ராமன்
மத்திய ராணுவ அமைச்சர்
(1984 ஆம் ஆண்டு பிப்ரவரி மாதம் சென்னை ராஜா அண்ணாமலைபுரம் MRC திடலில் நடைபெற்ற சிவாஜி ரசிகர் மன்ற மாநாட்டில் சிறப்புரையாற்றியபொழுது)

K. சந்திரசேகரன்

சிவாஜி - ஒரு வரலாற்றின் வரலாறு

நடிகர் திலகத்திற்கு தாதா சா கேப் பால்கே விருதை வழங்கும் ஜனாதிபதி சர்மா உடன் அமைச்சர் ஜெயபால் ரெட்டி

A Living Legend

Sivaji Ganesan is a doyen of Tamil cinema. He has become a legend in his lifetime. His Odyssey has spanned five decades and almost 300 films.

- Dr. Shankar Dayal Sharma
President of India
(The Hindu, 16.07.1997)

திறமைக்குக் கிடைத்த அங்கீகாரம்

நான் பால்கே அவார்டு விஷயத்தில் தலையிடவே இல்லை. அவார்டுக்குரிய தேர்வுக் கமிட்டி, சிவாஜி அவர்களைத் தேர்ந்தெடுத்தது. எனவே, எனக்கு எதற்கு நன்றி சொல்கிறீர்கள்? இது அவரது திறமைக்குக் கிடைத்த அங்கீகாரம்.

- S. ஜெயபால் ரெட்டி
மத்திய செய்தி ஒலிபரப்புத்துறை மந்திரி
நடிகர் திலகத்துக்கு பால்கே விருது அளித்தமைக்காக ஏவி.எம். சரவணன் நன்றி தெரிவித்த போது)
(குங்குமம், 3.10.1997)

K. சந்திரசேகரன்

மாபெரும் கலைத் தொண்டு

சிவாஜி கணேசன் தன்னிகரற்ற நடிகர். கலையுலகுக்கு மாபெரும் தொண்டாற்றியவர்.

- கே.ஆர். நாராயணன்.
இந்திய ஜனாதிபதி
(கதிரவன், 22.7.2001)

அர்ப்பணிப்புணர்வு

ராஜீவ் காந்தியுடன் நடிகர் திலகம்

ஆறாவது வயதில் நாடக மேடையில் பிரவேசித்து, படிப்படியாக உயர்ந்து, திரை உலகினில் புகுந்து, வெற்றிகள் பல குவித்து, உச்சப்புகழை அடைந்துள்ளவர் என்கின்ற பெருமைக்கு, மிக அரிய உதாரணமாகத் திகழ்பவர் எனது அன்பிற்கும் மதிப்பிற்குமுரிய திரு. சிவாஜி கணேசன் அவர்கள். கலையுலகில் பொன்விழா காணும் அவர், சிறந்த கலைஞர், நடிகர் மட்டுமல்ல, வறுமைக் கோட்டிற்கு கீழே வாழும் ஏழை, எளிய மக்களின் நல்வாழ்வுக்காகத் தன்னை முழுவதுமாக அர்ப்பணித்துக் கொண்டவர். அவர்களுக்காக தனது கொடைக் கரத்தாலும், கருணை நிரம்பிய உயர்ந்த உள்ளத்தோடும், அருந்தொண்டு ஆற்றி வருபவர். தனது படங்கள் மூலமும், தான் ஏற்று நடித்த பாத்திரங்கள் மூலமும், மக்களின் உள்ளங்களைக் கவர்ந்து, கோலோச்சிய அவர், தற்சமயம் கதாநாயகனாக 250 திரைப்படங்களில் நடித்து முடித்துள்ளார். கலையுலகில் பொன்விழாவைக் கொண்டாடிக் கொண்டிருக்கும் அவருக்கு எனது உளங்கனிந்த நல்வாழ்த்துக்கள்!

-ராஜீவ் காந்தி
பாராளுமன்ற உறுப்பினர்
(கலையுலகில் பொன்விழாக் காணும் நடிகர் திலகத்தை வாழ்த்தி, ராஜீவ் காந்தி அவர்கள் எழுதிய 25.09.1984 தேதியிட்ட பாராட்டுக் கடிதம்.)

வாழும் காவியம்

நடிப்புலகில் தன்னிகரில்லாமல் விளங்கியவர் சிவாஜி. வாழும் காலத்தில் ஒரு காவியமாகத் திகழ்ந்தவர். அவருடைய முகபாவங்கள், உணர்ச்சிபூர்வமான நடிப்பு ஆகியவை, மொழி தாண்டி புரிந்து கொள்ளக் கூடியவை.

-அடல் பிஹாரி வாஜ்பாய்
இந்தியப் பிரதமர்
(தினமலர், 22.7.2001)

சாதனையாளர்

நடிகர் திலகம் சிவாஜி கணேசன் அவர்கள், தமிழ்த்திரைப்பட உலகில் தனக்கென தனியிடம் பிடித்த ஒப்பற்ற கலைஞர். அவரது இளமைப்பருவம் தொடங்கி, முதல் திரைப்படம் வெளியாகும் வரை, மேடை நாடகங்களில் பலதரப்பட்ட வேடங்களையும் தாங்கி, பல்வேறு இன்னல்களையும் அனுபவித்த பிறகுதான், அவர் உன்னதமான நிலைக்கு உயர்ந்துள்ளார். அரசியலிலும் பல சோதனைகள் கடந்துதான் தனக்கென ஒரு இடத்தைப் பிடித்துள்ளார்.

-டாக்டர் **அப்துல்கலாம்**
இந்தியக் குடியரசுத்தலைவர்.
(எனது சுயசரிதை-நடிகர்திலகம் சிவாஜி அவர்களின் வாழ்க்கை வரலாற்று நூலைப் படித்துவிட்டு, சிவாஜி-பிரபு சாரிட்டீஸ்க்கு அனுப்பி வைத்த கடிதத்திலிருந்து)

நான் பார்த்த ஒரே தமிழ்ப்படம்

சிவாஜி அவர்களின் வீரபாண்டிய கட்டபொம்மன் திரைப்படத்தை நான் பார்த்து வியந்திருக்கிறேன். நான் பார்த்து ரசித்த ஒரே தமிழ்த் திரைப்படமும் அதுதான். அவர் மாநிலங்களவை உறுப்பினராக இருந்த போது, அவரது நடிப்புத்திறமையை குறித்த எனது பாராட்டுதல்களை நேரிலேயே தெரிவித்துள்ளேன்.

-எல்.கே. அத்வானி
மத்திய உள்துறை அமைச்சர்
(1997ல் தமிழக சுற்றுப்பயணம் செய்த போது கூறியவை)

சிவாஜி - ஒரு வரலாற்றின் வரலாறு

மக்கள் போற்றும் மாமனிதர்

லட்சக்கணக்கான மக்களைக் கவர்ந்து, அவர்களால் போற்றிப் புகழப்பட்ட மாபெரும் மனிதர் சிவாஜி கணேசன். அவரது திறமைகள் அளப்பரியவை. அவர் தொட்டதெல்லாம் துலங்கின. தான் நடித்த மிகச்சிறந்த திரைப்படங்களாலும், பொதுச் சேவையாலும் உயர்ந்த பாரம்பரியத்தை அவர் விட்டுச் சென்றுள்ளார்.

-சோனியா காந்தி
அகில இந்திய காங்கிரஸ் தலைவர்
(மக்கள் குரல், 23.7.2001)

நினைவில் நிற்கும் உன்னத நடிப்பு

நடிகர் திலகம் என்று அனைவராலும் பாராட்டப்பட்டவர் சிவாஜி கணேசன். நான் சிவாஜியின் தீவிர ரசிகன். எனக்கு அவரது நடிப்பு ரொம்பப் பிடிக்கும். எனக்கு தமிழ் தெளிவாகத் தெரியாத போதிலும், அவரது படங்களை ரசித்துப் பார்ப்பேன். சிவாஜி கணேசன் எந்தப் பாத்திரத்தை ஏற்று நடித்தாலும், அந்தப் பாத்திரமாகவே மாறி விடுவார். அவர் நடித்த பராசக்தி, வீரபாண்டிய கட்டபொம்மன் போன்ற பல படங்கள் இன்றும் நினைவில் நிற்கிறது.

-தேவே கவுடா
முன்னாள் பிரதமர்
(மாலை மலர், 27.7.2003)

நடிப்புலகின் தலைவர்

நடிகர் சிவாஜி கணேசன் நடிப்புலகின் தலைவர். இளம் வயதிலேயே சத்ரபதி சிவாஜியாக நடித்த அவரது திறமையைப் பாராட்டி, பெரியார் அவருக்கு சிவாஜி பட்டத்தை வழங்கினார். அவரது கலைச்சேவையைப் பாராட்டி பத்மஸ்ரீ, பத்மபூஷன் போன்ற விருதுகள் வழங்கப்பட்டன. அவர் டெல்லி மேல்சபை உறுப்பினராகவும் பதவி வகித்தார். தனது திறமையால் பல்வேறு பட்டங்களையும், விருதுகளையும் பெற்றவர். அமெரிக்காவில் நடந்த அரசாங்கக் கலாச்சார விழாவில், முதன் முதலாக இந்தியா சார்பில் கலந்து கொண்ட திரைப்படக் கலைஞர் என்ற பெருமைக்குரியவர்.

-கிருஷ்ணகாந்த்
துணை ஜனாதிபதி
(தினத்தந்தி, 24.7.2001)

K. சந்திரசேகரன்

ஆருயிர் நண்பர்

அரசியல் உலகில் காமராஜர் சிறந்து விளங்கியது போல, கலை உலகில் ஈடு இணையற்றவராகத் திகழ்ந்தவர் சிவாஜி. அவர் மாநிலங்களவை உறுப்பினராக இருந்தபோது, நான் மக்களவை உறுப்பினராக இருந்தேன். அவர் எனது வீட்டுக்கு அடிக்கடி வருவார். எனது ஆருயிர் நண்பர் அவர்.

-குலாம் நபி ஆசாத்
முன்னாள் மத்திய அமைச்சர்
(தினகரன், 22.7.2001)

உயர்ந்த தேசியவாதி

வெளிப்புறப் படப்பிடிப்பிற்காக, நடிகர் திலகம் மும்பை சென்ற பொழுது, அவர் சென்ற கார் சிவசேனை இயக்கத்தைச் சார்ந்த தொண்டர்களால் Garo செய்யப்பட்டது. இத்தகவல் சிவசேனா இயக்கத்தின் நிறுவனத்தலைவர் திரு. பால்தாக்கரே அவர்களுக்கு தெரிவிக்கப்பட்டது. பதறித்துடித்து சிவாஜி இருப்பிடம் வந்து சேர்ந்தார் பால்தாக்ரே. சிவாஜியைச் சூழ்ந்து கொண்டிருந்த சிவசேனா தொண்டர்களைப் பார்த்து, "சிவாஜி அவர்களை தமிழன் என்ற குறுகிய கண்ணோட்டத்தில் பார்க்காதீர்கள். அவர் இந்திய தேச ஒருமைப்பாட்டைப் போற்றும் உயர்ந்த தேசியவாதி. திரைப்படங்கள் மூலம், தேசபக்தியையும், தெய்வ பக்தியையும் வளர்க்கும் இந்தியாவின் ஒப்பற்ற கலைஞர். அது மட்டுமல்லாமல் இந்தியாவிலுள்ள எந்த மாநிலத்திலும் இயற்கை சீற்றங்களான வெள்ளம், வறட்சி, பூகம்பம் போன்றவற்றால் பாதிக்கப்பட்ட மக்களுக்கு, தாராளமாக அள்ளிக் கொடுக்கும் வள்ளல். அவரைப் பற்றி அறியாமல் நீங்கள் செய்த இத் தவறுக்கு நான் வருந்துகிறேன்". எனக் கூறி சிவாஜியிடம் வருத்தம் தெரிவித்தார்.

- பால்தாக்கரே.
சிவசேனா நிறுவனத்தலைவர்
(ஆதாரம்: 1972ஆம் ஆண்டு வெளியான கல்கண்டு நாளிதழ்)

நடிப்பிற்குத் தூண்டுகோல்

சினிமா துறையில் சிறந்த பங்களிப்பை வழங்கியவர் நடிகர் சிவாஜி கணேசன். அவரது நடிப்புத் திறமையை அங்கீகரித்து மத்திய அரசு தாதா சாகேப் பால்கே விருது வழங்கி கவுரவித்தது மிகவும் பொருத்தமானது. அவரது நடிப்புதான் இன்றைய சினிமாவில் உள்ள நடிகர், நடிகையர்களுக்குத் தூண்டுகோலாக உள்ளது.

-சுஷ்மா ஸ்வராஜ்
மத்திய அமைச்சர்
(தினமலர், 22.7.2001)

சிவாஜி - ஒரு வரலாற்றின் வரலாறு

தேசிய உணர்வு கொண்ட மாமனிதர்

நடிகர் திலகம் மறைந்து 2 1/2 மாதங்கள் முடிந்துவிட்ட நிலையில், அவரது நினைவைப் போற்றும் விதமாக, அவருக்கு இன்று நினைவு அஞ்சல் தலை வெளியிடப்படுகிறது. இந்த அஞ்சல் தலையை மத்திய அமைச்சர் என்ற முறையில் நான் வெளியிடுவதில் மிகவும் பெருமைப்படுகிறேன். எனக்குத் தெரிந்த அளவில், ஒரு பிரபலமான மனிதருக்கு, அவர் மறைந்த பிறகு, இவ்வளவு குறுகிய காலத்தில் எவருக்கும் சிவாஜியைப் போல நினைவு அஞ்சல் தலை வெளியிடப்படவில்லை. எனக்கு முன்னால் இந்தத் துறை அமைச்சராகப் பொறுப்பிலிருந்த திரு. ராம் விலாஸ்பஸ்வான் வேறு துறைக்கு மாற்றப்பட்டு, நான் பொறுப்பேற்றுக்கொண்டதும் எனது ஆருயிர் நண்பர் திரு.வை.கோ என்னைத் தொடர்ந்து வலியுறுத்தி, இந்த அஞ்சல் தலை, குறித்த நாளில், குறித்த நேரத்தில் வெளியிடுவதற்குப் பெரிதும் துணையாக நின்றார். இந்த விழா இன்று இங்கே சிறப்பாக நடப்பதற்கு திரு. வைகோ முக்கிய காரணமாகும்.

பல்வேறு அலுவல்களுக்கிடையே நான் இன்றைய தினம் இந்த விழாவில் கலந்து கொள்கிறேன். நான் சென்னைக்கு வருகை புரிந்து, இந்த விழாவில் கலந்து கொள்ள இயலுமா என்பதே கேள்விக்குறியாக இருந்தது. தொடர்ந்து இந்த வாரம் முழுவதும் அஞ்சல் தலை வெளியீட்டுவிழாக்கள். துறையின் அமைச்சர் என்ற முறையில் நான் கண்டிப்பாக அனைத்து விழாக்களிலும் கலந்து கொள்ள வேண்டும். இது ஒரு முக்கியமான காரணமாகும். விழாவில் நான் கலந்து கொள்வதற்கு மற்றுமொரு சிறப்பான காரணமும் உண்டு. மராட்டிய மாநிலத்தின் புகழ்பெற்ற தலைவர்களில் பால்தாக்கரேஜிக்கு சிறப்பான இடமுண்டு. அவர் சிவாஜி மீது அளவற்ற அன்பும் மரியாதையும் கொண்டவர்.

இந்த விழாவில் நான் கலந்து கொள்ளாமல் இருந்திருந்தால், என்னால் பால்தாக்ரேஜியை எப்படி எதிர்கொள்ள முடியும்? அவரது தீராத கோபத்திற்கு நான் எப்படிப் பதில் சொல்ல முடியும்? எனவே இங்கு வந்ததன் மூலம் அந்தப் பிரச்சனையும் ஓய்ந்தது.

நான் சிவாஜி நடித்த நூற்றுக் கணக்கான படங்களில் ஒரு சில படங்களைத்தான் பார்த்து ரசித்துள்ளேன். தேசபக்தி, தெய்வபக்தி, குடும்பப்பாசம், ஒருமைப்பாட்டு உணர்வு போன்ற உயர்ந்த கருத்துக்களை, தான் நடித்த திரைப்படங்கள் மூலம் பாமர மக்களிடையே வளர்த்தவர் சிவாஜி. அப்படிப்பட்ட தேசிய உணர்வு கொண்ட மாமனிதனின் அஞ்சல் தலையை வெளியிடுவதில் நான் பெருமகிழ்ச்சி அடைகிறேன்.

-பிரமோத் மஹாஜன்
மத்திய தகவல், தொழில் நுட்பத்துறை அமைச்சர்
(01.10.2001 அன்று சென்னை மியூசிக் அகடாமியில் நடைபெற்ற நடிகர் திலகம் சிவாஜி நினைவு தபால் தலை வெளியீட்டு விழாவில் பேசியது)

K. சந்திரசேகரன்

சிவாஜி - ஒரு வரலாற்றின் வரலாறு

முதல்வர் எம்.ஜி.ஆர் உடல் நலம் பெற வேண்டி சென்னை சாந்தோம் தேவாலயத்தில் குடும்பத்துடன் பிரார்த்தனை செய்யும் நடிகர் திலகம் (1984)

டாக்டர் பட்டம் பெற்றதற்காக நடைபெற்ற பாராட்டு விழா மேடையில் நடிகர் திலகத்துடன் எம்.ஏ.எம்.ராமசாமி, திருக்குறள் முனுசாமி. (1986)

K. சந்திரசேகரன்

| சிவாஜி - ஒரு வரலாற்றின் வரலாறு |

உலகத்தலைவர்கள் பார்வையில்

மருத நாயகம் படத்துவக்கவிழாவில் ராணி எலிசபெத்துடன் நடிகர் திலகம், கமலாம்மாள், கமலஹாசன், ரஜினிகாந்த்

நாளும் வளரும் புகழ்

சிவாஜியின் புகழ் நாளும் நாளும் வளரும். காரணம் அவரிடம் அளவற்ற நடிப்புத்திறமை அடங்கியுள்ளது.

-**இங்கிலாந்து ராணி எலிசபெத்**
நடிகர் திலகம் டாக்டர் சிவாஜி கணேசனின் பவளவிழா சிறப்பு மலர், பெங்களூர் டாக்டர் சிவாஜி கணேசன் மெமோரியல் டிரஸ்ட் வெளியீடு, 2003)

K. சந்திரசேகரன்

சிவாஜி - ஒரு வரலாற்றின் வரலாறு

சென்னையில் எகிப்து அதிபர் நாசருக்கு அளிக்கப்பட்ட வரவேற்பில் நினைவுப்பரிசு வழங்கும் நடிகர் திலகம். உடன் சி.சுப்பிரமணியம், சகோதரர் வி.சி. தங்கவேலு

உலகப் பெரும் நடிகர்

சிவாஜி அவர்கள் உலகிலேயே சிறந்த நடிகர். பண்பாட்டின் பெட்டகம். எகிப்து நாட்டின் விருந்தினராக அவர் வந்திருப்பது, பழைய கலாச்சாரத் தொடர்பை நினைவூட்டுகிறது.

-எகிப்து அதிபர் **ஜி.ஏ. நாசர்**
நடிகர் திலகம் டாக்டர் சிவாஜி கணேசனின் பவளவிழா சிறப்பு மலர், பெங்களூர் டாக்டர் சிவாஜி கணேசன் மெமோரியல் டிரஸ்ட் வெளியீடு, 2003

ஈடு இணையற்ற நடிகர்

இலங்கைக்கு வருகை புரியும் இந்தியாவின் ஈடு இணையற்ற நடிகர் சிவாஜி கணேசன் அவர்களை இலங்கையின் சார்பாக வரவேற்பதில் நான் பெருமைப்படுகிறேன்.

-இலங்கை அதிபர் **ஜெயவர்த்தனே**
நடிகர் திலகம் டாக்டர் சிவாஜி கணேசனின் பவள விழா சிறப்பு மலர், பெங்களூர் டாக்டர் சிவாஜி கணேசன் மெமோரியல் டிரஸ்ட் வெளியீடு, 2003

இலங்கையின் இதய அஞ்சலி

நாம் வாழும் காலத்தில் இந்தியாவின் மிக உன்னதமான நிலையை அடைந்த சினிமா நடிகரான உங்கள் கணவர் மறைந்த செய்தி கேட்டு நான் அதிர்ச்சியும், ஆற்றொணாத் துயரமும் அடைந்தேன். அவரை இழந்து வாடும் உங்களுக்கும், உங்கள் குடும்பத்தாருக்கும் எனது ஆழ்ந்த அனுதாபங்களைத் தெரிவித்துக் கொள்கிறேன். இலங்கையில், உங்கள் கணவருக்கு, மதம், இனத்தைக் கடந்து ஏராளமான ரசிகர்கள் உள்ளனர். அவர் நடித்து வெளிவந்த வீரபாண்டிய கட்டபொம்மன் திரைப்படம், எகிப்து நாட்டின் தலைநகர் கெய்ரோவில் நடந்த திரைப்பட விழாவில் அவருக்கு சிறந்த நடிகருக்கான விருதைப் பெற்றுத் தந்தது. இலங்கை, கொழும்புவில் உள்ள ஒரு திரை அரங்கில், வீரபாண்டிய கட்டபொம்மன் திரைப்படம் ஒரு ஆண்டுக்கு மேல் ஓடி சாதனை படைத்தது. இலங்கை சினிமாத்துறையினருடன் தங்கள் கணவருக்கு நெருக்கமான உறவு இருந்தது. ஆகவே அவர் அடிக்கடி இலங்கைக்கு வந்து சென்றுள்ளார். அவரும், என்னுடைய கணவரும் நன்கு அறிமுகமானவர்கள். அதனால், அவர் இலங்கை வரும் சமயங்களில் அவரை நான் பார்த்துள்ளேன். இந்தியா-இலங்கைக் கூட்டுத் தயாரிப்பு திரைப்படத்தில் சிவாஜி கணேசன் நடித்தார். அந்தப்படம் சிங்கள மொழியில் மொழி பெயர்க்கப்பட்டது. அதைப் பார்த்ததன் மூலம், சிங்கள ரசிகர்களுக்கும் அவர் நன்றாக அறிமுகமாகியிருந்தார். சினிமாவில் பல்வேறு வேடங்களை ஏற்று நடித்து, அதன்மூலம் ரசிகர்களின் நெஞ்சில் நீங்கா இடம் பெற்று விட்டார். மக்கள் உள்ளங்களில் நிறைந்த தங்கள் கணவர், சினிமா என்ற சக்தியின் அடையாளமாக விளங்குகிறார். அவரது இழப்பை, குறிப்பாக இலங்கை ரசிகர்களால் மறக்க முடியாது. அந்த அளவுக்கு சிங்கள ரசிகர்கள் அவர் மீது அன்பு செலுத்துகிறார்கள்.

-இலங்கை அதிபர் **சந்திரிகா குமாரதுங்கா**
(நடிகர் திலகத்தின் மறைவையொட்டி அவரது மனைவி திருமதி. கமலா அம்மாளுக்கு, இலங்கை அதிபர் சந்திரிகா எழுதிய இரங்கல் கடிதம்)
(தினத்தந்தி, 25.7.2001)

பட்டத்து இளவரசர்

சிவாஜி, தமிழ் சினிமாவின் பட்டத்து இளவரசர். அவர் தன் வாழ்நாளில் ஒரு சகாப்தமாக விளங்கியவர்.

-டத்தோ எஸ்.சாமிவேலு
மலேசிய பொதுப்பணித்துறை மந்திரி
(கதிரவன், 24.7.2001)

சிவாஜி – ஒரு வரலாற்றின் வரலாறு

உத்தமபுத்திரன் படப்பிடிப்பைக் காணவந்த தலாய்லாமா மற்றும் பெருந்தலைவருடன் நடிகர் திலகம், உடன் ராகினி, பத்மினி

உரையாடுவதில் தனி மகிழ்ச்சி

சிவாஜி அவர்களுடன் உரையாடுவதில் ஒரு தனி மகிழ்ச்சி. நிறைய செய்திகளை அவர் தெரிந்து வைத்திருக்கிறார். திபெத்திய மக்களின் சார்பில், அவருக்கு எனது மனமார்ந்த வாழ்த்துக்களைத் தெரிவித்துக் கொள்கிறேன்.

-திபெத்திய தலைவர் **தலாய்லாமா**

(நடிகர் திலகம் டாக்டர் சிவாஜி கணேசனின் பவள விழா சிறப்பு மலர், பெங்களூர் டாக்டர் சிவாஜி கணேசன் மெமோரியல் டிரஸ்ட் வெளியீடு, 2003)

K. சந்திரசேகரன்

சிவாஜி - ஒரு வரலாற்றின் வரலாறு

ஆன்மீகம்

புராண இதிகாசங்களை மதித்துப் போற்றியவர்

"அருட்செல்வர்" என பெருமையோடு போற்றப்பட்டவர், புகழ் பெற்ற இயக்குநர் ஏ.பி. நாகராஜன் அவர்கள். அவர் இயக்கிய பக்திப் படங்கள் தமிழ்த் திரையுலக வரலாற்றில் மாபெரும் சாதனை புரிந்தவை. அத்தகைய படங்களில் "திருமால் பெருமை" என்னும் அற்புதமான படத்தில் நடிகர் திலகம் அவர்கள் பெரியாழ்வார், திருமங்கையாழ்வார், விப்ரநாராயணன் போன்ற பல கதாபாத்திரங்களை ஏற்று சிறப்பாக நடித்திருப்பார். கதைப்படி, திருமால் வேடமேற்று நானும் அவருடன் இணைந்து நடிக்கும் வாய்ப்பைப் பெற்றேன்.

K. சந்திரசேகரன்

சிவாஜி – ஒரு வரலாற்றின் வரலாறு

அரங்கனுக்கு ஆலயம் அமைக்கும் பணியில் தன்னை ஈடுபடுத்திக்கொண்ட திருமங்கையாழ்வார், போதிய நிதி சேராத காரணத்தினால் வழிப்பறிக் கொள்ளையனாக மாறி கொள்ளையடித்து பொருள் சேர்ப்பார். ஆழ்வாருக்குப் பாடம் புகட்ட எண்ணிய திருமால், திருமகளோடு, மணமகன்-மணமகளாக ஊர்வலம் வருவார்கள். திருமங்கையாழ்வார், கல்யாண கோஷ்டியை இடைமறித்து, அவர்கள் அணிந்திருந்த அனைத்து நகைகளையும் அபகரிப்பார். அப்போது, திருமாலின் கால் கட்டை விரலில் அணிந்திருக்கும் மெட்டி போன்ற நகையைக் கழற்றச் சொல்வார். திருமால் தன்னால் அதைக் கழட்ட முடியாதென்றும், திருமங்கையாழ்வாரையே கழட்டி எடுக்கும்படியும் கூறுவார். நகையை கைகளால் கழட்ட முயன்று சோர்வடைந்த திருமங்கையாழ்வார் பற்களால் கடித்து எடுப்பதைப் போன்று காட்சி அமைந்திருக்கும். இந்தக் காட்சியை இயக்குநர், திருமங்கையாழ்வார் வாழ்ந்த இடத்திலேயே வெளிப்புறப் படப்பிடிப்பை நடத்த அனைத்து ஏற்பாடுகளையும் செய்தார். படப்பிடிப்புக் குழுவினர் சிவாஜியின் வருகைக்காக காத்திருந்தனர். படப்பிடிப்பு நடந்த இடம் மிக மிக மோசமாக மட்டுமில்லாமல், மிகவும் அசுத்தமாகவும் இருந்தது. சுருங்கச் சொன்னால் அந்த இடம் ஒரு திறந்தவெளிக் கழிப்பிடமாக இருந்தது. நடிகர் திலகம் நினைத்திருந்தால் இந்தக்காட்சியை வேறு இடத்தில் வைத்து எடுக்கலாம் என்று கூறியிருக்கலாம். நான் மிகப்பெரிய கதாநாயகன், சிவகுமாரின் கட்டை விரலில் உள்ள நகையை வாய் வைத்து கடிக்கும் காட்சி வேண்டாம் என்று கூறியிருக்கலாம். அவர் தமிழ்த்திரையுலகின் முடிசூடா மன்னராக விளங்கிய காலகட்டமது. அவர் வேண்டுகோளை, கட்டளையாக, இயக்குநரும், தயாரிப்பாளரும் ஏற்கும் நிலைமை இருந்தது. ஆனால், நடிகர் திலகம் தன்னை அங்கே சிவாஜியாகவோ, என்னை சிவகுமாராகவோ பார்க்காமல், திருமங்கையாழ்வாராகவும், திருமாலாகவும் பார்த்து, இயல்பாக நடித்தார். புராண, இதிகாசங்களை அவர் எந்த அளவிற்கு மதித்துப் போற்றினார் என்பதற்கு, முகம் சுளிக்காமல் இந்தக்காட்சியை, இயக்குநருக்கு முழுமையாக நிறைவு ஏற்படும் வண்ணம் அருமையாக நடித்தார் என்பதே மிகச் சிறந்த உதாரணம்.

-நடிகர் **சிவகுமார்**
(இது ராஜபாட்டையல்ல-சிவகுமாரின் திரையுலக வாழ்க்கை அனுபவங்கள் நூலிலிருந்து)

க. சந்திரசேகரன்

| ஆன்மீகத் தலைவர்களின் அருளுரை |

நடிப்பால் ஆன்மீகம், சமூகத்தொண்டு, நாட்டுப்பற்று வளர்த்தவர்

சங்கீதம், நாட்டியம், நாடகம் ஆகியவை இறைவனை எளிதில் அடைவதற்கு உதவியாக இருக்கிறது என்பது முன்னோர்கள் கருத்து. தனது குணசித்திர நடிப்பால்

ஸ்ரீகாஞ்சி சங்கராச்சாரியாருடன், நடிகர் திலகம்

சிவாஜி - ஒரு வரலாற்றின் வரலாறு

மக்கள் மனதில் நீங்காத இடம் பெற்ற சிவாஜி கணேசன் ஒரு சிறந்த நடிகர் மட்டுமல்ல. ஒரு சிறந்த தெய்வ பக்தர். ஸ்ரீமடத்தில் பெரியவர்களை பல தடவை வந்து தரிசித்து ஆசி பெற்றிருக்கிறார்.

அவர் ஒரு சமயம் திருநாவுக்கரசு ஸ்வாமிகளாக நடிக்க வேண்டியிருந்தது. அப்பர் ஸ்வாமிகளை எங்ஙனம் மக்களிடையே வழங்குவது என்பதை யோசித்து, ஸ்ரீமடத்தின் மஹாஸ்வாமிகளை மனதில் பதித்து அவரை நன்கு கூர்ந்து கவனித்து, நடைமுறைகளை ஆழ்ந்து சிந்தித்து, அந்த வேடத்தில் நடித்து மக்களின் பாராட்டைப் பெற்றார்.

மக்களிடையே ஆன்மீகசிந்தனையும், நாட்டுப்பற்றும், சமூகத் தொண்டார்வமும் வளர தன் நடிப்பால் பெரிதும் தொண்டாற்றியிருக்கிறார்.

சேக்கிழாரின் பெரிய புராணத்தையும், ஆழ்வார்களின் திவ்ய ப்ரபந்தங்களையும், பரஞ்சோதி முனிவரின் திருவிளையாடல் புராணத்தையும், கச்சியப்ப சிவாச்சாரியாரின் கந்த புராணத்தையும், கம்பனின் ராமாயண காவியத்தையும், வியாசரின் மஹா பாரதத்தையும் எவ்வளவு தடவை படித்தாலும் நன்கு புரிந்து கொள்ள முடியாததை, அந்தந்த படங்களில் உள்ள பாத்திரங்களாகவே மாறி, தன் நடிப்பால் மக்கள் மனதில் அந்த தெய்வீக பாத்திரங்களை பதிய வைத்தவர் சிவாஜி கணேசன் என்று சொன்னால் அது மிகையாகாது.

மூதறிஞர் ராஜாஜி அவர்கள் திரைப்படங்கள் பார்க்கும் வழக்கம் இல்லாதவர். அவரே சம்பூர்ண ராமாயணம் பார்த்து பரதன் வாழ்க என்றாராம். பரதனாக நடித்தவர் சிவாஜி கணேசன் என்பது குறிப்பிடத்தக்கது.

இந்திய நாட்டு சரித்திரத்தைப் படிக்கும் வாய்ப்பில்லாதவர்களுக்கு, வீரபாண்டிய கட்டபொம்மனையும், கப்பலோட்டிய தமிழனையும், மகாகவி பாரதியையும் கண்முன் நிறுத்திய பெருமை சிவாஜி கணேசனையே சாரும்.

நடிப்புலகில் அவர் பின்னால் வந்துள்ள பல நடிகர்கட்கு அவருடைய நடிப்பு ஒரு பல்கலைக்கழகம்.

-காஞ்சி காமகோடி **ஸ்ரீ ஜெயேந்திர சரஸ்வதி ஸ்வாமிகள்**
காஞ்சிபுரம், (சிவாஜி-ஒரு வரலாற்றின் வரலாறு நூலிற்காக)

நடிகர் திலகத்தின் புகழ் வாழ்க!

தமிழானது, முத்தமிழ் என்று அழைக்கப்படுகிறது. தமிழன் வளர்ச்சி முறையில் காலத்தால் முந்தியிருப்பது நாடகமேயாகும். இத்துறையில் தலைசிறந்த நடிகர் திலகமாக விளங்கி, தமிழ்த் தொண்டும், சமுதாயத் தொண்டும் செய்து வரும் நடிகர் திலகத்தின் புகழ் வாழ்க!

-தவத்திரு. குன்றக்குடி அடிகளார்
(அவன் தான் மனிதன் திரைப்பட சிறப்பு மலர், 1975)

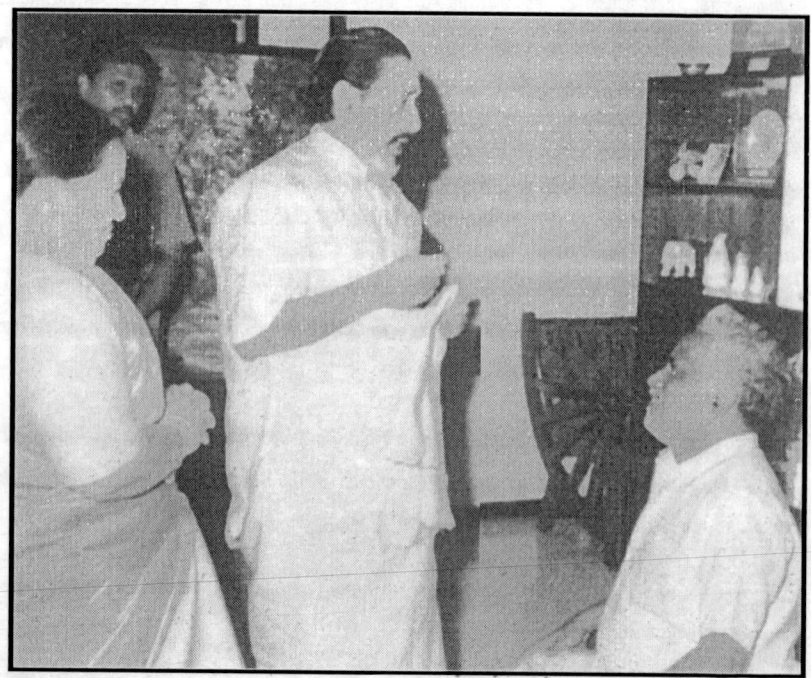

பங்காரு அடிகளாருடன் நடிகர் திலகம், கமலாம்மாள்

சிவாஜி - ஒரு வரலாற்றின் வரலாறு

சிருங்கேரி மடாதிபதியுடன் நடிகர் திலகம், கமலாம்மாள்

ஸ்ரீ சத்யசாய்பாபாவுடன் நடிகர் திலகம், கமலாம்மாள்

K. சந்திரசேகரன்

| சிவாஜி - ஒரு வரலாற்றின் வரலாறு |

உதிர்த்த முத்துக்கள்

தன்னை ஈன்றெடுத்த தெய்வங்களுடன் கலையுலக தெய்வம்

மக்களைப் பெற்ற மகராசி

(அன்னை ராஜாமணி
அம்மையாரைப் பற்றி...)

அம்மா மிகவும் தன்மான உணர்வுடையவர். நான் இரண்டு வயது கைக்குழந்தையாக இருந்த நிலையில், எங்களுக்கெல்லாம் ஆதரவளித்து வந்த எங்களது தாத்தா (அம்மாவின் அப்பா) அமரரானார். நான் பிறந்த அன்றே, சுதந்திரப் போராட்டத்தில் ஈடுபட்டதற்காக, அப்பாவோ சிறையில்.

K. சந்திரசேகரன்

அண்ணன்மார்களையும், என்னையும் வளர்க்க அம்மா படாத பாடுபட்டார். சில பால் மாடுகளை வாங்கினார். அவை மூலம் பால் வியாபாரம் செய்து எங்களையெல்லாம் காப்பாற்றினார். வறுமையிலும் செம்மையாக வாழ வேண்டும் என்பது அவர்களது கொள்கை. அம்மா எதையும் சொல்லும் போது கட்டளை போலத்தான் சொல்வார்கள். நாங்கள் யாரும் வெளியில் எங்கும் எதுவும் சாப்பிடக்கூடாது என்பது அவர் ஆணை. வீட்டில் தான் சாப்பிட வேண்டும் என்று விரும்புவார்கள். திரைப்படங்களில் நடிக்க வந்த பிறகும் கூட, அனாவசியமாக நான் வெளியில் எங்கும் சாப்பிடமாட்டேன். அம்மாவோடு தான் சாப்பிடுவேன்.

(தாய், 1984, நடிகர் திலகம் எழுதிய "வந்தநாள் முதல் இந்த நாள் வரை" தொடர்)

தியாகி

[தந்தை சின்னையா மன்றாயர் குறித்து...]

எனது தந்தையார் ஒரு சுதந்திர போராட்ட வீரர். நான் பிறந்த அதே தினம், அதே நேரத்தில், விடுதலைப் போராட்டத்தில் ஈடுபட்டதற்காக அவரைக் குற்றவாளியாக்கி சிறையில் தள்ளி, 7 ஆண்டு தண்டனை விதித்தது, வெள்ளைய ஏகாதிபத்தியம். பின்னர், எனது தந்தையின் நன்னடத்தை கருதி, 4 1/2 ஆண்டுகளில் விடுதலை செய்தது. அப்போது எனக்கும் 4 1/2 வயது தானே. சிறையிலிருந்து விடுதலை பெற்று அப்பா வீட்டுக்கு வருகிறார். அம்மாதான் அப்பாவை எனக்கு அறிமுகப்படுத்தி வைக்கிறார். அப்பா என்னிடம் சரியாகப் பேசமாட்டார். அவருக்குள்ளே ஒரு குற்ற உணர்வு. கண்ணே! மணியே! முத்தே! வைரமே! என்று என்னைக் கொஞ்சிக் குலவி மகிழ வேண்டிய என் மழலைப் பருவத்தில், அருகிலிருந்து ரசிக்க முடியாமல் போன வேதனை அவருக்கு என்றுமே இருந்தது. அதனால் ஒரு சின்ன இடைவெளி விட்டே என்னிடம் நடந்து கொண்டார். ஆனால் என் மீது பாசம் அதிகம் அவருக்கு. எனக்கு ஏதேனும் தேவையென்றால், என்ன வேணுமாம் அவனுக்கு? என்று அம்மாவைக் கேட்பார். கேட்டது சக்திக்கு மீறியதானால் கூட, கிடைத்து விடும். நான் நடிப்பில் வளர்ந்த நிலையிலும் கூட, அப்பா காட்டிய அந்தப் பாசம் மகத்தானது. நான் படப்பிடிப்பிற்குப் புறப்படும்போது அப்பா வாசலில் வந்து உட்கார்ந்திருப்பார். இரவில் நான் எந்நேரம் வீடு திரும்பினாலும், வாசலில் இருக்கிற அப்பாவைக் கடந்தே உள்ளே போக வேண்டியிருக்கும். நள்ளிரவானால் கூட அப்பா வாசலிலேயே எனக்காகக் காத்திருப்பார். நான் வந்த பிறகே உறங்கப் போவார். அப்பாவின் பெயர் தியாகிகள் பட்டியலில் இல்லை. நாட்டுக்கு உழைத்து, அதே நேரம் அந்த உழைப்பு-தியாகம் நாட்டுக்குத் தெரியாமல் மறைந்த பல தலைவர்களில் அவரும் ஒருவர். நடிப்பில் கிடைத்த பெயர், அரசியலில் சேர்ந்த அனுபவம், இரண்டும் ஒரு முறை நான் எம்.பி பதவி வகிக்கவும் காரணமாயிற்று. அப்போது அரக்கோணத்தில் இருந்து ராஜகோபால் என்ற நண்பர் என்னைப் பார்க்க வந்தார். என் தந்தை வேலூர் ஜெயிலில் இருந்த அறையில்

அவரது புகைப்படம் வைக்க வேண்டும் என்றார். நான் எம்.பி.யாக இருந்ததால் அந்த ஆசை கைகூடிற்று. அப்பா இருந்த ஜெயில் அறையில், அவரது போட்டோவை மாட்டி வைக்க முடிந்தது.

(தினத்தந்தி, 15.8.1997)

நான் பிறந்த மண்

(பிறந்த ஊரான விழுப்புரம் பற்றி...)

என் ஊரைப்பற்றிக் கேட்கும் போது, எனக்கு என்ன சொல்வது என்றே தெரியலை. ஏனென்றால் அந்த ஊரில் பிறந்தேனே தவிர, வாழக் கொடுத்து வைக்கல. 1928ம் வருஷம் அக்டோபர் மாதம் 1ந் தேதி விழுப்புரத்தில் நான் பிறந்தேன். நான் பிறந்த சமயத்தில் எங்க வீட்டு நிலைமையே ரொம்ப மோசமாக இருந்தது. நான் பிறந்த அரை மணி நேரத்தில், என் அப்பா சின்னையா மன்றாயர் சுதந்திரப் போராட்டத்தில் கலந்து கொண்டு ஜெயிலுக்குப் போய்விட்டார். என் தாத்தா சின்னசாமி காளிகங்கராயர் அப்போ இரயில்வே என்ஜீனியரா இருந்தாரு. அவரும் அந்த சமயத்தில் ரிடையர் ஆனாரு. குடும்பம் தனித்தனியாக பிரிஞ்சு போகவேண்டிய நிலைமை எங்களுக்கு வந்தது. விதி எங்களை விழுப்புரத்துல வாழவிடாம, உடனே துரத்தி திருச்சியில கொண்டு போய் விட்டது. அதற்கப்புறம் திருச்சியிலேயும், தஞ்சாவூரிலேயும் மாறி மாறி வாழ்ந்தோம். இவ்வளவுதான் எனக்கும் விழுப்புரத்திற்கும் உள்ள தொடர்பு. பின்னர் நான் நடிகனான பிறகு, விழுப்புரத்தைப் பொறுத்த வரை, என் வாழ்நாளிலேயே மறக்க முடியாத நிகழ்ச்சி ஒன்று உண்டு. விழுப்புரம் நகர சபையிலே எனக்கு ஒரு வரவேற்பு கொடுத்தார்கள். நான் எதிர்பாராத சம்பவம் ஒன்று அப்போது நடந்தது. அந்த நகர சபையைச் சேர்ந்தவங்க எனக்கு ஒரு பிரசண்ட் பண்ணினாங்க. அது என்னன்னு பார்த்தபோது என் உடலெங்கும் இனம்புரியாத ஒருவித உணர்ச்சி பெருக்கெடுத்தோடியது. அந்தப் பரிசைக் கொடுத்த அவங்களுக்கு எப்படி நன்றி சொல்றதுன்னே தெரியலை. காரணம் அவங்க கொடுத்தது ஒரு அரிய பரிசு. அந்தப் பரிசு, நான் விழுப்புரத்துல பொறந்தபோது நகரசபை அலுவலகத்தில் எழுதப்பட்ட விவரங்கள் அடங்கிய ஜனனக் குறிப்பு! பிரேம் செய்து கொடுத்திருந்தார்கள். அந்த விழாவில் ஒரு வயதான கிழவர் என் முன்னால் வந்து நின்றார். தம்பி உங்களுக்கு என்னைத் தெரியாது. ஆனா உங்களை எனக்குத் தெரியும்னு புதிர் போட்டாரு. அவர் யார் என்று கூறியதும் வியப்பில் வாயடைத்துப் போய் விட்டேன். அந்த முதியவரை வணங்குவதா அல்லது பாராட்டுவதா? என்ன செய்வது என்றே எனக்குத் தெரியவில்லை. அவரை அப்படியே கட்டி அணைத்துக் கொண்டேன். பெரியவரின் கண்களில் கண்ணீர் பெருகியது. பின்னே இருக்காதா? நான் பிறந்த போது எனது பிறந்த தேதி, நேரம் இதையெல்லாம் விழுப்புரம் நகரசபை அலுவலகத்தில் அப்போ குறிச்சு வைச்ச நபர் தான் அந்த முதியவர். இப்படி ஒரு சந்திப்பு நிகழும்னு என் நெஞ்சத்திலே நான் நினைக்கல.

(பொம்மை, ஏப்ரல் 1981)

K. சந்திரசேகரன்

சிவாஜி - ஒரு வரலாற்றின் வரலாறு

என்னுடைய தெய்வம்
(தயாரிப்பாளர் பி.ஏ. பெருமாள் முதலியார் பற்றி...)

எஸ்.வி. சகஸ்ரநாமம், கலைஞர், நடிகர் திலகம் பி.ஏ. பெருமாள்

பராசக்தி திரைப்படத்தில், குணசேகரன் கதாபாத்திரத்தில் என்னை நடிக்க வைத்து கதாநாயகனாக தமிழ்த்திரையுலகிற்கு அறிமுகம் செய்து வைத்தவர் மதிப்பிற்குரிய பி.ஏ. பெருமாள் முதலியார் அவர்கள். பல்வேறு எதிர்ப்புகளுக்கு இடையில், பலரது கடுமையான விமர்சனங்களையும் பொருட்படுத்தாமல், என்னை அந்தப் படத்தில் நடிக்க வைப்பதற்கு, அவர் சந்தித்த சோதனைகளும், சவால்களும் எண்ணிலடங்காதவை. அவரது உறுதியால்தான் எனக்கு அந்த வாய்ப்பு கிடைத்தது. நான் மட்டுமல்ல, என்னுடைய தலைமுறையினர் அனைவரும் அவருக்கு நன்றிக்கடன் பட்டுள்ளோம். என்னைப் பொறுத்தவரையில், பெருமாள் முதலியார்தான் என்னுடைய தெய்வம். வாழ்நாள் உள்ளவரை நான் இந்த நன்றியை மறக்கமாட்டேன். அதனால்தான் தைப்பொங்கல் திருநாளன்று அவரது இல்லத்திற்குச் சென்று, அவரிடம் ஆசி பெற்று, அவரது குடும்பத்தினருடன் பண்டிகையைக் கொண்டாடுவதை வழக்கமாகக் கொண்டுள்ளேன். அவரது மறைவிற்குப் பின்னரும் இந்த வழக்கத்தைத் தொடர்கிறேன். பொங்கலன்று அவரது வீட்டிற்குச் சென்று, அவரது திருவுருவப் படத்திற்கு மாலை அணிவித்துவிட்டு, அவர் பாதத்தில் வேட்டி, சட்டை காணிக்கையாக வைத்து விட்டு அவரது துணைவியார் மீனாபெருமாள் அம்மையாருக்கு புடவை கொடுத்து விட்டு, அவர்கள் குடும்பத்துடன்தான் பொங்கல் சாப்பிடுகிறேன்.

(எனது சுயசரிதை
–நடிகர் திலகம் சிவாஜி வாழ்க்கை வரலாறு நூல்)

K. சந்திரசேகரன்

371

என் குரு

[இயக்குநர் L.V. பிரசாத் பற்றி..]

இன்றைய தினம் இந்த விழாவில், இயக்குநர் சிகரம் அருமைத்தம்பி கே. பாலச்சந்தர் உட்பட எனக்கு முன்னர் பேசிய பலரும் எனக்குத் திரைப்பட நடிப்பைப் பொறுத்தவரையில் எந்த ஒருவரும் குருவாக, ஆசானாக, வழிகாட்டியாக, அமையப் பெறாமல், சுயம்புவாகவே உருவானவன் எனப் பேசினார்கள். என்மீது அவர்கள் அனைவரும் வைத்திருக்கும் அளவு கடந்த அன்பினாலும், பாசத்தினாலும் ஏற்பட்ட விளைவுதான் அந்தப் பாராட்டுக்கள். அன்பர்களே, இங்கே நான் உங்களிடம் ஒரு உண்மையை மனப் பூர்வமாக இந்த மன்றத்தில் தெரிவிக்கக் கடமைப்பட்டுள்ளேன்.

எந்த ஒரு துறையிலும், சாதனைகள் படைத்த எவராயினும், ஒரு குருவின் வழிகாட்டுதல் இல்லாமல் பெரிய நிலையை அடைந்து விட முடியாது. நானும் இந்த இலக்கணத்திற்கு உட்பட்டவன் தான். உங்களது எல்லோருக்கும் தெரிந்த ஓர் உண்மை, நான் நாடகத்துறையிலிருந்து திரைப்படத்துறைக்கு வந்தவன். நாடகத்துறையில் எனக்கு நடிக்கக் கற்றுக் கொடுத்த ஆசான்களில், குறிப்பிட்டுக் கூற வேண்டியவர்களுள் முதன்மையானவர் கவிஞர் கே.டி. சந்தானம், நடிகவேள் எம்.ஆர்.ராதா போன்றவர்களாவர். நாடகத்தில் நடிக்கும் போது, ஒரு நடிகன் வசன உச்சரிப்புக்கு முதலிடம் கொடுக்க வேண்டும். எவ்வளவுதான் உணர்ச்சிகளை முகத்தில் மாறிமாறி வரவழைத்தாலும், முதல் பத்து வரிசையில் உள்ளவர்களுக்குத்தான் அவை துல்லியமாகத் தெரியும். கடைசி வரிசையில் உள்ளவர்களை, ஒரு நடிகன் தன்னுடைய குரலாலும், ஏற்ற இரக்கங்களுடன் வசனங்களை உயிரோட்டத்துடன் உச்சரிப்பதாலும்தான் கவர முடியும். ஆனால் திரைப்பட நடிப்பு முற்றிலும் மாறுபட்டது. நடிகனின் குரல் மட்டுமல்லாமல், அவனது முகபாகங்கள், நடை, உடை, பாவனை அனைத்திலும் கவனம் செலுத்தி, காட்சிக் கேற்ற, தேவையான நடிப்பை, அளவறிந்து, துல்லியமாக, வெளிப்படுத்த வேண்டும். அப்படிப்பட்ட திரைப்பட நடிப்பை எனக்கு முழுமையாகக் கற்றுக் கொடுத்த என்னுடைய ஆசான், குரு, வழிகாட்டி, இந்த மேடையில்தான் அமர்ந்திருக்கிறார். Close up Shot வைக்கும் போது எப்படி நடிக்க வேண்டும். Long Shot வைக்கும்போது எப்படி நடிக்க வேண்டும், காமிராவைப் பார்த்து எப்படி முகத்தைத் திருப்ப வேண்டும், பாடல் காட்சிகளில் எப்படிப்பட்ட நடிப்பை வெளிப்படுத்த வேண்டும், என்றெல்லாம் எனக்கு நடிப்பை கற்றுக் கொடுத்த அந்தப் பெரியவர் இங்குதான் இருக்கிறார். இன்னும் சொல்லப் போனால் எப்படி நடிக்க வேண்டும் என்பதை மட்டுமல்லாமல் , எப்படியெல்லாம் நடிக்கக் கூடாது என்றும்

கற்றுக் கொடுத்த அந்த திரைப்பட மாமேதை, இயக்குநர், தயாரிப்பாளர், படப்பிடிப்பு நிறுவனத்தின் சொந்தக்காரர் என பல்வேறு முகங்களையுடைய பெரியவர் மதிப்பிற்குரிய திரு.எல்.வி. பிரசாத் அவர்கள் தான், இந்த சிவாஜி கணேசனாகிய எனக்கு குரு, வழிகாட்டி, ஆசான் எல்லாம்.

(சென்னை மியூசிக் அகாடெமியில் 1986ஆம் ஆண்டு நடைபெற்ற படிக்காதவன் திரைப்பட வெற்றி விழாவில் பேசியது.)

உலகம் போற்றும் உத்தமர்

(பண்டித நேரு பற்றி...)

பிரதமர் நேருஜியுடன் அளவளாவும் பெருந்தலைவர், சி. சுப்பிரமணியம், நடிகர் திலகம் மற்றும் பிரமுகர்கள்

உலகத்தில் உள்ள பூசல்களையெல்லாம் ஒழிக்கப் பாடுபட்டார் நேரு. நேருவைப் போன்ற ஒரு மாபெரும் தலைவரைக் கண்டதும் இல்லை. கேட்டதும் இல்லை. நான் வெளிநாடு போய் இருந்த போது என்னை அந்நாட்டார் வரவேற்றார்கள். நேரு நாட்டில் இருந்தா வருகிறீர்கள் என்று கேட்டார்கள். நேருவின் பெருமையை நினைத்து பூரிப்படைந்தேன். நம்மையெல்லாம் தவிக்க விட்டு விட்டு நேரு மரணம் அடைந்தார். தாயை இழந்ததைப் போல், தந்தையை இழந்ததைப் போல் நாம் தவிக்கிறோம்.

சிவாஜி - ஒரு வரலாற்றின் வரலாறு

அழுகிறோம். கண்ணீர் வடிக்கிறோம். நேருவின் கொள்கையைப் பின்பற்றி இந்தியாவைக் காப்பாற்றுவோம்.

நடிகர் திலகம் அவர்கள் பிரதமர் நேருஜி மறைந்த சமயத்தில் 31.5.1964 அன்று வானொலியில் வெளியிட்ட இரங்கல் செய்தி (சினிமா கதிர், ஜூன் 1964)

செயல் வீரர்
(காமராஜர் பற்றி...)

விலங்கினம் முதல் ஆறறிவு படைத்த மனிதன் வரை அன்பு செலுத்தும் ஒரே நபர் தாய் தான். அந்தத் தாய்மை உணர்ச்சியையும் கூட கடமைப் பொறுப்பினால

பெருந்தலைவருடன், நடிகர் திலகம்

கட்டுப்படுத்திக் கொள்ளும் செயல்வீரர் காமராஜர். தன் ஊரிலே தன் தாய் குடியிருக்கும் தெருவிலே ஒரு கூட்டம் நடந்தால், அது முடிந்ததும் தன் தாயைக்கூடக் காணப் போகாமல், அடுத்த கூட்டத்திற்கு, தனது கடமையின் அடுத்த கட்டத்திற்கு செல்லும் ஒரு பொது நல ஊழியர். பகைவனுக்கும் அருள்வாய் என்ற பாரதியின் வாக்கை மெய்ப்பித்து வரும் உத்தம ஊழியர்.

-(பெருந்தலைவரின் 60வது பிறந்த நாளன்று 15.7.1962 தினமணி நாளிதழில் வெளியானது)

K. சந்திரசேகரன்

காந்தியத்தின் கடைசி வாரிசு
(மொரார்ஜி தேசாய் பற்றி...)

நாம் அனைவரும் மொரார்ஜிபாய் என அன்புடன் அழைக்கும் மதிப்பிற்குரிய மொரார்ஜி தேசாய் அவர்களின் பிறந்த நாளை இங்கே சிறப்பாகக் கொண்டாடிக் கொண்டு இருக்கிறோம். அவர் தூய்மையான காந்தியவாதி. பெருந்தலைவர், கர்மவீரர் காமராஜரின் மறைவிற்குப் பின்னர் இன்று நாட்டில் எஞ்சியுள்ள ஒரே ஒரு காந்தியத் தொண்டர் திரு.மொரார்ஜி பாய் என்றால் அது மிகையாகாது.

பொதுவாழ்க்கையில் அவர் கடைப்பிடித்த நேர்மை, நாணயம், நாம் அனைவரும் போற்றி பிரமிக்கத்தக்கது. ஒரு முடிவு எடுத்துவிட்டால், யாருக்காகவும், எதற்காகவும் சமரசம் செய்து கொள்ளாமல், எத்தனை எதிர்ப்புகள் வந்தாலும், கொள்கையில் உறுதியாக இருப்பவர். எதிர்க்கட்சிகளில் இருப்பவர்கள் கூட, அவரது தியாகம், நேர்மை, கொள்கைப் பிடிப்பு இவற்றைக் கண்டு பிரமித்து பாராட்டியுள்ளனர். கட்சிகளுக்கு அப்பாற்பட்டு நேசிக்கப்பட வேண்டிய உன்னதமான தலைவர், உத்தமமான மனிதர் மொரார்ஜிபாய் அவர்களின் பிறந்த நாளைக் கொண்டாடுவதை உள்ளபடியே நான் பெருமையாக உணர்கிறேன்.

(1990ஆம் மார்ச் மாதம் முதல்தேதி சென்னை ஜெர்மன் அரங்கில் நடைபெற்ற மொரார்ஜிதேசாய் அவர்களின் பிறந்த நாள் விழாவில் பேசியது.)

ஈடு இணையற்ற தலைவர்
(அன்னை இந்திரா பற்றி..)

பெருந்தலைவர் காமராஜர் நம்மைவிட்டுப் பிரிந்து இன்றோடு நான்கு மாதங்கள் உருண்டோடி விட்டன. 1969ஆம் ஆண்டு காங்கிரஸ் பேரியக்கம் இரண்டாகப் பிளவுபட்டது. கர்மவீரர் தலைமையில் இயங்கிய பிரிவு ஸ்தாபன காங்கிரஸ் எனவும் அம்மையார் இந்திராகாந்தி தலைமையில் செயல்பட்ட பிரிவு ஆளும் காங்கிரஸ் எனவும் அழைக்கப்பட்டன. தமிழ்நாட்டைப் பொறுத்தவரையில் கர்மவீரர் தான் காங்கிரஸ்; காங்கிரஸ் என்றாலே அது காமராஜர் தான் என்ற நிலைமை இருந்ததால், நம் யாருக்கும் எந்தவிதமான குழப்பமும் இல்லாமல் இருந்தோம். அதனால் தான் நாம் அனைவரும் பெருந்தலைவரின் தலைமையை மனப்பூர்வமாக ஏற்றுக் கொண்டோம். ஆனால், அவரது மறைவிற்குப் பிறகு நாட்டில் ஒரு பெரிய வெற்றிடம் ஏற்பட்டுள்ளது. அவருக்குப் பின்னர் நம்மை வழி நடத்திச் செல்ல பொருத்தமான தலைவர் யார்? காஷ்மீர் முதல் கன்னியாகுமரி வரை எல்லோருக்கும் தெரிந்த ஒரே ஒப்பற்ற தலைவர் இந்திராகாந்தி அம்மையார் அவர்களைத் தவிர வேறு யாரும் இருக்க முடியாது.

K. சந்திரசேகரன்

சிவாஜி - ஒரு வரலாற்றின் வரலாறு

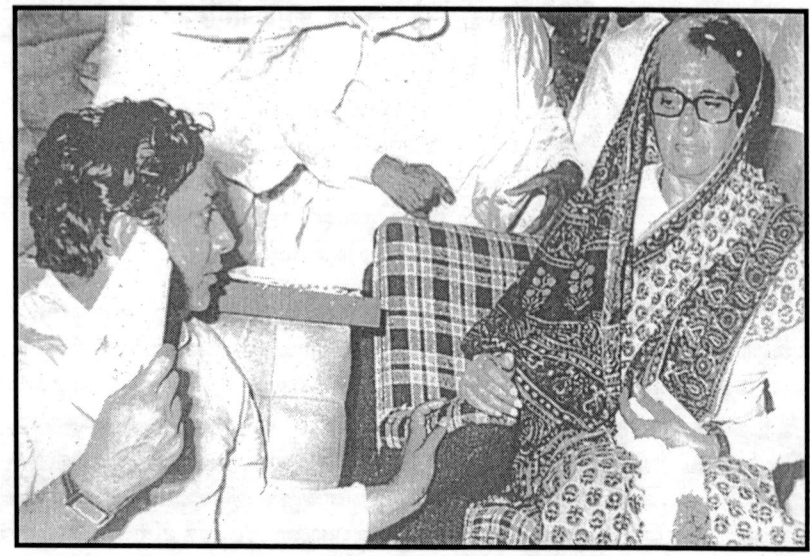

பிரதமர் இந்திராகாந்தியுடன் நடிகர் திலகம்

காங்கிரஸ் பேரியக்கத்தை மட்டுமல்ல. இந்தியத் திருநாட்டையும் வெற்றிப் பாதையில் அழைத்துச் செல்லும் ஆற்றலும் திறமையும் அவர் ஒருவருக்குத்தான் உண்டு. எனவே தேசிய இயக்கங்களின் நலன் கருதியும், நம் நாட்டின் வளர்ச்சி கருதியும், பிரிந்து இருக்கும் இரண்டு காங்கிரஸும் இந்திரா அம்மையார் தலைமையில் ஒன்றாக இணைய வேண்டும். காங்கிரஸில் இரண்டு பிரிவுகள் எப்போதும் இருக்குமானால், அவை இங்கே தமிழ்நாட்டில் இரண்டு பெரிய திராவிடக் கட்சிகளை மாறி மாறி ஆதரித்து, அவர்களை நம்பியே கட்சி நடத்த வேண்டிய துர்பாக்கிய நிலை ஏற்படும். அந்நிலை மாற வேண்டுமானால், நாம் அனைவரும் ஒற்றுமையாக, ஒன்றாக அம்மையாரின் தலைமையில் இணைந்து பணியாற்றினால், தேசிய இயக்கமாம் காங்கிரசும் காப்பாற்றப்படும். இந்த தேசமும் காப்பாற்றப்படும்.

(28.01.1976 - மயிலை மாங்கொல்லையில் நடைபெற்ற பொதுக்கூட்டத்தில் பேசியது.)

அன்புதான் அரிய சொத்து

(பேறறிஞர் அண்ணா பற்றி...)

1968ஆம் ஆண்டு என் மூத்தமகள் சாந்தியின் திருமணம் சென்னையில் மிகச்சிறப்பாக நடந்தது. அப்பொழுது பேரறிஞர் அண்ணா தமிழக முதலமைச்சராகப் பொறுப்பேற்றிருந்தார். திருமணத்திற்கான முன்னேற்பாடுகளில் நான் மும்முரமாக ஈடுபட்டிருந்த நேரத்தில், அண்ணா அவர்கள் சிகிச்சைக்காக வெளிநாட்டில் இருந்தார்.

சிவாஜி - ஒரு வரலாற்றின் வரலாறு

புதுமண தம்பதிகள் சாந்தி - நாராயணசாமி ஆகியோருக்கு வாழ்த்து கூறும் அண்ணா தம்பதியர் உடன் நடிகர் திலகம்

அண்ணா அவர்களை நேரிலேயே சந்தித்து கல்யாணப்பத்திரிகையைக் கொடுக்க முடிவு செய்தேன். ஆனால் பல காரணங்களால், வெளிநாடு சென்று அண்ணாவைப் பார்க்க முடியாத நிலை இருந்தபோது, எங்கள் இருவருக்கும் பொதுவான குடும்ப நண்பர் டாக்டர். கோபால் அவர்களிடம் கல்யாணப் பத்திரிகையைக் கொடுத்து, அண்ணா அவர்களை நேரில் சந்தித்து, என் சார்பில், அவரை திருமணத்திற்கு நேரில் வந்து தம்பதியரை வாழ்த்தி ஆசி கூறுமாறு பணிவுடன் கேட்டுக் கொள்வதாக அனுப்பி வைத்தேன். பத்திரிகையைப் பெற்றுக் கொண்ட அண்ணா, டாக்டர்.கோபாலிடம், "நான் இல்லாமல் கணேசன் வீட்டில் எந்த நிகழ்ச்சியும் நடந்ததில்லை. கண்டிப்பாக சாந்தி திருமணத்திற்கு நான் நேரில் வந்து கலந்து கொள்வேன்" எனச் சொன்னார். ஆனால் திட்டமிட்டபடி அவரால் திருமணத்திற்கு வர இயலவில்லை. சிகிச்சை முடிந்து தாய்நாடு திரும்பியதும், அண்ணா அவர்கள் என்னைத்தான் முதலில் தொலைபேசியில் தொடர்பு கொண்டார். தான் உடனே புறப்பட்டு என் வீட்டிற்கு வருவதாகக் கூறினார். ஆனால் அண்ணா அவர்களின் உடல் நிலையை மனதில் கொண்டு, என்னுடைய மகள் சாந்தியையும், மாப்பிள்ளையையும் அவர் இருந்த இடத்திற்கு அழைத்துச் சென்றேன். தம்பதிகளை மனப்பூர்வமாக வாழ்த்திய அண்ணா, அவர்களுக்கு பட்டுச் சேலை, பட்டு வேட்டி பரிசாகக் கொடுத்து வாழ்த்தினார். இதைச் சொல்லும் போது, தானாகவே என் கண்கள் கலங்குகின்றன. காரணம் அண்ணா அவர்கள் எத்தனை கஷ்டப்பட்டாரோ இந்தப் பட்டு ஆடைகளை வாங்குவதற்கு?

அண்ணா, அன்பாலேயேதான் அனைவரையும் அரவணைத்துச் சென்றார். லட்சக்கணக்கில் தம்பிமார்களின் அன்பையும், மக்கள் செல்வாக்கையும் பெற்ற அண்ணா, தனக்காகவும், தன் குடும்பத்திற்காகவும் எதுவும் சேர்த்து வைக்கவில்லை. அன்பு ஒன்று தான் அவரது அழியாத சொத்து. பொதுவாழ்க்கையில் அண்ணா கறைபடியாத கரங்களுக்குச் சொந்தக்காரர்.

(எனது சுயசரிதை - நடிகர் திலகம் சிவாஜி அவர்களின் வாழ்க்கை வரலாறு நூல்)

செல்லப்பிள்ளை

(அஞ்சுகம் அம்மையார் பற்றி...)

எனக்கும் மூனாகானாவுக்கும் உள்ள நட்பு ஆழமான நட்பு. என்னுடைய தாயார் ராஜாமணி அம்மையார் மூனாகானாவின் தாயாகவும், அவருடைய தாயார் அஞ்சுகம் அம்மையார் எனக்குத் தாயாகவும் அன்பு காட்டி வளர்த்த காலங்கள் அதிகம். எத்தனையோ முறை நான் பசியோடு சென்ற சமயங்களில், வாய்க்கு ருசியாக உணவு சமைத்து, பசியாற நான் சாப்பிடுவதைப் பார்த்து ஆனந்தம் கொள்வார், அஞ்சுகம் அம்மையார். சில நேரங்களில் மூனாகானா பசியோடு இருந்தாலும், நான் வரும்வரையில் எனக்காக அம்மையார் முனாகானாவை காத்திருக்க வைத்ததுண்டு. நான் வந்ததும் உடனே இலைபோட்டு பதார்த்தங்களைப் பரிமாறுவார். நான் ஒருமுறை அஞ்சுகம் அம்மையாரைப் பார்த்து "என்னம்மா இது ஓரவஞ்சனை, என் இலையில் இத்தனை பதார்த்தங்களை பரிமாறிவிட்டு, மூனாகானா இலையில் கொஞ்சமாகப் பரிமாறியிருக்கிறீர்களே? இது நியாயமா?" என்று அன்பாகக் கடிந்து கொண்டேன். உடனே அந்த அன்பே உருவான அஞ்சுகம் அம்மையார் "மூனாகானா நான் பெற்ற பிள்ளை, ஆனால் நீ எனக்கு செல்லப்பிள்ளை" என்று கூறி என் முகத்தை அன்பாக வருடினார். அஞ்சுகத் தாயின் பிள்ளைப் பாசத்தைக் கண்டு நான் நெகிழ்ந்து போனேன். அவர் சொன்னது போலவே அவர் என்னுடைய தாய்தான்.

(அஞ்சுகம் அம்மையார் மறைவையொட்டி வெளியான நினைவஞ்சலி மலரிலிருந்து)

என்னுயிரே! என்னருமை நண்பா!!

(கலைஞர் பற்றி...)

தாயே தமிழே! உன் தலைமகனை, என்னருமை நண்பனை, இந்த நாட்டின் சிறந்த அறிவாளியை, உயர்ந்த அரசியல்வாதியை வாழவை. தமிழுள்ளமே, கலைஞரை வாழ்த்துங்கள். உங்களோடு நானும் சேர்ந்து கொள்கிறேன். என்னருமை நண்பனைப்

K. சந்திரசேகரன்

சிவாஜி - ஒரு வரலாற்றின் வரலாறு

சாந்தி-நாராயணசாமி திருமண வரவேற்பில் கலைஞர், நடிகர் திலகம்

பற்றி நான் என்ன பேசுவது? எதைப் பேசுவது? உங்களைப் பேசினால் நானும் அதோடு சேர்ந்திருப்பேனே, அப்போது என்னையே புகழ்ந்து கொள்வதாகுமே! அதைப் பற்றிப் பேசுவதா? நாம் இருவரும் சிறு பிள்ளையிலே தஞ்சை மாநகரத்திலே தெருத்தெருவாக, சந்தோஷமாக, பொறுப்பே இல்லாமல் அலைந்தோமே! அதைப் பற்றிப் பேசுவதா? அல்லது தஞ்சைக் கோயிலுக்குச் சென்றோமே, சாமி கும்பிடுவதற்காக அல்ல, காற்று வாங்குவதற்காக! அதைப் பற்றிப் பேசுவதா? பிறகு திராவிட முன்னேற்றக் கழகத்தின் வளர்ச்சிக்காக ஊர் ஊராகத் தெருத்தெருவாக நாடகம் போட்டு வசூல் செய்தோமே! அதைப் பற்றி பேசுவதா? அல்லது அங்கு உணவு கிடைக்காமல் தள்ளாடினோமே! அதைப் பற்றிப் பேசுவதா? அல்லது அங்கிருந்து நாம் சென்னை வருவதற்கு பணமில்லாமல் தவித்த போது உங்கள் விரலிலே இருந்த மோதிரத்தை விற்று நாம் வீடு வந்து சேர்ந்தோமே! அதைப் பற்றி பேசுவதா? எதைப் பற்றி ஐயா பேசுவது? பின்னர் நான் சினிமாவுக்கு வந்த பிறகு பராசக்தியில் எழுதினீர்களே, அந்த வசனத்தைப் பேசி நடித்தேனே, அந்தப்படம் வெளிவந்த பிறகு ஒரே இரவிலே வானத்திலே சென்றேனே! அதைப் பற்றிப் பேசுவதா? ஒரு சமயம் எனக்கு நீங்கள் எழுதிக் கொடுத்த வசனத்தை என்னருமைச் சகோதரர் எஸ்.எஸ்.ஆர் அவர்களைப் பேச வைத்தீர்களே! அதைப்பற்றி பேசுவதா? அதற்காக நான் உங்களிடம் கோபித்துக் கொண்டேனே! அதைப் பற்றி

K. சந்திரசேகரன்

பேசுவதா? பிறகு நீ கோபித்துக்கொள்ளாதே கணேசா என்று அரை மணி நேரத்திலே வேறு ஒரு வசனத்தை எழுதிக் கொடுத்தீர்களே! அதைப்பற்றி பேசுவதா? அப்போது உங்களுக்கும் எனக்குமிடையே ஒரு போட்டி! உங்கள் எழுத்து சிறப்பாக இருந்ததா? நான் அதைச் சிறப்பாகப் பேசினேனா என்று? ஆனால் மக்கள் சொன்னார்கள் இரண்டுமே நன்றாகத்தான் இருந்ததென்று! அதைப்பற்றி பேசுவதா? எதைப் பற்றிப் பேசுவது? நான் எதைப் பற்றிப் பேசினாலும் உங்கள் கூடவே வந்து கொண்டே இருப்பேனே! நீங்கள் வாழ வேண்டும்! பல்லாண்டு வாழ வேண்டும்! உங்களை நம்பி கோடிக்கணக்கான பேர் இருக்கிறார்கள் தமிழகத்திலே! அதை நீங்கள் காப்பாற்ற வேண்டாமா? அதற்காக நீங்கள் வாழ வேண்டும். என்னுடைய வயதிலே இரண்டை நீங்கள் எடுத்துக் கொள்ளுங்கள்! நீங்கள் நீண்டு வாழ வேண்டும்! பல்லாண்டு இருக்க வேண்டும்! உங்களால் தமிழ் இன்னும் வளரவேண்டும்! நீங்கள் இன்னும் எழுத வேண்டும்! வயதானாலும் அதைப் பேசி நானும் நடிக்க வேண்டும்! கலைஞரே! என்னுயிரே! என்னருமை நண்பா, உன்னுடைய குடும்பம் ஆல் போல் தழைக்க வேண்டும், அருகு போல் வேரூன்ற வேண்டும். பல்லாண்டு பல்லாண்டு வாழ்ந்து நீங்கள் இந்த நாட்டுக்கு சேவை செய்ய வேண்டும். இது எனது இதயத்தின் அடித்தளத்திலிருந்து எழுகின்ற அன்பான வாழ்த்து! என் வாழ்த்தோடு எனது அருமைத்தலைவர் காமராசருடைய ஆவியும் உங்களை வாழ்த்தும் என்று கூறி விடைபெறுகிறேன். ஜெய்ஹிந்த்!

-(27.9.1998 அன்று தமிழ்க் கலையுலகம் சார்பில் சென்னை நேரு ஸ்டேடியத்தில் நடைபெற்ற முதல்வர் கலைஞர் அவர்களது பவள விழாவில் நடிகர் திலகம் ஆற்றிய தலைமையுரை)

அன்பே உருவான அன்னை
(அன்னை சத்யா பற்றி...)

மதுரை ஸ்ரீ பால கான சபா சென்னைக்கு வந்து முகாமிட்டிருந்த சமயம், என் வீட்டிற்கு பக்கத்திலேயே அருமைச் சகோதரர் எம்.ஜி.ஆர் அவர்களுடைய வீடும் இருந்தது. காலையிலும், நாடகம் முடிந்த பின்பும், ஓய்வு நேரத்திலும் நான் அவரது வீட்டிற்குச் செல்வேன். அவரது அன்னையார் என்னையும் ஒரு மகனாக எண்ணிப் பழகியது என்னால் மறக்கவே முடியாது. அண்ணன் எம்.ஜி.ஆர் அவர்கள் அன்றாடம் காலையில் உடற்பயிற்சியை செய்து விட்டு, குளித்து முடித்து எனக்காகக் காத்திருப்பார். நான் சென்றதும் இருவரும் அருகருகே அமர்ந்த பிறகு தான் அவரது அன்னை எங்களுக்கு காலைச் சிற்றுண்டியைப் பரிமாறுவார்கள். நான் செல்வதற்கு சிறிது தாமதமாகி அதற்குள் அண்ணனுக்கு அதிகமாக பசி எடுக்க ஆரம்பித்து விட்டால், அம்மா எனக்கு ரொம்பப் பசிக்கிறது என்று சொல்வார். அதற்கு அன்னை சத்யா

அவர்கள், இரு கணேசன் வரட்டும், சேர்ந்து உண்ணலாம் என்று சொல்வார்கள். அந்த அன்பான வார்த்தையை, அதுவும் ஒரு தாய் கூறுகின்ற வார்த்தையை எந்த மகனால் மறக்க முடியும்?

-(பொம்மை, 1984)

அண்ணன் எம்.ஜி.ஆர்

[எம்.ஜி.ஆர் பற்றி...]

அண்ணன் எம்.ஜி.ஆரும் நானும் அந்நாளிலும் இந்நாளிலும், நாங்கள் எந்த இடத்தில் இருந்தாலும், அரசியல் காரணமாக வெவ்வேறு பாதையில் இருந்தாலும், குறித்த நேரத்தில், சந்திக்க வேண்டிய இடத்தில் பேசுகின்ற பாஷையில், கண்களில் அன்பு நீரைத் தேக்கிக் கொண்டு, நாங்கள் இருவரும் சிறிது நேரம் எங்களையே மறந்து நிற்கின்ற அந்த நிலையை யாரால் விளக்க முடியும்? அண்ணனைப் போல நானும், என்னைப் போல அண்ணனும், தாய்ப்பாசத்தில் அதிகமாகப் பற்றுக் கொண்டவர்கள். தாய் சொல்லைத் தட்டாதவர்கள். தாய் கிழித்த கோட்டைத் தாண்டாதவர்கள். தாயைத் தெய்வமாக மதிப்பவர்கள். படிப்புக்கு பலர் இலக்கணம் வகுத்திருப்பார்கள். நாங்கள் நட்புக்கு இலக்கணம் வகுத்தவர்கள். நாடகக் கம்பெனியுடன் நான் சென்னைக்கு வந்த சமயத்தில் தான் அண்ணனுக்கும் எனக்கும் ரொம்ப நெருக்கமான உறவு ஏற்பட்டது. அப்போது வால்டாக்ஸ் முனையிலே ஒரு பெரிய பில்டிங். அதில் தான் நாங்கள் தங்கி இருந்தோம். அதிலிருந்து தள்ளி மூன்றாவது வீட்டில் அண்ணன் இருந்தார். அப்போது அவர் சினிமாவிலே ஆக்ட் பண்ணிக்கொண்டு இருந்தார். காலை டிபன் சாப்பிட எனக்காக வெயிட் பண்ணுவார். டிபன் சாப்பிட்டதும் அவர் போயிடுவார். நானும் வந்துடுவேன். பகல் சாப்பாடும் இப்படித்தான் நடக்கும். ஆனால் இரவில் நான் நாடகம் முடிந்து வரும் வரைக்கும் காத்திருப்பார். அதுக்கப்புறம் நாங்கள் இருவரும் நடந்து போய் சினிமா பார்ப்போம். அப்போது அண்ணனுக்கு தலை நிறைய முடி. அதனாலே தலையிலே முண்டாசு கட்டி, வேட்டியையும் வரிந்து கட்டிக்கொண்டு சினிமாவுக்கு வருவார். சினிமா பார்த்துவிட்டு, இரவு ஒரு மணிக்கு வரும்போது மிண்ட் தெரு கடைசியில் இருந்த சேட்டு பால்கடைக்குப் போய் அண்ணனும், நானும் பால், சப்பாத்தி சாப்பிட்டு வருவோம். எல்லாம் அண்ணன் செலவு தான். அப்போது அவர் கொஞ்சம் காசு வைத்திருப்பார். அப்பவே மற்றவருக்கு உதவி செய்யும் பழக்கம் அவருக்கு அதிகம். அண்ணன் சாதாரணமாக இருக்கும் போதே நண்பர்களுக்காக நிறைய செலவு பண்ணுவார். வசதியாய் இருக்கும் போது எவ்வளவு செலவு பண்ணியிருப்பார்ன்னு நினைத்துப் பாருங்கள். இதுக்கப்புறம் என்னைக் கொண்டு வீட்டுலே விட்டுட்டு அவர் வீட்டுக்குப் போவார். இந்த மாதிரி வளர்ந்தது எங்க நட்பு. அன்பைப் பொழியறதிலே அவருக்கு இணை கிடையாது. எனக்குத் திருமணம் 1952ல் நடந்தது. எனது

ஒரு விழாவிற்குச் செல்லும் எம்.ஜி. ஆரும், நடிகர் திலகமும் –உடன் நாகேஷ், முத்துராமன்

திருமணத்தில் எல்லாருக்கும் சாப்பாடு போட்டு கவனித்துக்கொண்டார் அண்ணன். என்னையும் என் மனைவியையும் உட்கார வைத்து சாப்பாடு போட்டவரும் அவரே. பிறகு நான் அண்ணனை உட்கார வைத்து சாப்பாடு போட்டேன். அதற்குப் பிறகு எங்கள் குடும்ப நெருக்கம் அதிகமாகியது. எங்களுடைய நட்பு, நான் சினிமா உலகத்திற்கு வந்த பின்பும் தொடர்ந்தது. சொல்லப்போனால் அது இன்னும் நெருக்கமான உறவாக மாறியது. நான் அங்கே போகாமல், அன்னை சத்யாவைக் காணாமல் இருக்க மாட்டேன். அதே போன்று அவரும் இங்கே வராமல், அன்னை ராஜாமணியைப் பார்க்காமல் இருக்க மாட்டார். ராஜாமணி அம்மையாருக்கு உடம்பு சரியில்லை என்றால் தன் உடம்புக்கு வந்து விட்ட மாதிரி அண்ணன் இருப்பார். அன்னை சத்யா இறந்த சமயத்தில், ராஜா மணி அம்மையாருக்கு உடம்பு சரியில்லை. அண்ணன் இரண்டு நாட்கள் படுக்கை அருகிலேயே உட்கார்ந்து இருந்தார். மூதாட்டி யாரைப் பார்த்தாலும் அண்ணன் தாய்ப்பாசத்தைப் பொழிவார். அந்த மூதாட்டியை அணைத்துக் கொள்வார். அரசியலுக்காக இதைக் கிண்டல் பண்ணலாம். ஆனால் அவருடைய மனதில் எங்கோ ஓர் மூலையில் தாய்ப்பாசம் இருப்பதனால் தானே இப்படிச் செய்கிறார். மற்றவர்களால் முடியுமா? அவருக்கு உடல்நிலை சரியில்லை என்று அறிந்தவுடன் நான் சென்று பார்ப்பேன். அவருக்குக் கால் உடைந்த போது தொடர்ந்தாற்போல் சிரமங்கள் வந்து கொண்டே இருந்தன. அவருடைய மூத்த மனைவி இறந்து விட்டார். நான அவருடன் இரண்டு தினங்கள் இருந்தேன். அவருடன் மயானத்திற்குப் போனேன்.

சிவாஜி - ஒரு வரலாற்றின் வரலாறு

அங்கு அவருக்கு மயக்கம் வந்து விட்டது. அவரைக்காரில் வீட்டிற்கு அழைத்து வந்து நானே அவரைக் குளிப்பாட்டி, தலை துவட்டி விட்டு ஒரு வாயாவது ஹார்லிக்ஸ் குடித்துத்தான் ஆக வேண்டும் என்று வற்புறுத்தி, அவர் குடித்த பிறகே நான் காப்பிகுடித்தேன். அந்த நிகழ்ச்சியை அடிக்கடி சொல்லிக் கொண்டு இருப்பார் அண்ணன். நாம் அவருடன் பேசும் போது சென்டிமெண்டைத் தொட்டு விட்டால் மற்றவற்றை அவர் மறந்து விடுவார். அப்போது அண்ணன் குழந்தை ஆகி விடுவார். மற்றவர்களின் குடும்பத்தில் ஏற்படும் சிக்கல்களையெல்லாம் தன் குடும்பத்தில் ஏற்பட்டதாகவே கருதி, அதைத் தீர்க்க முற்படுவார். அண்ணன் உடல் நலம் குன்றி ஆஸ்பத்திரியில் சேர்க்கப்பட்ட போது என் மூத்த சகோதரர் ஆஸ்பத்திரியில் சேர்க்கப்பட்டால் எனக்கு எப்படி இருக்குமோ, அப்படி நான் மிகவும் வேதனைப் பட்டேன். அண்ணன் உடல்நலம் பெற வேண்டி லட்சக்கணக்கான உள்ளங்கள் பிரார்த்தனை செய்தன. என் குடும்பத்துடன் நானும் பல ஆலயங்களுக்குச் சென்று அவருக்காக பிரார்த்தனை செய்தேன். நம் பிரார்த்தனைகளை ஏற்று ஆண்டவன், அண்ணனை அமெரிக்காவில் இருந்து தமிழ் நாட்டிற்கு உடல் நலத்துடன் திருப்பி அனுப்பி இருக்கிறார். அவர் நீண்ட நாட்கள் பொறுப்பிலிருந்து மக்களுக்கு சேவை செய்ய வேண்டும்.

-(பொம்மை, 1984 & 1985)

ராஜா (1972) படத்தில் நடிகர் திலகத்துடன் ஜெயலலிதா

தங்கப்பதுமை
(ஜெயலலிதா பற்றி...)

"பொன்னாக மின்னும் தங்க நிறமுடைய, அழகிய இப்பெண்ணின் நாட்டியத்தால் நாம் அனைவரும் மெய் மறந்து நிற்கிறோம். இந்தத் தங்கப்பதுமைக்கு, தமிழகத்தில், சிறப்பான, ஒளிமிகுந்த எதிர்காலம் காத்திருக்கிறது. இவர்களது குடும்ப நண்பர் என்ற முறையில், இவ்விழாவிற்குத் தலைமையேற்றதில் மகிழ்ச்சி"

-(1960ஆம் ஆண்டு சென்னை மயிலாப்பூர் ஆர்.ஆர்.சபாவில் நடைபெற்ற செல்வி.ஜெயலலிதா அவர்களின் நாட்டிய அரங்கேற்றத்திற்கு தலைமையேற்று ஆற்றிய உரை) (24.02.2008 ஜெயா தொலைக்காட்சியில் ஒளிபரப்பான செல்வி.ஜெயலலிதா பிறந்தநாள் சிறப்பு நிகழ்ச்சியிலிருந்து)

ஆருயிர் அண்ணா

(தோழர் P.R. பற்றி...)

தோழர் பி. ராமமூர்த்தி அவர்களை நான் அண்ணா ராமமூர்த்தி என்றுதான் மிகுந்த மரியாதையுடன் அழைப்பேன். அவர் என்மீதும், என் குடும்பத்தினர் மீதும் அளவு கடந்த பாசம் உள்ளவர். என்னிடம் அவர் உரிமையோடு பழகுவார். என் அனுமதி இல்லாமல் என் வீட்டின் எல்லா இடங்களுக்கும், என்னுடைய படுக்கையறை உட்பட சென்று வர உரிமை உள்ள ஒரு சிலரில் அண்ணா பி.ஆர். அவர்களும் ஒருவர். என்னை என்வீட்டில் வைத்துப் பலமுறை சந்தித்துள்ளார். அவர் எதற்காக என்னைத் தேடி வந்தார் என்பதையெல்லாம் இந்த மேடையில் என்னால் கூற முடியாது. காரணம், அன்றும் சரி, இன்றும் சரி, தமிழ்நாட்டில் நிலவும் அரசியல் மாறுபாடுகளும், வேறுபாடுகளும்தான்.

அண்ணா பி.ஆர். அவர்களின் பெயரால் ஒரு நினைவிடம், அதுவும் என் வீட்டிற்கு மிக அருகிலேயே அமைந்ததும், அது பெரிய விழாவாகக் கொண்டாடப்படுவதும், என்னுடைய ஆருயிர் நண்பர் மதிப்பிற்குரிய, மாண்புமிகு தமிழக முதல்வர் டாக்டர் கலைஞர் அவர்களும், மேற்கு வங்கத்தில் தொடர்ந்து பல ஆண்டுகள் முதல்வர் பொறுப்பிலிருக்கும் தோழர் ஜோதிபாசு அவர்களும் கலந்து கொள்ளும் இத்தகைய பெரிய விழாவில், ஜனதா தள இயக்கத்தின் தமிழக தலைவராகப் பொறுப்பிலிருக்கும் நான் கலந்து கொள்வதில், உண்மையிலேயே பெரிதும் மகிழ்ச்சி அடைகிறேன்.

(1990ஆம் ஆண்டு சென்னை தியாகராய நகர் வைத்தியராமன் தெருவில் தோழர் பி.ராமமூர்த்தி பெயரிலான கட்டிடத் திறப்பு விழாவில் பேசியது.)

பேராசிரியப் பெருந்தகை

(பேராசிரியர் கல்கி குறித்து...)

பேராசிரியப் பெருந்தகை கல்கி அவர்களின் தமிழ் மொழி நடைக்காகவே அவரது காவியப்படைப்பான சரித்திர நாவல் “பொன்னியின் செல்வன்” ஐ ஒருமுறை அல்ல, பல முறை மீண்டும் மீண்டும் படித்து மெய்சிலிர்த்திருக்கிறேன்.

(சென்னை பொதிகைத் தொலைக்காட்சியில் 1997ஆம் ஆண்டு விடுதலைப் பொன்விழாவையொட்டி எழுத்தாளர் கோ.வி. மணிசேகரன் தயாரித்து இயக்கிய சாதனை படைத்த தமிழ் எழுத்தாளர்கள் நிகழ்ச்சித் தொகுப்பிலிருந்து.)

பன்முகத் திறமைசாலி

(நகைச்சுவை நடிகர் ஜே.பி. சந்திரபாபு குறித்து...)

தயாரிப்பாளர், இயக்குநர் பந்துலு அவர்கள் சிவாஜியிடம், சபாஷ்மீனா படத்தைத் தயாரிக்கும் பொழுது, சிவாஜியின் நண்பன், ரிக்ஷாக்காரன் ஆகிய இரு மாறுபட்ட கதாபாத்திரங்களில் நடிப்பதற்கு யார் பொருத்தமான நடிகர் என்று கேட்டபொழுது, சிவாஜி சிறிதும் தயங்காமல், இந்த இரண்டு கதாபாத்திரங்களிலும் நடிக்கப் பொருத்தமான நடிகன் நம்ப பாபுதான். என்ன Payment விஷயத்துல ரொம்ப பிடிவாதம் பிடிப்பான். அவன் என்ன தொகை கேட்டாலும் கொடுத்து, அவனையே இந்த Double Role ல நடிக்க வைக்க வேண்டியது உன்னோட சாமர்த்தியம். நான் தான் சொன்னேன்னு பாபுகிட்ட சொல்லு. கண்டிப்பா சம்மதிப்பான் என்று பந்துலுவை வற்புறுத்தினார்.

(கிழக்கு பதிப்பகம் வெளியிட்ட சந்திரபாபுவின் வாழ்க்கை வரலாறு நூலிலிருந்து.)

Sweet Rascal

(நடிகர் பாலாஜி பற்றி...)

நடிகர் திலகத்துடன் பாலாஜி

என்னைக் கதாநாயகனாக வைத்து அதிக படங்கள் எடுத்த தயாரிப்பாளர் என்ற பெருமை, என்னுடைய Best Friend பாலாஜிக்கு உண்டு. எந்தப் படத்தை எடுத்தாலும், அதை முறைப்படி Well Planned ஆக எடுத்து, சொன்ன மாதத்தில், சொன்ன தேதியில் ரிலீஸ் பண்ற Successful Producers, Tamil Film Industry யில் மிகமிகக் குறைவானவர்களே. Prompt Payment -ம் பாலாஜியின் இன்னொரு good quality. திரையுலகில் எல்லோராலும் மரியாதையுடன் நேசிக்கப்படுபவர். மொத்தத்தில் short ஆக பாலாஜியைப் பற்றி சொல்லனும்னா "அவன் ஒரு Sweet Rascal".

(1985ஆம் ஆண்டு தீபாவளித்திருநாளின் போது சிறப்பு நிகழ்ச்சியாக சென்னைத் தொலைக்காட்சியில் ஒளிபரப்பான நடிகர் - தயாரிப்பாளர் பாலாஜியின் மலரும் நினைவுகள் நிகழ்ச்சித் தொகுப்பிலிருந்து)

சாதனையாளர்

(குமரி அனந்தன் பற்றி...)

நமது இந்திய நாடாளுமன்றத்தின் இரு அவைகளான, மக்களவை மற்றும் மாநிலங்களவைகளில், கேள்வி நேரத்தில் கலந்து கொண்டு பேசும் உறுப்பினர்கள் தமிழ்மொழியில் தங்களது கருத்துக்களை, விமர்சனங்களை, தங்கள் தொகுதிகளின் பிரச்சனைகளைப் பேசலாம். தொடர்புடைய அமைச்சர்களின் விளக்கங்கள், வேற்று மொழியிலிருந்து தமிழ் மொழிபெயர்த்தலைப் பெறலாம் என்பதற்காக என்னுடைய ஆருயிர்த் தம்பி குமரி அனந்தன் போராடி வெற்றி பெற்றுள்ளார். அந்த வெற்றிக்காக, அவருக்கு இங்கே பாராட்டு விழா. பேராசிரியர் மதிப்பிற்குரிய திரு. நன்னன் அவர்கள் இங்கே கூறியதைப் போல், நம்முடைய நாட்டின் நாடாளுமன்றத்தில் நம்முடைய மொழியில் பேசுவதற்கு போராட வேண்டிய நிலைமை இருப்பது வேதனை தருகிறது. இருப்பினும் உரிமைக்காகப் போராடி வென்ற குமரி அனந்தனின் வெற்றியைப் பாராட்ட, ஒவ்வொரு தமிழனும் கடமைப்பட்டுள்ளான். திரு.சின்ன அண்ணாமலை அவர்கள் சொன்னது போல, நானும், அனந்தனும் ஒரே இயக்கத்தில் இருந்தோம். அப்பொழுது நாமெல்லாம் எவ்வளவு சந்தோஷமாக இருந்தோம்.இன்று நான் காங்கிரஸில், அனந்தன் அவர் தலைமையில் நடத்திவரும் தனி இயக்கத்தில். காலம் கனிந்து வரும். நாம் அனைவரும் ஒற்றுமையாக ஒரே இயக்கத்தில், தேசிய இயக்கமாம் இந்திய தேசிய காங்கிரசில் சேர்ந்து ஒன்றாகப் பணியாற்றும் காலம் வரும். அப்பொழுது சின்ன அண்ணாமலை போன்ற தேசிய நெஞ்சங்கள் மகிழும் வண்ணம், நாம் நினைத்ததை ஒன்றுபட்டு நின்று சாதிப்போம். வெல்க அனந்தனின் சமுதாயத் தொண்டு. வாழ்க அவரது தமிழ் உணர்வு.

(சென்னை மயிலாப்பூரிலுள்ள ரசிகரஞ்சனி சபாவில் 1978ஆம் ஆண்டு **குமரி அனந்தனுக்கு** நடந்த பாராட்டு விழாவில் பேசியது)

சிவாஜி - ஒரு வரலாற்றின் வரலாறு

நன்றியின் மறுபெயர் ராமு
(வாழப்பாடி ராமமூர்த்தி பற்றி...)

நடிகர் திலகமும் வாழப்பாடியாரும்

சட்டக்கல்லூரி மாணவராக இருந்த ராமுவை நான் 1968ல் பார்த்தேன். பெருந்தலைவர் காமராஜரின் அடக்கமான தொண்டரான தம்பி ராமுவை எனக்கு நன்றாகவே தெரியும்.

பல தலைவர்களது பாராட்டுக்களைப் பெற்றவர். 1977 பாராளுமன்றத்தேர்தலில் தம்பி ராமு கிருஷ்ணகிரி தொகுதியில் போட்டியிட்டார். நான் அவரது தேர்தல் பிரச்சாரத்திற்காகச் சென்றேன். அப்போதுதான் அவரது கடுமையான உழைப்பைப் பற்றித் தெரிந்து கொண்டேன். தேர்தல் முடிவு தெரிந்த 12 மணி நேரத்தில் சென்னை வந்து என்னைச் சந்தித்து நன்றி கூறியதை என்னால் மறக்க முடியவில்லை. நன்றியின் மறுபெயர் ராமு.

தம்பிராமு–அரசியல், தொழிற்சங்கம் ஆகிய இரண்டு துறைகளிலும் தனக்கு இடப்பட்ட பணியை சிறப்பாகச் செய்து வருகிறார். எளிமையான விவசாயக்குடும்பத்தில் பிறந்து, தனது உழைப்பாலேயே உயர்ந்தவர். மற்றவர்களுக்கு உதவிடும் மனிதாபிமானம் மிக்கவர். அனைவரிடமும் எளிமையாகப் பழகும் பெருங்குணம் படைத்தவர். நான் மாநிலங்களவை உறுப்பினராக இருந்தபோது, தம்பி ராமுவும், அண்ணா எம்.எஸ்.ராமச்சந்திரன் அவர்களும் எனக்கு மிகவும் உறுதுணையாக இருந்தது இந்த நேரத்தில் நினைவு கூரத்தக்கதாகும்.

எனது அன்புத்தம்பி ராமு, எல்லாவிதமான வளங்களையும் பெற்று பல்லாண்டு நலமுடன் வாழ இதயப்பூர்வமான வாழ்த்துக்கள்.

(வாழப்பாடியார் - 55 சிறப்புமலர் - 1995லிருந்து)

K. சந்திரசேகரன்

இளைஞர் பட்டாளத்தை ஈர்த்துள்ளார்.

(வைகோ பற்றி...)

இந்த விழாவில் எனக்கு முன்னர் பேசிய அனைவரும் வைகோ என்று சொன்ன மாத்திரத்திலேயே இந்த அரங்கம் அதிரும் அளவிற்கு பலத்த கைத்தட்டல் எழுவதை நான் கூர்ந்து கவனிக்கிறேன். இந்த விழாவில் மிக அதிகமான எண்ணிக்கையில் இளைஞர்கள் தான் கலந்து கொண்டுள்ளனர். தன்னுடைய நாவன்மையால், தமிழ்ப் பேச்சால், மேடை முழக்கத்தால், ஒரு மாபெரும் இளைஞர் பட்டாளத்தையே என்னுடைய ஆருயிர் தம்பி வைகோ ஈர்த்துள்ளார். ஒரு தமிழன் என்ற முறையில், என்னுடைய தம்பி வைகோவின் ஆற்றலைக் கண்டு நான் பெருமிதம் கொள்கிறேன். தமிழக அரசியலில் என்னுடைய அருமைக் கண்மணி, தம்பி வைகோவிற்கு சிறப்பான எதிர்காலம் காத்துக் கொண்டிருக்கிறது. தம்பி வைகோ மேலும் மேலும் பல சிறப்பான பதவிகளை அடைய என்னுடைய உள்ளத்தின் அடித்தளத்திலிருந்து வாயார வாழ்த்துகிறேன். நான் வாழ்த்தி அரசியலில் மிக உயர்ந்த நிலையை அடைந்தவர்கள் பலர். தம்பி வைகோ ஆல்போல் தழைத்து அருகு போல் வேறூன்றி வாழ்வாங்கு வாழ்க.

(1993 ஆம் ஆண்டு, சென்னை, மயிலாப்பூர் ராஜா திருமண மண்டபத்தில் நடைபெற்ற வாசுகி இதழின் ஆண்டு விழாவில் பேசியது.)

இதயத்தில் இருப்பவன்

(கமலஹாசன் பற்றி...)

என் மடியில் குழந்தையாகத் தவழ்ந்தவன் கமல். இன்று உலகம் போற்றும்

தேவர் மகன் (1992) படத்தில் நடிகர் திலகத்துடன் கமலஹாசன்

நிலைக்கு உயர்ந்திருக்கிறான். விகாரமாக முகத்தை வைத்துக்கொண்டு நடித்து உலகைக் கவர்பவன் தான் மிகச் சிறந்த கலைஞன். அந்த வரிசையில் கமலஹாசன் முன்னிலை வகிப்பவன். கமல் அழகானவன். என் மனதிலும், என் இதயத்திலும் இருப்பவன். என் வீட்டுப் பிள்ளைகளை விட என் மீது அன்பு செலுத்துபவன். நானும் என் பிள்ளைகளை விட அவன் மீது அதிக அன்பு செலுத்துகிறேன். அப்படிப்பட்ட கமல் பல்லாண்டு வாழ்ந்து, கலையுலகுக்கு நல்ல நடிகன் என்ற பெருமையை பெற்றுத்தர வேண்டும்.

(அவ்வை சண்முகி திரைப்படத்தின் வெற்றி விழாவில் கூறியவை)
(தினகரன், 1.5.1997)

இவரைப்போல் மற்றவர்களும் சொந்தக் குரலில் பேச வேண்டும்.
(ரஜினிகாந்த் பற்றி...)

நான், தம்பி ரஜினியை மனதாரப் பாராட்டுகிறேன். உச்சரிப்பு எப்படியிருந்தாலும் சொந்தக்குரலில் பேசி நடிப்பதை விரும்பும் அவரை நான் பாராட்டாமல் இருக்க முடியாது. இந்த உணர்வு மற்றவர்களுக்கும் வர வேண்டும். அவர்களும் சொந்தக்குரலில் பேசி நடிக்க வேண்டும்.

-(பொம்மை, ஏப்ரல் 1994)

படையப்பா (1999) படத்தில் நடிகர் திலகத்துடன் ரஜினிகாந்த்

என் மகன்

(ராம் குமார் பற்றி...)

பெற்றோருடன் ராம்குமார், பிரபு

எனது மூத்தமகன் தளபதி ராம்குமார், பெங்களூர் பிஷப் கார்டன் சீனியர் கேம்பிரிட்ஜ் ஹைஸ்கூலில் படிக்கிறான். நன்றாகப் படிக்கிறான். என்னை விட புத்திசாலி. "நல்ல கிரிடிக்"கும் கூட. என் படங்களைப் பார்த்துவிட்டு டான் டான் என விமர்சிப்பான். ஹாக்கி நன்றாக விளையாடுவான். என்.சி.சியிலும் சேர்ந்துள்ளான். ஸ்கூல் நாடகங்களில் நடித்திருக்கிறான். ஆனால் இதுவரை அவற்றை நான் பார்த்ததில்லை. தலைமுடியையெல்லாம் ஸ்டைலாக வெட்டிக்கொண்டிருக்கிறான். அது அவனுடைய சுதந்திரம். நான் அதில் தலையிட மாட்டேன்.

(15 வயது மாணவராக ராம்குமார் இருந்தபோது தன் மகனைப் பற்றி பத்திரிக்கையாளர் திரை ஞானியிடம் நடிகர் திலகம் கூறியது)
(சினிமா எக்ஸ்பிரஸ், சிவாஜி நினைவு மலர், 1.10.2001)

Nice Boy

(பிரபு பற்றி...)

பிரபு எனது இளைய மகன். 1957ன் இறுதியில் பிறந்தான். அவன் பிறந்தபோது நான் கோயம்புத்தூரில் படப்பிடிப்பில் இருந்தேன். சில நாட்கள் கழித்துத்தான் அவனைப் பார்க்க முடிந்தது. நான் ஓய்வின்றி நடித்துக் கொண்டிருந்த நேரம் அது. 24

மணி நேரமும் நடித்துக் கொண்டிருந்தேன். பிரபுவைப் பற்றி சொல்ல வேண்டுமானால், "ஹி இஸ் எ நைஸ் பாய்". எல்லோரிடமும் அன்பாகப் பழகுவான். என்னிடம் அவனுக்கு பயம் அதிகம். சிறு வயதிலிருந்தே அவன் என்னிடம் வளரவில்லை. என் மைத்துனர் தான் அவனை வளர்த்து வந்தார். என் எதிரில் கூட வரமாட்டான். நான் கூப்பிட்டனுப்பினால்தான் வந்து பேசுவான்.

(தினமலர் வாரமலர், 4.4.1999)

உயிரோடு கலந்தது

(நடிப்பு பற்றி...)

நடிப்புத் தொழிலில் இருந்து நான் விலகி ஓய்வு பெறுவேன் என்றோ, எனக்கு நடிக்கும் ஆர்வம் குறைந்துவிட்டதென்றோ யாரும் எண்ண வேண்டாம். நடிப்பு என் உயிரோடு கலந்த ஒன்று. தமிழும், தமிழ் மண்ணும், தமிழ்க்கலையும் என் இதயம் போன்றவை.

(பூமுகம், 1987)

உணர்ச்சிகளின் கண்ணாடி

(முகபாவம் பற்றி...)

பத்து பக்கங்களில் வசனம் பேசி நடிப்பதை விட ஒரு நிமிட முகபாவத்தில் அத்தனை விஷயத்தையும் தெளிவுபடுத்தி விட முடியும். ஆகவே, நான் இப்போது வசனத்திற்கு அவ்வளவு முக்கியத்துவம் கொடுப்பதில்லை. முகபாவத்திற்கே முக்கியத்துவம் அளித்து வருகிறேன்.

(தினமணி சுடர் அனுபந்தம், 25.6.1961)

புதுயுகம் படைக்கும் புரட்சிக்கருவி

(கலைத்துறை பற்றி...)

புதுயுகத்தைப் படைக்கும் புரட்சிக் கருவிகளிலே கலையும் ஒன்று. அந்தக் கலைத்துறை மூலம் அறிவுப் பிரச்சாரம் செய்ய முடிகிறது. அந்த நம்பிக்கையை அனைவருக்கும் அளித்தது அறிஞர் நமது அண்ணாதான். புதிய பூமியெனப்

> சிவாஜி – ஒரு வரலாற்றின் வரலாறு

போற்றப்படும் ரஷ்ய நாடு, கலையையும், கலைப்பெருமக்களையும் ஆதரிக்கிறது. கலைக்கென ஒரு அமைச்சரே உண்டு அங்கே. இங்கும் அந்நிலை எய்த, நாமிருக்கும் நாடு நமதென்னும் நிலை பெற வேண்டும்

(முரசொலி, 16.7.1954)

தெய்வீகப்பசு
(அரசியல் பற்றி...)

அரசியலை ஒரு காமதேனு என்றுதான் எல்லோரும் நினைக்கிறார்கள். தாம் விரும்பியதை அடைய அரசியலை ஒரு மார்க்கமாக வைத்துக் கொண்டிருக்கிறார்கள். ஆனால், நான் அரசியலை ஒரு தெய்வீகப் பசுவாக நினைத்து, பேணி வளர்க்க ஆசைப்படுகிறேன். அரசியல் என்பது ஒரு பணி, ஒரு தொண்டு, அதைப் பிழைப்பாக எடுத்துக் கொள்ளக்கூடாது. தமிழ்நாட்டைப் பொறுத்த வரை, கலையும், அரசியலும், அன்றும் சரி, இன்றும் சரி, கை கோர்த்துக் கொண்டுதான் செல்கின்றன. இந்த இரண்டையும் யாராலும் பிரிக்க முடியாது. ஒன்றோடு ஒன்று இரண்டறக் கலந்து விட்டன.

(சினிமா எக்ஸ்பிரஸ், 15.11.1984)

புதல்வர்கள் ராம்குமார், பிரபு புதல்விகள் சாந்தி, தேன்மொழி ஆகியோருடன் நடிகர் திலகம், கமலா அம்மாள்

K. சந்திரசேகரன்

நெஞ்சிருக்கும் வரை

ராசிநாதன்

"சிவாஜிக்கு ராசியான கரங்கள் என்கிறேன். ஜெயலலிதாவையும் லட்சுமியையும் நடன அரங்கேற்றத்தின் போது வாழ்த்தினார், இன்று நட்சத்திர நடிகைகளாக ஒளி வீசுகிறார்கள், ஒப்புக் கொள்கிறீர்களா?". இது பிப்ரவரி 1970 பேசும் படம் இதழில் ஒரு வாசகர் கேட்ட கேள்வி. இதற்கு பேசும் படம் அளித்த பதில்: "கையும் களவுமாகப் பிடித்து விட்டீர்களே! வம்பு தான். இனி அரங்கேறுபவர்கள் சிவாஜியையே தலைமை வகிக்க வற்புறுத்தப் போகிறார்கள்" என்று.

சிவாஜி ராசி என்பது 1970களில் தான் ஆரம்பித்தது என்று எண்ண வேண்டாம். அது 1950களிலேயே அஸ்திவாரம் போட்டு விட்டது.

சிவாஜி அவர்களால் தன்னை வாழ வைத்த தெய்வம் என்று போற்றப்பட்டவர் பி.ஏ. பெருமாள் அவர்கள். அவர் ஒரு திரைப்பட விநியோகஸ்தர். நூல் வியாபாரமும் செய்து கொண்டிருந்த அவரை திரைப்பட ரீலிலும் ஈடுபடச் செய்தது சிவாஜியின் நேர்த்தியான நடிப்பு.

K. சந்திரசேகரன்

நாடகங்களில் கணேசனது நடிப்பைக் கண்டு, காதல் கொண்டு, இவரை வைத்தே படம் தயாரித்து வெற்றி பெற வேண்டும் என்று உறுதி பூண்டார். எதிர்ப்பாளர்களின் சவால்களையெல்லாம் சமாளித்து வி.சி. கணேசனையே முழுமுதற் கதாநாயகனாகக் கொண்டு படத்தை வெற்றிகரமாக முடித்து திரையிட்டார். பராசக்தி பாராளும் சக்தி ஆனாள். சிவாஜி கணேசன் தனது சிறந்த நடிப்பால் முதல் தர நட்சத்திர நடிகராக ஆனதோடு மட்டுமல்லாமல், பெருமாள் அவர்களையும் நட்சத்திர தயாரிப்பாளராக உயர்த்தினார். நேஷனல் பிக்சர்ஸ் நேஷன் அறிந்த பிக்சர்ஸ் ஆனது. திரைத்துறையில் வாமனராக இருந்த பெருமாள் பராசக்தி மூலம் விஸ்வரூபமெடுத்தார். காரணகர்த்தா கணேசன். இதுவே சிவாஜியின் முகராசி, கைராசி. அதன் தொடக்கம் என்றும் கூறலாம்.

பராசக்தி கணேசனின் இரண்டாவது படம் பணம். இசை இரட்டையர்கள் விஸ்வநாதன்-ராமமூர்த்தி இதில்தான் அறிமுகம். பணத்தில் தொடங்கிய அவர்களது பயணம் வருங்காலத்தில் அவர்களுக்கு பணத்தை மட்டுமல்லாமல், புகழ், அந்தஸ்து, கௌரவம் எல்லாவற்றையும் அளித்தது. மாநிலம் போற்றும் மெல்லிசை மன்னர்கள் ஆனார்கள். அவர்களுக்கு வாய்த்தது பண(ம்) ராசி-சிவாஜி பட(ம்) ராசி. நடிகை அஞ்சலி தேவியின் அஞ்சலி பிக்சர்ஸ் தயாரித்த முதல் தமிழ்/தெலுங்கு படங்கள் பூங்கோதை/ பரதேசி. அஞ்சலி தேவி தென்னகத்தின் சிறந்த நடிகையாக மட்டுமல்லாமல் பிரபல தயாரிப்பாளராகவும் உயர்ந்தார், கணேச கடாட்சத்தால்.

கலையுலகில் கணேச கடாட்சத்தால், சிவாஜி ராசியால் உயர்ந்தவர்கள், உயர்வு பெற்றவர்கள் ஏராளம், ஏராளம். அவரது கைராசியால் உன்னத நிலையை அடைந்தோர் பற்றிய ஒரு சில தகவல்கள் உங்களது கண் பார்வைக்கு:

- பராசக்தியில் சிவாஜியுடன் தான் எஸ்.எஸ். ராஜேந்திரனும் அறிமுகமானார். இன்றளவும் இலட்சிய நடிகராக மக்களால் மதிக்கப்படுகிறார்.

- பத்மினி பிக்சர்ஸ், அதிபரான பி.ஆர். பந்துலுவின் முதல் தமிழ்த் தயாரிப்பு கல்யாணம் பண்ணியும் பிரம்மச்சாரி. படம் பெரு வெற்றி பெற்று, பந்துலு அவர்களை நாடறிந்த தயாரிப்பாளராக ஆக்கியதோடு, பத்மினி பிக்சர்ஸை பார் போற்றும் பிக்சர்ஸாக உருமாற்றியது. இத்தகைய நல்ல தொடக்கமே பின்னர் அவருக்கு இயக்குநர் அந்தஸ்தையும் தந்து, பின்னாளில் வீரபாண்டிய கட்டபொம்மன், கப்பலோட்டிய தமிழன், கர்ணன் போன்ற வரலாற்று, இதிகாச காவியங்களை படைக்க உந்து சக்தியாய் விளங்கியது.

- சிதம்பர ரகசியமாக இருந்த சிதம்பரம் ஜெயராமனின் குரல், பராசக்தி கணேசனின் பாட்டில் அமர்ந்த பின்தான் பட்டி, தொட்டி எங்கும் ஒலிக்கும் பிரபலக் குரலானது.

- சாதாரண சௌந்தரராஜனை Sound ஆன சௌந்தரராஜனாக ஒரு தூக்கு தூக்கி விட்டது தூக்கு தூக்கி. இதிலிருந்து டி.எம்.எஸ். அவர்கள் நடிகர் திலகத்தின் பாட்டுக்குரலாக ஒலித்ததோடு மட்டுமல்லாமல், தமிழ்த் திரையுலகின் அனைத்து முன்னணி கதாநாயகர்களுக்கும் பின்னணி பாடி பாடகர் திலகமாக, இசையுலகச் சக்கரவர்த்தியாக இமய உச்சியை அடைந்தார் என்பதே திரையுலக வரலாறு. இதற்கெல்லாம் கணேச கடாட்சத்தால் பிள்ளையார் சுழி போட்ட படம் தூக்கு தூக்கி.

- கதை, வசனகர்த்தா ஸ்ரீதரை பட அதிபராக உயர்த்திய படம் வீனஸ் பிக்சர்ஸ் அமரதீபம். அமரதீபம் அமோக வெற்றி கண்டு ஸ்ரீதரின் வருங்கால திரையுலக வாழ்விற்கு நிரந்தர ஒளியைத் தரும் தீபமாக அமைந்தது.

- நடிகர் திலகத்தின் நடிப்பின் மீது பக்தி கொண்டிருந்த திரைப்பட இயக்குநர் பீம்சிங்கை படமுதலாளியாக ஆக்கிய திரைப்படம் புத்தா பிக்சர்சின் பதிபக்தி. இப்படம் அமோக வெற்றி கண்டது. ப வரிசைப் படங்களின் தொடக்கம் பதிபக்தி தான். தொடர்ந்து ப வரிசையில் இயக்குநர் பீம்சிங், இந்திய சினிமாவிற்கு மிகச்சிறந்த படங்களை அளித்ததோடு மட்டுமல்லாமல், தலைசிறந்த இயக்குநராகவும் மதிக்கப்பட்டார். இன்றளவும் மதிக்கப்படுகிறார். சிவாஜி ராசியின் மகத்துவம் புரிகிறதல்லவா!

- மிகச்சிறந்த கதை-வசனகர்த்தாவாகிய ஏ.பி. நாகராஜன் இயக்குநராக அறிமுகமானது, வாழ்வியல் திலகம் நடித்த வடிவுக்கு வளைகாப்பு மூலமே. இந்தப் படத்தின் வெற்றி ஏ.பி. நாகராஜனை நட்சத்திர இயக்குநராக உயர்த்தியதோடு மட்டுமல்லாமல், தொடர்ந்து பல சிறந்த சமூக, புராண, வரலாற்றுக்காவியங்களை தயாரித்து இயக்கும் பேற்றையும் அளித்து, திருவாளர் ஏ.பி. நாகராஜனை திருவருட்செல்வர் ஏ.பி. நாகராஜனாக உயர்த்தியது. ஸ்ரீ விஜயலட்சுமி பிக்சர்ஸ் என்கின்ற ஏ.பி.என் பேனருக்கு லட்சமி கடாட்சம் கிட்டியது கணேச கடாட்சத்தால் மட்டும் தான்.

- சாரதாவை தமிழ்த் திரையுலகுக்கு அறிமுகப்படுத்திய பெருமை சிவாஜியையே சாரும். குங்குமத்தில் தொடங்கிய அவரது மங்களகரமான பயணம், துலாபாரத்தில் நிலை நிறுத்தப்பட்டு, ஊர்வசி சாரதாவாக, உன்னத உயரத்தை அடைந்தார். இருமுறை ஊர்வசி பட்டம் பெற்று, இந்தியப் பெரு நடிகையாகத் திகழ்ந்தார். மூலம்: ராஜாமணி பிக்சர்ஸ் குங்குமம்; காரணகர்த்தா: ராஜாமணி மைந்தன் கணேசன்.

இங்ஙனம் திரைத்துறையில் நடிகர் திலகத்தால் உயர்வு பெற்றவர்களைப் பற்றி எழுதிக்கொண்டே போகலாம். திரையில் மட்டுமா? ஏன் மற்ற துறைகளிலும் அவரால் அமோக நிலையை அடைந்தவர்கள் எண்ணிக்கையில் பலருண்டு.

சிவாஜி – ஒரு வரலாற்றின் வரலாறு

– நாட்டிய அரங்கேற்றம் என்றால் நடிகர் திலகத்தை கூப்பிடுங்கள்! தலைமை தாங்க, வாழ்த்து கூற, ஆசி வழங்க என்ற நிலை இருந்தது அவர் இருந்த காலத்தில். அப்படி அவரிடம் வாழ்த்தும், ஆசியும் பெற்ற நடனமணிகள் ஏராளம், ஏராளம்! குறிப்பாக ஜெயலலிதா, லட்சுமி, ஸ்ரீப்ரியா, சுமித்ரா, இத்யாதி..இத்யாதி.. ஜெயலலிதாவுக்கு கிட்டிய சிவாஜியின் ராசியான ஆசியால் அவர் கலைச்செல்வியாக திரைப்படத்துறையில் மலர்ந்து, அரசியல் வானில் புரட்சித்தலைவியாக உயர்ந்து, தமிழகத்தின் முதல்வராகவும் இருமுறை பணியாற்றித் திகழ்ந்தார். லட்சுமி, ஸ்ரீப்ரியா, சுமித்ரா ஆகியோர் தென்னகத்தின் சிறந்த நடிகைகளாக உயர்ந்து, இன்றளவும் வெள்ளித்திரையிலும், சின்னத்திரையிலும் சுடர்விட்டு பிரகாசித்துக் கொண்டிருக்கின்றனர்.

– நாதஸ்வர இசையில் தேர்ந்த கலைஞர்களாக, சிறந்த வல்லுநர்களாகத் திகழ்ந்தவர்கள், எம்.பி.என். சகோதரர்கள். தில்லானா மோகனாம்பாள் திரைப்படத்தில் நடிகர் திலகத்துக்கு வாசித்த பிறகு தான் அவர்களது வாழ்விலும் வசந்தம் வீசியது. தில்லானாவுக்குப் பிறகே அவர்கள், தரணியெங்கும் புகழ்க்கொடியை பறக்க விட்டனர்.

– கணேச கடாட்சத்தால் அரசியலில் அரியணையை அலங்கரித்தவர்கள் அநேகர் உண்டு. சிவாஜி மன்றத்து செல்லப்பிள்ளையான திரு. ஈ.வி.கே.எஸ். இளங்கோவன், இன்று மாண்புமிகு மத்திய அமைச்சராக விளங்குகிறார். இந்திய தேசிய காங்கிரஸ் பேரியக்கத்திலும் மிக முக்கிய பிரமுகராகத் திகழ்கிறார்.

– சமீபத்தில் 2006ம் ஆண்டு கூட சிவாஜி ராசி இரு பெரும் தலைவர்களுக்கு அரியணையைப் பெற்றுத்தந்தது. நடிகர் திலகத்தின் உயிர் நண்பரும், தமிழகத்தின் தலைசிறந்த தலைவர்களுள் ஒருவருமான டாக்டர் கலைஞர் அவர்கள் தமது கட்சியின் தேர்தல் அறிக்கையில் சிவாஜிக்கு சிலையும், மணிமண்டபமும் அமைக்கப்படும் என்று வாக்குறுதி அளித்தார். ஆட்சியைப்பிடித்தார். வங்கக் கடலோரம் தங்கக் கலைமகனுக்கு சிலையும் அமைத்தார். தேர்தலுக்கு முன்பே கலைக்குரிசிலுக்கு சிலை நிறுவினார் புதுவை முதல்வர் ரங்கசாமி. புதுவை தேர்தல் வரலாற்றிலேயே, வரலாறு காணாத வாக்கு வித்தியாசத்தில் வெற்றி பெற்று, ஆட்சியை தக்க வைத்துக் கொண்டார்.

கணேச கடாட்சம், சிவாஜி ராசி ஆகியவற்றை ஆய்வு செய்து, ஒரு தனிப்புத்தகமே எழுதலாம். அவ்வளவு விஷயங்களும், தகவல்களும் உள்ளன.

கலைத்துறையில் கலக்க கணேச கடாட்சமே ரிஷிமூலம்!
சினிமாவில் ஜொலிக்க சிவாஜி ராசியே நதிமூலம்!

–பம்மல் R. சுவாமிநாதன்
ஆசிரியர், வசந்த மாளிகை
(சிவாஜி – ஒரு வரலாற்றின் வரலாறு நூலிற்காக)

K. சந்திரசேகரன்

சிவாஜி - ஒரு வரலாற்றின் வரலாறு

முருகன் திருமணத்தை நடத்தி வைத்த நடிகர் திலகம், கமலாம்மாள்

முதலாளியாக இருந்தாலும் மகனாகப் பாவித்தார்.

நான் 1985ஆம் ஆண்டு தஞ்சாவூர் சாந்தி-கமலா தியேட்டரில் ஓட்டுநராகப் பணிபுரிந்தபோது, அங்கு நடிகர் திலகம் சிவாஜி அவர்கள் வந்திருந்தார். அப்போது அவருக்கும் இரண்டு, மூன்று முறை கார் ஓட்டினேன். அப்போது என்னை சென்னைக்கு வந்து எனக்கு வண்டி ஓட்ட வா என்று அழைத்தார்.

அதன் பிறகு சென்னைக்கு வந்து நடிகர் திலகத்திடம் வேலைக்குச் சேர்ந்தேன். எனக்கு அப்போது சென்னையில் எந்தப் பகுதியும் தெரியாது. நடிகர் திலகம் சிவாஜி அவர்கள் தான் சென்னை மட்டுமல்ல, தமிழ்நாடு முழுவதுமான பகுதிகளுக்கு வழியை எனக்கு சொல்லிக் கொடுத்தார். சென்னையில் சந்து பொந்துகளை அறிந்து வழி சொல்வார்.

கார் ஓட்டும் போது டிரைவிங் சம்பந்தமாக எந்த ஆலோசனையும் கூறுவது அவருக்குப் பிடிக்காது. காரில் உள்ள டேப் ரிக்கார்டரில் எல்லோருடைய பாடல்களையும் கேட்டு ரசிப்பார்.

1997இல் என்னுடைய திருமணத்தை, தஞ்சைக்கு வந்து, தகப்பனார் ஸ்தானத்தில் இருந்து நடத்தி வைத்ததை என் வாழ்நாளில் என்றும் மறக்கமுடியாது.

1998இல் டாக்டர் கலைஞர் அவர்கள் முதல்வராக இருந்தபோது, எனக்காக அரசு வீட்டுக்கு, நேரடியாக அவரிடம் சிபாரிசு செய்தார் நடிகர்திலகம். உடனடியாக எனக்கு

K. சந்திரசேகரன்

அரசு வீடு ஒதுக்கப்பட்டது. இன்றளவும் நான் நடிகர் திலகம் நினைவுடன் அந்த இல்லத்தில் தான் வசித்து வருகிறேன்.

நான் பணிக்குச் சேர்ந்தது முதல் அவருடைய இறுதிநாள் வரை எனக்கு முதலாளியாக இருந்தாலும் என்னை ஒரு மகனாக பாவித்து நடத்தியவர் நடிகர் திலகம் அவர்கள்.

நடிகர் திலகம் சிவாஜி அவர்களை வைத்து மன்னவரு சின்னவரு படத்தைத் தயாரித்த கலைப்புலி தாணு அவர்கள்தான் நடிகர் திலகம் சிவாஜி அவர்களுடன் கடைசியாக விருந்து சாப்பிட்டவர். அன்று நடிகர்திலகத்தால் ஏற்பட்ட அறிமுகத்தின் காரணமாகத்தான் கலைப்புலி தாணுவிடம் நான் பணியாற்றிக் கொண்டிருக்கிறேன்.

- ஆர்.முருகன்

(நடிகர் திலகம் சிவாஜி அவர்களிடம் பல ஆண்டுகள் ஓட்டுநராகப் பணிபுரிந்து, அவருடைய இறுதிகாலம் வரை பணியாற்றியவர்) (சிவாஜி-ஒரு வரலாற்றின் வரலாறு நூலிற்காக)

நேரந்தவறாமை, தொழில்பக்தி-அரசியலிலும்

இந்தியாவில் மட்டுமல்ல, உலகத்திலேயே நன்கொடை புத்தகம் அச்சடித்து, வசூலிக்காமல், தன் சொந்தப் பணத்தில் கட்சி நடத்தியவர் நடிகர் திலகம் சிவாஜிதான்.

தமிழக முன்னேற்ற முன்னணி கட்சி நடத்திக் கொண்டிருந்த போது, கட்சி செலவுகளுக்காக, நிதி வசூல் செய்ய, நன்கொடை ரசீது புத்தக மாதிரி அவரிடம் காட்டப்பட்டது. உடனே, கோபப்பட்ட அவர், என் பெயரைச் சொல்லி யாரிடமும் நன்கொடை வசூலிப்பதை நான் விரும்பவில்லை என்றதோடு, என்னால் முடிந்தால் கட்சி நடத்துகிறேன், இல்லையென்றால் மூடிவிட்டுப் போகிறேன் என்று தெளிவாகக் கூறிவிட்டார்.

சொன்னதோடு நிற்கவில்லை. அப்படியே தான் செய்து காண்பித்தார். தமிழக முன்னேற்ற முன்னணி கட்சி தேர்தலில் போட்டியிட்ட போது, தன்னுடைய சொத்து ஒன்றை விற்று, கட்சியின் சார்பில் நின்ற வேட்பாளர்களுக்கு செலவுக்குக் கொடுத்தார் நடிகர்திலகம்.

நேரந்தவறாமை மற்றும் தொழில் பக்தி என்பதை, திரையுலக வாழ்க்கையில் மட்டுமல்ல, அரசியல் வாழ்க்கையிலும் தவறாது கடைப்பிடித்தவர் நடிகர்திலகம் சிவாஜி அவர்கள். அதுகுறித்து பலரும் குறைகூறினாலும், அவரது பழக்கத்தை மாற்றிக் கொள்ளவில்லை.

ஒரு முறை, தமிழக-ஆந்திர எல்லையான நகரியில், பெருந்தலைவர் காமராஜர் சிலையைத் திறந்து வைக்க நடிகர்திலகம் சிவாஜி அவர்கள் ஒப்புக்கொண்டிருந்தார். ஆனால் திறப்பு விழாவிற்கு முதல்நாளிலிருந்து சென்னை, காஞ்சிபுரம் மற்றும் ஆந்திர எல்லையில் பேய்மழை பெய்து, வெள்ளப்பெருக்கு ஏற்பட்டது. நகரி செல்லும் வழியில்

| சிவாஜி - ஒரு வரலாற்றின் வரலாறு |

தமிழக முன்னேற்ற முன்னணி மேடையில் நடிகர் திலகம் முன்னிலையில்
சிவாஜி கிருஷ்ண மூர்த்தி பேசுகிறார்.

காஞ்சிபுரம் அருகே ஒரு பாலமும் வெள்ளத்தால் அடித்துச் செல்லப்பட்டது. விழா ஏற்பாடு செய்த சிவாஜி ரசிகர்களோ, திறப்பு விழா ஏற்பாடுகள் அனைத்தும் செய்யப்பட்டு விட்டதாகத் தெரிவித்தனர். பலரும் திறப்பு விழாவை இன்னொரு நாளைக்கு ஒத்தி வைக்கச் சொல்வோம் என்று யோசனை தெரிவித்தபோது, அதனை மறுத்த நடிகர்திலகம், நமக்காக இவ்வளவு ஏற்பாடுகள் செய்திருக்கும்போது எப்படியாகினும் போய்த்தான் ஆக வேண்டும் என்று கூறி, அதன்படியே கொட்டும் மழையையும் பொருட்படுத்தாமல் சென்று பெருந்தலைவர் காமராஜர் சிலையைத் திறந்து வைத்தார். மழையிலும் பெருந்திரளான மக்கள் திரண்டு நின்று நடிகர் திலகம் சிவாஜி அவர்களை வாழ்த்தினர்.

காங்கிரஸ் கட்சியிலிருந்தபோதும், தனிக்கட்சி ஆரம்பித்த போதும், தனிப்பட்ட முறையில் யாரையும் அருவருப்பாக திட்டிப் பேசக்கூடாது என்பதில் உறுதியாக இருந்தார் நடிகர் திலகம் சிவாஜி.

ஒருமுறை, சென்னையில் தமிழக முன்னேற்ற முன்னணிப் பொதுக்கூட்டம் நடைபெற்றுக் கொண்டிருந்தது. நடிகர்திலகம் சிவாஜி அவர்கள் மேடைக்கு வந்தபோது, நான் பேசிக்கொண்டிருந்தேன். நான் எதிர்க்கட்சித் தலைவர்களை மிகவும் கடுமையாக விமர்சித்துக்கொண்டிருந்தேன். திடீரென்று எழுந்த நடிகர்திலகம் என்னை சட்டையைப் பிடித்து இழுத்து உட்கார வைத்ததோடு, இனிமேல் யாரும் இதுபோல் பேசக்கூடாது என்று கட்டளையும் இட்டார்.

- சிவாஜி கிருஷ்ணமூர்த்தி
(சிவாஜி– ஒரு வரலாற்றின் வரலாறு நூலிற்காக)

ரசிகராய் இருப்பதில் பெருமை

நடிகர் திலகம் சிவாஜி கணேசன், அரிதாரம் பூசியவர்களுக்கு அங்கீகாரம் தேடிக்கொடுத்த அவதாரப்புருஷன் என்றால் அது மிகையன்று. கூத்தாடிகள் என்றும் வேஷதாரிகள் என்றும் கலைஞர்களை, மக்கள் இழித்தும் பழித்தும் தூற்றிய நிலைமையை மாற்றி, நடிகனும் நமது சமுதாயத்தில் போற்றப்பட வேண்டியவன் என்ற மாற்றத்தை ஏற்படுத்தியது சிவாஜியின் மாபெரும் சாதனை.

நான் இலங்கை வானொலியில் வீரபாண்டிய கட்டபொம்மன் ஒலிச்சித்திரம் கேட்டு சிவாஜி ரசிகனாக மாறினேன். (1962) தெள்ளத் தெளிவாக தமிழ் வசனங்களை அவர் உச்சரித்த கம்பீரம் கண்டு பிரமித்துப்போனேன். அன்று தொடங்கி இன்றுவரை நான் சிவாஜி ரசிகனாகத்தான் வாழ்கிறேன். தனக்கு சரியென தெரிந்தால் அந்த முடிவில் உறுதியாக இருந்தது. ஒழுங்கீனங்களும், வரம்பு மீறல்களும் நிறைந்த திரையுலகில் நேரந்தவறாமையை இறுதி வரை கடைபிடித்து, கொடுத்த வாக்குறுதியைக் காப்பாற்றியது, தொழிலை தெய்வமாகப் போற்றியது, பொது வாழ்வில் நேர்மையாக, நாணயமாக நடந்துகொண்டது ஆகிய நற்குணங்களால், ஒரு சிறந்த நடிகராக மட்டுமின்றி, ஓர் உயர்ந்த மனிதராகவும் அவர் விளங்குவதால் மரணத்தை வென்ற மாமனிதராய் இன்றும் நம்மிடையே வாழ்கிறார்.

தந்தை பெரியார், பேரறிஞர் அண்ணாவால், திராவிடப் பாசறையில் வளர்க்கப்பட்டவர் சிவாஜி. 1954ஆம் ஆண்டு இறுதியில் பீம்சிங் அவர்களோடு திருப்பதி சென்று சாமிகும்பிட்டதால் திமுக - வை விட்டு வெளியேறும் சூழ்நிலை. ஒரு மிகப்பெரிய இயக்கத்தின் ஆதரவை இழக்கிறோம் என்ற கவலை இல்லாமல் கடவுள் மறுப்புக் கொள்கையில் வேறுபாடு வந்தபின் அங்கே தொடர்வதில் நேர்மை இல்லை என முடிவெடுத்தார். அன்றைய நாட்களில் திராவிட இயக்கங்களின் தீவிர பிரச்சாரத்தால் உயர்சாதியைச் சார்ந்த பிராமண நடிகர்களே தங்கள் பக்தியை வெளிப்படையாக காட்டிக் கொள்ளத் தயங்கிய நேரத்தில் நெற்றி நிறைய திருநீறு பூசி படப்பிடிப்பிற்குச் செல்வதை வழக்கமாகக் கொண்டிருந்தார். பழநி சித்தநாதன் விபூதிக்கு, இவரது, திருநீறு பூசிய நெற்றியுடன் காட்சியளிக்கும் முகம் விளம்பரமாக பயன்படுத்தப்பட்டதே இவரது வெளிப்படையான பக்திக்கு சாட்சி.

1954ஆம் ஆண்டு தி.மு.க வை விட்டு விலகிய சிவாஜி, 1965ஆம் ஆண்டு வரை எந்தவொரு அரசியல் இயக்கத்திலும் தன்னை இணைத்துக் கொள்ளவில்லை. ஆனால் எல்லாக் கட்சியினருடனும் நட்புடனும் தோழமை உணர்வுடனும் பழகினார். இதற்கு பல சான்றுகள்.

1. தமிழரசுக் கழகத்தலைவர் சிலம்புச் செல்வர் ம.பொ.சிவஞானம் அவர்கள் திருத்தணியை மீட்டு நகருக்குள் நுழைந்தபோது மேள, தாளம் முழங்க எல்லைப் புறத்தில் மாபெரும் வரவேற்பு நிகழ்ச்சிக்கு ஏற்பாடு செய்த ஒரே தமிழர் நம் நடிகர் திலகம்தான். (1957-1958)
2. சொல்லின் செல்வர் ஈ வெ கி சம்பத் அவர்கள் திமுகவைவிட்டு விலகி தமிழ் தேசியக் கட்சியை தொடங்கிய போது தொடக்க விழாவில் நேரில் சென்று வாழ்த்தினார். (1962)

3. பொதுவுடமை இயக்கத்தலைவர் தோழர் ஜீவா அவர்களின் அன்பான வேண்டுகோளை ஏற்று வீரபாண்டிய கட்டபொம்மன் நாடகம் நடத்தி ஒரு மாபெரும் தொகையை விவசாயிகள் மாநாட்டிற்கு அளித்தார். (1958)

4. கலைஞரின் மேகலா பிக்சர்ஸ் சார்பில் குறவஞ்சி படம் தயாரிக்கப்பட்டது. பாதிப்படம் வரை வந்துவிட்ட நிலையில் கழகத்தின் நடிகர் ஒருவர் திடீரென விலகினார். தனது நண்பர் கலைஞருக்காக முழுப்படத்தையும் குறுகிய காலத்தில் முடித்துக் கொடுத்து உதவினார். (1960)

5. தி.மு.கவின் அரங்கண்ணலுக்காக பச்சைவிளக்கு படத்தில் நடித்தார். (1964)

6. அதிமுகவின் கோவைத்தம்பி படமான மண்ணுக்குள் வைரம் படத்தில் நடித்தார். (1987).

7. RM வீரப்பனின் சத்யாமூவிஸ் படமான புதியவானம் படத்தில் நடித்தார். (1988)

பெருந்தலைவர் காமராஜரின் மறைவிற்குப் பிறகு சிவாஜி தன்னை இந்திரா காங்கிரசில் இணைத்துக்கொண்டார். இந்த முடிவு சிவாஜி ரசிகர்கள் எதிர்பார்த்த முடிவிற்கு நேர் எதிரான முடிவு. தமிழகம், புதுவை மாநிலங்களிலுள்ள ரசிகர்மன்றங்கள் பல கலைக்கப்பட்டன. இனி சிவாஜி சகாப்தம் முடிந்தது என அரசியல்வாதிகள் தப்புக்கணக்குப் போட்டனர். ஆனால் இதைக்கண்டு சிவாஜி கலங்கவில்லை. தீபம் திரைப்படம் வெளியாகி மாபெரும் வெற்றி பெற்றது. அரசியல் வேறு; சினிமா வேறு; தமிழ் திரையுலகை விட்டு சிவாஜியை எந்தக் கொம்பனாலும் பிரிக்க இயலாது என்பது உறுதியாயிற்று. சிவாஜி சகாப்தம் மீண்டும் உறுதியாக நிலை நிறுத்தப்பட்டது.

1988ஆம் ஆண்டு சிவாஜி தனிக்கட்சி தொடங்கினார். முழுக்க முழுக்க தான் சம்பாதித்த பணத்தைக் கொண்டுதான் கட்சியை வளர்த்தார். யாரிடமிருந்தும் ஒரு பைசா கூட நன்கொடை வாங்கவில்லை. அதுமட்டுமல்லாமல் தமுமு சார்பில் 1989ஆம் ஆண்டு தேர்தலில் போட்டியிட்ட வேட்பாளர்களுக்கு தேர்தல் செலவிற்காக பல லட்சங்களை தன் சொந்த சேமிப்பிலிருந்து கொடுத்தார். தேர்தல் முடிந்தபிறகு தன் கட்சி சார்பில் போட்டியிட்ட வேட்பாளர்களை அழைத்து அவர்களுடைய சொந்த செலவில் அவர்கள் செய்த சுவர் விளம்பரங்களை அழித்து பொதுமக்களுக்கு இடையூறு இல்லாமல் பார்த்துக்கொள்ள வேண்டும் என அறிவுறுத்தினார்.

விளம்பரம் இல்லாமல் கல்வி, மருத்துவம், ஆன்மீகம் போன்றவற்றுக்கு லட்சக்கணக்கில் உதவி செய்தார். சிவாஜி-பிரபு அறக்கட்டளை அமைத்து திரையுலகில் நலிந்த பிரிவில் உள்ளவர்களின் வாரிசுகளுக்காக ஆண்டுதோறும் கல்விக்காக பெருந் தொகையை நன்கொடையாக கொடுத்தார். அவரது இப்பணியை அவர்தம் இரு புதல்வர்களும் தொடர்கிறார்கள்.

திரைப்படம், அரசியல், ஆன்மீகம், பொதுவாழ்வு என எத்துறையிலும் வெளிப்படையாக வாழ்ந்து நன்மதிப்பை பெற்றதால்தான் அவர் இன்றும் நம் மனதில் கோவில் கொண்ட இறைவனாக உயர்ந்து நிற்கிறார். இதனால்தான் என்னைப் போன்ற லட்சக் கணக்கானவர்கள் இன்றும் சிவாஜி ரசிகர்களாகவே தொடர்கிறோம்.

- வி.சீனிவாசன்
சென்னை-18
(சிவாஜி- ஒரு வரலாற்றின் வரலாறு நூலிற்காக)

எல்லாமே சிவாஜிதான்

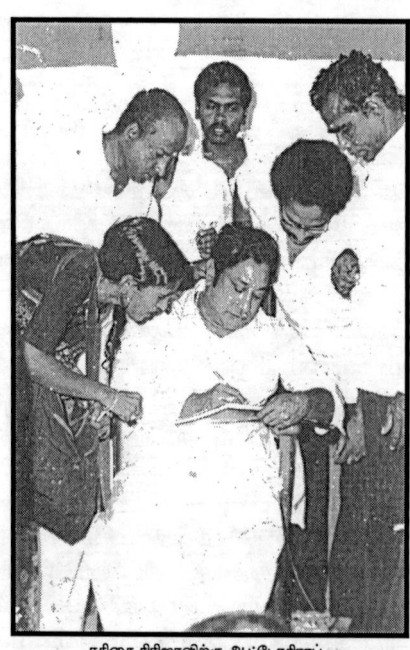

ஆண்டவன் பெருமை அடியவர்களால் அறியப்படும் என்பது போல் புகழ்பெற்ற மனிதர்களின் பெருமை அவர்களைப் பின்பற்றுவர்களால் உணரப்படும். நடிகர் திலகம் சிவாஜி அவர்களின் புகழ் அவரது ரசிகர்களாலும் மேலும் மேலும் உயர்ந்துகொண்டேயிருக்கும்.

ரசிகை கிரிஜாவிற்கு ஆட்டோகிராப் வழங்குகிறார் நடிகர் திலகம்

கிரிஜா - சிவாஜி குடும்பத்தினருக்கும் சிவாஜி ரசிகர்களுக்கும் பரிச்சயமான பெயர். இவரைப் பொறுத்தமட்டில், இவரது மனம் கவர்ந்த கதாநாயகர்; போற்றிப் பாராட்டும் ஒரே மனிதர்; வாழ்த்துவதற்கும் வழிபடுவதற்கும் ஏற்ற ஒரே கடவுள்; வழிகாட்டும் ஒரே தலைவர்; என அனைத்துமே சிவாஜிதான்.

இவரது இல்லத்தில் இவரது புகைப்படம் ஒன்றுகூட கிடையாது. ஆனால் திரும்பிய திசையெல்லாம் அந்த மாபெரும் கலைஞனின் திருவுருவம் தாங்கிய புகைப்படங்கள் தான் காட்சியளிக்கும். பராசக்தி படம் தொடங்கி பூப்பறிக்க வருகிறோம் முடிய சிவாஜி படம் தொடர்புடைய செய்திகள், தகவல்கள் அனைத்தும் பத்திரிகைத்துணுக்குகள், விளம்பரங்கள், பாடல் புத்தகங்கள், சுவரொட்டிகள், ஒலி,ஒளிப் பேழைகள், குறுந்தகடுகள், புகைப்படங்கள் என பல்வேறு வடிவங்களில் தகவல் களஞ்சியமாக இவர் இல்லம் காட்சி அளிக்கிறது. சிவாஜி ரசிகர்களைப் பொறுத்தவரையில் இவரது இல்லம் சிவாஜி அருங்காட்சியகமாகவும், சிவாஜி நூலகமாகவும் விளங்குகிறது.

402 K. சந்திரசேகரன்

ராமபிரானின் பெயர் எங்கெல்லாம் ஒலிக்கிறதோ அங்கெல்லாம் அனுமன் நீக்கமற நிறைந்திருப்பார் என்பது ஆன்மீக அன்பர்களின் நம்பிக்கை. அதுபோல் சிவாஜி தொடர்புடைய நிகழ்ச்சி எதுவாயினும் அங்கெல்லாம் கிரிஜா இருப்பார் என்பது நடைமுறை உண்மை.

இப்படியும் ஒரு ரசிகர் அர்ப்பணிப்பு உணர்வுடன் தன்னை மறந்து, தன்னலம் மறந்து, தான் போற்றும் கலைஞனுக்காக வாழ முடியுமா? என்ற பிரமிப்பு ஏற்பட்ட காரணத்தால் தான் விஜய் தொலைக்காட்சியில் இருமுறையும் CNN தொலைக்காட்சியிலும் இவரது பேட்டி ஒளிபரப்பாயிற்று.

நடிப்பிற்கு இலக்கணம் சிவாஜி
ரசிகருக்கு இலக்கணம் கிரிஜா.

(சிவாஜி– ஒரு வரலாற்றின் வரலாறு நூலிற்காக)

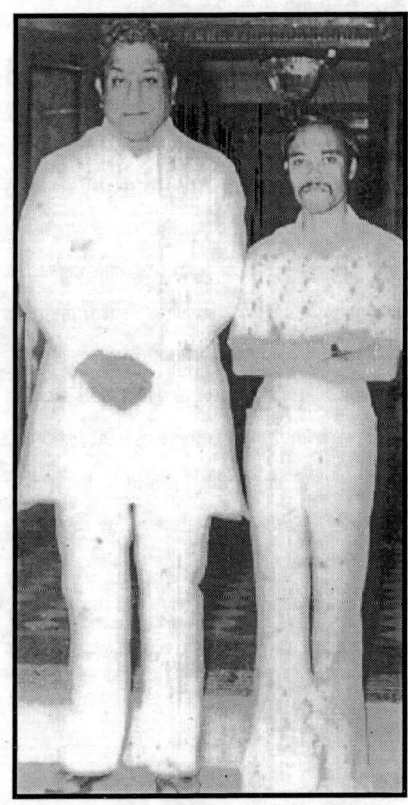

நடிகர் திலகத்துடன் ராகவேந்திரன்

நடிகர் திலகத்திற்கு ஒரு இணையதளம்

தமிழ்த்தாய் ஈன்றெடுத்த தவப்புதல்வன், என்று உலகெங்கும் வாழும் தமிழர்களால் அன்புடன் நினைவுறுத்திப் போற்றப்படுகின்ற நடிகர் திலகம் செவாலியே டாக்டர் சிவாஜி கணேசன் அவர்களின் திரைப் படங்களைப் பற்றிய தகவல்களை இணைதளத்தில் ஆய்வு செய்த போது, பல இணைய தளங்களைப் பார்க்க நேரிட்டது. இவ்வளவு பெரிய அளவில் பல்வேறு தளங்களில் வேறெந்த நடிகருக்கும் தகவல்களிலில்லை என்று கண்டு கொண்டேன். நவீன யுகத்திலும் அவர் சாதனை அவருக்குப் பிறகும் தொடர்வது மகிழ்வூட்டியது. அதே சமயம் அது முழுமையடையும் அளவிற்கு அவை இல்லாததையும் அறிய நேர்ந்தது. சில இடங்களில்

சம்பந்தமே இல்லாமல் மற்ற திரைப்படங்களின் பெயர்களும் அவற்றிலிடம் பெற்றிருந்தன. அது மட்டுமல்லாமல், தகவல்கள் மேம்போக்காக அமைந்திருந்தன. இதையெல்லாம் அடுத்த தலைமுறையினர் அப்படியே எடுத்துக்கொள்ளக்கூடிய வாய்ப்பும் நிறையவே இருந்தது, இருக்கிறது. இதை மாற்ற வேண்டும். நடிகர் திலகத்தின் திரைப்பட சாதனைகளை அடுத்த தலைமுறையினர் சரியாகத் தெரிந்து கொள்ள வேண்டுமென்றால் தனியாக ஒரு இணையதளம் அவசியம் என்று தோன்றியதன் விளைவே www.nadigarthilagam.com என்ற இணையதளத்தின் தோற்றம். இதன் நோக்கம் அடுத்த தலைமுறையினருக்கு நடிகர் திலகத்தின் திரைப்படக் களஞ்சியம் ஒன்றை வழங்கி, அவர்களுக்கு அவர் நடித்த திரைப்படங்களைப் பற்றிய ஒரு அறிமுகமும் முக்கியமான சில கலைஞர்கள், தொழில் நுட்ப சாதனையாளர்கள் ஆகியோரைப்பற்றியும் அத்திரைப்படங்கள் வெளியான கால கட்டங்களைப் பற்றியும் தயாரிப்பாளர் போன்ற விவரங்களையும் அளிக்கலாம் என்பதே ஆகும்.

இளம்பிராயந்தொட்டு நடிகர் திலகத்தின் பால் ஈர்க்கப்பட்டு, அவருடைய தீவிர ரசிகர்களாகிய லட்சக்கணக்கான தமிழர்களில் ஒருவனாக நானும் பங்கு பெற்று, அவருடைய பல படங்களைப், பலமுறை பார்த்திருக்கும் ரசிகர்களில் நானும் ஒருவன். இக்கால கட்டத்தில் நடிப்பிற்கு பல முன்னுதாரணங்கள் இப்போதைய நடிகர்களுக்கு இருக்கின்றன. பல நடிகர்கள் நடிகர் திலகத்தின் படங்களைப் போட்டுப் பார்த்து அதை வைத்து தம் நடிப்பை மெருகேற்றிக் கொண்டு நடித்து வருகின்றனர். ஆனால் எவ்வித உதவியுமின்றி, விஞ்ஞானம், தொழில் நுட்பம் அவ்வளவாக வளர்ந்திராத அக்காலத்திலேயே நடிகர் திலகம் பல புதிய பரிணாமங்களைக் கொண்டு வந்துள்ளார். அதைப் பற்றியெல்லாம் நிறைய விவாதிக்கலாம். பல இணைய தளப் பக்கங்கள் இதற்காக இருக்கின்றன. எனவே இப்புதிய தலைமுறையினருக்கு அவருடைய படங்களைப் பற்றிய சில விவரங்கள், குறிப்பாக நடிகர் திலகத்தின் திரைப்படங்களைப் பற்றி உலகளாவிய ஆய்வாளர்களுக்கு, இவ்விணைய தளம் பேருதவியாக இருக்கும் என்ற நம்பிக்கையில் இத்தளம் அமைக்கப்பட்டுள்ளது.

- வி. ராகவேந்திரன்.
(www.nadigarthilagam.com இணையதளத்தை உருவாக்கியவர்)
(சிவாஜி–ஒரு வரலாற்றின் வரலாறு நூலிற்காக)

நடிகர் திலகம் சிவாஜி கணேசன் அவர்களைப் பற்றி ஒரு புத்தகம் என்றால் அதில் அவருடைய நடிப்புலக சாதனைகள் இல்லாமலா?

இதோ அவருடைய நடிப்புலக சாதனைப்பட்டியல்

எண்	படத்தின் பெயர்		வெளியான நாள்	நடிகர் திலகத்தின் ஜோடி	இசை	டைரக்ஷன்	தயாரிப்பு	குறிப்பு
1	பராசக்தி	S	17.10.1952	பண்டரிபாய்	ஆர்.சுதர்சனம்	கிருஷ்ணன்-பஞ்சு	நேஷனல்பிக்சர்ஸ்	கலைஞர் வசனம், எஸ்.எஸ்.ஆர் அறிமுகம்.
2	பணம்		27.12.1952	பத்மினி,வீ.சுசிலா	விஸ்வநாதன் -ராமமூர்த்தி	என்.எஸ்.கிருஷ்ணன்	மதராஸ்பிக்சர்ஸ்	கலைஞர் வசனம்,விஸ்வநாதன்-ராமமூர்த்தி அறிமுகம்.
3	பரதேசி(தெலுங்கு)		14.01.1953	வசந்தா	ஆதிநாராயண ராவ்-ரங்காராவ்	எல்.வி.பிரசாத்	அஞ்சலிபிக்சர்ஸ்	அஞ்சலிபிக்சர்ஸ்முதல்படம், நாகேஸ்வரராவ்இணை.
4	பூங்கோதை		31.01.1953	வசந்தா	ஆதிநாராயண ராவ்-ரங்காராவ்	எல்.வி. பிரசாத்	அஞ்சலிபிக்சர்ஸ்	சிவாஜியும் நாகேஸ்வரராவும் இணைந்து நடித்தபடம்.
5	திரும்பிப்பார்		10.07.1953	கிரிஜா,கிருஷ்ண குமாரி,சரஸ்வதி	ஜி.ராமநாதன்	டி.ஆர். சுந்தரம்	மாடர்ன்தியேட்டர்ஸ்	கதாநாயக வில்லனாகக் கலக்கிய படம்-கலைஞர் வசனம்; டிரெய்லர் காட்டப்பட்ட முதல்படம்.
6	அன்பு		24.07.1953	பத்மினி	டி.ஆர். பாப்பா	எம். நடேசன்	நடேஷ்ஆர்ட் பிக்சர்ஸ்	ஒத்தெல்லோ-ஓரங்க நாடகம்
7	கண்கள்		05.11.1953	மைனாவதி	ஜி.ராமநாதன்-எஸ்.வி.வெங்கட் ராமன்	கிருஷ்ணன்-பஞ்சு	மோஷன்பிக்சர்ஸ்	அண்ணன்-தங்கை பாசத்தை மையமாகக் கொண்ட படம்.
8	பெம்புடு கொடுகு (தெலுங்கு)		11.11.1953	சாவித்திரி	S.ராஜேஸ்வரராவ்	எல்.வி.பிரசாத்	பிரசாத்ஆர்ட்பிக்சர்ஸ்	சாவித்திரியுடன் முதல் படம்.
9	மனிதனும் மிருகமும்		04.12.1953	மாதுரிதேவி	ஜி .கோவிந்த ராஜுலுநாயுடு	கே. வேம்பு-எஸ்.டி.சுந்தரம்	ரேவதி புரொடக்ஷன்ஸ்	வழக்கறிஞராக கலக்கிய படம்.

எண்	படத்தின் பெயர்		வெளியான நாள்	நடிகர் திலகத்தின் ஜோடி	இசை	டைரக்ஷன்	தயாரிப்பு	குறிப்பு
10	மனோகரா	H	03.03.1954	கிரிஜா	எஸ்.வி.வெங்கட்ராமன் டி.ஆர்.ராமநாதன்	எல்.வி.பிரசாத்	மனோகர்பிக்சர்ஸ்	பம்மல்சம்பந்த முதலியாரின் நாடகம்; கலைஞர் வசனம்.
11	இல்லறஜோதி		09.04.1954	பத்மினி, ஸ்ரீரஞ்சனி	ஜி.ராமநாதன்	ஜி.ஆர்.ராவ்	மாடர்ன்தியேட்டர்ஸ்	கண்ணதாசன் வசனம்; அனார்கலி-சலீம் ஓரங்க நாடகம் (கலைஞர் வசனம்)
12	அந்த நாள்		13.04.1954	பண்டரிபாய்	ஏ.வி.எம். வாத்திய கோஷ்டி	எஸ்.பாலச்சந்தர்	ஏ.வி.எம். புரொடக்ஷன்ஸ்	ஆடல் பாடல் இல்லாதது தேசிய விருது; முழுவதும் Flashback உத்தி; ஜப்பான் ஒஷாமாவின் தழுவல்.
13	கல்யாணம்பண்ணியும் பிரம்மச்சாரி	H	13.04.1954	பத்மினி	டி.ஜி.லிங்கப்பா எம்.எம்.தண்டபாணி தேசிகர்	பநீலகண்டன்	பத்மினிபிக்சர்ஸ்	முதல் முழுநீளநகைச்சுவைப்படம்; பந்துலுவுடன் முதல் படம்.
14	மனோகரா (தெலுங்கு)		03.06.1954	கிரிஜா	எஸ்.வி.வெங்கட் ராமன்	எல்.வி.பிரசாத்	மனோகர்பிக்சர்ஸ்	தெலுங்கு வசனங்களை சிவாஜியே பேசினார்.
15	மனோகரா (இந்தி)		03.06.1954	கிரிஜா	எஸ்.வி.வெங்கட் ராமன்	எல்.வி.பிரசாத்	மனோகர்பிக்சர்ஸ்	ஹிந்தி வசனங்களை சிவாஜியே பேசினார்.
16	துளி விஷம்		30.07.1954	கிருஷ்ணகுமாரி	கே.என். தண்டாயுதபாணி பிள்ளை	ஏ.எஸ்.ஏ.சாமி	நரசுஸ்டுடியோஸ்	வில்லனாக நடித்த படம்; கே.ஆர்.ராம சாமி இணை.
17	கூண்டுக்கிளி		26.08.1954	பி.எஸ்.சரோஜா	கே.வி.மகாதேவன்	டி.ஆர்.ராமண்ணா	ஆர்.ஆர்.பிக்சர்ஸ்	எம்.ஜி.ஆருடன் இணைந்துநடித்த ஒரே படம்.
18	தூக்குதூக்கி		26.08.1954	பத்மினி, லலிதா	ஜி.ராமநாதன்	ஆர்.எம்.கிருஷ்ணசாமி	அருணாபிலிம்ஸ்	டி.எம்.எஸ். சிவாஜிக்குபின்னணி பாடிய முதல் படம்.
19	எதிர்பாராதது	H	09.12.1954	பத்மினி	சி.என்.பாண்டு ரங்கன்	சி.எச்.நாராயணமூர்த்தி	சரவணபவா & யூனிட்டிபிக்சர்ஸ்	தேசிய விருது, ஸ்ரீதர் கதை, வசனம்.

எண்	படத்தின் பெயர்		வெளியான நாள்	நடிகர் திலகத்தின் ஜோடி	இசை	டைரக்ஷன்	தயாரிப்பு	குறிப்பு
20	காவேரி		13.01.1955	பத்மினி, லலிதா	ஜிராமநாதன்-விஸ்வநாதன் ராமமூர்த்தி	டி.யோகானந்த்	கிருஷ்ணாபிக்சர்ஸ்	சிவாஜி பரதநாட்டியம் ஆடிய முதல் படம்
21	முதல்தேதி		12.03.1955	அஞ்சலிதேவி	டிஜி.லிங்கப்பா	ப.நீலகண்டன்	பத்மினிபிக்சர்ஸ்	Art Film (கலைப்படம்)
22	உலகம்பலவிதம்		14.04.1955	லலிதா	என்.எஸ்.பால கிருஷ்ணன்	எஸ்.ஏ.முருகேஷ்	நேஷனல் புரொடக்ஷன்ஸ்	நகைச்சுவைச்சித்திரம்
23	மங்கையர்திலகம்	H	26.08.1955	எம்.என்.ராஜம்	வி.தட்சிணாமூர்த்தி	எல்.வி.பிரசாத்	வைத்தியாபிலிம்ஸ்	தேசிய விருது, அண்ணியாக பத்மினி
24	கோடீஸ்வரன்		13.11.1955	பத்மினி	எஸ்.வி.வெங்கட் ராமன்	சுந்தர்ராவ்நட்கர்ணி	ஸ்ரீகணேஷ் மூவிடோன்	நகைச்சுவைச்சித்திரம்.
25	கள்வனின்காதலி		13.11.1955	பி.பானுமதி	கோவிந்தராஜுலு நாயுடு-கண்டசாலா	விஎஸ்ராகவன்	ரேவதிபுரொடக்ஷன்ஸ்	கல்கியின் கதை.
26	நான்பெற்றசெல்வம்		14.01.1956	ஜிவரலட்சுமி	ஜிராமநாதன்	கே.சோமு	பாரகன்பிக்சர்ஸ்	ஏ.பி.என். கதைவசனம்.
27	நல்லவீடு		14.01.1956	எம்.என்.ராஜம்	கிருஷ்ணமூர்த்தி -நாகராஜஐயர்	ஜே. சின்ஹா	ஜெய்சக்திபிக்சர்ஸ்	T.S. பாலையா தயாரிப்பு
28.	நானேராஜா		25.01.1956	எம்.என்.ராஜம்	டிஆர்.ராமநாதன்	ஈ.அப்பாராவ்-பிவிநாராயணன்	ஸ்ரீகல்பனாபிக்சர்ஸ்	கண்ணதாசன் கதை, வசனம். சிவாஜிக்கு எஸ்.வி.சுப்பையா தம்பி
29.	தெனாலிராமன்		03.02.1956	ஜமுனா	விஸ்வநாதன்-ராமமூர்த்தி	பிஎஸ்ரங்கா	விக்ரம் புரொடக்ஷன்ஸ்	என்டிராமராவ்இணை.
30.	பெண்ணின்பெருமை	H	17.02.1956	எம்.என்.ராஜம்	பிஎன்.ஆர்-ஏராமராவ்-வேணு	பிபுல்லையா	ராகினிபிலிம்ஸ்	ஜெமினியுடன் முதல்படம்.
31.	ராஜாராணி		25.02.1956	பத்மினி, ராஜசுலோச்சனா	டிஆர்.பாப்பா	ஏ.பீம்சிங்	நேஷனல் புரொடக்ஷன்ஸ்	சேரன் செங்குட்டுவன், சாக்ரடீஸ்-ஓரங்க நாடகங்கள், கலைஞர் வசனம்.

எண்	படத்தின் பெயர்		வெளியான நாள்	நடிகர் திலகத்தின் ஜோடி	இசை	டைரக்ஷன்	தயாரிப்பு	குறிப்பு
32	அமரதீபம்	H	29.06.1956	பத்மினி, சாவித்திரி	டி.சலபதிராவ்	டி.பிரகாஷ்ராவ்	வீனஸ்பிக்சர்ஸ்	ஸ்ரீதர்கதைவசனம்.
33.	வாழ்விலேஒருநாள்		2.09.1956	ஜி.வரலட்சுமி	சி.என்.பாண்டுரங்கன் எஸ்.எம்.சுப்பையா நாயுடு	ஏ.காசிலிங்கம்	மெர்குரி பிலிம்ஸ்	ஏவிபி ஆசைத்தம்பி வசனம்.
34	ரங்கோன்ராதா		01.11.1956	பி.பானுமதி எம்.என்.ராஜம்	டி.ஆர்.பாப்பா	ஏ.காசிலிங்கம்	மேகலாபிக்சர்ஸ்	அறிஞர் அண்ணாவின் கதை, கலைஞர் வசனம்.
35	பராசக்தி (தெலுங்கு)		11.01.1957				நேஷனல்பிக்சர்ஸ்	தெலுங்கிலும் பெரியவெற்றி.
36	மக்களைப்பெற்றமகராசி		27.02.1957	பி.பானுமதி	கே.வி.மகாதேவன்	கே. சோமு	ஸ்ரீலட்சுமிபிக்சர்ஸ்	ஏ.பி.என்கதைவசனம், கொங்குதமிழில் பேசிநடித்தபடம்.
37	வணங்காமுடி	H	12.04.1957	சாவித்திரி	ஜி.ராமநாதன்	பி.புல்லையா	சரவணபவா & யூனிட்டிபிக்சர்ஸ்	சென்னைசித்ராதியேட்டரில்சிவாஜிக்கு 80 அடி உயர கட்அவுட்.
38	புதையல்		10.05.1957	பத்மினி	விஸ்வநாதன்-ராமமூர்த்தி	கிருஷ்ணன்-பஞ்சு	கமால்பிரதர்ஸ்	கலைஞர் வசனம்; கண்டிராஜா கூத்து.
39	மணமகன்தேவை		17.05.1957	பி.பானுமதி	ஜி.ராமநாதன்	ராமகிருஷ்ணா	பரணிபிக்சர்ஸ்	ஆங்கிலப் பாணிபடம்.
40	தங்கமலைரகசியம்		29.06.1957	ஜமுனா	டி.ஜி.லிங்கப்பா	பி.ஆர்.பந்துலு	பத்மினிபிக்சர்ஸ்	பார்ஜான் வேடம்.
41	ராணிலலிதாங்கி		21.09.1957	ராஜசுலோச்சனா	ஜி.ராமநாதன்	டி.ஆர்.ரகுநாத்	டி.என்.ஆர். புரொடக்ஷன்ஸ்	சிவாஜியின்சிவதாண்டவம்.
42	அம்பிகாபதி		22.10.1957	பி.பானுமதி	ஜி.ராமநாதன்	ப.நீலகண்டன்	ஏ.எல்.எஸ். புரொடக்ஷன்ஸ்	கலைவாணருக்கு அஞ்சலி
43	பாக்கியவதி		27.12.1957	பத்மினி	எஸ்.தட்சிணாமூர்த்தி	எல்.வி.பிரசாத்	ரவிபுரொடக்ஷன்ஸ்	எதிர்மறைக் கதாநாயகனாக கலக்கியது

எண்	படத்தின் பெயர்		வெளியான நாள்	நடிகர் திலகத்தின் ஜோடி	இசை	டைரக்ஷன்	தயாரிப்பு	குறிப்பு
44	பொம்மல பெள்ளி (தெ)		11.01.1958	ஜமுனா	கே.விமகாதேவன்	ஆர்.எம்.கிருஷ்ணசாமி	அருணாபிலிம்ஸ்	பொம்மைக்கல்யாணத்தின் தெலுங்கு பதிப்பு.
45	உத்தமபுத்திரன்	H	07.02.1958	பத்மினி	ஜிராமநாதன்	டி.பிரகாஷ்ராவ்	வீனஸ்பிக்சர்ஸ்	இருவேடம். ஸ்ரீதர் திரைக்கதை-வசனம். Zoom Technique ன் முதல் பயன்பாடு. The Man with the Iron Mask ன் தழுவல்
46	பதிபக்தி	H	14.03.1958	எம்.என்.ராஜம்	விஸ்வநாதன்-ராமமூர்த்தி	ஏ.பீம்சிங்	புத்தாபிக்சர்ஸ்	சிவாஜி - பீம்சிங் ப.வெற்றிப்பட வரிசையில் முதல் படம்
47	சம்பூர்ண இராமாயணம்	H	14.04.1958		கே.விமகாதேவன்	கே.சோமு	எம்.ஏ.வி.பிக்சர்ஸ்	சிவாஜியின் முதல் புராண, இதிகாச படம்; என்.டி.ராமராவ் இணை. ராஜாஜி பாராட்டு
48	பொம்மை கல்யாணம்		03.05.1958	ஜமுனா	கே.வி. மகாதேவன்	ஆர்.எம்.கிருஷ்ணசாமி	அருணாபிலிம்ஸ்	வரதட்சணைக் கொடுமையை சாடியது.
49	அன்னையின் ஆணை		04.07.1958	பண்டரிபாய், சாவித்திரி	எஸ்.எம். சுப்பையா நாயுடு	சின்ஹ நாராயணமூர்த்தி	பாரகன்பிக்சர்ஸ்	தேசிய விருது; முரசொலிமாறன் வசனம்; சாம்ராட் அசோகன் ஓரங்க நாடகம்; இருவேடம்.
50	சாரங்கதாரா		15.08.1958	ராஜசுலோச்சனா	ஜிராமநாதன்	விஸ்ராகவன்	மினர்வாபிக்சர்ஸ்	"வசந்த முல்லை போலே வந்து" பாடல்
51	சபாஷ் மீனா	H	03.10.1958	மாலினி	டி.ஜி.லிங்கப்பா	பி.ஆர்.பந்துலு	பத்மினிபிக்சர்ஸ்	முழுநீள நகைச்சுவைப் படம்; சந்திரபாபு இருவேடம்.
52	காத்தவராயன்		07.11.1958	சாவித்திரி	ஜிராமநாதன்	டி.ஆர்.ராமண்ணா	ஆர்.ஆர்.பிக்சர்ஸ்	சிவாஜி ஆடிய கரகம்.
53	தங்கப்பதுமை		10.01.1958	டி.ஆர்.ராஜகுமாரி, பத்மினி	விஸ்வநாதன்-ராமமூர்த்தி	ஏ.எஸ்.ஏ.சாமி	ஜுபிடர்பிக்சர்ஸ்	தேசிய விருது பெற்ற படம்
54	நான் சொல்லும் ரகசியம்		07.03.1959	அஞ்சலிதேவி	ஜிராமநாதன்	பி.ஸ்ரீதர்ராவ்	கஸ்தூரிபிலிம்ஸ்	செல்வந்தன் ஏழைகளுக்குப் பாடுபடுவது.

எண்	படத்தின் பெயர்		வெளியான நாள்	நடிகர் திலகத்தின் ஜோடி	இசை	டைரக்ஷன்	தயாரிப்பு	குறிப்பு
55	வீரபாண்டிய கட்டபொம்மன்	S	16.05.1959	எஸ்.வரலட்சுமி	ஜிராமநாதன்	பி.ஆர்.பந்துலு	பத்மினிபிக்சர்ஸ்	ஆசிய-ஆப்ரிக்கதிரைப்பட விழாவில் சிறந்தநடிகர் விருது, 1984ல் தமிழக அரசின் வரி விலக்கு; லண்டனில் கலர் ப்ரசசிங்.
56.	மரகதம்	H	21.08.1959	பத்மினி	எஸ்.எம்.சுப்பையா நாயுடு	எஸ்.எம்.ஸ்ரீராமுலு நாயுடு	பக்ஷிராஜா ஸ்டுடியோஸ்	கருங்குயில் குன்றத்து கொலை வழக்கு நாவல்.
57.	அவள்யார்?		30.10.1959	பண்டரிபாய்	எஸ்.ராஜேஸ்வர ரவ்	கே.ஜே.மகாதேவன்	சுதர்சனம்பிக்சர்ஸ்	நீதிபதியாக நடித்தது.
58.	பாகப்பிரிவினை	S	31.10.1959	சரோஜாதேவி	விஸ்வநாதன்-ராமமூர்த்தி	ஏ.பீம்சிங்	சரவணாபிலிம்ஸ்	தேசிய விருது; நீண்ட இடைவெளிக்குப் பிறகு எம்.ஆர்.ராதா.
59.	இரும்புத்திரை	H	14.01.1960	வைஜயந்திமாலா	எஸ்.வி.வெங்கட்ராமன்	எஸ்.எஸ்.வாசன்	ஜெமினி ஸ்டுடியோஸ்	தொழிலாளர் நலன்களை முழங்கிய படம்
60	குறவஞ்சி		04.03.1960	சாவித்திரி மைனாவதி	டி.ஆர்.பாப்பா	ஏ.காசிலிங்கம்	மேகலாபிக்சர்ஸ்	கலைஞர் வசனம்.
61	தெய்வப்பிறவி	H	13.04.1960	பத்மினி	ஆர்.சுதர்சனம்	கிருஷ்ணன்-பஞ்சு	கமால்பிரதர்ஸ்	தேசிய விருது; கே.எஸ். கோபால கிருஷ்ணன் வசனம்.
62	ராஜபக்தி		27.05.1960	பண்டரிபாய்	ஜி.கோவிந்தராஜுலு நாயுடு	கே.வேம்பு	பிராஜமாணிக்கம் செட்டியா	நட்சத்திரப்பட்டாளம்
63	படிக்காதமேதை	H	25.06.1960	சௌகார்ஜானகி	கே.வி.மகாதேவன்	ஏ.பீம்சிங்	பாலா மூவிஸ்	கே.எஸ்.கோபாலகிருஷ்ணன் வசனம் அப்பாவி நடிப்பு

எண்	படத்தின் பெயர்		வெளியான நாள்	நடிகர் திலகத்தின் ஜோடி	இசை	டைரக்ஷன்	தயாரிப்பு	குறிப்பு
64	பாவைவிளக்கு		19.10.1960	குமாரிகமலா, சௌகார்ஜானகி எம்.என்.ராஜம்.	கே.வி.மகாதேவன்	கே.சோமு	ஸ்ரீவிஜயகோபால் பிக்சர்ஸ்	அகிலனின்நாவல்
65	பெற்றமனம்		19.10.1960		எஸ்ராஜேஸ்வர ரவ்	ஏ.பீம்சிங்	நேஷனல்பிக்சர்ஸ்	டாக்டர்மு.வ.வின்கதை ;பெரியார் தோற்றம்.
66	விடிவெள்ளி	H	31.12.1960	சரோஜாதேவி	ஏ.எம்.ராஜா	ஸ்ரீதர்	பிரபுராம்பிக்சர்ஸ்	புதுமையானகிளைமேக்ஸ்
67	பாவமன்னிப்பு	S	16.03.1961	தேவிகா	விஸ்வநாதன்-ராமமூர்த்தி	ஏ.பீம்சிங்	புத்தாபிக்சர்ஸ்	தேசியவிருது;மத ஒற்றுமையைவலியுறுத்தியபடம்.
68	புனர்ஜென்மம்		21.04.1961	பத்மினி	டி.சலபதிராவ்	ஆர்.எஸ்.மணி	விஜயாபிலிம்ஸ்	உணர்ச்சிப்போராட்டம்.
69	பாசமலர்	S	27.05.1961	எம்.என்.ராஜம்	விஸ்வநாதன்-ராமமூர்த்தி	ஏ.பீம்சிங்	ராஜாமணிபிக்சர்ஸ்	தேசியவிருது; அண்ணன் தங்கை பாசத்திற்கு இலக்கணம்; ஆரூர்தாஸ் வசனம்.
70	எல்லாம்உனக்காக		01.07.1961	சாவித்திரி	கே.வி.மகாதேவன்	ஏ.சுப்பாராவ்	சரவணபவா& யூனிட்டிபிக்சர்ஸ்	கே.எஸ்.கோபாலகிருஷ்ணன்வசனம்.
71	ஸ்ரீவள்ளி		01.07.1961	பத்மினி	ஜி.ராமநாதன்	டி.ஆர்.ராமண்ணா	நரசுஸ்டுடியோஸ்	கேவாகலர்படம்.முருகனாக சிவாஜி.
72	மருதநாட்டுவீரன்		24.08.1961	ஜமுனா	எஸ்.வி.வெங்கட் ராமன்	டி.ஆர்.ரகுநாத்	ஸ்ரீகணேஷ்பிரசாத் மூவிஸ்	ரவீந்தர்வசனம். சிவாஜியின் மாறுபட்ட தோற்றங்கள்
73	பாலும்பழமும்	H	09.09.1961	சௌகார்ஜானகி, சரோஜாதேவி	விஸ்வநாதன்-ராமமூர்த்தி	ஏ.பீம்சிங்	சரவணாபிலிம்ஸ்	நட்சத்திரப்பட்டாளம்;சூப்பர் ஹிட் பாடல்கள்.
74	கப்பலோட்டியதமிழன்		07.11.1961	குமாரிருக்மணி	ஜி.ராமநாதன்	பி.ஆர்.பந்துலு	பத்மினிபிக்சர்ஸ்	வ.உ.சி.வேடம்;1977ல்வரிவிலக்கு.
75	பார்த்தால்பசிதீரும்	H	14.01.1962	சரோஜாதேவி	விஸ்வநாதன்-ராமமூர்த்தி	ஏ.பீம்சிங்	சி.ஆர்.பஸ்வராஜ்-ஏ.வி.மெய்யப்பன்	A.C.T. யின் அவள் தந்த வாழ்வு கதை. குழந்தை நட்சத்திரமாக கமல் 2 வேடம்

எண்	படத்தின் பெயர்		வெளியான நாள்	நடிகர் திலகத்தின் ஜோடி	இசை	டைரக்ஷன்	தயாரிப்பு	குறிப்பு
76.	நிச்சயதாம்பூலம்		09.02.1962	ஜமுனா	விஸ்வநாதன்-ராமமூர்த்தி	பிஎஸ்ரங்கா	விக்ரம் புரொடக்ஷன்ஸ்	சூப்பர்ஹிட் பாடல்கள்.
77.	வளர்பிறை		30.03.1962	சரோஜாதேவி	கே.விமகாதேவன்	டியோகானந்த்	பத்மாபிலிம்ஸ்	ஊமைவேடம்.
78.	படித்தால்மட்டும் போதுமா?	H	14.04.1962	ராஜசுலோச்சனா	விஸ்வநாதன்-ராமமூர்த்தி	ஏபீம்சிங்	ரங்கநாதன்பிக்சர்ஸ்	சூப்பர்ஹிட் பாடல்கள். அண்ணியாக சாவித்திரி.
79.	பலேபாண்டியா		26.05.1962	சந்தியா, தேவிகா	விஸ்வநாதன்-ராமமூர்த்தி	பி.ஆர்.பந்தலு	பத்மினிபிக்சர்ஸ்	மூன்றுவேடம்; எம்.ஆர்.ராதா இரண்டுவேடம்.
80.	வடிவுக்குவளைகாப்பு		07.07.1962	சாவித்திரி	கே.விமகாதேவன்	ஏபிநாகராஜன்	ஸ்ரீலட்சுமிபிக்சர்ஸ்	ஏ.பி.என். இயக்கிய முதல் படம்.
81.	செந்தாமரை		14.09.1962	பத்மினி	விஸ்வநாதன்-ராமமூர்த்தி	ஏபீம்சிங்	மதராஸ்பிக்சர்ஸ்	கே.ஆர்.ராமசாமி இணை.
82.	பந்தபாசம்		27.10.1962	தேவிகா, சந்திரகாந்தா.	விஸ்வநாதன்-ராமமூர்த்தி	ஏபீம்சிங்	சாந்திபிலிம்ஸ்	தம்பியாக ஜெமினி.
83.	ஆலயமணி	H	23.11.1962	சரோஜாதேவி	விஸ்வநாதன்-ராமமூர்த்தி	கே.சங்கர்	பிஎஸ்வி.பிக்சர்ஸ்	சூப்பர்ஹிட் பாடல்கள்.
84.	சித்தூர்ராணிபத்மினி		09.02.1963	வைஜயந்திமாலா	ஜிராமநாதன்	சிஎச்.நாராயணமூர்த்தி	உமாபிக்சர்ஸ்	சீர்காழி கோவிந்தராஜன் பின்னணிப் பாடல்.
85.	அறிவாளி		01.03.1963	பிபானுமதி	எஸ்விவெங்கட்ராமன்	ஏடிகிருஷ்ணசாமி	ஏ.டி.கே. புரொடக்ஷன்ஸ்	பெண்படுத்தும்பாடு நாடகத்தின் தழுவல் குறைந்த நாளில் அதிக வசூல்.
86.	இருவர்உள்ளம்	H	29.03.1963	பத்மினி பிரியதர்சனி சரோஜா தேவி	கே.வி.மகாதேவன்	எல்.வி.பிரசாத்	பிரசாத் மூவிஸ்	கலைஞர் திரைக்கதை, வசனம் : லட்சுமியின் பெண்மனம் நாவல்.
87.	நான்வணங்கும்தெய்வம்		12.04.1963	பத்மினி	கே.விமகாதேவன்	கே.சோமு	ஸ்ரீசத்யநாராயண் பிக்சர்ஸ்	வித்தியாசமான மிருகத்தோற்றம். நாகேஷ் இணை.

எண்	படத்தின் பெயர்		வெளியான நாள்	நடிகர் திலகத்தின் ஜோடி	இசை	டைரக்ஷன்	தயாரிப்பு	குறிப்பு
88.	குலமகள் ராதை		07.06.1963	சரோஜாதேவி,தேவிகா	கே.வி.மகாதேவன்	ஏ.பி.நாகராஜன்	ஸ்டைர் பிலிம்ஸ்	அகிலனின் "வாழ்வு எங்கே?" நாவல்
89.	பார் மகளே பார்		12.07.1963	சௌகார்ஜானகி	விஸ்வநாதன்-ராமமூர்த்தி	ஏ.பீம்சிங்	கஸ்தூரிபிலிம்ஸ்	பட்டுவின் பெற்றால்தான் பிள்ளையா நாடகம்; சோ அறிமுகம்.
90.	குங்குமம்		02.08.1963	விஜயகுமாரி,சாரதா	கே.வி.மகாதேவன்	கிருஷ்ணன்-பஞ்சு	ராஜாமணிபிக்சர்ஸ்	சாரதா அறிமுகம்.
91.	இரத்தத்திலகம்		14.09.1963	சாவித்திரி	கே.வி.மகாதேவன்	தாதாமிராஸி	நேஷனல்மூவிஸ்	ஒத்தல்லோ ஓரங்க நாடகம் (ஆங்கில வசனத்தில்); போர்க்களக் காட்சிகள்.
92.	கல்யாணியின் கணவன்		20.09.1963	சரோஜாதேவி	எஸ்.எம்.சுப்பையா நாயுடு	எஸ்.எம்.ஸ்ரீராமுலு நாயுடு	பக்ஷிராஜா பிலிம்ஸ்	ஹிட் பாடல்கள்.
93.	அன்னை இல்லம்	H	15.11.1963	தேவிகா	கே.வி.மகாதேவன்	பி.மாதவன்	கமலா பிக்சர்ஸ்	சூப்பர்ஹிட் பாடல்கள்.
94.	கர்ணன்	H	14.01.1964	தேவிகா	விஸ்வநாதன்-ராமமூர்த்தி	பி.ஆர்.பந்துலு	பத்மினி பிக்சர்ஸ்	என்.டி.ஆர் இணை; சென்னை சாந்தியில் புகைப்படக் கண்காட்சி.
95.	பச்சை விளக்கு	H	03.04.1964	சௌகார்ஜானகி	விஸ்வநாதன்-ராமமூர்த்தி	ஏ.பீம்சிங்	வேல்பிக்சர்ஸ்-ஏ.வி.எம்	இராம.அரங்கண்ணல் தயாரிப்பு
96.	ஆண்டவன் கட்டளை		12.06.1964	தேவிகா	விஸ்வநாதன்-ராமமூர்த்தி	கே.சங்கர்	பி.எஸ்.வி.பிக்சர்ஸ்	ராமகிருஷ்ணர், விவேகானந்தர் தோற்றம்.
97.	கை கொடுத்த தெய்வம்	H	18.07.1964	சாவித்திரி	விஸ்வநாதன்-ராமமூர்த்தி	கே.எஸ்.கோபால கிருஷ்ணன்	ஸ்ரீபொன்னி புரொடக்ஷன்ஸ்	பாரதியார் தோற்றம்.
98.	புதிய பறவை	H	12.09.1964	சரோஜாதேவி, சௌகார்ஜானகி	விஸ்வநாதன்-ராமமூர்த்தி	தாதாமிராஸி	சிவாஜிபிலிம்ஸ்	Tracing a crooked shadow வின் தழுவல்; 300 இசைக்கருவிகளைக் கொண்டு இசையமைத்த எங்கே நிம்மதி பாடல்.

எண்	படத்தின் பெயர்		வெளியான நாள்	நடிகர் திலகத்தின் ஜோடி	இசை	டைரக்ஷன்	தயாரிப்பு	குறிப்பு
99.	முரடன்முத்து		03.11.1964	தேவிகா	டி.ஜி. லிங்கப்பா	பி.ஆர்.பந்தலு	பத்மினிபிக்சர்ஸ்	சிவாஜி அனுமான் பக்தர்.
100.	நவராத்திரி	H	03.11.1964	சாவித்திரி	கே.விமகாதேவன்	ஏ.பி.நாகராஜன்	ஸ்ரீ விஜயலட்சுமி பிக்சர்ஸ்	ஒன்பதுவேடங்கள்.சத்தியவான்-சாவித்திரி தெருக்கூத்து.
101.	புதிய பறவை		14.01.1965	-	விஸ்வநாதன்-ராமமூர்த்தி	ஏ.பீம்சிங்	பாரதமாதா பிக்சர்ஸ்	தேசிய விருது.
102.	அன்புக்கரங்கள்		19.02.1965	தேவிகா	ஆர்.சுதர்சனம்	கே.சங்கர்	சாந்திபிலிம்ஸ்	கதை - வசனகர்த்தா பாலமுருகன் அறிமுகம்.
103.	சாந்தி	H	22.04.1965	விஜயகுமாரி, தேவிகா	விஸ்வநாதன்-ராமமூர்த்தி	ஏ.பீம்சிங்	ஏ.எல்.எஸ். புரொடக்ஷன்ஸ்	தஞ்சைவாணன் எழுதிய ஓரங்க நாடகம். யாரந்த நிலவு பாடல்.
104.	திருவிளையாடல்	S	31.07.1965	சாவித்திரி	கே.வி. மகாதேவன்	ஏ.பி.நாகராஜன்	ஸ்ரீ விஜயலட்சுமி பிக்சர்ஸ்	சிவன்வேடம்;தருமியாகநாகேஷ். வசூல் சாதனை
105.	நீலவானம்		10.12.1965	தேவிகா, ராஜஸ்ரீ	எம்.எஸ். விஸ்வநாதன்	பி. மாதவன்	பட்டுபிலிம்ஸ்	கே. பாலசந்தர் வசனம்.
106	மோட்டார்சுந்தரம்பிள்ளை	H	26.01.1966	மணிமாலா, சௌகார் ஜானகி	எம்.எஸ். விஸ்வநாதன்	பாலு	ஜெமினிஸ்டுடியோஸ்	ஜெயலலிதா, காஞ்சனா, சைலஸ்ரீ ஆகியோருக்கு அப்பாவாக; ஹிந்தி "கிரஹஸ்தி" படத்தின் தமிழ் வடிவம்.
107	மகாகவிகாளிதாஸ்		19.08.1966	சௌகார்ஜானகி	கே.வி. மகாதேவன்	ஆர்.ஆர். சந்திரன்	கல்பனாகலாமந்திர்	சூப்பர்ஹிட் பாடல்கள்.
108	சரஸ்வதிசபதம்	H	03.09.1966	-	கே.வி. மகாதேவன்	ஏ.பி.நாகராஜன்	ஸ்ரீ விஜயலட்சுமி பிக்சர்ஸ்	நாரதர்வேடம்.
109	செல்வம்		11.11.1966	கே.ஆர்.விஜயா	கே.வி. மகாதேவன்	கே.எஸ்.கோபால கிருஷ்ணன்	வி.கே.ஆர். பிக்சர்ஸ்	ஜோதிடத்தை மையமாகக் கொண்ட கதை.
110	கந்தன் கருணை	H	14.01.1967	-	கே.வி. மகாதேவன்	ஏ.பி.நாகராஜன்	ஏ.எல்.எஸ். புரொடக்ஷன்ஸ்	வீரபாகு வேடம். ஒரே பாடலில் 6 படை வீடுகளின் சிறப்பு.

எண்	படத்தின் பெயர்		வெளியான நாள்	நடிகர் திலகத்தின் ஜோடி	இசை	டைரக்ஷன்	தயாரிப்பு	குறிப்பு
111	நெஞ்சிருக்கும்வரை		02.03.1967	கே.ஆர்.விஜயா	எம்.எஸ்.விஸ்வநாதன்	ஸ்ரீதர்	சித்ராலயா	கலைஞர்கள் ஒப்பனையின்றி நடித்தனர்.
112	பேசும் தெய்வம்		14.04.1967	பத்மினி	கே.வி. மகாதேவன்	கே.எஸ்.கோபால கிருஷ்ணன்	ரவி புரொடக்ஷன்ஸ்	பாசப்போராட்டம்.
113	தங்கை		19.05.1967	காஞ்சனா, கே.ஆர்.விஜயா	எம்.எஸ்.விஸ்வநாதன்	ஏ.சி.திருலோகச்சந்தர்	சுஜாதா சினி ஆர்ட்ஸ்	முதல் ஆக்ஷன் படம்.
114	பாலாடை		16.06.1967	பத்மினி, கே.ஆர்.விஜயா	கே.வி. மகாதேவன்	ஏ.பீம்சிங்	கமலா பிக்சர்ஸ்	பட்டாடைத் தொட்டில் பாடல்
115	திருவருட்செல்வர்		28.07.1967	பத்மினி கே.ஆர்.விஜயா	கே.வி. மகாதேவன்	ஏ.பி.நாகராஜன்	ஸ்ரீ விஜயலட்சுமி பிக்சர்ஸ்	அப்பர் வேடம்.
116	இருமலர்கள்	H	01.11.1967	பத்மினி கே.ஆர்.விஜயா	எம்.எஸ்.விஸ்வநாதன்	ஏ.சி.திருலோகச்சந்தர்	மணிஜே சினி புரொடக்ஷன்ஸ்	பொம்மை பேசுவது போல் காட்சி அமைந்த முதல் படம்.
117	ஊட்டிவரை உறவு	H	01.11.1967	கே.ஆர்.விஜயா	எம்.எஸ்.விஸ்வநாதன்	ஸ்ரீதர்	கே.சி.பிலிம்ஸ்	சிவாஜி, முத்துராமன், பாலையா, நாகேஷ் ஆகியோரின் நடிப்பு, நகைச்சுவை போட்டி
118	திருமால் பெருமை		16.02.1968	பத்மினி, கெளசர்ஜானகி	கே.வி. மகாதேவன்	ஏ.பி.நாகராஜன்	திரு வெங்கடேஸ்வரா மூவிஸ்	திருமாலின் 10 அவதாரங்களும் ஒரே பாடலில்.
119	ஹரிச்சந்திரா		11.04.1968	ஜி.வரலட்சுமி	கே.வி. மகாதேவன்	கே.எஸ்.பிரகாஷ்ராவ்	சந்திரசேகரா பிலிம்ஸ்	நீண்ட கால தயாரிப்பு, தாய்மார்களின் ஏகோபித்த ஆதரவு.
120	கலாட்டா கல்யாணம்	H	12.04.1968	ஜெயலலிதா	எம்.எஸ்.விஸ்வநாதன்	சி.வி.ராஜேந்திரன்	ராம்குமார் பிலிம்ஸ்	முழு நீள நகைச்சுவை சித்திரம்.
121.	என் தம்பி		07.06.1968	சரோஜாதேவி	எம்.எஸ்.விஸ்வநாதன்	ஏ.சி.திருலோகச்சந்தர்	சுஜாதா சினி ஆர்ட்ஸ்	தெருக்கூத்து, கத்தி சண்டைக் காட்சிகள்.

சிவாஜி - ஒரு வரலாற்றின் வரலாறு

எண்	படத்தின் பெயர்		வெளியான நாள்	நடிகர் திலகத்தின் ஜோடி	இசை	டைரக்ஷன்	தயாரிப்பு	குறிப்பு
122	தில்லானா மோகனாம்பாள்	H	27.07.1968	பத்மினி	கே.வி. மகாதேவன்	ஏபிநாகராஜன்	ஸ்ரீவிஜயலட்சுமி பிக்சர்ஸ்	நாதமும் பரதமும் இணைந்த படம்; கொத்தமங்கலம் சுப்புவின் கதை; காருக்குறிச்சி அருணாச்சலத்துக்கு அஞ்சலி. MPN சகோதரர்களின் நாதஸ்வர வாசிப்பு.
123	எங்க ஊர் ராஜா		2.10.1968	சௌகார்ஜானகி ஜெயலலிதா	எம்.எஸ்.விஸ்வநாதன்	பிமாதவன்	அருண்பிரசாத் மூவிஸ்	இரு வேடம்.
124	லட்சுமிகல்யாணம்		15.11.1968	-	எம்.எஸ்.விஸ்வநாதன்	ஜிஆர்நாதன்	ஏ.எல்.எஸ். புரொடக்ஷன்ஸ்	ராமன் எத்தனை ராமனடி பாடல்.
125	உயர்ந்தமனிதன்	H	29.11.1968	சௌகார் ஜானகி,வாணிஸ்ரீ	எம்.எஸ்.விஸ்வநாதன்	கிருஷ்ணன்-பஞ்சு	ஏ.வி.எம்.புரொடக்ஷன்ஸ்	தமிழக அரசு விருது.
126	அன்பளிப்பு		01.01.1969	சரோஜா தேவி	எம்.எஸ்.விஸ்வநாதன்	ஏ.சி.திருலோகச்சந்தர்	கமலா மூவிஸ்	ஜெய்சங்கர் இணை.
127	தங்கச்சுரங்கம்		28.03.1969	பாரதி	டி.கே. ராமமூர்த்தி	டிஆர்.ராமண்ணா	ஈ.வி.ஆர். பிக்சர்ஸ்	ஜேம்ஸ்பாண்ட் வேடம்.
128	காவல்தெய்வம்		01.05.1969	-	பரவூர்தேவராஜன்	கே.விஜயன்	அம்பாள் புரொடக்ஷன்ஸ்	ஜெயகாந்தனின் கைவிலங்கு நாவல்; S.V. சுப்பையா தயாரிப்பு.
129	குருதட்சணை		14.06.1969	ஜெயலலிதா	புகழேந்தி	ஏபிநாகராஜன்	ஸ்ரீகஜலட்சுமி பிலிம்ஸ்	கல்வியின் சிறப்பை வலியுறுத்திய படம்
130	அஞ்சல்பெட்டி 520		27.06.1969	சரோஜா தேவி	ஆர்.கோவர்தனம்	டிஎன்.பாலு	பாரத்மூவிஸ்	நகைச்சுவைச் சித்திரம். T.N.பாலு அறிமுகம்
131	நிறைகுடம்		08.08.1969	வாணிஸ்ரீ	விகுமார்	முக்தாவிசீனிவாசன்	முக்தா பிலிம்ஸ்	கதாசிரியர் மகேந்திரன் இணைந்த படம்.
132	தெய்வமகன்	H	05.09.1969	ஜெயலலிதா, பண்டரிபாய்	எம்.எஸ்.விஸ்வநாதன்	ஏ.சி.திருலோகச்சந்தர்	சாந்தி பிலிம்ஸ்	மூன்று வேடம், தமிழக அரசு விருது; ஆஸ்கார் விருதுக்கு சிபாரிசு செய்யப்பட்ட முதல் தமிழ்ப்படம்.
133	திருடன்		10.10.1969	கே.ஆர்.விஜயா	எம்.எஸ்.விஸ்வநாதன்	ஏ.சி.திருலோகச்சந்தர்	சுஜாதா சினி ஆர்ட்ஸ்	சென்னை அண்ணாநகர்வில் சண்டைக்காட்சி படமாக்கம்.

எண்	படத்தின் பெயர்		வெளியான நாள்	நடிகர் திலகத்தின் ஜோடி	இசை	டைரக்ஷன்	தயாரிப்பு	குறிப்பு
134	சிவந்தமண்	H	09.11.1969	காஞ்சனா	எம்.எஸ்.விஸ்வநாதன்	ஸ்ரீதர்	சித்ராலயா	ரோம், இத்தாலி, சுவிட்சர்லாந்து நாடுகளில் முதன் முதலாக படமாக்கப் பட்ட தமிழ்ப்படம்.
135	எங்கமாமா		14.01.1970	ஜெயலலிதா	எம்.எஸ்.விஸ்வநாதன்	ஏ.சி.திருலோகச்சந்தர்	ஜெயார் மூவிஸ்	ஹிந்தி பிரம்மச்சாரியின் தமிழ் வடிவம்.
136	தர்த்தி (இந்தி)	S	06.02.1970	-	சங்கர்-ஜெய்கிஷன்	ஸ்ரீதர்	சித்ராலயா	சிவந்தமண் திரைப்படத்தின் ஹிந்தி வடிவம்; தமிழில் முத்துராமன் ஏற்ற வேடத்தை சிவாஜி ஏற்றார்.
137	விளையாட்டுப்பிள்ளை	H	20.02.1970	பத்மினி	கே.வி.மகாதேவன்	ஏ.பி.நாகராஜன்	ஜெமினி ஸ்டுடியோஸ்	கொத்தமங்கலம் சுப்புவின் "ராவ் பகதூர் சிங்காரம்" நாவல்.
138	வியட்நாம் வீடு	H	11.04.1970	பத்மினி	கே.வி.மகாதேவன்	பி.மாதவன்	சிவாஜி புரொடக்ஷன்ஸ்	வியட்நாம் வீடு சுந்தரம் கதாசிரியராக அறிமுகம்.
139	எதிரொலி		27.06.1970	கே.ஆர்.விஜயா	கே.வி.மகாதேவன்	கே. பாலசந்தர்	நவரத்னா பிலிம்ஸ்	கே. பாலசந்தர் இயக்கிய ஒரே சிவாஜி படம்.
140	ராமன் எத்தனை ராமனடி	H	15.08.1970	கே.ஆர்.விஜயா	எம்.எஸ்.விஸ்வநாதன்	பி.மாதவன்	அருண்பிரசாத் மூவிஸ்	சத்ரபதி சிவாஜி வேடம்; நடிகர் திலகத்தின் வெற்றிப்படங்களின் காட்சித் தொகுப்பு
141	எங்கிருந்தோ வந்தாள்	H	29.10.1970	ஜெயலலிதா	எம்.எஸ்.விஸ்வநாதன்	ஏ.சி.திருலோகச்சந்தர்	சுஜாதா சினி ஆர்ட்ஸ்	கிலோனா ஹிந்திப்படத்தின் தமிழ் வடிவம்; துஷ்யந்தன் வேடம்.
142	சொர்க்கம்	H	29.10.1970	கே.ஆர்.விஜயா	எம்.எஸ்.விஸ்வநாதன்	டி.ஆர்.ராமண்ணா	ஸ்ரீவிநாயகா பிக்சர்ஸ்	ஜூலியஸ் சீசர் வேடம்.
143	பாதுகாப்பு		27.11.1970	ஜெயலலிதா	எம்.எஸ்.விஸ்வநாதன்	ஏ.பீம்சிங்	சன் பீம்ஸ்	Flashback உத்தி; கதை சொல்லப்பட்ட பாணியில் முதன்முதலாக Fast Forward Technique.
144	இருதுருவம்		14.01.1971	பத்மினி	எம்.எஸ்.விஸ்வநாதன்	எஸ்.ராமநாதன்	பி.எஸ்.வி.பிக்சர்ஸ்	கங்கா-ஜமுனா ஹிந்திப்படத்தின் தமிழ் வடிவம்.

எண்	படத்தின் பெயர்		வெளியான நாள்	நடிகர் திலகத்தின் ஜோடி	இசை	டைரக்ஷன்	தயாரிப்பு	குறிப்பு
145	தங்கைக்காக		06.02.1971	வெண்ணிற ஆடை நிர்மலா	எம்.எஸ்.விஸ்வநாதன்	டி.யோகானந்த்	ஜூபிடர்ஆர்ட்மூவிஸ்	லட்சுமி இரு வேடம்.
146	அருணோதயம்		05.03.1971	சரோஜாதேவி	கே.வி.மகாதேவன்	முக்தா சீனிவாசன்	முக்தாபிலிம்ஸ்	குடிப்பழக்கத்தின் தீமைகளை உணர்த்திய படம்.
147	குலமா குணமா	H	26.03.1971	பத்மினி	கே.வி.மகாதேவன்	கே.எஸ். கோபால கிருஷ்ணன்	ஆஸாம் ஆர்ட்ஸ்	கூட்டுக்குடும்ப முறையை உயர்த்திக் காட்டிய படம்.
148	பிராப்தம்		14.04.1971	சாவித்திரி	எம்.எஸ்.விஸ்வநாதன்	சாவித்திரி	ஸ்ரீ சாவித்திரி புரொடக்ஷன்ஸ்	தெலுங்கு மூக மனசுலுவின் தமிழ் வடிவம்.
149	சுமதி என் சுந்தரி		14.04.1971	ஜெயலலிதா	எம்.எஸ்.விஸ்வநாதன்	சி.வி.ராஜேந்திரன்	ராம்குமார் பிலிம்ஸ்	சிவாஜிக்கு முதன்முதலாக எஸ்.பி.பி யின் பின்னணிக்குரல்.
150	சவாலே சமாளி	H	03.07.1971	ஜெயலலிதா	எம்.எஸ்.விஸ்வநாதன்	மல்லியம் ராஜகோபால்	மல்லியம் புரொடக்ஷன்ஸ்	படம் முழுவதும் வேட்டி சட்டையில் சிவாஜி.
151	தேனும் பாலும்		22.07.1971	பத்மினி-சரோஜாதேவி	எம்.எஸ்.விஸ்வநாதன்	பி.மாதவன்	கஸ்தூரி பிலிம்ஸ்	பத்மினியும், சரோஜாதேவியும் இணைந்த ஒரே படம்.
152	மூன்று தெய்வங்கள்		14.08.1971	-	எம்.எஸ்.விஸ்வநாதன்	தாதாமிராஸி	ஸ்ரீ புவனேஸ்வரி மூவிஸ்	பிரம்மா, விஷ்ணு, சிவனாக நாகேஷ், சிவாஜி, முத்துராமன்; படம் முழுவதும் மூவரும் குறைந்த ஒப்பனையில் நடித்தனர்.
153	பாபு	H	18.10.1971	விஜயஸ்ரீ	எம்.எஸ்.விஸ்வநாதன்	ஏ.சி.திருலோகச்சந்தர்	சினிபாரத்	தன்னுடன் வெளியான பிரம்மாண்ட வண்ணப்படங்களை ஓரங்கட்டி, வெற்றிவாகை சூடிய கறுப்பு-வெள்ளைக்காவியம்.

எண்	படத்தின் பெயர்		வெளியான நாள்	நடிகர் திலகத்தின் ஜோடி	இசை	டைரக்ஷன்	தயாரிப்பு	குறிப்பு
154	ராஜா	H	26.01.1972	ஜெயலலிதா	எம்.எஸ்.விஸ்வநாதன்	சி.வி.ராஜேந்திரன்	சுஜாதா சினி ஆர்ட்ஸ்	டைட்டில் மியூசிக் தனி ரெக்கார்டாக வெளியாகி விற்பனையில் சாதனை செய்தது.
155	ஞானஒளி	H	11.03.1972	விஜயநிர்மலா	எம்.எஸ்.விஸ்வநாதன்	பி.மாதவன்	ஜெயார் மூவிஸ்	வியட்நாம் வீடு சுந்தரம் எழுதி இதே பெயரில் 100 முறைகளுக்கும் மேல் மேஜர் சுந்தர்ராஜனால் நடிக்கப்பட்ட நாடகம்.
156	பட்டிக்காடா பட்டணமா	S	06.05.1972	ஜெயலலிதா	எம்.எஸ்.விஸ்வநாதன்	பி.மாதவன்	அருண்பிரசாத் மூவிஸ்	ஒரு கோடி ரூபாய்க்கு மேல் வசூல் செய்து சாதனை புரிந்த ஒரே கறுப்பு-வெள்ளைக் காவியம்.
157.	தர்மம் எங்கே		15.07.1972	ஜெயலலிதா	எம்.எஸ்.விஸ்வநாதன்	ஏ.சி.திருலோகச்சந்தர்	சாந்தி பிலிம்ஸ்	25வது வண்ணப்படம்.
158.	தவப்புதல்வன்	H	26.08.1972	கே.ஆர்.விஜயா, சி.ஐ.டி.சகுந்தலா	எம்.எஸ்.விஸ்வநாதன்	முக்தா சீனிவாசன்	முக்தா பிலிம்ஸ்	Love is fine darling பாடல்; பாடியவர்: அஜீத்சிங் இந்திப் பாடல் PBS எழுதிப் பாடினார்.
159.	வசந்தமாளிகை	S	29.09.1972	வாணிஸ்ரீ	கே.வி.மகாதேவன்	கே.எஸ்.பிரகாஷ்ராவ்	விஜயா சுரேஷ் கம்பைன்ஸ்	காலத்தை வென்ற காதல் காவியம்; தெலுங்கு பிரேம்நகர் - தமிழ் வடிவம்.
160	நீதி	H	07.12.1972	ஜெயலலிதா	எம்.எஸ்.விஸ்வநாதன்	சி.வி.ராஜேந்திரன்	சுஜாதா சினி ஆர்ட்ஸ்	ஹிந்தி துஷ்மனின் தமிழ் வடிவம்.
161	பாரதவிலாஸ்	H	24.03.1973	கே.ஆர்.விஜயா	எம்.எஸ்.விஸ்வநாதன்	ஏ.சி.திருலோகச்சந்தர்	சினிபாரத்	தேசிய ஒருமைப்பாட்டை வலியுறுத்திய படம்.
162	ராஜராஜசோழன்	H	31.03.1973	விஜயகுமாரி	குன்னக்குடி வைத்தியநாதன்	ஏ.பி.நாகராஜன்	ஆனந்த் மூவிஸ்	தமிழின் முதல் சினிமாஸ்கோப் படம்

எண்	படத்தின் பெயர்		வெளியான நாள்	நடிகர் திலகத்தின் ஜோடி	இசை	டைரக்ஷன்	தயாரிப்பு	குறிப்பு
163	பொன்னூஞ்சல்		15.06.1973	உஷாநந்தினி	எம்.எஸ்.விஸ்வநாதன்	சி.வி.ராஜேந்திரன்	கோமதி சங்கர் பிக்சர்ஸ்	பாடல்கள் ரிக்கார்ட் விற்பனையில் சாதனை செய்தது.
164	எங்கள் தங்கராஜா	H	15.07.1973	மஞ்சுளா	கே.வி.மகாதேவன்	வி.பி.ராஜேந்திர பிரசாத்	ஜெகபதி ஆர்ட் பிக்சர்ஸ்	தெலுங்கு கடகடாலருத்ரய்யாவின் தமிழ் வடிவம்.
165	கௌரவம்	H	25.10.1973	பண்டரிபாய்-உஷாநந்தினி	எம்.எஸ்.விஸ்வநாதன்	வியட்நாம் வீடு சுந்தரம்	வியட்நாம் மூவிஸ்	இரு வேடம்; ஐந்தாம் ஜார்ஜ் மன்னர் தோற்றம்; கண்ணன் வருவான் மேடை நாடகத்தின் திரை வடிவம்.
166	மனிதரில் மாணிக்கம்		07.12.1973	-	எம்.எஸ்.விஸ்வநாதன்	சி.வி.ராஜேந்திரன்	வசந்த் மூவிஸ்	I will sing for you சூப்பர் ஹிட் பாடல்.
167	ராஜபார்ட் ரங்கதுரை	H	22.12.1973	உஷாநந்தினி	எம்.எஸ்.விஸ்வநாதன்	பி.மாதவன்	சித்ரமாலா கம்பைன்ஸ்	14 விதமான தோற்றங்கள்.
168	சிவகாமியின் செல்வன்		26.01.1974	வாணிஸ்ரீ-லதா	எம்.எஸ்.விஸ்வநாதன்	சி.வி.ராஜேந்திரன்	ஜெயந்தி பிலிம்ஸ்	இரு வேடம்; ஹிந்தி ஆராதனா வின் தமிழ் வடிவம்.
169	தாய்		07.03.1974	ஜெயலலிதா	எம்.எஸ்.விஸ்வநாதன்	டி.யோகானந்த்	பாபு மூவிஸ்	கடைசியாக நடித்த கறுப்பு-வெள்ளை காவியம். காமராஜரைப் பற்றிய பாடல்.
170	வாணி ராணி	H	12.04.1974	வாணிஸ்ரீ	கே.வி.மகாதேவன்	சாணக்யா & சி.வி.ராஜேந்திரன்	விஜயா புரொடக்ஷன்ஸ்	ஹிந்தி சீதா அவுர் கீதா வின் தமிழ் வடிவம். வாணிஸ்ரீ இரு வேடம்.
171	தங்கப்பதக்கம்	S	01.06.1974	கே.ஆர்.விஜயா	எம்.எஸ்.விஸ்வநாதன்	பி.மாதவன்	சிவாஜி புரொடக்ஷன்ஸ்	காவல் துறைக்கு பெருமை; சோ இரு வேடம்.
172	என் மகன்	H	21.08.1974	மஞ்சுளா	எம்.எஸ்.விஸ்வநாதன்	சி.வி.ராஜேந்திரன்	சுஜாதா சினி ஆர்ட்ஸ்	இரு வேடம்; ஹிந்தி பேனாம் படத்தின் தமிழ் வடிவம்.
173	அன்பைத்தேடி		13.11.1974	ஜெயலலிதா	எம்.எஸ்.விஸ்வநாதன்	முக்தா வி.சீனிவாசன்	முக்தா பிலிம்ஸ்	புத்தர் வேடம்.
174	மனிதனும் தெய்வமாகலாம்		11.01.1975	உஷாநந்தினி சௌகார் ஜானகி	குன்னக்குடி வைத்தியநாதன்	பி.மாதவன்	விஜய வேல் பிலிம்ஸ்	இரு வேடம்; சின்ன அண்ணாமலை தயாரிப்பு

எண்	படத்தின் பெயர்		வெளியான நாள்	நடிகர் திலகத்தின் ஜோடி	இசை	டைரக்ஷன்	தயாரிப்பு	குறிப்பு
175	அவன்தான்மனிதன்	H	11.04.1975	மஞ்சுளா,ஜெயலலிதா	எம்.எஸ்.விஸ்வநாதன்	ஏ.சி.திருலோகச்சுந்தர்	ராசிஎண்டர்பிரைசஸ்	சிங்கப்பூரில்பாடல்காட்சிகள் படமாக்கம்.
176	மன்னவன்வந்தானடி	H	02.08.1975	மஞ்சுளா	எம்.எஸ்.விஸ்வநாதன்	பி.மாதவன்	ஜேயார்மூவிஸ்	திருமலைநாயக்கர்தோற்றம்.
177	அன்பே ஆருயிரே		27.09.1975	மஞ்சுளா	எம்.எஸ்.விஸ்வநாதன்	ஏ.சி.திருலோகச்சுந்தர்	அமுதம்பிக்சர்ஸ்	கிருஷ்ணர்தோற்றம்.
178	வைரநெஞ்சம்		02.11.1975	பத்மப்பிரியா	எம்.எஸ்.விஸ்வநாதன்	ஸ்ரீதர்	சித்ராலயா	முதலில்வைக்கப்பட்ட பெயர் ஹீரோ72.
179	பாட்டர்சிவா		02.11.1975	மஞ்சுளா	எம்.எஸ்.விஸ்வநாதன்	ஏ.சி.திருலோகச்சுந்தர்	சினிபாரத்	தொழுநோயின்கொடுமைகளை களையமுயற்சித்தபடம்.
180	பாட்டும்பரதமும்		06.12.1975	ஜெயலலிதா,ஸ்ரீபிரியா	எம்.எஸ்.விஸ்வநாதன்	பி.மாதவன்	அருண்பிரசாத்மூவிஸ்	இரு வேடம்;சிவாஜி ஆடிய பலவகை நடனம்.
181	உனக்காகநான்		12.02.1976	லட்சுமி	எம்.எஸ்.விஸ்வநாதன்	சி.விராஜேந்திரன்	சுஜாதாசினிஆர்ட்ஸ்	ஜெமினி இணை;ஹிந்திநமக்ஹராம் படத்தின்தமிழ்வடிவம்.
182	கிரஹப்பிரவேசம்		10.04.1976	கே.ஆர்.விஜயா	எம்.எஸ்.விஸ்வநாதன்	டி.யோகானந்த்	பிராஸ்பரிட்டிபிக்சர்ஸ்	சிவகுமார்இணை.
183	சத்யம்		06.05.1976	தேவிகா	கே.வி.மகாதேவன்	எஸ்.ஏ.கண்ணன்	ஸ்ரீஷண்முகமணி பிலிம்ஸ்	கமலஹாசன் இணை.
184	உத்தமன்	S	26.06.1976	மஞ்சுளா	கே.வி.மகாதேவன்	வி.பி.ராஜேந்திர பிரசாத்	ஜெகபதி ஆர்ட் பிக்சர்ஸ்	சூப்பர்ஹிட் பாடல்கள்.76ன் வசூல் சாதனை
185	சித்ராபௌர்ணமி		22.10.1976	ஜெயலலிதா	எம்.எஸ்.விஸ்வநாதன்	பி.மாதவன்	ஸ்ரீபுவனேஸ்வரி மூவிஸ்	ஆக்ஷன்ஹீரோவேடம்.
186	ரோஜாவின்ராஜா		25.12.1976	வாணிஸ்ரீ	எம்.எஸ்.விஸ்வநாதன்	கே.விஜயன்	என்.வி.ஆர்.பிக்சர்ஸ்	சாம்ராட் அசோகன் ஓரங்க நாடகம்; சோமூன்றுவேடம்.

எண்	படத்தின் பெயர்		வெளியான நாள்	நடிகர் திலகத்தின் ஜோடி	இசை	டைரக்ஷன்	தயாரிப்பு	குறிப்பு
187	அவன்ஒருசரித்திரம்		14.01.1977	மஞ்சுளா	எம்.எஸ்.விஸ்வநாதன்	கே.எஸ்.பிரகாஷ்ராவ்	கோமதிசங்கர்பிக்சர்ஸ்	தமிழக அரசின் வரி விலக்கு. 20 அம்ச திட்டத்தை வலியுறுத்தியபடம்.
188	தீபம்	H	26.01.1977	சுஜாதா	இளையராஜா	கே.விஜயன்	சுஜாதாசினிஆர்ட்ஸ்	மலையாள தீக்கனல் படத்தின் தமிழ்வடிவம்.
189	இளையதலைமுறை		12.05.1977	வாணிஸ்ரீ	எம்.எஸ்.விஸ்வநாதன்	கிருஷ்ணன்-பஞ்சு	யோகசித்ரா	நீண்ட இடைவெளிக்குப்பின் கிருஷ்ணன்-பஞ்சு.
190	நாம்பிறந்தமண்		07.10.1977	கே.ஆர்.விஜயா	எம்.எஸ்.விஸ்வநாதன்	ஏ.வின்சென்ட்	விஜயாஆர்ட்ஸ்	ஜெமினி,கமல் இணை; தமிழக அரசு விருது.
191	அண்ணன்ஒருகோவில்	H	10.1.1977	சுஜாதா	எம்.எஸ்.விஸ்வநாதன்	கே.விஜயன்	சிவாஜிபுரொடக்ஷன்ஸ்	அண்ணன்-தங்கைப்பாசம்.
192	அந்தமான்காதலி	H	26.01.1978	சுஜாதா	எம்.எஸ்.விஸ்வநாதன்	முக்தாவிசீனிவாசன்	முக்தாபிலிம்ஸ்	அந்தமானில் படமாக்கப் பட்ட முதல் தமிழ்ப்படம்.
193	தியாகம்	S	4.03.1978	லட்சுமி	இளையராஜா	கே.விஜயன்	சுஜாதாசினிஆர்ட்ஸ்	சூப்பர்ஹிட் பாடல்கள்.
194	என்னைப்போல்ஒருவன்		18.03.1978	சாரதா-உஷாநந்தினி	எம்.எஸ்.விஸ்வநாதன்	டிஆர்.ராமண்ணா	ஸ்ரீவிநாயகாபிக்சர்ஸ்	இரு வேடம்.
195	புண்ணியபூமி		12.05.1978	வாணிஸ்ரீ	எம்.எஸ்.விஸ்வநாதன்	கே.விஜயன்	என்.வி.ஆர்.பிக்சர்ஸ்	இரு வேடம்; ஹிந்திமதர் இந்தியாவின் தமிழ்வடிவம்.
196	ஜெனரல்சக்கரவர்த்தி	H	25.05.1978	கே.ஆர்.விஜயா	எம்.எஸ்.விஸ்வநாதன்	டியோகானந்த்	விஜயவேல்பிலிம்ஸ்	இராணுவ அதிகாரி தோற்றம்.
197	தச்சோளிஅம்பு (மலையாளம்)	H	27.10.1978		கேராகவன்	அப்பச்சன்	நவோதயா	மலையாளத்தின் முதல் சினிமாஸ்கோப் படம்.

எண்	படத்தின் பெயர்		வெளியான நாள்	நடிகர் திலகத்தின் ஜோடி	இசை	டைரக்ஷன்	தயாரிப்பு	குறிப்பு
198	பைலட்பிரேம்நாத்	S	30.10.1978	மாலினிபொன்சேகா	எம்.எஸ்.விஸ்வநாதன்	ஏ.சி.திருலோகச்சந்தர்	சினிஇந்தியா புரொடக்ஷன்ஸ்	இந்திய-இலங்கைக் கூட்டுத்தயாரிப்பு இலங்கையில்தொடர்ந்து1000 நாட்களுக்கு மேல் ஓடியது.
199	ஜஸ்டிஸ்கோபிநாத்		16.12.1978	கே.ஆர்.விஜயா	எம்.எஸ்.விஸ்வநாதன்	டி.யோகானந்த்	வள்ளிமணாளன் பிக்சர்ஸ்	ரஜினிகாந்த் இணை.
200	திரிசூலம்	S	27.01.1979	கே.ஆர்.விஜயா ஸ்ரீபிரியா,ரீனா	எம்.எஸ்.விஸ்வநாதன்	கே.விஜயன்	சிவாஜி புரொடக்ஷன்ஸ்	மூன்றுவேடம்;வசூலில் முந்தைய சாதனைகள் அனைத்தையும் உடைத்தபடம்.
201	கவரிமான்		06.04.1979	பிரமிளா	இளையராஜா	எஸ்.பி.முத்துராமன்	ராஜண்ணா எண்டர்பிரைசஸ்	ஏ சான்றிதழ் பெற்ற முதல் சிவாஜி படம்
202	நல்லதொரு குடும்பம்		03.05.1979	வாணிஸ்ரீ	இளையராஜா	கே.விஜயன்	சுஜாதாசினிஆர்ட்ஸ்	ஹிட்பாடல்கள்.
203	இமயம்		21.07.1979	ஸ்ரீவித்யா	எம்.எஸ்.விஸ்வநாதன்	முக்தாவி.சீனிவாசன்	முக்தாபிலிம்ஸ்	நேபாளத்தில் படமாக்கப்பட்டது.
204	நான்வாழவைப்பேன்	H	10.08.1979	கே.ஆர்.விஜயா	இளையராஜா	டி.யோகானந்த்	அசோகாபிரதர்ஸ்	ஹிந்திமஜ்பூரின் தமிழ் வடிவம்; ரஜினிகாந்த்சிறிய வேடத்தில் நடித்தது அவருக்கு திருப்புமுனை
205	பட்டாக்கத்திபைரவன்	H	19.10.1979	ஜெகார்ஜானகி ஜெயசுதா	இளையராஜா	V.B.ராஜேந்திரபிரசாத்	ஜெகபதி ஆர்ட்பிக்சர்ஸ்	அம்மா செண்டிமெண்டிற்கு எதிராக நடித்த ஒரே படம்.
206	வெற்றிக்கு ஒருவன்		08.12.1979	ஸ்ரீபிரியா	இளையராஜா	எஸ்.பி.முத்துராமன்	விஜயபாஸ்கர்பிலிம்ஸ்	ஹிட்பாடல்கள்.
207	ரிஷிமூலம்	H	26.01.1980	கே.ஆர்.விஜயா	இளையராஜா	எஸ்.பி.முத்துராமன்	எஸ்.எஸ்.கே.பிலிம்ஸ்	நாடகத்தின் திரைவடிவம்
208	தர்மராஜா		26.04.1980	கே.ஆர்.விஜயா	எம்.எஸ்.விஸ்வநாதன்	எம்.ஏ.திருமுகம்	விஜயவேல்பிலிம்ஸ்	பெரும்பகுதி ஜப்பானில் படமாக்கப்பட்டது.

என்	படத்தின் பெயர்		வெளியான நாள்	நடிகர் திலகத்தின் ஜோடி	இசை	டைரக்ஷன்	தயாரிப்பு	குறிப்பு
209	எமனுக்கு எமன்		16.05.1980	ஸ்ரீப்ரியா	சக்கரவர்த்தி	டி.யோகானந்த்	லட்சுமி நரசிம்மா பிக்சர்ஸ்	இரு வேடம்; எமதர்மராஜன் தோற்றம்.
210	ரத்தபாசம்		14.06.1980	ஸ்ரீப்ரியா புஷ்பலதா	எம்.எஸ்.விஸ்வநாதன்	கே.விஜயன்-சிவாஜி கணேசன்	சிவாஜி புரொடக்ஷன்ஸ்	மூன்று வேடங்களில் நடித்த படம்- வெளிப்புறப் படப்பிடிப்பு அனைத்தும் வெளிநாடுகளில் படமாக்கப்பட்டது.
211	விஸ்வரூபம்	H	06.11.1980	சுஜாதா, ஸ்ரீதேவி	எம்.எஸ்.விஸ்வநாதன்	ஏ.சி.திருலோகச்சந்தர்	பத்மாலயா பிக்சர்ஸ்	இரு வேடம்.
212	மோகனப் புன்னகை		14.01.1981	ஜெயபாரதி, பத்மப்பிரியா, அனுராதா	எம்.எஸ்.விஸ்வநாதன்	ஸ்ரீதர்	சாரதி மோஷன் பிக்சர்ஸ்	ஸ்டில்ஸ் சாரதி தயாரித்த படம்
213	சத்திய சுந்தரம்	H	21.02.1981	கே.ஆர்.விஜயா	எம்.எஸ்.விஸ்வநாதன்	கே.எஸ்.ராவ்	பாலகிருஷ்ணா புரொடக்ஷன்ஸ்	கணவன்-மனைவி ஒற்றுமையை வலியுறுத்திய படம்.
214	அமர காவியம்		24.04.1981	ஸ்ரீப்ரியா	எம்.எஸ்.விஸ்வநாதன்	அமிர்தம்	விஸ்வநாதன் கம்பைன்ஸ்	எம்.எஸ்.வி.தயாரிப்பு. ஹிந்தி முக்காதர்கா சிகந்தர் படத்தின் தமிழ் வடிவம்.
215	கல்தூண்	H	01.05.1981	கே.ஆர்.விஜயா	எம்.எஸ்.விஸ்வநாதன்	மேஜர் சுந்தரராஜன்	எஸ்.எஸ்.கே.பிலிம்ஸ்	கதாசிரியர் விஜய கிருஷ்ணராஜின் மேடை நாடகத்தின் திரைவடிவம்; மேஜர் இயக்குநராக அறிமுகம்.
216	லாரி டிரைவர் ராஜாக்கண்ணு		03.07.1981	ஸ்ரீப்ரியா	எம்.எஸ்.விஸ்வநாதன்	ஏ.சி.திருலோகச்சந்தர்	ராஜமஹாலட்சுமி ஆர்ட்ஸ்	தெலுங்கு டிரைவர் ராமுடுவின் தமிழ் வடிவம்.
217	மாடி வீட்டு ஏழை		22.08.1981	சுஜாதா, ஸ்ரீப்ரியா	எம்.எஸ்.விஸ்வநாதன்	அமிர்தம்	பூம்புகார் பிக்சர்ஸ்	தெலுங்கு ஏடன்ஸ்தலுமேட படத்தின் தமிழ் வடிவம். 18 ஆண்டுகளுக்குபின் கலைஞர் வசனம்.
218	கீழ்வானம் சிவக்கும்	H	26.10.1981		எம்.எஸ்.விஸ்வநாதன்	முக்தா வி.சீனிவாசன்	முக்தா பிலிம்ஸ்	நாடகத்தின் திரை வடிவம்.

எண்	படத்தின் பெயர்		வெளியான நாள்	நடிகர் திலகத்தின் ஜோடி	இசை	டைரக்ஷன்	தயாரிப்பு	குறிப்பு
219	ஹிட்லர்உமாநாத்		26.01.1982	கே.ஆர்.விஜயா	எம்.எஸ்.விஸ்வநாதன்	பி.மாதவன்	பிவிடி.புரொடக்ஷன்ஸ்	வித்தியாசமானவேடம்.
220	ஊருக்கு ஒருபிள்ளை		05.02.1982	கே.ஆர்.விஜயா, ஸ்ரீபிரியா	எம்.எஸ்.விஸ்வநாதன்	டி.யோகானந்த்	ஸ்ரீகோமதிசங்கர் பிலிம்ஸ்	கவிஞர் முத்துலிங்கம்பாடல்கள்.
221	வாகண்ணவா	H	06.02.1982	சுஜாதா	எம்.எஸ்.விஸ்வநாதன்	டி.யோகானந்த்	சிவாஜிபுரொடக்ஷன்ஸ்	தெலுங்குராராகிருஷ்ணய்யாவின் தமிழ்வடிவம்.
222	கருடாசௌக்கியமா		25.02.1982	சுஜாதா	எம்.எஸ்.விஸ்வநாதன்	கே.எஸ்.பிரகாஷ்ராவ்	ரேவதிகம்பைன்ஸ்	Anti Hero Role.
223	சங்கிலி		14.04.1982	ஸ்ரீபிரியா	எம்.எஸ்.விஸ்வநாதன்	சி.வி.ராஜேந்திரன்	அருண்சுஜாதா கம்பைன்ஸ்	இரு வேடம். பிரபு அறிமுகம்.
224	வசந்தத்தில்ஓர்நாள்		07.05.1982	ஸ்ரீபிரியா	எம்.எஸ்.விஸ்வநாதன்	ஏ.சி.திருலோகச்சந்தர்	வீனஸ்ஆர்ட்ஸ்	ஹிந்திமாசும்படத்தின்தமிழ்வடிவம்.
225	தீர்ப்பு	S	21.05.1982	சுஜாதா	எம்.எஸ்.விஸ்வநாதன்	ஆர்.கிருஷ்ணமூர்த்தி	சுஜாதாசினிஆர்ட்ஸ்	விஜயகுமார், சரத்பாபு இணை.
226	நிவுருகப்பின்நீப்பு (தெலுங்கு)	H	12.9.1982		சக்கரவர்த்தி	பி.சந்திரசேகரரெட்டி		மிஸ்டர் மகேந்திரா என்ற பெயரில் தமிழ்ப்பிங். கிருஷ்ணா இணை.
227	தியாகி		03.09.1982	சுஜாதா,ஸ்ரீபிரியா	எம்.எஸ்.விஸ்வநாதன்	சி.வி.ராஜேந்திரன்	பத்மாலயாபிக்சர்ஸ்	இரு வேடம்.
228	துணை		01.10.1982		சங்கர்கணேஷ்	துரை	பிரகாஷ்பிக்சர்ஸ்	பிறந்தநாளன்றுவெளியான ஒரே படம்
229	பரீட்சைக்கு நேரமாச்சு		14.11.1982	சுஜாதா	எம்.எஸ்.விஸ்வநாதன்	முக்தாவிசீனிவாசன்	முக்தாபிலிம்ஸ்	UAA குழுவினரின் மேடை நாடகத்தின் திரைவடிவம்.
230	ஊரும்உறவும்		14.11.1982	கே.ஆர்.விஜயா	சங்கர்கணேஷ்	மேஜர்சுந்தர்ராஜன்	ராஜமகாலட்சுமிஆர்ட்ஸ்	கிராமங்களில்மருத்துவர்கள் சேவையைவலியுறுத்தியபடம்.
231	நெஞ்சங்கள்		10.12.1982	லட்சுமி	சங்கர்கணேஷ்	மேஜர்சுந்தர்ராஜன்	வனிதாபிலிம் புரொடக்ஷன்ஸ்	குழந்தைநட்சத்திரமாகமீனா அறிமுகம்.

எண்	படத்தின் பெயர்		வெளியான நாள்	நடிகர் திலகத்தின் ஜோடி	இசை	டைரக்ஷன்	தயாரிப்பு	குறிப்பு
232	பெஜவாடப்புலி (தெலுங்கு)		14.01.1983	சௌகார் ஜானகி	சக்கரவர்த்தி	விஜயநிர்மலா		கிருஷ்ணா இணை.
233	நீதிபதி	S	26.01.1983	கே. ஆர். விஜயா சுஜாதா	கங்கை அமரன்	ஆர்.கிருஷ்ணமூர்த்தி	சுஜாதா சினி ஆர்ட்ஸ்	ஹிட் பாடல்கள்.
234	இமைகள்		12.04.1983	-	கங்கை அமரன்	ஆர்.கிருஷ்ணமூர்த்தி	விவேகானந்தா பிக்சர்ஸ்	வினு சக்கரவர்த்தி கதை
235	சந்திப்பு	S	16.06.1983	சுஜாதா-ஸ்ரீதேவி	எம்.எஸ்.விஸ்வநாதன்	சி.வி.ராஜேந்திரன்	சிவாஜி புரொடக்ஷன்ஸ்	இரு வேடம்; 7 வாரங்களில் 1 கோடி வசூல் செய்த முதல் தமிழ்ப்படம்.
236	சுமங்கலி		12.08.1983	சுஜாதா, கீதா	எம்.எஸ்.விஸ்வநாதன்	டி.யோகானந்த்	அலங்கார் பிலிம்ஸ்	ஹிந்தி ஆய்னாவின் தமிழ் வடிவம்.
237	மிருதங்கச்சக்கரவர்த்தி	H	24.09.1983	கே.ஆர்.விஜயா	எம்.எஸ்.விஸ்வநாதன்	கே.சங்கர்	பைரவி பிலிம்ஸ்	செம்மங்குடி பாராட்டு; உமையாள்புரம் சிவராமனின் மிருதங்க வாசிப்பு .
238	வெள்ளை ரோஜா	H	01.11.1983	-	இளையராஜா	ஏ.ஜெகந்நாதன்	பிலிம்கோ	ஜோடியில்லாமல் இரு வேடம்.
239	திருப்பம்	H	14.01.1984	சுஜாதா	எம்.எஸ்.விஸ்வநாதன்	ஆர்.கிருஷ்ணமூர்த்தி	கே.ஆர்.ஜி. பிலிம்ஸ் சர்க்யூட்	கே.ஆர்.ஜி. தயாரிப்பு
240	சிரஞ்சீவி		17.02.1984	-	எம்.எஸ்.விஸ்வநாதன்	கே.சங்கர்	குருராம் மூவிஸ்	கப்பலிலேயே படமாக்கப்பட்ட முதல் படம்.
241	தராசு		16.03.1984	கே.ஆர்.விஜயா	எம்.எஸ்.விஸ்வநாதன்	ஜி.கனகசபை	ராஜகணபதி பிலிம்ஸ்	கதாசிரியர் புரட்சிதாசன் சிவாஜியுடன் இணைந்த ஒரே படம்.
242	வாழ்க்கை	H	14.04.1984	அம்பிகா	இளையராஜா	சி.வி.ராஜேந்திரன்	காயத்ரி பிலிம்ஸ்	ஹிந்தி "அவதார்" ன் தமிழ் வடிவம்.
243	சரித்திர நாயகன்		26.05.1984	-	எம்.எஸ்.விஸ்வநாதன்	டி.யோகானந்த்	ராமகிருஷ்ணா சினி ஸ்டுடியோஸ்	N.T.R. தயாரிப்பு.

426

K. சந்திரசேகரன்

எண்	படத்தின் பெயர்		வெளியான நாள்	நடிகர் திலகத்தின் ஜோடி	இசை	டைரக்ஷன்	தயாரிப்பு	குறிப்பு
244	சிம்மசொப்பனம்		30.06.1984	கே.ஆர்.விஜயா	கே.விமகாதேவன்	எஸ்.எஸ்.கருப்பசாமி-கிருஷ்ணா	எஸ்.எஸ்.கே.பிலிம்ஸ்	உழைக்கும்தொழிலாளர்களுக்காக குரல்கொடுத்தபடம்.
245	எழுதாதசட்டங்கள்		15.08.1984	–	இளையராஜா	கே.சங்கர்	சிவசங்கர் கிரியேஷன்ஸ்	இயக்குநர்சங்கர்தயாரிப்பு.
246	இருமேதைகள்		14.09.1984	சரிதா	எம்.எஸ்.விஸ்வநாதன்	முக்தாவிசீனிவாசன்	முக்தாபிலிம்ஸ்	பிரபு இணை.
247	தாவணிக்கனவுகள்	H	14.09.1984		இளையராஜா	கே.பாக்கியராஜ்	பிரவீணாபிலிம் சர்க்யூட்	நேதாஜி சுபாஷ்சந்திரபோஸ்தோற்றம்.
248	வம்சவிளக்கு		23.10.1984		கங்கை அமரன்	ஆர்.கிருஷ்ணமூர்த்தி	ரத்னாமூவிஸ்	ஹிந்தி விதாதாவின்தமிழ்வடிவம்; பிரபு இருவேடம்.
249	பந்தம்	H	26.01.1985		சங்கர்கணேஷ்	கே.விஜயன்	சுஜாதாசினிஆர்ட்ஸ்	குழந்தை நட்சத்திரமாக பேபி ஷாலினி; ஹிந்தி நடிகை காஜல்கிரண் சிவாஜியுடன்நடித்தபடம்.
250	நாம்இருவர்		08.03.1985		கங்கை அமரன்	ஆர்.கிருஷ்ணமூர்த்தி	ஏ.வி.எம் புரொடக்ஷன்ஸ்	பிரபு இணை.
251	படிக்காதபண்ணையார்		23.03.1985		இளையராஜா	கே.எஸ்.கோபால கிருஷ்ணன்	கற்பகலட்சுமிபிக்சர்ஸ்	1967ல்வெளியானகண்கண்ட தெய்வம்படத்தின்மறுவடிவம்.
252	நீதியின்நிழல்		13.04.1985		சங்கர்கணேஷ்	பாரதி-வாசு	சிவாஜிபுரொடக்ஷன்ஸ்	பிரபு இணை; இயக்குநர் சந்தான பாரதி-பிவாசுவுடன் இணைந்து இயக்கினார்.
253	நேர்மை		03.05.1985	சுஜாதா	எம்.எஸ்.விஸ்வநாதன்	ஆர்.கிருஷ்ணமூர்த்தி	கே.ஆர்.ஜி.பிலிம்ஸ் சர்க்யூட்	கல்லூரிப்பேராசிரியர்வேடம்.

எண்	படத்தின் பெயர்		வெளியான நாள்	நடிகர் திலகத்தின் ஜோடி	இசை	டைரக்ஷன்	தயாரிப்பு	குறிப்பு
254	முதல்மரியாதை	S	15.08.1985	வடிவுக்கரசி-ராதா	இளையராஜா	பாரதிராஜா	மனோஜ்கிரியேஷன்ஸ்	முதுமைக் காதலை மையமாகக் கொண்டபடம்.
255	ராஜரிஷி		20.09.1985	லட்சுமி	இளையராஜா	கே.சங்கர்	வைரவிபிலிம்ஸ்	விஸ்வாமித்ரர் வேடம்;R.S மனோகரின் விஸ்வாமித்திரர் நாடகத்தின் திரை வடிவம்.
256	படிக்காதவன்	S	11.11.1985	வடிவுக்கரசி	இளையராஜா	ராஜசேகர்	ஸ்ரீஈஸ்வரி புரொடக்ஷன்ஸ்	ரஜினி இணை.
257	சாதனை	H	10.01.1986	கே.ஆர்.விஜயா	இளையராஜா	ஏ.ஸ்.பிரகாசம்	பிரகாஷ் புரொடக்ஷன்ஸ்	நடிகர் திலகம் திரைப்பட இயக்குநராக நடித்த படம்.
258	மருமகள்	H	26.01.1986		சந்திரபோஸ்	கார்த்திக்ரகுநாத்	சுஜாதா சினிஆர்ட்ஸ்	படுத்துக்கொண்டே நடித்த படம்.
259	ஆனந்தக்கண்ணீர்		07.03.1986	லட்சுமி	சங்கர்கணேஷ்	கே.விஜயன்	சிவாஜிபுரொடக்ஷன்ஸ்	மீண்டும் பிராமணர் வேடம்; கதாசிரியர் பரத் அறிமுகம்.
260	விடுதலை		11.04.1986		சந்திரபோஸ்	கே.விஜயன்	சுஜாதா சினிஆர்ட்ஸ்	ஹிந்தி குர்பானியின் தமிழ் வடிவம் ரஜினி இணை.
261	தாய்க்கு ஒரு தாலாட்டு		16.07.1986	பத்மினி	இளையராஜா	பாலச்சந்திரமேனன்	கே.ஆர்.ஜிபிலிம்ஸ் சர்க்யூட்	நீண்ட இடைவெளிக்குப்பின் சிவாஜி-பத்மினி.
262	லட்சுமிவந்தாச்சு		01.11.1986	பத்மினி	ரவீந்திரன்	ராஜசேகர்	ஏஸ்சினிஆர்ட்ஸ்	ஹிந்தி குப்சூரத்தின் தமிழ் வடிவம்.
263	மண்ணுக்குள்வைரம்		12.12.1986	சுஜாதா	தேவேந்திரன்	மனோஜ்குமார்	மதர்லேண்ட்பிக்சர்ஸ்	கோவைத்தம்பி தயாரிப்பு.
264	ராஜமரியாதை		14.01.1987		சங்கர்கணேஷ்	கார்த்திக்ரகுநாத்	செய்சர்கிரியேஷன்ஸ்	கார்த்திக் இணை.
265	குடும்பம் ஒரு கோவில்		26.01.1987	லட்சுமி	எம்.ரங்கராவ்	ஏ.சி.திருலோகச்சந்தர்	சுஜாதா சினிஆர்ட்ஸ்	கர் ஏக் மந்திர் படத்தின் தழுவல்.
266	முத்துக்கள்மூன்று		06.03.1987		டி.ராஜேந்தர்	ஏ.ஜெகந்நாதன்	பத்மம்புரொடக்ஷன்ஸ்	கிறிஸ்துவர் வேடம்.

எண்	படத்தின் பெயர்		வெளியான நாள்	நடிகர் திலகத்தின் ஜோடி	இசை	டைரக்ஷன்	தயாரிப்பு	குறிப்பு
267	வீரபாண்டியன்		14.04.1987	சுமித்ரா	சங்கர்கணேஷ்	கார்த்திக்ரகுநாத்	பிரகாஷ்பிக்சர்ஸ்	விஜயகாந்த்இணை.
268	விஸ்வநாதநாயக்குடு (தெலுங்கு)	H	01.05.1987	கே.ஆர்விஜயா	எஸ்ராஜேஸ்வரன்	தாசிநாராயணராவ்	விஜயமாதவிபிக்சர்ஸ்	கிருஷ்ணாஇணை.
269	அன்புள்ளஅப்பா		16.05.1987		சங்கர்கணேஷ்	ஏ.சி.திருலோகச்சந்தர்	ஏ.விஎம்புரொடக்ஷன்ஸ்	மகளாகநதியா.
270	அக்னிபுத்ருடு (தெலுங்கு)	H	14.08.1987		சக்கரவர்த்தி	கே.ராகவேந்திரராவ்		நாகார்ஜுனாஇணை.
271	ஜல்லிக்கட்டு	H	28.08.1987		இளையராஜா	மணிவண்ணன்	சீதாலட்சுமிஆர்ட்பிலிம்ஸ்	சத்யராஜ்இணை.
272	கிருஷ்ணன்வந்தான்		28.08.1987	கே.ஆர்.விஜயா	இளையராஜா	கே.விஜயன்	எஸ்.எஸ்.எஸ். புரொடக்ஷன்ஸ்	தேங்காய்சீனிவாசன்தயாரிப்பு. அவரதுமேடைநாடகத்தின் திரைவடிவம்.
273	தாம்பத்யம்		20.11.1987	அம்பிகா,ராதா	மனோஜ்கியான்	கே.விஜயன்	கல்யாணிசினிஆர்ட்ஸ்	அம்பிகா,ராதா இருவரும் இணைந்து நடித்தஒரேசிவாஜிபடம்.
274	என்தமிழ்என்மக்கள்		02.09.1988	வடிவுக்கரசி	கங்கைஅமரன்	சந்தானபாரதி	சிவாஜிபிலிம்ஸ்பிலிட்	சிவாஜிதனிக்கட்சிதொடங்கியபின் வெளியானமுதல்படம்.
275	புதியவானம்	H	10.12.1988	-	ஹம்சலேகா	ஆர்.வி.உதயகுமார்	சத்யாமூவிஸ்	RMV தயாரிப்பு,சத்யராஜ்இணை.
276	ஞானப்பறவை		11.01.1991	மனோரமா	எம்எஸ்விஸ்வநாதன்	வியட்நாம்வீடுசுந்தரம்	யாகவாபுரொடக்ஷன்ஸ்	யாகவாமுனிவர்வேடம்.
277	நாங்கள்		13.03.1992	ஸ்ரீவித்யா	இளையராஜா	ஹசன்	ஆரிஃபா புரொடக்ஷன்ஸ்	ஹிந்திநடிகைராமாயணம்புகழ் தீபிகாநடித்தஒரேதமிழ்படம்.
278	சின்னமருமகள்		23.05.1992	வடிவுக்கரசி	ஸ்ரீரஜ்	பிரசாந்த்குமார்	கேயார்எண்டர்பிரைசஸ்	படம்முழுவதும்பார்வையற்றவராக சிவாஜி.

எண்	படத்தின் பெயர்		வெளியான நாள்	நடிகர் திலகத்தின் ஜோடி	இசை	டைரக்ஷன்	தயாரிப்பு	குறிப்பு
279	முதல் குரல் (நல்ல தீர்ப்பு)		14.08.1992		சந்திரபோஸ்	வி.சி.குகநாதன்	ஆனந்த் & ஆனந்த்	அர்ஜீன் இணை, சந்திரபோஸ் இசையில் 100வது படம்.
280	தேவர் மகன்	S	25.10.1992		இளையராஜா	பரதன்	ராஜ்கமல் பிலிம்ஸ் இண்டர்நேஷனல்	சிறந்த குணசித்ர நடிகருக்கான தேசிய விருது சிவாஜிக்கு கிடைத்தது.
281	பாரம்பரியம்		13.11.1993	சரோஜாதேவி	சங்கர் கணேஷ்	மனோபாலா	சசிவர்ணம் பிலிம்ஸ்	நீண்ட இடைவெளிக்குப்பின் சிவாஜியுடன் சரோஜா தேவி.
282	பசும்பொன்		14.04.1995		வித்யாசாகர்	பாரதிராஜா	ஆனந்தி பிலிம்ஸ்	பிரபு இணை.
283	ஒரு யாத்ரா மொழி (மலையாளம்)	H	19.08.1996		இளையராஜா	பிரதாப் போத்தன்	அனுக்ரஹா சினி ஆர்ட்ஸ்	மோகன்லால் இணை.
284	ஒன்ஸ்மோர்	H	04.07.1997	சரோஜாதேவி	தேவா	எஸ்.ஏ.சந்திரசேகரன்	ஸ்ரீ கணேஷ் விஷன்	விஜய் இணை; சிம்ரன் அறிமுகம்.
285	என் ஆச ராசாவே		28.08.1998	ராதிகா	தேவா	கஸ்தூரிராஜா	பிரமிட் பிலிம்ஸ் இண்டர்நேஷனல்	தேவராட்டக்கலைஞர் வேடம்.
286	மன்னவரு சின்னவரு		15.01.1999	கே.ஆர்.விஜயா	கீதப்பிரியன்	பி.என்.ராம்சந்தர்	கலைப்புலி எஸ்.தாணு	இப்படத்தில் இடம்பெற்ற தோற்றம் தான் சிவாஜி அஞ்சல் தலையிலும் இடம் பெற்றது; அர்ஜீன் 100வது படம்.
287	படையப்பா	S	10.04.1999	லட்சுமி	ஏ.ஆர்.ரஹ்மான்	கே.எஸ்.ரவிக்குமார்	அருணாச்சலா சினி கிரியேஷன்ஸ்	மீண்டும் சிவாஜி-ரஜினி இணை; 86 திரையரங்குகளில் 100 நாள்.
288	பூப்பறிக்க வருகிறோம்		17.09.1999		வித்யாசாகர்	ஏ.வெங்கடேஷ்	ஐஸ்வர்யா பிலிம் மேக்கர்ஸ்	அஜய் அறிமுகம்.

H - HUNDRED DAYS (100 நாட்கள்)

S - SILVER JUBILEE (175 நாட்கள்)

கௌரவ வேடத்தில் நடித்த படங்கள் (தமிழ்)

எண்	படத்தின் பெயர்	வெளியான நாள்	நடிகர் திலகத்தின் ஜோடி	இசை	டைரக்ஷன்	தயாரிப்பு	குறிப்பு
1	மர்மவீரன்	03.08.1956		எஸ்.வேதா	டிஆர்.ரகுநாத்	ஜுபிலிபிலிம்ஸ்	ஜெமினி, என்டிஆர் கௌரவவேடம்.
2	தாயைப்போலபிள்ளை நூலைப்போலசேலை	14.04.1956		கே.வி. மகாதேவன்	கே.சோமு	ஸ்ரீலட்சுமிபிக்சர்ஸ்	பொற்கைப்பாண்டியன்வேடம்.
3	குழந்தைகள்கண்ட குடியரசு	29.07.1960		டிஜி.லிங்கப்பா	பி.ஆர்.பந்துலு	பத்மினிபிக்சர்ஸ்	முதியவிஞ்ஞானிவேடம்.
4	தாயே உனக்காக	26.08.1966	பத்மினி	கே.விமகாதேவன்	பிபுல்லையா	ஸ்ரீகமலாலயம்	ராணுவஅதிகாரிவேடம்.
5	சினிமாப்பைத்தியம்	31.01.1975		சங்கர்-கணேஷ்	முக்தாசீனிவாசன்	ஏ.எஸ்.எஸ்.புரொடக்ஷன்ஸ்	வீரன்வாஞ்சிநாதன்வேடம்.
6	நட்சத்திரம்	12.04.1980	ஸ்ரீபிரியா	சங்கர்-கணேஷ்	தாசிநாராயணராவ்	ஸ்ரீசாமுண்டேஸ்வரி	கமல், ரஜினிகௌரவவேடம்.
7	உருவங்கள்மாறலாம்	14.01.1983		எஸ்.வி.ரமணன்	எஸ்.வி.ரமணன்	ஆர்3மூவிமேக்கர்ஸ்	மனிதஉருவில்கடவுள்வேடம்.

கௌரவ வேடத்தில் நடித்த படங்கள் (தெலுங்கு)

எண்	படத்தின் பெயர்	வெளியான நாள்	நடிகர் திலகத்தின் ஜோடி	இசை	டைரக்ஷன்	தயாரிப்பு	குறிப்பு
1	பில்லலுதெச்சின செல்லனி ராஜ்யம்	01.07.1960		டிஜி.லிங்கப்பா	பி.ஆர்.பந்துலு	பத்மினிபிக்சர்ஸ்	குழந்தைகள்கண்டகுடியரசுபடத்தின் தெலுங்குவடிவம்.
2	ராமதாசு	23.12.1964			வி.நாகையா		இலட்சுமணன்வேடம்.
3	பங்காருபாபு	15.03.1973		கே.வி.மகாதேவன்	V.B. ராஜேந்திரபிரசாத்	ஜெகபதிஆர்ட்பிக்சர்ஸ்	நாகேஸ்வரராவ்கதாநாயகன்.
4	பக்ததுக்காராம்	05.07.1973		ஆதிநாராயணராவ்	V. மதுசூதன ராவ்	அஞ்சலி பிக்சர்ஸ்	சத்ரபதிசிவாஜிவேடம்.
5	ஜீவனதீலு	12.08.1977		சக்கரவர்த்தி	G.C. சேகர்	பாரதபிக்சர்ஸ்	
6	சாணக்கியசந்திரகுப்தா	25.08.1977			என்டிராமராவ்	ராமகிருஷ்ணாசினிஸ்டுடியோஸ்	அலெக்சாண்டர்வேடம்.

எண்	படத்தின் பெயர்	வெளியான நாள்	நடிகர் திலகத்தின் ஜோடி	இசை	டைரக்ஷன்	தயாரிப்பு	குறிப்பு
கௌரவ வேடத்தில் நடித்த படங்கள் (கன்னடம்)							
1	ஸ்கூல்மாஸ்டர்	31.01.1958		டிஜி. லிங்கப்பா	பி.ஆர்.பந்துலு	பத்மினிபிக்சர்ஸ்	கதாநாயகனாக பி.ஆர்.பந்துலு.
2	மங்களராஜ்யா	05.08.1960		டிஜி. லிங்கப்பா	பி.ஆர்.பந்துலு	பத்மினிபிக்சர்ஸ்	குழந்தைகள் கண்ட குடியரசு-படத்தின் கன்னட வடிவம்
கௌரவ வேடத்தில் நடித்த படங்கள் (இந்தி)							
1	ஸ்கூல்மாஸ்டர்	03.04.1964		வசந்த்தேசாய்	பி.ஆர்.பந்துலு	ஏ.எல்.எஸ்.புரொடக்ஷன்ஸ்	காவல்துறை அதிகாரி வேடம்.
கௌரவ வேடத்தில் நடித்த படங்கள் (மலையாளம்)							
1.	ஸ்கூல்மாஸ்டர்	03.04.1964		தேவராஜன்	எஸ்.ஆர்.புட்டண்ணா கனகல்		

சிவாஜி - ஒரு வரலாற்றின் வரலாறு

சிவாஜியுடன் பணியாற்றியவர்களில் முதன்மையானவர்கள்.

எண்	பெயர்/பணியாற்றிய துறை	படங்களின் எண்ணிக்கை
1.	மெல்லிசை மன்னர் எம்.எஸ்.விசுவநாதன்/ இசையமைப்பாளர்	மொத்த படங்கள் 120 (T.K. ராமமூர்த்தியுடன் இணைந்து-25 தனியாக-95)
2.	கே.பாலாஜி / தயாரிப்பாளர்	17
3.	கே.ஆர்.விஜயா / நடிகை	மொத்த படங்கள் 40 ஜோடியாக - 33 மற்ற வேடங்கள் - 7
4.	A.C. திருலோகச்சந்தர் இயக்குநர்	20
5.	ஏ.எல்.நாராயணன் / வசனம்	29
	ஆரூர்தாஸ் / வசனம்	27

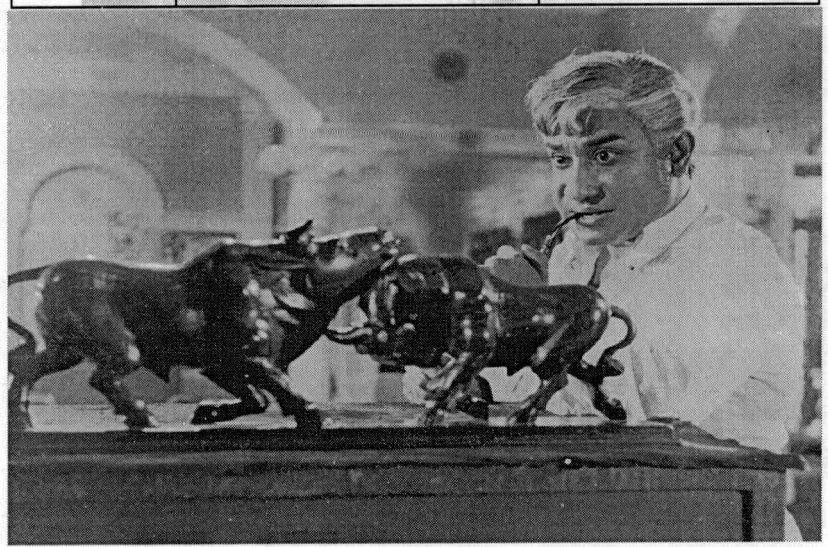

K. சந்திரசேகரன்

விருதுகள், பட்டங்கள்

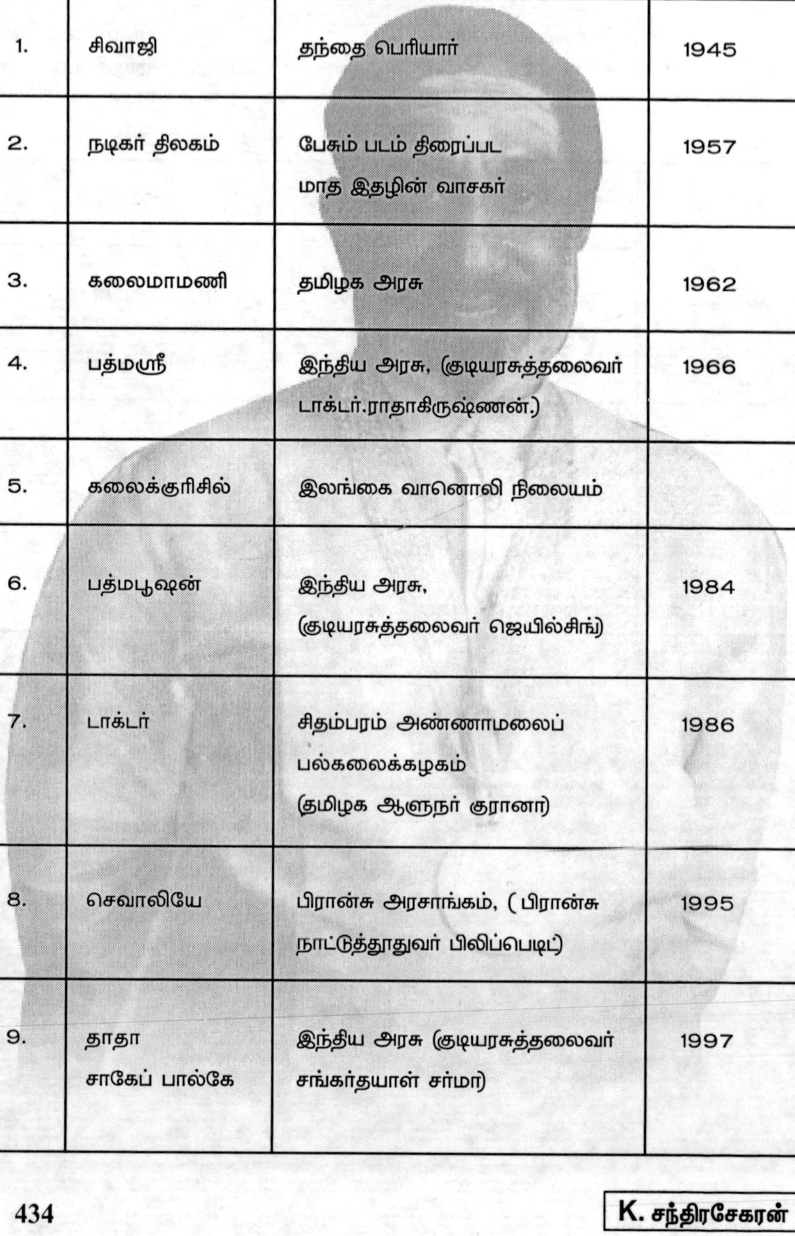

எண்	விருது / பட்டம்	வழங்கிய அமைப்பு / தலைவர்	வருடம்
1.	சிவாஜி	தந்தை பெரியார்	1945
2.	நடிகர் திலகம்	பேசும் படம் திரைப்பட மாத இதழின் வாசகர்	1957
3.	கலைமாமணி	தமிழக அரசு	1962
4.	பத்மஸ்ரீ	இந்திய அரசு, (குடியரசுத்தலைவர் டாக்டர்.ராதாகிருஷ்ணன்.)	1966
5.	கலைக்குரிசில்	இலங்கை வானொலி நிலையம்	
6.	பத்மபூஷன்	இந்திய அரசு, (குடியரசுத்தலைவர் ஜெயில்சிங்)	1984
7.	டாக்டர்	சிதம்பரம் அண்ணாமலைப் பல்கலைக்கழகம் (தமிழக ஆளுநர் குரானா)	1986
8.	செவாலியே	பிரான்சு அரசாங்கம், (பிரான்சு நாட்டுத்தூதுவர் பிலிப்பெடிட்)	1995
9.	தாதா சாகேப் பால்கே	இந்திய அரசு (குடியரசுத்தலைவர் சங்கர்தயாள் சர்மா)	1997

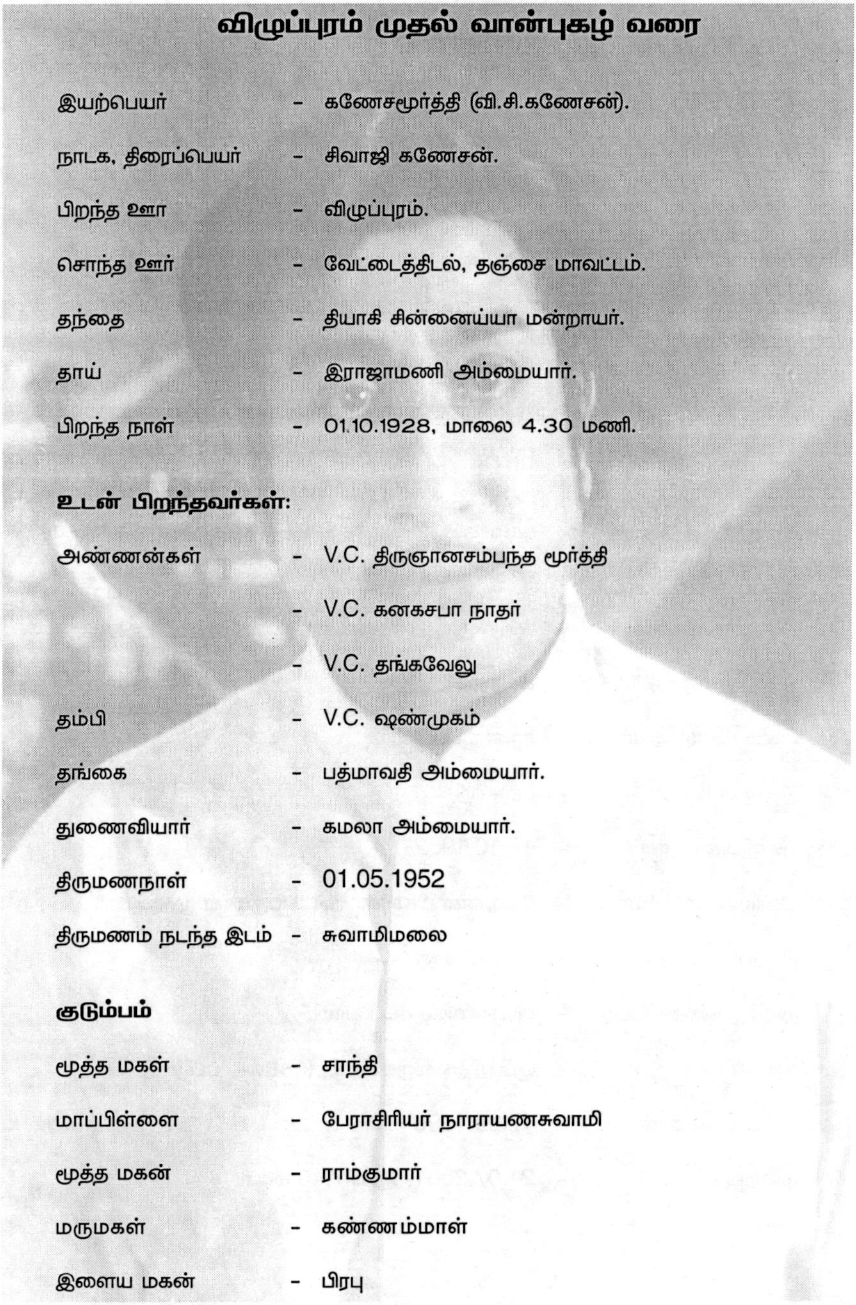

விழுப்புரம் முதல் வான்புகழ் வரை

இயற்பெயர்	-	கணேசமூர்த்தி (வி.சி.கணேசன்).
நாடக, திரைப்பெயர்	-	சிவாஜி கணேசன்.
பிறந்த ஊா	-	விழுப்புரம்.
சொந்த ஊர்	-	வேட்டைத்திடல், தஞ்சை மாவட்டம்.
தந்தை	-	தியாகி சின்னைய்யா மன்றாயர்.
தாய்	-	இராஜாமணி அம்மையார்.
பிறந்த நாள்	-	01.10.1928, மாலை 4.30 மணி.

உடன் பிறந்தவர்கள்:

அண்ணன்கள்	-	V.C. திருஞானசம்பந்த மூர்த்தி
	-	V.C. கனகசபா நாதர்
	-	V.C. தங்கவேலு
தம்பி	-	V.C. ஷண்முகம்
தங்கை	-	பத்மாவதி அம்மையார்.
துணைவியார்	-	கமலா அம்மையார்.
திருமணநாள்	-	01.05.1952
திருமணம் நடந்த இடம்	-	சுவாமிமலை

குடும்பம்

மூத்த மகள்	-	சாந்தி
மாப்பிள்ளை	-	பேராசிரியர் நாராயணசுவாமி
மூத்த மகன்	-	ராம்குமார்
மருமகள்	-	கண்ணம்மாள்
இளைய மகன்	-	பிரபு

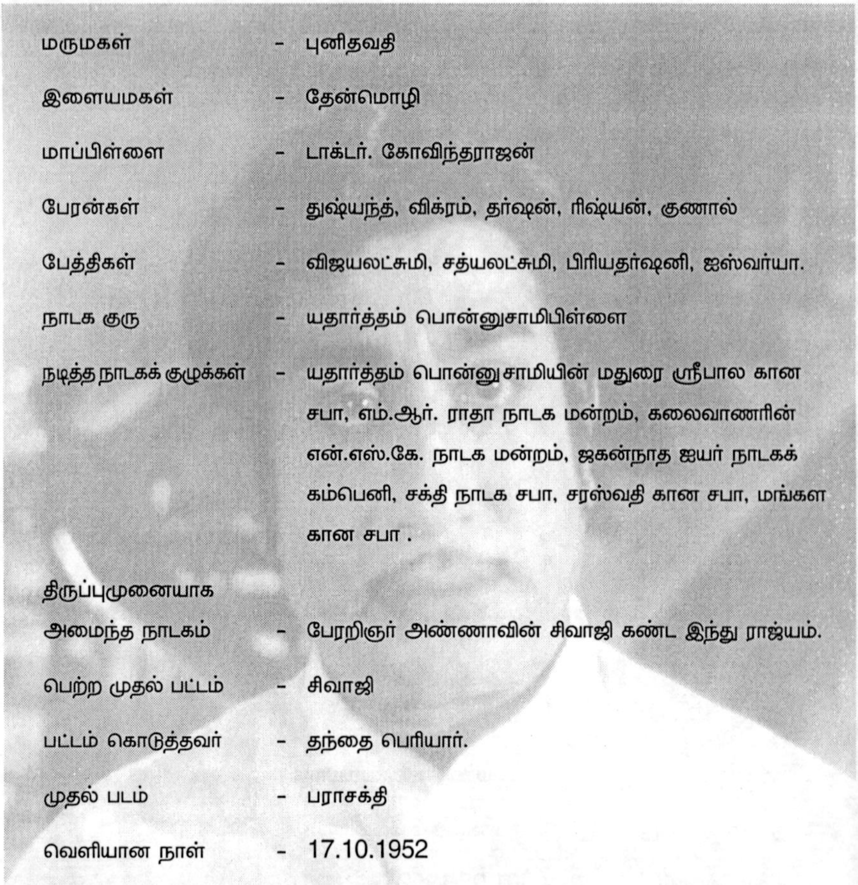

சிவாஜி - ஒரு வரலாற்றின் வரலாறு

மருமகள்	–	புனிதவதி
இளையமகள்	–	தேன்மொழி
மாப்பிள்ளை	–	டாக்டர். கோவிந்தராஜன்
பேரன்கள்	–	துஷ்யந்த், விக்ரம், தர்ஷன், ரிஷ்யன், குணால்
பேத்திகள்	–	விஜயலட்சுமி, சத்யலட்சுமி, பிரியதர்ஷனி, ஐஸ்வர்யா.
நாடக குரு	–	யதார்த்தம் பொன்னுசாமிபிள்ளை
நடித்த நாடகக் குழுக்கள்	–	யதார்த்தம் பொன்னுசாமியின் மதுரை ஸ்ரீபால கான சபா, எம்.ஆர். ராதா நாடக மன்றம், கலைவாணரின் என்.எஸ்.கே. நாடக மன்றம், ஜகன்நாத ஐயர் நாடகக் கம்பெனி, சக்தி நாடக சபா, சரஸ்வதி கான சபா, மங்கள கான சபா.
திருப்புமுனையாக அமைந்த நாடகம்	–	பேரறிஞர் அண்ணாவின் சிவாஜி கண்ட இந்து ராஜ்யம்.
பெற்ற முதல் பட்டம்	–	சிவாஜி
பட்டம் கொடுத்தவர்	–	தந்தை பெரியார்.
முதல் படம்	–	பராசக்தி
வெளியான நாள்	–	17.10.1952
அறிமுகப்படுத்தியவர்	–	நேஷனல் பிக்சர்ஸ் P.A. பெருமாள் முதலியார்.
திரைப்படக்குரு	–	L.V. பிரசாத்
முதல் வண்ணப்படம்	–	வீரபாண்டிய கட்டபொம்மன்
கடைசிப்படம்	–	பூப்பறிக்க வருகிறோம். (288வது படம்)
வெளியான நாள்	–	17.09.1999
மறைவு	–	21.07.2001, இரவு 7.40 மணி.

K. சந்திரசேகரன்

22.7.2001 அன்று பிரபல நாளிதழ்கள் வெளியிட்ட தலைப்பு செய்திகள் (Headlines)

	நாளிதழ்	தலைப்பு
1.	தினத்தந்தி	நடிப்பு உலகின் "இமயம்" மறைந்தது.
2.	தினமலர்	சரிந்தது தமிழ்த் திரையுலக தூண்!
3.	தினமணி	நடிப்புச் சுடர் அணைந்தது!
4.	தினகரன்	சினிமா உலகில் இமாலய சாதனை படைத்த நடிகர் திலகம் சிவாஜி காலமானார்.
5.	கதிரவன்	இமயமாக திகழ்ந்த நடிகர் திலகம் சிவாஜி திடீர் மரணம்.
6.	The Hindu	Sivaji Ganesan is dead.
7.	The New Indian Express	Nadigar Thilagam is dead.
8.	மாலை மலர்	நடிப்புலக சக்கரவர்த்தி மறைந்தார்.
9.	மாலை முரசு	தமிழகமே சோகத்தில் மூழ்கியது. லட்சக்கணக்கானோர் திரண்டு சிவாஜிக்கு கண்ணீர் அஞ்சலி.
10.	மாலைச்சுடர்	தலைவர்கள், கலைஞர்கள், ரசிகர்கள், பொதுமக்கள் கண்ணீர் அஞ்சலி.
11.	மக்கள் குரல்	சிவாஜி மறைவினால் தமிழகம் கண்ணீர்
12.	News Today	All roads in Chennai lead to Sivaji Ganesan Salai TN weeps as he lies in state.

பத்திரிகைகள் வெளியிட்ட முன் அட்டைத் தலைப்புகள்

	பத்திரிகை	தேதி	தலைப்பு
1.	ஜூனியர் விகடன்	29.7.2001	மன்னவன் சென்றானடி!
2.	தமிழன் எக்ஸ்பிரஸ்	1-7 ஆகஸ்ட் 2001	ராஜபார்ட் சிவாஜி துரை!
3.	குங்குமம்	3.8.2001	சிவாஜி ஒரு சகாப்தம்!
4.	பாக்யா	3-9 ஆகஸ்ட் 2001	விதையாய் இறங்கிய விருட்சம்!
5.	அஞ்சா நெஞ்சன்	1-15 ஆகஸ்ட் 2001	சரிந்தது சரித்திரம்!
6.	நந்தன்	1-15 ஆகஸ்ட் 2001	மூன்றாம் தமிழ் மகுடம் இழந்தது!
7.	சிகப்பு நாடா	1-15 ஆகஸ்ட் 2001	பெருமாள் முதலியார் கண்டெடுத்த நல்முத்து மறைந்தது.
8.	உண்மை	16-31 ஆகஸ்ட் 2001	சிவாஜி-ஒரு தமிழ்ப் பெருமகன்!

குறிப்பு:

1. "ஆனந்த விகடன்" உள்ளிட்ட பிரபல பத்திரிகைகள் அனைத்தும் முன் அட்டையில் சிவாஜி படத்தை வெளியிட்டு அஞ்சலி செலுத்தியது.
2. ஆண்கள் படத்தையே அட்டையில் இடம் பெற வைக்காத "லேடீஸ் ஸ்பெஷல்", "சிநேகிதி" போன்ற மகளிர் பத்திரிகைகளும் சிவாஜி படத்தை அட்டையில் வெளியிட்டு அஞ்சலி செலுத்தின.

நன்றி: வசந்த மாளிகை ஜூலை 2004 சிறப்பு மலர்.

புகைப்படங்கள் / தகவல் உதவி

1. G. கணேசன், விருதுநகர்
2. N. தனபால், கள்ளக்குறிச்சி
3. T. பாலச்சந்தர், திருநெல்வேலி
4. மம்சை த. முத்தையா, மம்சாபுரம்
5. E.N. ராஜா, நாகர்கோவில்
6. K. பாலசுப்பிரமணியன், புதுச்சேரி
7. B. ஹரிஹரன், இடும்பாவனம்
8. சதா வெங்கட்ராமன், தஞ்சாவூர்
9. M. விஜயராஜன், திருத்தங்கல்
10. T.N. ஸ்ரீநிவாசன், ஈரோடு
11. M. கிரிதரன், சென்னை
12. S.K.S. சாரதி, சென்னை
13. சிவாஜி கிருஷ்ணமூர்த்தி, சென்னை
14. S. ராமஜெயம், சென்னை
15. A.S. முகுந்தன், ஸ்ரீரங்கம்
16. S. அண்ணாதுரை, திருச்சி
17. R.C. பிரபு, திருச்சி
18. உறந்தை செல்வம், திருச்சி
19. கு. கொண்டல்தாசன், சென்னை
20. S. மாரிமுத்து, திண்டுக்கல்
21. K. ரவிச்சந்திரன், தஞ்சாவூர்
22. K.A. மரியந்துவான், நெய்வேலி
23. K. ராஜசேகரன், விருத்தாச்சலம்
24. T. வேணுகோபால், நெய்வேலி
25. K.R.G. நாராயணன், விழுப்புரம்
26. A.M. சொக்கலிங்கம், வங்கனூர்
27. J. மோகன், மேல்பட்டாம்பாக்கம்
28. R. கண்ணன், இடும்பாவனம்
29. C.S. குமார், சென்னை
30. A.T.S. அருள், தூத்துக்குடி
31. தி. அய்யம்பெருமாள், மதுரை
32. P. நாகராஜன், மதுரை
33. K. பால், சிங்கபெருமாள் கோவில்
34. A.S. கணேசன், சென்னை
35. S.R. செல்வராஜ், சென்னை
36. K. மகேஷ், தஞ்சாவூர்
37. S.K. விஜயன், சென்னை
38. நக்கீரன் இதழ்
39. வசந்த மாளிகை இதழ்
40. E. ஞானப்பிரகாசம், சென்னை

K. சந்திரசேகரன்

41. S.V. ஜெயபாபு, சென்னை
42. M.P. தம்பராயர், புகைப்படக்கலைஞர்
43. A. கிருஷ்ணன், புகைப்படக்கலைஞர்
44. சோமசுந்தரம், புகைப்படக்கலைஞர்

புத்தக வெளியீட்டில் உதவி:

1. V G செல்லப்பா Ex M L A, விழுப்புரம்
2. R.M பழனிச்சாமி, M.L.A, ஈரோடு
3. கொடிக்குறிச்சி T. முத்தையா, திருநெல்வேலி
4. M. வேலாயுதம், M.C, சென்னை
5. ஐஸ் அவுஸ் தியாகு, சென்னை
6. V. பாஸ்கரன், சென்னை.
7. P. வஜ்ரவேலு, வழக்கறிஞர், சென்னை
8. E. ரவிக்குமார், சென்னை
9. P.G. செல்வகுமார், சென்னை
10. பொன்வண்டு ரவி, சென்னை
11. குமரி மகாதேவன், சென்னை
12. T.T. சம்பந்தம், சென்னை
13. S.P. சாரதி, சென்னை
14. A.P. ஹரிராஜன் பாலாஜி, மதுரை
15. S. ராஜேந்திரன், மதுரை
16. S. சிவாஜி செல்வம், மதுரை
17. A. மாணிக்கம், மதுரை
18. G. தங்கவேல், மதுரை
19. S. வெங்கிடு, மதுரை
20. M.A. கண்ணன், மதுரை
21. குமார முருகேசன், தூத்துக்குடி
22. Dr. B. அக்பர், திருநெல்வேலி
23. Dr. S. மூர்த்தி, மும்பை
24. D. பங்குராஜ், திருச்சி.

சிவாஜி - ஒரு வரலாற்றின் வரலாறு

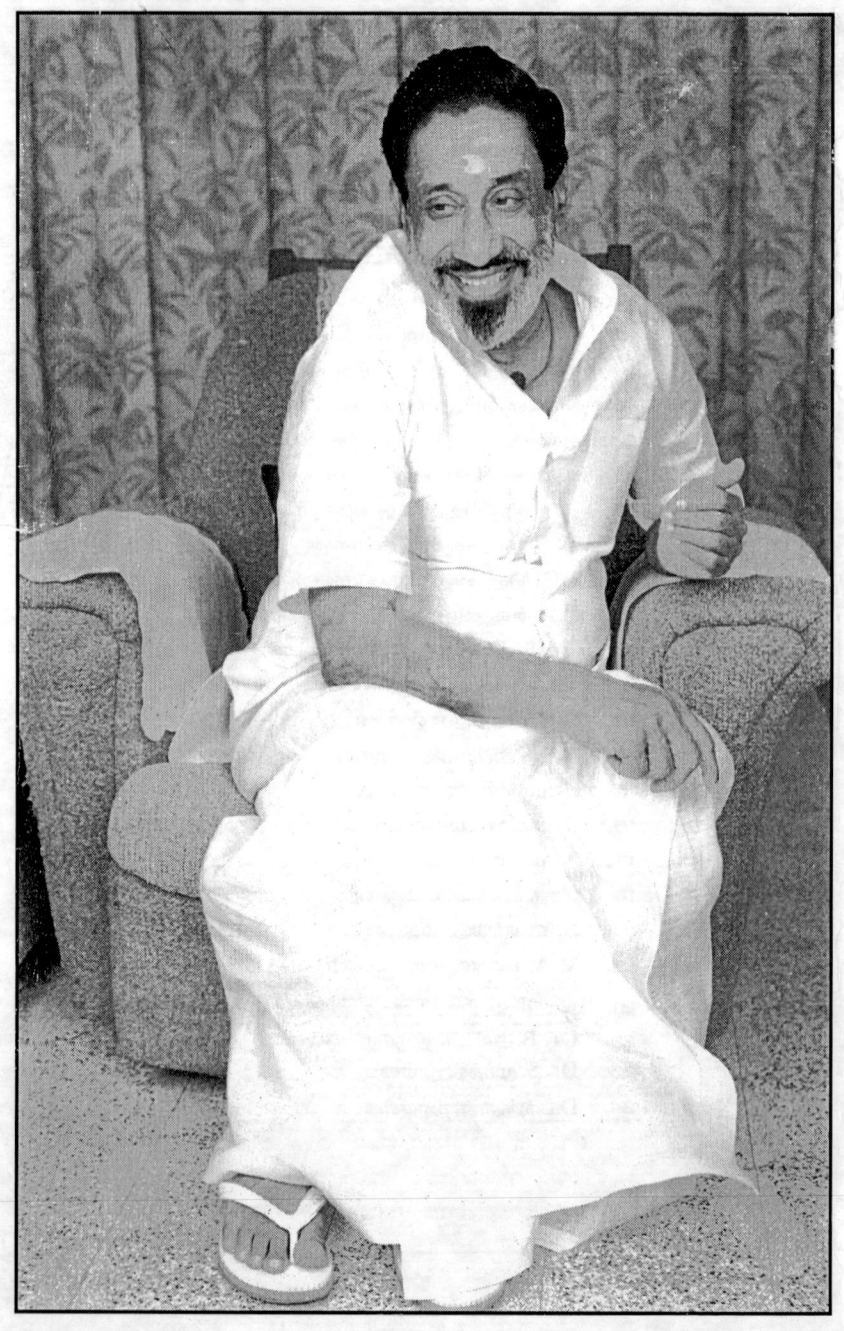

K. சந்திரசேகரன்